AF758709

മനുഷ്യബന്ധനങ്ങൾ

manushya bandhanangal
novel
•
original title
of human bondage
•
somerset maugham
•
translated by
lringal krishnan
a s ayoob
•
first edition
august 2012
•
typesetting
kunjatta
•
published
chintha publishers, thiruvananthapuram
•

•
cover
abdul azeez
•

വിതരണം
ദേശാഭിമാനി ബുക്ക് ഹൗസ്
H O തിരുവനന്തപുരം-695 035
www.chinthapublishers.com
chinthapublishers@gmail.com

ബ്രാഞ്ചുകൾ
ഹെഡ്ഡാഫീസ് കുന്നുകുഴി • ഓവർബ്രിഡ്ജ് തിരുവനന്തപുരം • കെ എസ് ആർ ടി സി ബസ് സ്റ്റേഷൻ ആലപ്പുഴ • കെ എസ് ആർ ടി സി ബസ് സ്റ്റേഷൻ എറണാകുളം • മച്ചിങ്ങൽ ലെയ്ൻ തൃശൂർ • ഐ ജി റോഡ് കോഴിക്കോട് • കെ എസ് ആർ ടി സി ബസ് സ്റ്റേഷൻ കോഴിക്കോട് • എൻ ജി ഒ യൂണിയൻ ബിൽഡിങ് കണ്ണൂർ • സെൻട്രൽ ബസ് ടെർമിനൽ കോംപ്ലക്സ് താവക്കര കണ്ണൂർ

CO - 1801 / 2599

മനുഷ്യബന്ധനങ്ങൾ
(നോവൽ)

സോമർസെറ്റ് മോം

പരിഭാഷ
ഇരിങ്ങൽ കൃഷ്ണൻ
എ എസ് അയൂബ്

ചിന്ത പബ്ലിഷേഴ്സ്
തിരുവനന്തപുരം-695 035

സോമർസെറ്റ് മോം (1874–1965)

ഇംഗ്ലീഷ് നോവലിസ്റ്റും നാടകകൃത്തും കഥാകാരനും. തന്റെ കാല ഘട്ടത്തിലെ ഏറ്റവും പ്രശസ്തനും ഏറ്റവും ഉയർന്ന പ്രതിഫലം ലഭി ക്കുന്ന എഴുത്തുകാരനും ആയിരുന്നു.

പാരീസിലാണ് ജനിച്ചത്. പിതാവ്: റോബർട്ട് ഓർമങ്മോം. മാതാവ്. ഈഡിത്ത് മേരി. അമ്മാവൻ ഹെന്റി മാക്ഡൊനാൾഡ് മോം ന്റെ സംര ക്ഷണയിൽ ഇംഗ്ലണ്ടിലെ കെന്റിൽ വളർന്നു. കാന്റർബറിയിലെ കിങ്സ് സ്കൂളിൽ വിദ്യാഭ്യാസം ആരംഭിച്ചു. 16 വയസിനുശേഷം ജർമനിയിലെ ഹൈഡൽ ബർഗ് യൂണിവേഴ്സിറ്റിയിൽ, സാഹിത്യവും തത്വശാസ്ത്രവും ജർമൻ ഭാഷയും പഠിച്ചു. പിന്നീട് ഇംഗ്ലണ്ടിൽ മടങ്ങിയെത്തി ലണ്ടനിലെ, ലാംബണിൽ സെന്റ് തോമസ് ആശുപത്രിയിൽ വൈദ്യശാസ്ത്രപഠന ത്തിനു ചേർന്നു.

ഓഫ് ഹ്യൂമൻ ബോണ്ടേജ് എന്ന ആത്മകഥാപരമായ നോവൽ മോമിന്റെ മാസ്റ്റർപീസ് ആയി പരിഗണിക്കപ്പെടുന്നു.

1947 ൽ 35 വയസിൽതാഴെയുള്ള ഫിക്ഷൻ എഴുത്തുകാർക്കായി മോം, സോമർസെറ്റ് മോം അവാർഡ് ഏർപ്പെടുത്തി.

ഇരിങ്ങൽ കൃഷ്ണൻ

കോഴിക്കോട് ജില്ലയിലെ ഇരിങ്ങലിൽ ജനനം. പിതാവ്: ബാലൻ, മാതാവ്: കല്ല്യാണി. അധ്യാപകനായിരുന്നു. കേരള യുക്തിവാദിസംഘ ത്തിന്റെ സംസ്ഥാന സെക്രട്ടറി, *യുക്തിരേഖ* മാസികയുടെ ജനറൽ എഡി റ്റർ, ഫിറ നാഷണൽ എക്സിക്യൂട്ടീവ് അംഗം എന്നീ നിലകളിൽ പ്രവർത്തിക്കുന്നു. നിരവധി ക്ലാസിക് കൃതികൾക്ക് മലയാള മൊഴിമാറ്റം ചെയ്തിട്ടുണ്ട്.

ഭാര്യ	:	എൽസമ്മ സി എം
മക്കൾ	:	ലിറിക് ഇ കെ
		സോണറ്റ് ഇ കെ
വിലാസം	:	'മാനവ്', മാടപ്പള്ളികോളേജ് (പി ഒ)
		കോഴിക്കോട് – 673102

എ എസ് അയൂബ്

കോഴിക്കോട് ജില്ലയിലെ നരിപ്പറ്റയിൽ ജനനം. പിതാവ്: അബ്ദുൾ സമദ്. മാതാവ്: അയിശു. അധ്യാപകനാണ്. പന്ത്രണ്ടോളം ക്ലാസിക് കൃതികൾ പരിഭാഷപ്പെടുത്തി.

ഭാര്യ	:	റസിയ
മക്കൾ	:	അഹദ്, ഫൈജാസ്, നിദ
വിലാസം	:	നരിപ്പറ്റ (പി ഒ)
		കോഴിക്കോട്

ഒന്ന്

വിരസവും ഉദാസീനവുമായാണ് പ്രഭാതം പൊട്ടിവിടർന്നത്. കനത്ത മേഘങ്ങൾ തൂങ്ങിക്കിടക്കുന്നുണ്ടായിരുന്നു. മഞ്ഞിന്റെ സാന്നിധ്യത്തെ അറിയിച്ചുകൊണ്ട് അന്തരീക്ഷത്തിൽ തണുപ്പും ഉണ്ടായിരുന്നു. കുട്ടി കിടക്കുന്ന മുറിയിലേക്ക് വേലക്കാരി കടന്നുവന്ന് കർട്ടൻ വകഞ്ഞുമാറ്റി. അവൾ യാന്ത്രികമായി എതിരെയുള്ള വീട്ടിലേക്ക് നോക്കി കുട്ടിയുടെ കിടക്കയ്ക്കരികിലേക്ക് പോയി.

"ഫിലിപ്പ്, എഴുന്നേൽക്കൂ" അവൾ പറഞ്ഞു.

പുതപ്പ് വലിച്ചുമാറ്റി, അവനെ കൈയിലെടുത്തുകൊണ്ട് താഴേയ്ക്കു പോയി. അവൻ മയക്കത്തിലായിരുന്നു.

"നിന്റെ അമ്മയ്ക്ക് നിന്നെ കാണണം" അവൾ പറഞ്ഞു.

ഒരു സ്ത്രീ കിടക്കുന്ന മുറിയിലേക്ക് അവൾ അവനേയുംകൊണ്ട് പ്രവേശിച്ചു. അവിടെ കിടക്കുന്നത് അവന്റെ അമ്മയായിരുന്നു. അവൾ കൈകൾ നീട്ടി കുട്ടിയെ ഏറ്റുവാങ്ങി അരികിലായി കിടത്തി. സ്നേഹാധിരേകത്താൽ അവൾ കുട്ടിയുടെ കണ്ണുകളിൽ ചുംബിക്കുകയും ശരീരം തലോടുകയും ചെയ്തു.

"നിനക്ക് ഉറക്കുണ്ടോ കുട്ടാ?" അവൾ ചോദിച്ചു.

വളരെ അകലെനിന്ന് വരുന്നതുപോലെ അവളുടെ ശബ്ദം വളരെ ദുർബലമായിരുന്നു. കുട്ടി ഉത്തരം പറയാതെ ചിരിക്കുകമാത്രം ചെയ്തു. അവന് ആ കിടപ്പ് വളരെ സന്തോഷം നൽകി. അമ്മയെ പുണർന്നുകൊണ്ട് കിടക്കുമ്പോൾ അവൻ വീണ്ടും സ്വയം ചെറുതാവാൻ ശ്രമിച്ചു. ഉറക്കച്ചടവോടെ അവൻ അമ്മയെ ചുംബിച്ചു. ഒരു നിമിഷത്തിനുള്ളിൽ കണ്ണുകളടച്ച് അവൻ ഗാഢനിദ്രയിൽ മുഴുകുകയും ചെയ്തു. ഡോക്ടർ കട്ടിലിനരികിലായി വന്നുനിന്നുകൊണ്ട് ചോദിച്ചു;

"അവനെ ഇനിയും എടുത്തുകൊണ്ട് പോയില്ലേ?" അവൾ ഞരങ്ങുകമാത്രം ചെയ്തു.

മറുപടിയൊന്നും പറയാതെ ഡോക്ടർ രൂക്ഷമായി അവളെ നോക്കി. കുട്ടിയെ അധികനേരം തന്നോടൊപ്പം തങ്ങാനനുവദിക്കില്ലെന്നറിയാവുന്നതിനാൽ അവൾ അവനെ വീണ്ടും ചുംബിച്ചു. അതിനുശേഷം അവന്റെ ശരീരം അവൾ തലോടി. വലതുകാലിലെ അഞ്ച് വിരലുകളും തലോടി. അതിനുശേഷം ഇടതുകാലും തടവിക്കൊണ്ട് അവൾ തേങ്ങി.

"എന്താണ് പ്രശ്നം, നീ ക്ഷീണിതയല്ലേ ?" ഡോക്ടർ പറഞ്ഞു.

അവൾ സംസാരിക്കാനാവാതെ തലകുലുക്കി. കവിൾത്തടങ്ങളിലൂടെ കണ്ണുനീർ ഒലിച്ചിറങ്ങി.

"ഞാനവനെ എടുക്കട്ടെ" കുനിഞ്ഞുകൊണ്ട് ഡോക്ടർ പറഞ്ഞു.

അവൾ ക്ഷീണിതയായതിനാൽ കുട്ടിയെതിരിച്ച് നൽകുകയും ഡോക്ടർ നഴ്സ് വശം അവനെ അവന്റെ കിടക്കയിൽത്തന്നെ കിടത്താനായി കൊടുത്തയയ്ക്കുകയും ചെയ്തു. നഴ്സ് അവനെയും കൊണ്ടുപോയപ്പോൾ അവൾ തേങ്ങിക്കരഞ്ഞു.

"എന്റെ കുഞ്ഞിന് എന്താണ് സംഭവിക്കുക, പാവം കുട്ടി." അവൾ പറഞ്ഞുകൊണ്ടിരുന്നു.

നഴ്സ് അവളെ ശാന്തമാക്കാൻ ശ്രമിച്ചുകൊണ്ടിരുന്നു. അവൾ ക്ഷീണത്താൽ കരച്ചിൽ നിറുത്തി. ഡോക്ടർ മുറിയുടെ മൂലയ്ക്കുള്ള ഒരു മേശമേൽ ടവ്വലിൽപൊതിഞ്ഞു കിടത്തിയിരിക്കുന്ന നവജാതശിശുവിന്നടുത്തേക്ക് നടന്നു. സ്ത്രീ കിടക്കുന്നതിനിടയിലായി ഒരു കർട്ടൻ തൂക്കി മറച്ചിരുന്നുവെങ്കിലും അവിടെ എന്താണ് നടക്കുന്നതെന്ന് അവൾ ഊഹിച്ചു.

"ഇത് ആൺകുട്ടിയോ പെൺകുട്ടിയോ?" അവൾ നഴ്സിനോട് മന്ത്രിച്ചു.

"മറ്റൊരു ആൺകുട്ടി."

ആ സ്ത്രീ ഉത്തരമൊന്നും പറഞ്ഞില്ല. ഒരു മിനുട്ടിനുള്ളിൽ കുട്ടിയുമായി നഴ്സ് തിരിച്ചുവന്നു. അവൾ കിടക്കയ്ക്കരികിലേക്ക് ചെന്നു.

"കൊച്ചു ഫിലിപ്പ് ഇതുവരെയും ഉണർന്നില്ല" അവൾ പറഞ്ഞു. ഡോക്ടർ അതിനുശേഷം രോഗിയുടെ നാഡിമിടിപ്പ് പരിശോധിച്ചു.

"ഇപ്പോൾ എനിക്ക് ചെയ്യാൻ കഴിയുന്ന വല്ലതും ഉണ്ടെന്ന് എനിക്ക് തോന്നുന്നില്ല. പ്രാതലിനുശേഷം ഞാൻ വീണ്ടും വിളിക്കാം."

"ഞാൻ നിങ്ങൾക്ക് പുറത്തേക്കുള്ള വഴികാണിച്ചുതരാം." കുട്ടികളുടെ നഴ്സ് പറഞ്ഞു.

അവർ നിശ്ശബ്ദരായി താഴേക്ക് നടന്നു. ഹാളിൽ എത്തിയപ്പോൾ ഡോക്ടർ നിന്നു.

"കാരെയുടെ അളിയന് നിങ്ങൾ ആളെ അയച്ചിട്ടുണ്ട്, ഇല്ലേ?"

"അതെ സാർ."

"അവർ എപ്പോൾ എത്തുമെന്ന് നിങ്ങൾക്കറിയാമോ?"

"ഇല്ല സാർ, ഞാൻ ഒരു ടെലഗ്രാം പ്രതീക്ഷിച്ചിരിക്കുകയാണ്."

"കൊച്ചുകുട്ടിയുടെ അവസ്ഥയെന്താണ്?"

"അവനെ ഇപ്പോൾ മാറ്റിനിറുത്തുന്നതാണ് നല്ലത് എന്നാണ് എനിക്ക് തോന്നുന്നത്.

"കുമാരി വാട്കിൻ അവനെ കൊണ്ടുപോകാമെന്ന് പറഞ്ഞിട്ടുണ്ട്."

"ആരാണവൾ."

"അവൾ അവന്റെ തലതൊട്ടമ്മയാണ്. ഇതിൽനിന്ന് കാരെ മോചിതയാവുമെന്ന് താങ്കൾ കരുതുന്നുണ്ടോ?"

ഡോക്ടർ തലകുലുക്കുകമാത്രം ചെയ്തു.

രണ്ട്

ഒരാഴ്ച കടന്നുപോയി. ഓൺസ്ലോ ഉദ്യാനത്തിലെ കുമാരി വാട്കിൻസിന്റെ വീട്ടിലെ സ്വീകരണ മുറിയിലെ തറയിൽ ഫിലിപ്പ് ഇരിക്കുകയായിരുന്നു. അവൻ തനിച്ചിരുന്ന് കളിക്കുക പതിവായിരുന്നു. മുറിയിൽ ധാരാളം ഫർണീച്ചറുകൾ ഉണ്ടായിരുന്നു. കൂടാതെ സോഫയിലും കസേരകളിലുമായി ധാരാളം കുഷ്യനുകളും ഉണ്ടായിരുന്നു. ഇവയുടെയൊക്കെ സഹായത്തോടെ കർട്ടന് പിറകിലായി മുന്നേറിക്കൊണ്ടിരിക്കുന്ന റെഡ് ഇന്ത്യൻസിനെ തുരത്താനായി അവന് ഒളിച്ചിരിക്കാൻ ഒരു ഗുഹ തീർത്തിരിക്കുകയാണ്. പുൽമേടുകളിലൂടെ കുതിച്ചുവരുന്ന പോത്തിൻകൂട്ടത്തിന്റെ ശബ്ദം കേൾക്കാനായി അവൻ തറയിൽ ചെവി ചേർത്തുവെച്ചു. വാതിൽത്തുറക്കുന്ന ശബ്ദം കേട്ടപ്പോൾ അവൻ ശ്വാസം അടക്കിപ്പിടിച്ചു ഒളിഞ്ഞിരുന്നു. കരുത്തുറ്റ ഒരു കൈതട്ടി കുഷ്യനുകളൊക്കെ കൂട്ടിവെച്ചിടത്തുനിന്നും വീഴാൻ തുടങ്ങി.

"വികൃതിക്കുട്ടീ നിന്നെ കുമാരി വാട്കിൻ വിചാരണ ചെയ്യും."

"ഹലോ, എമ്മാ!" അവൻ പറഞ്ഞു.

നഴ്സ് അവനെ ചുംബിക്കുകയും കുഷ്യനുകളൊക്കെ അവയുടെ സ്ഥാനത്ത് വെക്കുകയും ചെയ്തു.

"ഞാൻ വീട്ടിലേക്ക് വരണോ ?" അവൻ ചോദിച്ചു.

"ഉവ്വ്, ഞാൻ നിന്നെ കൊണ്ടുപോകാനാണ് വന്നത്."

"നിങ്ങൾ പുതിയ വസ്ത്രമാണല്ലോ ധരിച്ചത്."

അവർ ഒരു പുതിയതരം വസ്ത്രമായിരുന്നു ധരിച്ചത്. അവൾ പ്രതീക്ഷിച്ച അടുത്തചോദ്യം അവനിൽനിന്നും വരാത്തതിനാൽ അവൾ കരുതിവെച്ച ഉത്തരവും ആവശ്യമായി വന്നില്ല.

"നിന്റെ അമ്മയ്ക്ക് എങ്ങനെയുണ്ട് എന്നല്ലേ നീ ചോദിക്കാൻ പോകുന്നത്."

"ഓ ഞാൻ മറന്നു. അമ്മയ്ക്ക് എങ്ങനെയുണ്ട്."

"അമ്മ സുഖമായിരിക്കുന്നു."

"എനിക്ക് സന്തോഷമായി" അവൻ പറഞ്ഞു.

"നിന്റെ അമ്മ നമ്മെ വിട്ടുപോയി, ഇനി ഒരിക്കലും നീ അവളെ കാണില്ല." അവൾ എന്താണ് അർഥമാക്കിയതെന്ന് ഫിലിപ്പിന് അറിയി ല്ലായിരുന്നു.

"എന്തുകൊണ്ട്?"

'നിന്റെ അമ്മ സ്വർഗത്തിലാണുള്ളത്."

അതും പറഞ്ഞ് അവൾ കരയാൻ തുടങ്ങി.

"നിന്റെ അമ്മാവൻ വില്യം നിന്നെ കാണാനായി കാത്തിരിക്കുക യാണ്. കുമാരി വാട്കിനോട് യാത്രപറഞ്ഞ് വരൂ, നമുക്ക് വീട്ടിൽ പോകാം." കണ്ണീരടക്കാൻ പാടുപെട്ടുകൊണ്ട് തനിക്ക് യാത്രപറയാൻ ഒന്നുമില്ലെന്ന് പറഞ്ഞ് അവൻ കരയാൻ തുടങ്ങി. നഴ്സ് അവനോട് അവന്റെ തൊപ്പിയെടുത്തുവരാൻവേണ്ടി പറഞ്ഞു. ലോകത്ത് ആകെ യുള്ള നിസ്വാർഥമായ സ്നേഹവും അവന് ഇല്ലാതായതിൽ അവൾക്ക് വളരെ വിഷമം തോന്നി.

അവൻ തിരിച്ചുവരുമ്പോൾ കുമാരി വാട്കിനും അവളുടെ സഹോ ദരിയും സംസാരിച്ചുകൊണ്ടിരിക്കുന്നത് കണ്ടു. ആദ്യം യാത്രപറയേ ണ്ടെന്ന് കരുതിയെങ്കിലും അവൻ അവരോട് യാത്രപറയാൻ തീരുമാനി ച്ചു. ആ അവസരത്തിൽ എമ്മ, അവന്റെ നഴ്സ്, അവിടേക്ക് കടന്നുവന്നു.

"കൊച്ചുഫിലിപ്പിന് നിങ്ങളോട് യാത്ര പറയണം" എമ്മ പറഞ്ഞു. അപ്പോൾ ഫിലിപ്പ് മുടന്തിക്കൊണ്ട് അവിടേക്ക് വന്നു.

ഹെൻറീറോ വാട്കിൻ അരോഗദൃഢഗാത്രയായ ഒരു സ്ത്രീയായി രുന്നു. അവൾ മുടിക്ക് കളർ ഉപയോഗിച്ചിരുന്നു. അവൾ ഒരു മൂത്ത സഹോദരിയോടൊപ്പമായിരുന്നു താമസിച്ചത്. അവൾ കറുത്ത വസ്ത്ര മായിരുന്നു ധരിച്ചത്. എന്തുകൊണ്ടായിരുന്നു ഭക്ഷണത്തിന് വരാതിരു ന്നതെന്ന് അവന് മനസിലായി.

"എനിക്ക് വീട്ടിലേക്ക് പോകണം" അവൻ പറഞ്ഞു. വാട്കിൻ അവനെ ചുംബിച്ചു. മുറിയിലുണ്ടായിരുന്ന മറ്റൊരു സ്ത്രീയും അവന്റെ അനുവാദത്തോടെ അവനെ ചുംബിച്ചു. ആ സ്നേഹത്തിന്റെ ഊഷ്മ ളത നുകരാൻ അവൻ ഇഷ്ടപ്പെട്ടെങ്കിലും എമ്മ അവനെ കാത്തിരിക്കു ന്നതിനാൽ അവൻ താഴേക്ക് പോയി.

"അവന്റെ അമ്മ എന്റെ അടുത്ത കൂട്ടുകാരിയായിരുന്നു. അവൾ മരിച്ചെന്ന് ചിന്തിക്കാനേ എനിക്ക് കഴിയുന്നില്ല" വാട്കിന്റെ സംസാരം അവൻ കേട്ടു.

"നീ ശവസംസ്കാരച്ചടങ്ങുകൾക്ക് പോകാതിരിക്കുന്നതാണ് നല്ല ത്." അവളുടെ വിഷമം അറിയാവുന്ന ഒരു സ്ത്രീ പറഞ്ഞു.

മറ്റൊരാൾ പറഞ്ഞു.

"പാവം കൊച്ചുകുട്ടി. അവൻ ലോകത്ത് തനിച്ചാണെന്നത് ചിന്തി ക്കാനേ കഴിയുന്നില്ല. കൂടാതെ അവന് മുടന്തുമുണ്ട്."

"അവന്റെ കാലിന്റെ പടം തിരിഞ്ഞത് അവൾക്ക് വളരെയേറെ വിഷ മമുണ്ടാക്കിയ കാര്യമായിരുന്നു."

അപ്പോൾ എമ്മ വരികയും. അവർ ഒരു കുതിരവണ്ടി വിളിച്ച്, എവിടെയാണ് പോകേണ്ടതെന്ന് പറഞ്ഞുകൊടുക്കുകയും ചെയ്തു.

മൂന്ന്

കെൻസിങ്ടണിലുള്ള ശ്രീമതി കാരി മരിച്ചുകിടക്കുന്ന വീട്ടിൽ അവർ എത്തിയപ്പോൾ എമ്മ ഫിലിപ്പിനെ സ്വീകരണമുറിയിലേക്ക് ആനയിച്ചു. അവന്റെ അമ്മാവൻ അവിടെ ലഭിച്ച പുഷ്പചക്രങ്ങൾക്ക് നന്ദി അറിയിച്ചുകൊണ്ട് കത്തുകൾ എഴുതുകയായിരുന്നു. ഒന്ന് പൊളിക്കാതെ അവിടെത്തന്നെ കിടക്കുന്നുണ്ടായിരുന്നു.

"ഇതാ, കൊച്ചുഫിലിപ്പ്" എമ്മ പറഞ്ഞു.

ശ്രീമാൻ കാരി സാവകാശത്തിൽ എഴുന്നേറ്റ് അവന്റെ കൈപിടിച്ചു കുലുക്കി. പിന്നീട് അവന്റെ നെറ്റിയിൽ ചുംബിച്ചു. അയാൾ ശരാശരിയിലും അൽപ്പം നീളംകുറഞ്ഞ വ്യക്തിയായിരുന്നു. തന്റെ കഷണ്ടി മറയ്ക്കാനായി മുടി നീട്ടിവളർത്തിയ ആളായിരുന്നു. വാച്ചിന്റെ ചെയിനിന്മേൽ ഒരു സ്വർണക്കുരിശും ഉണ്ടായിരുന്നു.

"ഫിലിപ്പ്, ഇനിമുതൽ നീ എന്നോടൊപ്പമാണ് താമസിക്കുന്നത്. നിനക്ക് അത് ഇഷ്ടമല്ലേ?" അയാൾ ചോദിച്ചു.

രണ്ടുവർഷങ്ങൾക്കുമുമ്പ് പൊങ്ങൻ പനി പിടിച്ചതിന് ശേഷം പുരോഹിതഗൃഹത്തിലേക്ക് മാറ്റുമ്പോഴുള്ള ഓർമകളിൽ അമ്മാവനേക്കാളും അമ്മായിയേക്കാളും ഈ വീടിന്റെ മച്ചിന്റെയും ഉദ്യാനത്തിന്റെയും ചിത്രമാണ് തെളിഞ്ഞുനിന്നത്.

"അതെ" ഫിലിപ്പ് മറുപടി പറഞ്ഞു.

"എന്നെയും അമ്മായി ലൂയിസയെയും നീ അച്ഛനും അമ്മയുമായി കണക്കാക്കണം."

കുട്ടി ഉത്തരമൊന്നും പറഞ്ഞില്ല.

"നിന്റെ പ്രിയപ്പെട്ട അമ്മ നിന്നെ എന്നെയാണ് ഏൽപ്പിച്ചത്."

കാരിക്ക് തന്നെപ്പറ്റി പറയുന്നതിൽ പ്രയാസം തെല്ലുമില്ലായിരുന്നു. തന്റെ നാത്തൂൻ മരണക്കിടക്കയിലാണെന്നറിഞ്ഞപ്പോൾ അയാൾ ലണ്ടനിലേക്ക് പോകാനൊരുങ്ങി. യാത്രക്കിടയിൽ അവൾ മരണപ്പെടുകയാണെങ്കിൽ അവളുടെ മകനെ ഏറ്റെടുക്കേണ്ടിവരുന്നതിനെപ്പറ്റിയായിരുന്നു ചിന്ത. അയാൾക്ക് അമ്പത് വയസിലേറെ പ്രായമുണ്ടായിരുന്നു. കുട്ടികളില്ലായിരുന്നുവെങ്കിലും ഒരു കൊച്ചുകുട്ടിയുടെ സാന്നിധ്യവും ശബ്ദവും ബഹളവുമൊന്നും അയാൾ ഇഷ്ടപ്പെട്ടിരുന്നില്ല. കൂടാതെ തന്റെ നാത്തൂനേയും അയാൾ ഇഷ്ടപ്പെട്ടിരുന്നില്ല.

"നാളെ ഞാൻ നിന്നെ ബ്ലാക്ക് സ്റ്റേബ്ളിലേക്ക് കൊണ്ടുപോകാം." അയാൾ പറഞ്ഞു.

"എമ്മയോടൊപ്പമോ?"

"എമ്മ വരില്ലെന്നാണ് തോന്നുന്നത്." ശ്രീ കാരി പറഞ്ഞു.

"പക്ഷേ എമ്മ എന്നോടൊപ്പം വന്നേപറ്റൂ." അതും പറഞ്ഞ് ഫിലിപ്പ് കരയാൻതുടങ്ങി. ഇത് കണ്ടപ്പോൾ നഴ്സിന്റെ കണ്ണുകളും നിറഞ്ഞു. കാരി നിസ്സഹായനായി അവരെ നോക്കിനിന്നു.

കാരി എമ്മയോട് അവനെ തനിച്ച് വിടാൻ ആവശ്യപ്പെട്ടു. അവനെ സ്കൂളിൽ ചേർക്കാറായെന്നും നഴ്സിനെ നിർത്താൻമാത്രം പണം അവർക്കില്ലെന്നും ശ്രീമാൻ കാരി സ്നേഹപൂർവം ഫിലിപ്പിനോട് പറഞ്ഞു.

തലേദിവസം ശ്രീമാൻ കാരി കുടുംബ വക്കീലിനെ വിളിച്ചിരുന്നു. ഫിലിപ്പിന്റെ അച്ഛൻ പേരുകേട്ട ഒരു ശസ്ത്രക്രിയാ വിദഗ്ധനായിരുന്നു. അദ്ദേഹത്തിന് ധാരാളം രോഗികളുമുണ്ടായിരുന്നു. പക്ഷേ അദ്ദേഹത്തിന്റെ മരണാനന്തരം തന്റെ വിധവയ്ക്ക് ബ്രട്ടൺതെരുവിലെ കെട്ടിടത്തിന്റെ വാടകയും ഇൻഷ്വറൻസ് പോളിസികളിലെ നാമനിർദേശവുമാണ് അവശേഷിച്ചിരുന്നത് എന്നത് ആശ്ചര്യജനകമായിരുന്നു.

"നിനക്ക് എമ്മയോടൊപ്പം പോകുന്നത് തന്നെയാണ് നല്ലത്" കാരി പറഞ്ഞു. ഇത് കേട്ടപ്പോൾ ഫിലിപ്പ് അമ്മാവന്റെ കാൽമുട്ടിന്മേൽനിന്നും ചാടിയിറങ്ങി. പക്ഷേ കാരി അവനെ തടഞ്ഞുകൊണ്ട് പറഞ്ഞു:

"പോവല്ലേ. നാളെയെനിക്ക് ചില കർമങ്ങൾ ചെയ്യേണ്ടതുണ്ട്. അതിനാൽ നിന്റെ സാധനങ്ങളെല്ലാം റെഡിയാക്കിവെക്കാൻ എമ്മയോട് പറയൂ. അച്ഛന്റെയും അമ്മയുടെയും ഓർമയ്ക്കായി ഓരോ സാധനങ്ങൾ നിനക്ക് എടുക്കുകയും ചെയ്യാം. ബാക്കിയെല്ലാം ഞാൻ വിൽക്കുകയാണ്."

ഫിലിപ്പ് മുറിയിൽനിന്നും വെളിയിലിറങ്ങി. കാരിക്ക് ജോലിയൊന്നും ചെയ്യാൻ തോന്നിയില്ല. എഴുത്തുകുത്തുകളൊക്കെ അലസമായി മാറ്റിവെച്ചു. ഡസ്കിന്റെ ഒരു ഭാഗത്തായി ഒരു കൂട്ടം ബില്ലുകൾ ഉണ്ടായിരുന്നു. അതിൽ ഭർത്താവിന്റെ മരണശേഷം വിധവകൾ കിടക്കുന്ന മുറിയിൽ തൂക്കാനായി വാങ്ങിയ വെളുത്തപൂക്കളുടെ ബില്ലുമുണ്ടായിരുന്നു. ഫിലിപ്പ് എമ്മയുടെ അടുത്തേക്ക് നടന്നു. അവൻ അവളുടെ മാറിൽ മുഖമമർത്തി ഹൃദയം പൊട്ടുമാറ് കരഞ്ഞു. അവൾ അവനെ മൃദുപദങ്ങളാൽ ആശ്വസിപ്പിച്ചു. അവൾ ഇടയ്ക്കുവന്ന് അവനെ കാണുമെന്ന് ഉറപ്പുകൊടുത്തു. അവനെ അവൾ ഒരിക്കലും മറക്കില്ലെന്ന് പറഞ്ഞു. കൂടാതെ അവൻ പോകാൻ ഒരുങ്ങുന്ന നാടിനെപ്പറ്റിയുള്ള ഒരു വർണന നൽകുകയും അവിടത്തെ കാഴ്ചകളെ ഓർത്ത് അവന്റെ മനസിൽനിന്നും ദുഃഖചിന്തകൾ അകലുകയും ചെയ്തു. അവൾ അവനെ താഴെവെച്ചു. അവൻ അവന്റെ വസ്ത്രങ്ങൾ ഒരുക്കിവെക്കാൻ അവളെ സഹായിച്ചു. നഴ്സറിയിൽച്ചെന്ന് അവന്റെ കളിക്കോപ്പുകൾ എടുത്തുകൊണ്ടുവരുവാൻ അവൾ അവനെ അയച്ചു. കുറച്ചുസമയംകൊണ്ട് അവൻ സന്തോഷവാനായി.

കുറച്ചുകഴിഞ്ഞപ്പോൾ അവൻ ക്ഷീണിതനാവുകയും, അവന്റെ കിടപ്പുമുറിയിൽ തിരിച്ചെത്തുകയും ചെയ്തു. അപ്പോൾ എമ്മ അവന്റെ സാധനങ്ങളെല്ലാം ഒരു തകരപ്പെട്ടിയിൽ ഒരുക്കുകയായിരുന്നു. അവന്റെ അച്ഛ

നെയും അമ്മയേയും ഓർമിക്കാനായി ഓരോ വസ്തുക്കൾ എടുക്കാൻ പറഞ്ഞത് ഓർത്തുകൊണ്ട് എന്താണ് എടുക്കേണ്ടതെന്ന് അവൻ എമ്മയോട് ചോദിച്ചു.

"നീ സ്വീകരണമുറിയിൽച്ചെന്ന് നിനക്ക് ഏറ്റവും ഹൃദ്യമായത് എടുത്തോളൂ."

"അവിടെ അമ്മാവനുണ്ട്."

"അത് പ്രശ്നമല്ല. ഇപ്പോൾ അവയെല്ലാം നിനക്ക് സ്വന്തമാണ്."

ഫിലിപ്പ് താഴത്തേക്ക് ഇറങ്ങിവന്നപ്പോൾ മുറി തുറന്ന് കിടക്കുന്നത് കണ്ടു. അമ്മാവൻ അവിടെയുണ്ടായിരുന്നില്ല. ഫിലിപ്പ് സാവകാശം ചുറ്റും നടന്നു. ആ മുറിയിൽ അവന് കൗതുകമുളവാക്കുന്നത് ഒന്നുമുണ്ടായിരുന്നില്ല. ആ മുറിയിൽ അമ്മയുടേത് ഏതെന്നും കെട്ടിടമുടമയുടേത് ഏതെന്നുമുള്ള കാര്യം ഫിലിപ്പിന് അറിയാമായിരുന്നു. ഒരിക്കൽ അമ്മയ്ക്ക് ഇഷ്ടപ്പെട്ടത് എന്ന് അമ്മ പറഞ്ഞ ക്ലോക്കിനെപ്പറ്റി അവൻ ഓർമിച്ചു.

നാല്

ഫിലിപ്പ് എമ്മയെ വിട്ടുപിരിഞ്ഞത് കരഞ്ഞുകൊണ്ടാണ്. പക്ഷേ ബ്ലാക്ക്സ്റ്റേബിളിലേക്കുള്ള അവന്റെ യാത്ര സന്തോഷപൂർണമായിരുന്നു. അവൻ അവിടെ എത്തിയപ്പോൾ സന്തുഷ്ടനായി കാണപ്പെട്ടു. ലണ്ടനിൽനിന്നും അറുപത്കിലോമീറ്റർ ദൂരെയുള്ള ഒരു സ്ഥലമാണ് ബ്ലാക്സ്റ്റേബിൾ. സാധനങ്ങളെല്ലാം ചുമട്ടുകാരനെ ഏൽപ്പിച്ച് പുരോഹിത ഗൃഹത്തിലേക്ക് നടന്നു. അഞ്ച് മിനുട്ടുകൊണ്ട് അവർ അവിടെ എത്തി. ഫിലിപ്പ് ഇരുഭാഗത്തേക്ക് തുറക്കാവുന്ന ഗേറ്റിനെപ്പറ്റി ഓർമിച്ചു. ഞായറാഴ്ചകളിൽ അതിഥികൾക്കായി തുറക്കുന്ന ഉദ്യാനം വഴിയുള്ള കവാടത്തിലൂടെ അവർ അകത്തേക്ക് കടന്നു.

അവർ വരുന്ന തീവണ്ടി ഏതെന്ന് അറിയാവുന്നതിനാൽ ശ്രീമതി കാരി ഗേറ്റ്തുറക്കുന്ന ശബ്ദം കാതോർത്ത് സ്വീകരണമുറിയിൽ കാത്തിരുന്നു.

"അതാണ് നിന്റെ അമ്മായി ലൂയിസ. ചെന്ന് അവൾക്ക് ഒരു മുത്തംനൽകൂ." ശ്രീമാൻ കാരി പറഞ്ഞു.

ഫിലിപ്പ് മുന്നോട്ട് കുതിച്ചു. ശ്രീമതി കാരി അവളുടെ ഭർത്താവിന്റെ അത്രതന്നെ പ്രായമുള്ള ഒരു സ്ത്രീയായിരുന്നു. അവൾ കറുത്ത വസ്ത്രമായിരുന്നു ധരിച്ചത്. കുരിശിന്റെ ലോക്കറ്റുള്ള ഒരു സ്വർണമാല മാത്രം ധരിച്ച അവൾ മൃദുവായ ഒരു ശബ്ദത്തിനുടമയായിരുന്നു.

"വില്യം നീ ഇന്ന് നടന്നില്ലേ?" തന്റെ ഭർത്താവിനെ ചുംബിച്ചുകൊണ്ട് അവൾ ചോദിച്ചു.

"എനിക്ക് തോന്നുന്നില്ല" അയാൾ മറുപടിപറഞ്ഞു.

"ഫിലിപ്പ് നിനക്ക് നടക്കുന്നത് ഇഷ്ടമല്ലേ" അവൾ കുട്ടിയോട് ചോദിച്ചു.

"ഞാൻ എപ്പോഴും നടക്കാറുണ്ട്."ഫിലിപ്പ് മറുപടി പറഞ്ഞു. ലൂയിസ അമ്മായി അവരേയും കൂട്ടി ഹാളിലേക്ക് പ്രവേശിച്ചു. ഹാളിൽ ചുവപ്പും മഞ്ഞയും ഇഷ്ടികകൾ പാകിയിരുന്നു. അവയിൽ കുരിശും ദീപവും മാറി മാറി കൊത്തിവെച്ചിരുന്നു.

"യാത്രകഴിഞ്ഞ് വരുമ്പോൾ നിനക്ക് തണുക്കുമെന്നതിനാൽ ഞാൻ നെരിപ്പോട് കത്തിച്ചുവെച്ചിട്ടുണ്ട്."

അത് ഒരു വലിയ കറുത്ത നെരിപ്പോട് ആയിരുന്നു. അതു വല്ലപ്പോഴുമേ കത്തിക്കാറുണ്ടായിരുന്നുള്ളൂ. അതിനുപയോഗിക്കുന്ന കൽക്കരിക്ക് വില കൂടുതലായിരുന്നു. കാരിദമ്പതികൾ ശൈത്യകാലത്ത് ഡൈനിങ്റൂമിൽ ഒരുമിച്ച് കഴിയുന്നതിനാൽ അവർക്ക് ഒരു നെരിപ്പോട് മതിയാകുമായിരുന്നു. വേനൽക്കാലത്തും അതേശീലം തന്നെ അവർ തുടർന്നു. അതിനാൽ ഞായറാഴ്ചകളിലേ സ്വീകരണമുറി ഉപയോഗപ്പെടുത്തിയിരുന്നുള്ളൂ.

ലൂയിസ അമ്മായി അവനെ ഒരു കിടപ്പുമുറിയിലേക്ക് കൂട്ടിക്കൊണ്ടുപോയി. "കൊച്ചുകുട്ടിക്ക് കൊച്ചുമുറി. നിനക്ക് തനിച്ചുറങ്ങാൻ ഭയമില്ലല്ലോ?" അമ്മായി ചോദിച്ചു.

"ഇല്ല."

മുമ്പ് അവൻ ഇവിടെവന്നപ്പോൾ അമ്മായിക്ക് അന്ന് ഒന്നും ചെയ്യാനില്ലായിരുന്നു. ഇന്ന് അമ്മായി അവനെ സ്നേഹത്തോടെ നോക്കി.

"നിനക്ക് തനിച്ച് കൈകൾ കഴുകാൻ പറ്റുമോ?" അവർ ചോദിച്ചു.

"എനിക്ക് തനിച്ചുകഴുകാം" അവൻ ദൃഢസ്വരത്തിൽ പറഞ്ഞു.

"ചായകുടിക്കാൻ വരുമ്പോൾ ഞാൻ അവ പരിശോധിക്കാം." അമ്മായി പറഞ്ഞു. ലൂയിസ അമ്മായിക്ക് കുട്ടികളില്ലാത്തതിനാൽ അവൾക്ക് അവരെപ്പറ്റി ഒന്നും അറിയില്ലായിരുന്നു. ഫിലിപ്പ് പരുക്കനും ബഹളക്കാരനുമായ കുട്ടിയായിരിക്കരുതെന്ന് അവൾ ആശിച്ചു. കാരണം അവളുടെ ഭർത്താവിന് അത്തരം കുട്ടികളെ ഇഷ്ടമല്ല. അവൾക്ക് അവനെ തനിച്ചാക്കിപ്പോകാൻ തോന്നിയില്ല. പോകാൻ നേരം അവന് ചായതനിച്ച് തയാറാക്കാൻ പറ്റുമോ എന്ന് ചോദിച്ചു.

ഫിലിപ്പ് വരുമ്പോൾ ശ്രീമാൻ കാരി നെരിപ്പോട് ഒരുക്കുകയായിരുന്നു. അതിനായി ഉപയോഗിക്കുന്ന ഉലയാണിക്കോൽ അയാൾ ഫിലിപ്പിന് കാണിച്ചുകൊടുത്തു.

"നമ്മൾ എന്താണ് കാത്തിരിക്കുന്നത്" ശ്രീമാൻ കാരി ചോദിച്ചു.

"ഞാൻ മേരി ആനിനോട് ഒരു മുട്ടപുഴുങ്ങാൻ പറഞ്ഞിട്ടുണ്ട്. നിങ്ങൾ യാത്രചെയ്ത് ക്ഷീണിച്ചിട്ടുണ്ടാകുമെന്ന് ഞാൻ കരുതി."

ശ്രീമതി കാരി കരുതിയത് ലണ്ടനിൽനിന്നും ബ്ലാക്സ്റ്റേബിളിലേക്കുള്ള യാത്ര വളരെയധികം ക്ഷീണിപ്പിക്കുന്നതായിരിക്കുമെന്നാണ്. കാരണം വർഷത്തിൽ മുന്നൂറ് ദിവസമേ അവൾ സജീവമാകാറുള്ളൂ. യാത്രയോ ഒട്ടുമില്ല. അവളുടെ ഭർത്താവിന് ഒരു ഒഴിവുകാലം ചെലവഴിക്കണമെങ്കിൽ രണ്ടുപേരുടെ ചെലവ് നേരിടാനില്ലാത്തതിനാൽ അയാൾ

തനിച്ചാണ് യാത്രചെയ്തത്. അയാൾക്ക് ഇടവക യോഗങ്ങൾ ഇഷ്ടമായിരുന്നതിനാൽ വർഷത്തിലൊരിക്കൽ അയാൾ ലണ്ടനിലേക്ക് യാത്ര ചെയ്തു.

മേരീ ആൻ മുട്ടകൊണ്ടുവന്നു. അവർ ഒരുമിച്ചിരുന്നു. തീൻമേശയുടെ കസേരയിൽ ഫിലിപ്പ് ഇരുന്നപ്പോൾ അത് അവന് വളരെ താഴ്ന്നതായിത്തോന്നി. ഒരു നിമിഷം എന്തുചെയ്യണമെന്ന് ശ്രീമാൻ കാരിക്കും ഭാര്യക്കും അറിയില്ലായിരുന്നു.

"അടിയിൽ കുറച്ച് ബുക്കുകൾ വെക്കാം" മേരീആൻ പറഞ്ഞു.

ഹാർമോണിയത്തിന്റെ മുകളിൽനിന്നും പുരോഹിതൻ പ്രാർഥനകൾ ചൊല്ലിക്കൊടുക്കുന്ന പ്രാർഥനാ ബുക്കും ഒരു വലിയ ബൈബിളും അവൾ എടുത്തു. അവ ഫിലിപ്പിന്റെ കസേരമേൽ വെച്ചു.

"വില്യം അവനെ ബൈബിളിന് മുകളിൽ ഇരുത്തല്ലേ." സംഭ്രമത്തോടെ ശ്രീമതി കാരി പറഞ്ഞു. "പഠിക്കാനുള്ള മറ്റുവല്ല ബുക്കും എടുക്കാമോ നിനക്ക്" അവൾ ചോദിച്ചു.

അത് ശരിയാണെന്ന് ശ്രീമാൻ കാരിക്കും തോന്നി.

"ബൈബിളിന് മുകളിൽ പ്രാർഥനാ പുസ്തകം വെച്ച് അതിന് മുകളിലിരുന്നാൽ പ്രശ്നമില്ല എന്നാണ് എനിക്ക് തോന്നുന്നത്. കാരണം പ്രാർഥനാ പുസ്തകം നമ്മളെപ്പോലുള്ളവർ എഴുതുന്നതല്ലേ. അതിന് ദിവ്യത്വമൊന്നുമില്ലല്ലോ."

"ഞാൻ അത്രയ്ക്ക് ചിന്തിച്ചില്ല."

ഫിലിപ്പ് ബുക്കുകൾക്ക് മുകളിൽ കയറിയിരുന്നു. ശ്രീമാൻ കാരി ദൈവത്തിന് നന്ദിപറഞ്ഞ് തന്റെ മുട്ടയുടെ പകുതി ഫിലിപ്പിന് നൽകി.

അഞ്ച്

താൻ ഒരുമിച്ച് ജീവിക്കേണ്ട ആൾക്കാരെപ്പറ്റി ഫിലിപ്പ് ക്രമേണ അറിയാൻ തുടങ്ങി. അവരുടെ സംഭാഷണ ശകലങ്ങളിൽ നിന്നും മറ്റുമായി അവനെപ്പറ്റിയും അവന്റെ മാതാപിതാക്കളെപ്പറ്റിയും അവൻ ധാരാളം കാര്യങ്ങൾ മനസിലാക്കി. ബ്ലാക്സ്റ്റേബിളിലെ പുരോഹിതനേക്കാൾ വളരെ ചെറുപ്പമായിരുന്നിരിക്കണം ഫിലിപ്പിന്റെ അച്ഛൻ. സെന്റ് ലൂക്ക് ഹോസ്പിറ്റലിലെ പഠനത്തിന് ശേഷം അവിടെത്തന്നെ ജോലി ലഭിക്കുകയും മോശമല്ലാത്ത നിലയിൽ സമ്പാദിക്കാൻ തുടങ്ങുകയും ചെയ്തു. അവ നല്ല നിലയ്ക്ക് ചെലവഴിക്കുന്നതിലും തൽപ്പരനായിരുന്നു. അയാൾ ഇടവകയിലെ പള്ളിയുടെ പുനരുദ്ധാരണത്തിന് നല്ല ഒരു തുക നൽകി. ശ്രീമൻ കാരി അത് സന്തോഷപൂർവം സ്വീകരിച്ചു. പൊങ്ങച്ചം കാട്ടുന്ന തരത്തിലുള്ള ഇത്തരമൊരു സംഭാവന നൽകിയതിൽ അയാളോട് അൽപ്പം ഈർഷ്യതോന്നുകയും ചെയ്തു. ഹെൻറി കാരി പിന്നീട് നിർധനയും സുന്ദരിയുമായ തന്റെ രോഗിയായ ഒരുവളെ വിവാഹം കഴിച്ചു. അവൾ അനാഥയും തറവാടിയുമായിരുന്നു. ലണ്ടനിൽ

വരുമ്പോൾ വികാരി അവളെ സന്ദർശിക്കാറുണ്ടായിരുന്നു. കഠിനാധ്വാനിയായ ഒരു സർജന്റെ ഭാര്യയായതിൽപ്പിന്നെ അവൾ വളരെ മനോഹരമായി വസ്ത്രം ധരിക്കുകയും, അവൾ ഉപയോഗിക്കുന്ന മരസാധനങ്ങളിലും മുറി അലങ്കരിക്കുന്ന പൂക്കളിലുമെല്ലാം ഒരു വ്യതിരിക്തത പുലർത്തുകയും ചെയ്തു. അവൾ പങ്കാളിയാവുന്ന വിനോദങ്ങളെപ്പറ്റിയൊക്കെ അയാൾ അറിയാൻ ഇടയായിരുന്നെങ്കിലും വല്ലതിൽനിന്നും അവൾ പിൻമാറണമായിരുന്നുവെങ്കിൽ മഹത്തരമായ സമ്മാനങ്ങൾ അവൾ ആവശ്യപ്പെടുകയും ചെയ്തു. വിലകൂടിയ ഇനം മുന്തിരികൾ തീൻമേശയിൽ ഒരുക്കിവെക്കുകയും, ശതാവരിച്ചെടികളിൽനിന്നുള്ള ഭക്ഷണപദാർഥം ഒരുക്കുവാനും അവൾ തയാറായിരുന്നു. വികാരിയുടെ വിചാരംപോലെ എല്ലാം വന്ന് ഭവിച്ചിരിക്കുകയാണ്. തന്റെ മുന്നറിയിപ്പ് വകവെക്കാത്ത പട്ടണത്തിൽ അഗ്നിയും ഗന്ധകവും വ്യാപിച്ചത് കാണുന്ന ഒരു പുരോഹിതന്റെ ആത്മസംതൃപ്തി അയാൾക്ക് അനുഭവപ്പെട്ടു. ഫലത്തിൽ പാവം ഫിലിപ്പ് ഇന്ന് നിർധനനാണ്. അവന്റെ അമ്മയുടെ നല്ല കൂട്ടുകാരികളുടെ നന്മ ഇന്ന് എവിടെയാണ്. തന്റെ അച്ഛന്റെ ദുർവ്യയം ഒരു അപരാധമായിരുന്നു എന്ന് അവൻ കേൾക്കാനിടയാകുന്നു. സഭയുടെ ഔദാര്യമായിരുന്നു അവളെ പരിചരിക്കാൻ ഏറ്റെടുക്കുക എന്നത്.

ഫിലിപ്പ് ബ്ലാക്സ്റ്റേബിളിലെത്തി ഒരാഴ്ച കഴിഞ്ഞപ്പോൾ അവന്റെ അമ്മാവനെ വിഷമിപ്പിച്ച ഒരു സംഭവമുണ്ടായി. ലണ്ടനിലുള്ള ശ്രീമതി കാരിയുടെ വീട്ടിൽനിന്നും അയച്ച ഒരു ചെറിയ പാക്കറ്റ് അയാൾ ടീപോയിന്മേൽ കണ്ടു. അതിൽ മരിച്ചുപോയ കാരിയുടെ ഒരു ഡസനോളം ഫോട്ടോഗ്രാഫുകൾ അയാൾ കണ്ടു. അവയിൽ തലയും ചുമലും മാത്രമേ ഉണ്ടായിരുന്നുള്ളൂ. അവതന്നെ അവൾക്ക് അസാധാരണമായ ഒരു ഭാവം നൽകി. മുഖം മെലിഞ്ഞും ക്ഷീണിച്ചും കാണപ്പെട്ടു. രോഗിയാണെങ്കിലും അവളുടെ സൗന്ദര്യത്തിന് അവ തെല്ലും കോട്ടംവരുത്തിയിരുന്നില്ല. ഫിലിപ്പിന് ഓർമിക്കാൻ കഴിയാത്ത ഒരു വിഷാദം അവളുടെ വിടർന്ന കറുത്ത കണ്ണുകളിൽ തളംകെട്ടിനിന്നിരുന്നു. മരിച്ച സ്ത്രീയുടെ ആദ്യദർശനം കാരിക്ക് തെല്ല് സംഭ്രമം ഉളവാക്കി. അത് പിന്നീട് പരിഭ്രമമായി മാറി. ഫോട്ടോകൾ അടുത്തിട എടുത്തവയായിരുന്നു. ആരാണ് അവ ഇങ്ങോട്ട് അയക്കാൻ പറഞ്ഞതെന്ന് മാത്രം അയാൾക്ക് മനസിലായില്ല.

"ഫിലിപ്പ്, നിനക്ക് ഇവയെപ്പറ്റി വല്ലതും അറിയുമോ"? അയാൾ ചോദിച്ചു.

"ഫോട്ടോ എടുപ്പിച്ചിട്ടുണ്ടെന്ന് അമ്മ പറഞ്ഞത് ഞാനോർക്കുന്നു." അവൻ മറുപടി പറഞ്ഞു. "എന്റെ മകൻ വളർന്നാൽ എന്നെ ഓർമിക്കാൻ വല്ലതും വേണ്ടേ" എന്ന് അമ്മ ചോദിച്ചതായും അവൻ പറഞ്ഞു. കാരി കുറച്ചുനേരം ഫിലിപ്പിനെത്തന്നെ നോക്കി. "നിനക്ക് വേണമെങ്കിൽ അവയിൽ നിന്ന് ഒന്നെടുത്ത് നിന്റെ മുറിയിൽ സൂക്ഷിച്ചുകൊള്ളൂ" അയാൾ പറഞ്ഞു.

ഒരു ഫോട്ടോ അയാൾ കുമാരി വാട്കിന് അയച്ചുകൊടുത്തു. എന്നിട്ട് ആ ഫോട്ടോ എടുക്കാനുണ്ടായ സന്ദർഭത്തെപ്പറ്റി വിശദീകരിച്ച് എഴുതുകയും ചെയ്തു.

ഒരു ദിവസം ശ്രീമതി കാരി കിടക്കയിൽ കിടക്കുകയായിരുന്നു. അവൾക്ക് അൽപ്പം മെച്ചം തോന്നുന്നുണ്ടായിരുന്നു. കൂടാതെ ഡോക്ടറും അൽപ്പം പ്രതീക്ഷ നൽകിയിരുന്നു. എമ്മ ഫിലിപ്പിനേയുമെടുത്ത് വെളിയിൽ നിൽക്കുകയായിരുന്നു. പരിചാരകർ ആരും അവിടെ ഉണ്ടായിരുന്നില്ല. പെട്ടെന്ന് ശ്രീമതി കാരിക്ക് അവൾ ലോകത്ത് തനിച്ചാണെന്ന തോന്നൽ ഉണ്ടായി. കഴിഞ്ഞ രണ്ടാഴ്ചയായി താൻ അനുഭവിക്കുന്ന ഈ പ്രയാസത്തിൽനിന്നും തനിക്ക് രക്ഷപ്പെടാനാവില്ലെന്ന ഒരു ഭയം അവളെ പിടികൂടി. അവളുടെ മകന് ഒൻപത് വയസുമാത്രമേ പ്രായമുള്ളൂ. അവൻ എങ്ങനെയാണ് അവളെ ഓർമിക്കുമെന്ന് പ്രതീക്ഷിക്കുക?അവൻ വളർന്നാൽ അവളെ മറക്കുമെന്ന കാര്യം അവൾക്ക് ചിന്തിക്കാനേ കഴിഞ്ഞില്ല. വിവാഹത്തിന് ശേഷമുള്ള ഫോട്ടോകളൊന്നും അവളുടെ കൈവശമില്ല. അവസാനനാളിൽ താനെങ്ങനെയിരുന്നുവെന്ന് തന്റെ മകൻ അറിയണമെന്ന് അവൾ ആഗ്രഹിച്ചു. അങ്ങനെയായാൽ അവൻ അവളെ മറക്കില്ല. അവൾ ആയയെ വിളിച്ച് എഴുന്നേൽക്കണമെന്ന് പറഞ്ഞാൽ ആയ തടയുമെന്നും ഡോക്ടറെ വിളിക്കുമെന്നും അവൾക്കറിയാം. അതിനാൽ അവൾതന്നെ കിടക്കയിൽനിന്നും എഴുന്നേൽക്കുകയും വസ്ത്രം മാറുകയും ചെയ്തു. അവൾ കുറച്ചുനാളായി കിടക്കുന്നതിനാൽ കാലുകൾക്ക് ബലം താങ്ങാൻ പറ്റാത്തതുപോലെ തോന്നിയെങ്കിലും അവൾ നടന്നു. അവൾ മുടി സ്വയം ചീകിക്കെട്ടാതെ കുറച്ചുദിവസമായിരിക്കുന്നു. മനോഹരമായ മുടി ചീകിയൊതുക്കി വസ്ത്രം മാറി അവൾ കണ്ണാടിയിൽ നോക്കി. മുഖം വിളറിയിരുന്നു. പക്ഷേ ചർമം കോമളമായിരുന്നു. അവൾക്ക് അമിതമായ വണ്ണമൊന്നുമുണ്ടായിരുന്നില്ല. അതിനാൽത്തന്നെ അവളുടെ സുന്ദരവദനങ്ങൾക്ക് വശ്യത വർധിപ്പിച്ചു. അവൾക്ക് തേങ്ങലടക്കാൻ കഴിഞ്ഞില്ല. അവൾക്കു സങ്കടവും തോന്നി. അവൾ സുരക്ഷിതയായി മുറിയിൽനിന്നും പുറത്തിറങ്ങുകയും ഒരു ഫോട്ടോഗ്രാഫറുടെ അടുത്തേക്ക് ഓടിച്ചുപോവുകയും ചെയ്തു. ഒരു ഡസൻ ഫോട്ടോഗ്രാഫുകൾക്ക് പണമടച്ചു കാത്തിരിപ്പിനിടയിൽ അവൾ ഒരു ഗ്ലാസ് വെള്ളം ആവശ്യപ്പെട്ടു. അവളുടെ അവസ്ഥ കണ്ടിട്ട് സ്റ്റുഡിയോ അസിസ്റ്റന്റ് മറ്റൊരു ദിവസം വന്ന് ഫോട്ടോവാങ്ങാൻ ആവശ്യപ്പെട്ടെങ്കിലും അവൾ അത് കഴിയുന്നതുവരെ കാത്തിരുന്നു. എല്ലാം കഴിഞ്ഞ് ഫോട്ടോ വാങ്ങി അവൾ കെൻസിങ്ടണിലെ കൊച്ചുവീട്ടിലേക്ക് ഓടിച്ചുപോവുകയും ചെയ്തു.

മുൻവാതിൽ തുറന്നുകിടക്കുന്നതായി അവൾ കണ്ടു. അവൾ അവിടെ എത്തിയപ്പോൾ ആയയും എമ്മയും അവളെ സഹായിക്കാനായി ഓടിയെത്തി. അവളുടെ മുറി ഒഴിഞ്ഞുകിടക്കുന്നത് കണ്ടപ്പോൾ അവർ ഭയപ്പെട്ടുപോയിരുന്നു. ആദ്യം അവർ കരുതിയത് അവൾ കുമാരി വാട്കി

നടുത്ത് പോയിട്ടുണ്ടാകുമെന്നായിരുന്നു. അതുകൊണ്ട് പാചകക്കാരനെ അവളുടെ അടുത്തേക്ക് അയച്ചു. കുമാരി വാട്കിൻ അവളോടൊപ്പം വരികയും സ്വീകരണമുറിയിൽ ഉത്കണ്ഠാകുലയായി ഇരിക്കുകയുമാണ്. മുറിയിൽ കയറിയ ശ്രീമതി കാരി എമ്മയുടെ കൈകളിലേക്ക് തളർന്നു വീണു. അവൾ കുറെനേരം ബോധരഹിതയായി കിടന്നു. ഡോക്ടറെ വിളിക്കാൻ ആള് പോയെങ്കിലും അടുത്തദിവസമാണ് അയാൾ വന്നത്. ഫിലിപ്പ് ഇതൊന്നുമറിയാതെ തറയിൽ കിടന്ന് കളിക്കുകയായിരുന്നു. അവിടെയുള്ള സ്ത്രീകളാരും അവനെ ശ്രദ്ധിച്ചതേയില്ല. അവൾ പറയുന്നതിനെപ്പറ്റി അവ്യക്തമായ ഒരു ധാരണമാത്രമേ അവന് ഉണ്ടായിരുന്നുള്ളൂ. കൂടാതെ എന്തുകൊണ്ടാണ് ആ വാക്കുകൾ അവന്റെ ഓർമയിൽ തങ്ങിനിന്നതെന്നും അവന് പറയാൻ കഴിഞ്ഞില്ല.

"അവൻ വളർന്നാൽ എന്നെ ഓർമിക്കാൻ അവന് വല്ലതും നൽകേണ്ടിയിരിക്കുന്നു."

"എന്തിനാണ് അവൾ ഒരു ഡസന് ഓർഡർ കൊടുത്തതെന്നും എനിക്ക് മനസിലാകുന്നില്ല" ശ്രീ കാരി പറഞ്ഞു. "രണ്ടെണ്ണം മതിയായിരുന്നു"

ആറ്

പുരോഹിത ഗൃഹത്തിൽ ഓരോ ദിവസവും എല്ലാം കൊണ്ടും മറ്റൊന്നിന് തുല്യമായിരുന്നു.

പ്രാതലിന്ശേഷം മേരി ആൻ ടൈംസ് ദിനപത്രം കൊണ്ടുവന്നു. ശ്രീ കാരി അത് മറ്റുള്ളവരുമായി പങ്കുവെച്ചു. പത്തുമുതൽ ഒന്ന് വരെ അത് അയാളുടെ അടുക്കൽ ഉണ്ടായിരുന്നു. തോട്ടക്കാരൻ പിന്നീട് അത് വായിക്കാനെടുത്തു. വൈകിക്കിട്ടിയതിനാൽ 'മേനറിൽ' താമസിക്കുന്ന കുമാരി ബ്രൂക്സിന് അത് കൈവശം വെക്കാനുള്ള അവസരം ലഭിച്ചു. വേനൽക്കാലത്ത് ശ്രീമതി കാരി ജാമുണ്ടാക്കുമ്പോൾ പാത്രംപൊതിയാനായി ചിലപ്പോൾ ഒരു പ്രതിക്ക് ആവശ്യപ്പെടാറുണ്ടായിരുന്നു. പുരോഹിതൻ പത്രം വായിക്കാൻ ഒരുങ്ങിയിരിക്കുമ്പോൾ അയാളുടെ ഭാര്യ മേലങ്കിയുമണിഞ്ഞ് ഷോപ്പിങ്ങിനായി ഇറങ്ങും. ഫിലിപ്പ് അവളെ അനുഗമിച്ചു. ബ്ലാക്സ്റ്റേബിൽ ഒരു മൽസ്യബന്ധന ഗ്രാമമാണ്. അതിൽ തിരക്കേറിയ ഒരു തെരുവും. അതിൽ കടകളും ബാങ്കും ഡോക്ടറുടെ വീടും രണ്ടോമൂന്നോ കൽക്കരിക്കടയുടമകളുടെ വീടും ഉണ്ടായിരുന്നു. കൊച്ചു തുറമുഖത്തിന് ചുറ്റുമായി ഇടുങ്ങിയ തെരുവുകളും അവയിൽ മുക്കുവരും പാവപ്പെട്ടവരുമായ ആൾക്കാർ താമസിക്കുകയുംചെയ്തു. അവരൊക്കെ ഇടവകപ്പള്ളിയിൽ എത്തിയിരുന്നു. തെരുവിലേക്ക് ഇറങ്ങിവരുന്ന പുരോഹിതന്മാരുടെ ശ്രദ്ധയിൽ പെടാതിരിക്കാനായി ശ്രീമതി കാരി തെരുവിന്റെ മറ്റൊരു ഭാഗത്തായി നടന്നു. തിരക്കേറിയ തെരുവിൽ മൂന്ന് പള്ളികൾ ഉണ്ട് എന്നത് ഒരു അപവാദമായി അവർ കരുതി. അവ നിർമി

ക്കപ്പെടാതിരുന്നെങ്കിൽ എന്ന് അവൾ ആശിച്ചു. ബ്ലാക്സ്റ്റേബിളിൽ ഷോപ്പിങ് നടത്തുക എന്നത് ഒരു നിസ്സാരകാര്യമല്ല. ഒരു വ്യാപാരിയുടെ വിശ്വാസവുമായി ചർച്ചിന്റെ ഉപദേശങ്ങൾ വിയോജിക്കുന്നു എന്നത് ശ്രീമതി കാരിയ്ക്ക് അറിയാമായിരുന്നു. പള്ളിയിൽ പോയിരുന്ന രണ്ട് അറവുകാർ ഉണ്ടായിരുന്നു. വികാരി തങ്ങളെ രണ്ടുപേരേയും ഒരുമിച്ച് കാണാറില്ലെന്ന് അവർക്ക് മനസിലായിരുന്നില്ല. അഥവാ ആറുമാസം ഒരാളുടെ അടുത്തും ആറ് മാസം മറ്റേ ആളുടെ അടുത്തുമായി വികാരി സന്ദർശിക്കുന്നതിൽ അവർ സംതൃപ്തരായിരുന്നു. പുരോഹിത ഭവനത്തിലേക്ക് മാംസം കൊടുത്തയക്കാത്ത അറവുകാരനെ പുരോഹിതൻ ഇടയ്ക്കിടെ ഭീഷണിപ്പെടുത്തുമായിരുന്നു. അവർ പള്ളിയിൽ വരാതിരിക്കുന്നത് തെറ്റാണ് എന്ന് പറയുമായിരുന്നു.

ശ്രീമതി കാരി പതിവായി ജ്യോഷ്യ ഗ്രേവ്സിനോട് വിവരങ്ങൾ പറയാനായി ബാങ്കിൽ ചെല്ലുമായിരുന്നു. ജ്യോഷ്യ ഗ്രേവ്സ് ആ ബാങ്കിന്റെ മാനേജറും ദേവാലയ ഗായകസംഘത്തിന്റെ തലവനും ഖജാൻജിയും ചർച്ചിന്റെ വാർഡനുമായിരുന്നു. അയാൾ നീണ്ട് മെലിഞ്ഞ് വിളറിയ മുഖത്തോടും, നീണ്ട മൂക്കോടും കൂടിയ ആളായിരുന്നു. അയാൾക്ക് വളരെ പ്രായമുള്ളതായി ഫിലിപ്പിന് തോന്നി. ഇടവകയുടെ കണക്കുകളെല്ലാം അയാളാണ് സൂക്ഷിച്ചത്. ഗായകസംഘത്തിനും സ്കൂളിനും വേണ്ട പണമൊക്കെ അയാൾ നൽകി. അയാളുടെ ഗായകസംഘം കെന്റിലെ ഒന്നാം നമ്പറായി കണക്കാക്കപ്പെട്ടു. വിശേഷമായുള്ള പരിപാടികൾക്കൊക്കെ ആവശ്യമായ ഒരുക്കങ്ങൾ നടത്തിയിരുന്നത് അയാളായിരുന്നു. പുരോഹിതനോട് അഭിപ്രായം ആരാഞ്ഞുകൊണ്ടാണ് എല്ലാ പ്രവൃത്തികളും നടത്തിയിരുന്നത്. ഇടവകയിലെ ഏറ്റവും പ്രധാനിയായി അയാൾ സ്വയം കരുതി. ശ്രീ കാരി അയാളുടെ ഭാര്യയോട് ജ്യോഷ്യ ഗ്രേവ്സിനെപ്പറ്റി പലപ്പോഴും പറയാറുണ്ടായിരുന്നു. അയാൾ തന്നെ പരിഗണിക്കുന്നില്ലെങ്കിൽ അവനെ ഞാനൊരു പാഠംപഠിപ്പിക്കുമെന്ന് അയാൾ ഭാര്യയോട് പറഞ്ഞു. ക്രിസ്തീയ ഉപദേശങ്ങളിൽ മനസൂന്നി പലപ്പോഴും അയാൾ ചർച്ച് വാർഡനോട് ക്ഷമിച്ചു. ചിലപ്പോൾ പിറകിൽനിന്നും കേൾക്കാതെ ബിസ്മാർക്ക് എന്ന് അയാളെ വിളിച്ചു.

രണ്ടുപേരും തമ്മിൽ ഒരു ദിവസം രൂക്ഷമായ ഒരു കലഹം ഉടലെടുത്തു. ബ്ലാക്സ്റ്റേബിളിൽ ഒരു പ്രഭാഷണം നടത്തുന്നതിന് താൽപ്പര്യമുണ്ടെന്ന് യാഥാസ്ഥിതിക പാർട്ടിയുടെ സ്ഥാനാർഥി വെളിപ്പെടുത്തുകയുണ്ടായി. മിഷൻ ഹാളിൽ പരിപാടികളൊക്കെ ഒരുക്കിയ ജ്യോഷ്യ ഗ്രേവ്സ് ശ്രീ കാരിയോട് രണ്ട് വാക്ക് സംസാരിക്കാനായി ആവശ്യപ്പെട്ടു. സ്ഥാനാർഥി ജ്യോഷ്യയോട് പരിപാടിയിൽ അധ്യക്ഷം വഹിക്കാനായി ആവശ്യപ്പെട്ടിരുന്നു. ഇത് ശ്രീ കാരിക്ക് സഹിക്കാവുന്നതിലും അപ്പുറമായിരുന്നു. ളോഹയുടെ മാഹാത്മ്യത്തിൽ ഉറച്ച വിശ്വാസമുള്ള ആളായ പുരോഹിതൻ വേദിയിലുണ്ടായിരിക്കേ മറ്റൊരാൾ അധ്യക്ഷം വഹിക്കുന്നത് അയാൾക്ക് ചിന്തിക്കാനേ ആയില്ല. പൗരോഹിത്യത്തിന്റെ മഹത്വം

അറിയുന്ന ആളാണ് താനെന്നും സീസറിനുള്ളത് സീസറിന് നൽകിയിരിക്കുമെന്നും ജ്യേഷ്യ പറഞ്ഞു. ഇതിന് മറുപടിയായി പിശാചുക്കൾ അവരുടെ ഉദ്ദേശ്യം വെളിവാക്കാനായി വേദം എടുത്തുദ്ധരിക്കാറുണ്ടെന്ന് ശ്രീ കാരി തിരിച്ചടിച്ചു. മിഷൻ ഹാളിന്റെ ചുമതലക്കാരൻ താനാണെന്നും തന്നെ അധ്യക്ഷനാക്കുന്നില്ലെങ്കിൽ മിഷൻ ഹാൾ ഉപയോഗിക്കാൻ അനുവദിക്കില്ലെന്നും അയാൾ പറഞ്ഞു. ജ്യേഷ്യ ശ്രീ കാരിയോട് അയാളുടെ ഇഷ്ടംപോലെ പ്രവർത്തിക്കാൻ പറഞ്ഞു. ജ്യേഷ്യ തന്റെ എല്ലാ സ്ഥാനമാനങ്ങളും രാജിവെച്ചു. അയാളുടെ സഹോദരി കുമാരി ഗ്രേവ്സ് മാതൃശിശു ക്ലബിന്റെ ഉത്തരവാദിത്വവും ഒഴിഞ്ഞു. ശ്രീ കാരി പറഞ്ഞത് അവസാനം അയാൾ അയാളുടെ വീടിന്റെ നാഥനായി എന്നാണ്. പക്ഷേ വളരെ പെട്ടെന്നുത്തന്നെ ഒന്നും അറിയാത്ത ഒരുപാട് കാര്യങ്ങൾ ചെയ്യാൻ ബാധ്യസ്ഥനായതായി അയാൾ തിരിച്ചറിഞ്ഞു. അതേപോലെ ജീവിതത്തിന്റെ ലക്ഷ്യം നഷ്ടപ്പെട്ടതായി ഗ്രേവ്സിനും തോന്നി. ഈ കലഹത്തിൽ ഏറെ പ്രയാസം അനുഭവിച്ചത് ശ്രീമതി കാരിയും കുമാരി ഗ്രേവ്സുമായിരുന്നു. അവർ രണ്ടുപേരും രഹസ്യമായി കത്തു മുഖാന്തിരം ബന്ധപ്പെടുകയും കാര്യങ്ങളെ നേർവഴിക്ക് എത്തിക്കാൻ ശ്രമിക്കുകയും ചെയ്തു. അവർ പരസ്പരം ഭർത്താവിനോടും സഹോദരനോടും സംസാരിക്കുകയും മൂന്നാഴ്ചത്തെ ഉൽക്കണ്ഠക്കൊടുവിൽ യോജിപ്പിന്റെ ഒരു വേദി ഒരുങ്ങുകയും ചെയ്തു. ഡോക്ടറെ അധ്യക്ഷനാക്കിക്കൊണ്ട് മിഷൻഹാളിൽ യോഗംചേരുകയും ശ്രീ കാരിയും ജ്യേഷ്യ ഗ്രേവ്സും പ്രഭാഷണം നടത്തുകയും ചെയ്തു.

ബാങ്കറുമായുള്ള സംഭാഷണം അവസാനിപ്പിച്ച് ശ്രീമതി കാരി അയാളുടെ സഹോദരിയുമായി സംഭാഷണം ആരംഭിക്കാനായി മുകളിലേക്ക് പോയി. ഇടവകയിലെ കാര്യങ്ങളെപ്പറ്റി സ്ത്രീകൾ സംസാരിക്കുന്നതിനിടയ്ക്ക് ശ്രീമതി വിൽസൺ അവിടേക്ക് വന്നു. ഫിലിപ്പ് സ്വീകരണമുറിയിലെ അക്വേറിയത്തിലെ സ്വർണമത്സ്യത്തിന്റെ നീക്കങ്ങൾ ശ്രദ്ധിച്ചുകൊണ്ട് മര്യാദയോടെ ഇരിക്കുകയായിരുന്നു. ഈ അവസരത്തിൽ തനിക്ക് പലചരക്കുകടയിൽ പോകണമെന്ന് ശ്രീമതി കാരി പറഞ്ഞപ്പോൾ അവർ രണ്ടുപേരും പുറത്തേക്കിറങ്ങി. സാധനങ്ങളെല്ലാം വാങ്ങിക്കഴിഞ്ഞപ്പോൾ അവർ കൊച്ചുവീടുകളുള്ള ഒരു തെരുവിലേക്ക് പ്രവേശിച്ചു. വീടുകളൊക്കെ മരത്താൽ നിർമിച്ചവയായിരുന്നു. അവയിൽ മുക്കുവരായിരുന്നു താമസിച്ചിരുന്നത്. (അവിടവിടെയായി മുക്കുവർ വാതിൽ പടിയിലിരുന്ന് വല നന്നാക്കുന്നുണ്ടായിരുന്നു.) അത് പിന്നിട്ട് അവർ ഒരു കൊച്ചുകടപ്പുറത്ത് എത്തിപ്പെട്ടു. അവിടേക്കുള്ള വഴിയിൽ ഇരുപുറവും ശേഖരണപ്പുരകൾ ഉണ്ടായിരുന്നു. ശ്രീമതി കാരി അവിടെനിന്ന് കുറച്ചു നേരം കടൽ വീക്ഷിച്ചു. ഈ സമയം ഫിലിപ്പ് കൊത്തംകല്ല് കളിക്കാനായി പരന്ന കല്ലുകൾ തേടുകയായിരുന്നു. പിന്നീടവർ സാവകാശം വീട്ടിലേക്ക് മടങ്ങി.

ഉച്ചഭക്ഷണം ഒരു മണിക്കായിരുന്നു. തിങ്കൾ, ചൊവ്വ, ബുധൻ ദിവസങ്ങളിൽ പോത്തിറച്ചിയും വ്യാഴം, വെള്ളി, ശനി ദിവസങ്ങളിൽ ആട്ടി

റച്ചിയും, ഭക്ഷണത്തിൽ ഉൾപ്പെടുത്തിയിരുന്നു. ഞായറാഴ്ചകളിൽ അവർ അവരുടെതന്നെ കോഴികളെ ഭക്ഷിച്ചു. ഉച്ചനേരങ്ങളിൽ ഫിലിപ്പ് അവന്റെ പാഠങ്ങൾ പഠിച്ചു. ലാറ്റിനും കണക്കും അറിയില്ലെങ്കിലും അവന്റെ അമ്മാവൻ അവ അവനെ പഠിപ്പിച്ചു. അമ്മായി അവനെ ഫ്രഞ്ചും, പിയാനോയും പഠിപ്പിച്ചു. ഫ്രഞ്ച് കാര്യമായി അവൾക്ക് അറിയില്ലായിരുന്നു. പക്ഷേ പിയാനോ വായിക്കാൻ ഒരുവിധം അറിയാമായിരുന്നു. താൻ ഒരു പുരോഹിതനായിരുന്നപ്പോൾ അയാളുടെ ഭാര്യയ്ക്ക് പന്ത്രണ്ടോളം ഗാനങ്ങൾ ഹൃദിസ്ഥമായിരുന്നുവെന്ന് വില്യം അമ്മാവൻ പറയുമായിരുന്നു. അവയൊക്കെ അവൾക്ക് നിഷ്പ്രയാസം പാടാനും കഴിയുമായിരുന്നു. പുരോഹിത ഗൃഹത്തിൽ തേയില സൽക്കാരമുണ്ടാകുമ്പോൾ അവൾ പാടാറുണ്ടായിരുന്നുവെന്നും അയാൾ പറഞ്ഞു. ഇത്തരം പാർട്ടികളിൽ പുരോഹിതനും ജ്യോഷ്യ ഗ്രേവ്സും അയാളുടെ സഹോദരിയും, ഡോക്ടർ വിഗ്രാമും അയാളുടെ ഭാര്യയും ആയിരുന്നു സാധാരണ ഉണ്ടാവാറ്. പാർട്ടിക്ക് ശേഷം കുമാരി ഗ്രേവ്സ് മെൻഡൽസൺസിന്റെ ഗാനങ്ങൾ വാക്കുകളില്ലാതെ പാടുമായിരുന്നു. ശ്രീമതി കാരി മീവൽപക്ഷികൾ കൂടണയുമ്പോൾ, അല്ലെങ്കിൽ ട്രോട്ട്,ട്രോട്ട്, എന്റെ കൊച്ചു പട്ടി എന്ന ഗാനമോ പിയാനോയിൽ വായിക്കാറുണ്ടായിരുന്നു.

പക്ഷേ കാരി ദമ്പതികൾ പലപ്പോഴും ചായസൽക്കാരം നൽകിയിരുന്നില്ല. അതിനുള്ള ഒരുക്കങ്ങൾ അവരെ അസ്വസ്ഥമാക്കിയിരുന്നു. അതിഥികൾ പിരിഞ്ഞാൽ അവർ ക്ഷീണിതരായി കാണപ്പെട്ടു. അവർ സ്വയം സൽക്കരിക്കുവാൻ ഇഷ്ടപ്പെട്ടു. ചായയ്ക്ക് ശേഷം അവർ ഗാനമാലപിച്ചു. ശ്രീ കാരി വിജയിക്കുന്ന തരത്തിലായിരുന്നു പരിപാടി ഒരുക്കാറ്. കാരണം പരാജയപ്പെടുന്നത് അയാൾക്ക് ഇഷ്ടമായിരുന്നില്ല. രാത്രി ഭക്ഷണം തണുത്തതായിരിക്കും. ചായസൽക്കാരത്തിന് ശേഷം ഭക്ഷണം പാകം ചെയ്യാൻ അവർ തയ്യാറായിരുന്നില്ല. ശ്രീമതി കാരി റൊട്ടിയും വെണ്ണയുമായിരുന്നു കഴിക്കാറ്. ഭക്ഷണത്തിന് ശേഷം പ്രാർഥനയ്ക്കുള്ള മണി മുഴങ്ങും. ഫിലിപ്പ് ഉറങ്ങാൻ കിടക്കും. ഫിലിപ്പ് അവനെ വസ്ത്രമിടുവിക്കുന്നതിനും അഴിപ്പിക്കുന്നതിനും എതിരായി കലഹിക്കുകയും ചെയ്തു. എട്ട് മണിക്ക് മേരി ആൻ മുട്ടയും പാത്രവും കൊണ്ടുവന്നു.

ഫിലിപ്പ് അവിടേക്ക് വന്നപ്പോൾ എപ്പഴാണ് അവൻ കുളിച്ചത് എന്നത് തീരുമാനിക്കുന്നതിൽ അൽപ്പം പ്രയാസമുണ്ടായി. അടുക്കളയിലെ വെള്ളം തിളപ്പിക്കുന്ന വലിയ പാത്രം കേടായതിൽ പിന്നെ ആവശ്യത്തിന് ചൂട് വെള്ളം ലഭിക്കാറില്ല. കൂടാതെ ഒരേദിവസം രണ്ടുപേർ കുളിക്കണമെന്ന് വിചാരിച്ചാലും സാധ്യമല്ല. ബ്ലാക് സ്റ്റേബ്ളിൽ കുളിമുറിയുള്ള ആൾ വിൽസൺമാത്രമാണ്. മേരി ആൻ തിങ്കളാഴ്ച രാത്രിയിലാണ് കുളിച്ചത്. അതിന് കാരണം വൃത്തിയോടെ ആ ആഴ്ച തുടങ്ങണമെന്ന ഉദ്ദേശ്യം ഉള്ളതിനാലാണ്. വില്യം അമ്മാവന് ശനിയാഴ്ച കുളിക്കാൻ പറ്റിയിട്ടില്ല. ശ്രീമതി കാരി വ്യാഴാഴ്ച പതിവുപോലെ കുളിച്ചു. ശനിയാഴ്ച ഫിലിപ്പിന്റെ ഊഴമാണ്. പക്ഷേ ചിലകാരണങ്ങളാൽ മേരി

ആനിന് വെള്ളം തിളപ്പിക്കാൻ കഴിയാത്തതിനാലും അവന് സ്വയം കുളിക്കാൻ ആവാത്തതിനാലും അന്ന് അവന് കുളിക്കാൻ ഒത്തില്ല. ഒരു ആൺകുട്ടിയെ കുളിപ്പിക്കുന്നതിൽ ശ്രീമതി കാരിക്ക് അൽപ്പം നാണമായിരുന്നു. പുരോഹിതനാണെങ്കിൽ ഇടവകയിലെ ചടങ്ങുകളുമുണ്ടായിരുന്നു. മേരി ആൻ ജോലിഭാരം കൂടുന്നതിനെപ്പറ്റി പരാതിപറയുകയും ജോലി ഉള്ളത് തന്നെ കുറച്ച് കിട്ടണമെന്ന് ആവശ്യപ്പെടുകയും ചെയ്തു. ഫിലിപ്പ് തന്നെ ആരും കുളിപ്പിക്കേണ്ടെന്നും സ്വയം നന്നായി കുളിക്കാൻ കഴിയുമെന്നും പറഞ്ഞു. ഫിലിപ്പിന് നന്നായി കുളിക്കാൻ കഴിയില്ലെന്നും ബിഷപ്പിനടുത്ത് പോകുമ്പോൾ അവന്റെ ശരീരത്തിൽ അഴുക്ക് കാണുമെന്നും മേരി ആൻ പറഞ്ഞു.

ഏഴ്

ഞായറാഴ്ച സംഭവബഹുലമായ ഒരു ദിവസമായിരുന്നു. ആഴ്ചയിൽ ഏഴുദിവസവും ജോലി ചെയ്യുന്ന ഏക വ്യക്തി താനാണെന്ന് ശ്രീ കാരി പറയുക പതിവായിരുന്നു.

പതിവിലും അരമണിക്കൂർ നേരത്തെ വീട്ടിലെല്ലാവരും ഉണർന്നു. മേരി ആൻ പതിവുപോലെ എട്ട് മണിക്ക് തന്നെ വാതിലിൽ മുട്ടി. ശ്രീമതി കാരി വസ്ത്രം മാറാൻ കൂടുതൽ സമയമെടുത്തു. പ്രാതലിനായി ഒൻപത് മണിക്ക് തന്നെ താഴത്തെത്തി. നിശ്ശബ്ദനായി ശ്രീ കാരി കാലുകൾ ചൂടാക്കാനായി നെരിപ്പോടിനടുത്ത് നിന്നു. പതിവിലും കൂടുതൽ സമയം പ്രാർഥനകൾക്കായി ചെലവഴിച്ചു. പ്രാതലും പരിധിയിലൊതുങ്ങി. പ്രാതലിന് ശേഷം പുരോഹിതൻ ബ്രഡ്ഡിന്റെ കഷണങ്ങൾ തിരുവത്താഴ കൂദാശയ്ക്കായി മുറിച്ചിട്ടു. തൊലി അടർത്താനുള്ള അവസരം ലഭിച്ചത് ഫിലിപ്പിനായിരുന്നു. പഠനമുറിയിൽ ചെന്ന് മാർബിൾ പത്രഭാരം എടുത്തുകൊണ്ടുവരാനായി ഫിലിപ്പിനെ അയച്ചു. അതുകൊണ്ട് ശ്രീ കാരി റൊട്ടി അമർത്തി പരത്തിയെടുത്തു. എന്നിട്ട് അവയെ മുറിച്ച് ചെറിയ ചതുരങ്ങളാക്കി. വളരെ മോശമായ ദിവസങ്ങളിൽ വളരെക്കുറച്ചു പേർ മാത്രമേ പള്ളിയിൽ വരാറുള്ളൂ. നല്ല ദിനങ്ങളിൽ കൂടുതൽ പേർ വരുമെങ്കിലും കുറച്ച് പേർ മാത്രമെ തിരുവത്താഴകൂദാശയിൽ പങ്കെടുക്കാറുള്ളൂ.

ശ്രീമതി കാരി കലവറയിൽ നിന്നും തിരുവത്താഴകൂദാശത്തളികപുറത്തേക്കെടുത്തു. വികാരി അതിനെ മാൻതോൽകൊണ്ട് തുടച്ചു. പത്തുമണിയായപ്പോൾ വാഹനം വരികയും കാരി അതിൽ കയറിയിരിക്കുകയും ചെയ്തു. ശ്രീമതി കാരി വസ്ത്രം മാറാൻ ധാരാളം സമയമെടുത്തു. ഈ സമയം ഒരു നവ ക്രിസ്ത്യാനിയെ ക്രിസ്തീയ ചടങ്ങുകളിൽ കൊണ്ടുവരുന്ന അവസ്ഥയിൽ വികാരി അവിടെ നിന്നു. മുപ്പത് വർഷത്തെ ദാമ്പത്യത്തിനിടയിലും ഞായറാഴ്ച രാവിലെ സമയത്തിനൊരുങ്ങുവാൻ ഇപ്പോഴും അയാളുടെ ഭാര്യയ്ക്ക് ആവുന്നില്ല എന്നത് അസാധാരണമായിതോന്നുന്നു. അവസാനം ഒരു കറുത്ത സാറ്റിൻ അണിഞ്ഞ് അവൾ

വന്നു. ഒരിക്കലും ഒരു പുരോഹിതന്റെ ഭാര്യ കളർ വസ്ത്രമണിഞ്ഞ് ഒരവസരത്തിലും കാണരുതെന്ന് പുരോഹിതന് നിർബന്ധമാണ്. പക്ഷേ ഞായറാഴ്ചകളിൽ അവൾ കറുത്ത വസ്ത്രങ്ങൾ മാത്രമെ ധരിക്കാവൂ എന്നും അയാൾക്ക് നിർബന്ധമാണ്. ചിലപ്പോൾ കുമാരി ഗ്രേവ്സുമായി ചേർന്ന് വസ്ത്രത്തിൽ ഒരു വെള്ളത്തൂവലോ, റോസാപുഷ്പമോ വെക്കാൻ അവൾ മുതിരാറുണ്ട്. പക്ഷേ അവ നീക്കംചെയ്യണമെന്ന് വികാരി നിർബന്ധം പിടിക്കുകയും, ചുവപ്പണിഞ്ഞ സ്ത്രീയോടൊപ്പം ചർച്ചിലേക്ക് താനില്ലെന്ന് പറയുകയും ചെയ്യും. ഒരു സ്ത്രീയെന്ന നിലയ്ക്ക് ശ്രീമതി കാരി നെടുവീർപ്പിടുകയും ഒരു ഭാര്യയെന്ന നിലയിൽ അനുസരിക്കുകയും ചെയ്തു. അവർ പുറപ്പെടാനൊരുങ്ങുമ്പോൾ തനിക്കാരും മുട്ട തന്നിട്ടില്ലെന്ന് വികാരി ഓർമിപ്പിച്ചു. തന്റെ ശബ്ദത്തിന് തനിക്ക് മുട്ടവേണമെന്നും, വീട്ടിൽ രണ്ടു സ്ത്രീകളുണ്ടായിട്ടും ആരും തന്റെ സൗകര്യം അന്വേഷിക്കുന്നില്ലെന്നും അയാൾ പരിഭവിച്ചു. ശ്രീമതി കാരി മേരി ആനിനെ ശകാരിച്ചു. എല്ലാറ്റിനെപ്പറ്റിയും എനിക്ക് ചിന്തിക്കാൻ കഴിയില്ലെന്ന് അവൾ മറുപടി പറഞ്ഞു. അവൾ മുട്ട എടുത്തുകൊണ്ടുവരികയും ശ്രീമതി കാരി അത് വീഞ്ഞിൽ ഉടച്ചുകൊടുക്കുകയും ചെയ്തു. വികാരി അത് ഒറ്റക്കവിളിൽ വിഴുങ്ങി. തിരുവത്താഴകൂദാശത്തളികയുമായി അവർ യാത്രയായി.

'ചുവന്നസിംഹ'ത്തിൽ നിന്നായിരുന്നു ആ കുതിരവണ്ടി വന്നിരുന്നത്. അതിന് വൈക്കോലിന്റെ ഒരു ഗന്ധവുമുണ്ടായിരുന്നു. വികാരിക്ക് ജലദോഷം പിടിക്കാതിരിക്കാനായി ജാലകങ്ങളൊക്കെ അടച്ചാണ് അവർ യാത്രചെയ്തത്. തിരുവത്താഴകൂദാശത്തളിക വാങ്ങാനായി കപ്യാർ പോർച്ചിൽ കാത്തുനിൽക്കുന്നുണ്ടായിരുന്നു. ശ്രീമതി കാരിയും ഫിലിപ്പും അവിടെ ഇറങ്ങിനിന്നു. അവൾ തളികയിൽ ആറ് നാണയം ഇടുകയും മൂന്ന് നാണയം ഇടാനായി ഫിലിപ്പിന് നൽകുകയും ചെയ്തു. ചർച്ചിൽ ആളുകൾ കൂടുകയും ശുശ്രൂഷ പ്രവൃത്തികൾ ആരംഭിക്കുകയും ചെയ്തു.

ഫിലിപ്പിന് മടുപ്പ് ഉളവായി. അവൻ അസ്വസ്ഥനാകുമ്പോൾ ശ്രീമതി കാരി അവന്റെ കൈയുടെമേൽ കൈവെക്കുകയും സ്നേഹത്തോടെ നോക്കുകയും ചെയ്തു. അവസാന സ്തുതിഗീതം പാടുമ്പോൾ അവന് താൽപ്പര്യമുളവാകുകയും തളിക കൈമാറുന്നത് ശ്രദ്ധിക്കുകയും ചെയ്തു. എല്ലാവരും പിരിഞ്ഞപ്പോൾ ശ്രീമതി കാരി കുമാരി ഗ്രേവ്സിന്റെ ഇരുപ്പിടത്തിലേക്കും ഫിലിപ്പ് പള്ളിവികാരിയുടെ മുറിയിലേക്കും ചെന്നു. അവന്റെ അമ്മാവനും ശ്രീ ഗ്രേവ്സും പള്ളിയിൽ തന്നെയായിരുന്നു ഉണ്ടായിരുന്നത്. ശ്രീ കാരി അവന് അപ്പത്തിന്റെ കഷണം നൽകുകയും അവനോട് തിന്നാൻ പറയുകയും ചെയ്തു. അവ കളയുന്നത് പാപമായതിനാൽ അവന് അത് തിന്നുന്നത് പരിചിതമായിരുന്നു. അതിന് ശേഷം അവർ പണം എണ്ണിനോക്കി. അതിൽ നാണയങ്ങളും പഴയകാലത്തെ ഒരു നാണയവുമുണ്ടായിരുന്നു. അത് ആരാണ് പാത്രത്തിൽ നിക്ഷേപി

ച്ചതെന്ന് തനിക്കറിയാമെന്ന് കുമാരി ഗ്രേവ്സ് പറഞ്ഞു. അയാൾ ലണ്ട നിൽ നിന്നും വന്നതാണെന്നും വിവാഹിതനാണെന്നും കുട്ടികൾ ഉണ്ടെന്നും അവൾ പറഞ്ഞു. ഇത്രയും വിവരങ്ങൾ വീട്ടിലേക്കുള്ള യാത്ര യ്ക്കിടയിലാണ് കുമാരി ഗ്രേവ്സ് പറഞ്ഞത്. അതനുസരിച്ച് വികാരി പുരോഹിത സമൂഹത്തിന്റെ ഒരു പ്രതിക്ക് അംഗത്വം എടുക്കാൻ തയാ റാണോ എന്ന് അന്വേഷിക്കാൻ തീരുമാനിച്ചു. ഫിലിപ്പിന്റെ പെരുമാറ്റം എങ്ങനെയായിരുന്നു എന്ന് ശ്രീ കാരി ആരാഞ്ഞു. തിരിച്ച് പുരോഹിത ഗൃഹത്തിലെത്തിയപ്പോൾ അവർക്കെല്ലാം നന്നായി വിശക്കുന്നുണ്ടായി രുന്നു. ഭക്ഷണത്തിന് ശേഷം ശ്രീമതി കാരി വിശ്രമിക്കാനായി അവ ളുടെ റൂമിലേക്ക് പോയി. ശ്രീ കാരി സ്വീകരണമുറിയിലെ സോഫയിൽ പൂച്ചമയക്കത്തിനും കിടന്നു.

അഞ്ച്മണിക്ക് അവർ ചായ കുടിക്കുകയും വൈകുന്നേരത്തെ പ്രാർഥനക്കുള്ള ഒരുക്കത്തിനായി ഒരു മുട്ട കഴിക്കുകയും ചെയ്തു. ശ്രീമതി കാരി ഇതിൽ പങ്കെടുക്കാത്തതിനാൽ മേരി ആൻ നിർബന്ധ മായും പങ്കെടുക്കേണ്ടിവന്നു. ശ്രീ കാരിയും ഫിലിപ്പും പള്ളിയിലേക്ക് നടന്നു. ഇരുട്ടിൽ പാതവക്കിലൂടെയുള്ള നടത്തം അവന് ഏറെ ഇഷ്ട പ്പെട്ടു. കൂടാതെ അകലത്തായി വെളിച്ചത്തിൽ കുളിച്ച് നിൽക്കുന്ന പള്ളി വളരെ ഹൃദ്യമായ ഒരു കാഴ്ചയായിരുന്നു. ആദ്യം അവന് അമ്മാവനോ ടടുക്കാൻ നാണം തോന്നി. ക്രമേണ അവൻ അയാളുമായി അടുത്തു. യാത്രയ്ക്കിടയിൽ കൈയിലുള്ള പിടുത്തം വിടുവിച്ച് ധൈര്യത്തോടെ അവൻ നടക്കാൻ തുടങ്ങി.

വീട്ടിൽ തിരിച്ചെത്തിയപ്പോൾ അവർ ഭക്ഷണം കഴിച്ചു. നെരിപ്പോടി നടുത്തായി ശ്രീമതി കാരിയുടെ ചെരുപ്പുകളും അതിനടുത്തായി ഫിലി പ്പിന്റെ ചെരുപ്പുകളും കിടക്കുന്നുണ്ടായിരുന്നു. ഫിലിപ്പ് കുറേശ്ശെയായി മേരി ആനിനെ ഇഷ്ടപ്പെടാൻ തുടങ്ങി.

എട്ട്

ഏക സന്തതി എന്ന നിലക്ക് ഫിലിപ്പ് വളരെ ഏകാന്തമായ ഒരു ജീവിതമായിരുന്നു അമ്മ ഉള്ളപ്പോൾ നയിച്ചിരുന്നത്. ഇവിടെയും അത് തെല്ലും വ്യത്യസ്തമായിരുന്നില്ല. അവൻ മേരി ആനുമായി ചങ്ങാത്തം സ്ഥാപിച്ചു. മുപ്പത്തിയഞ്ച് വയസുള്ള തടിച്ച് കുറുകിയ ഒരു സ്ത്രീയാ യിരുന്നു അവൾ. അവളുടെ അച്ഛൻ ഒരു മുക്കുവനായിരുന്നു. പതിനെ ട്ടാമത്തെ വയസിൽ പുരോഹിത ഗൃഹത്തിലെത്തിയതാണെങ്കിലും അവി ടെനിന്ന് പോകാനുള്ള ഉദ്ദേശ്യമൊന്നും അവൾക്കില്ലായിരുന്നു. അവൾ തന്റെ യജമാനന്മാരുമായി ഉറ്റ ചേർച്ചയുണ്ടാക്കിയെടുത്തിരുന്നു. തുറമു ഖത്തെരുവിനടുത്തായി ഒരു കൊച്ചുവീട്ടിൽ അവളുടെ അച്ഛനും അമ്മയും താമസിച്ചു. കടലിനെപ്പറ്റിയുള്ള അവളുടെ വർണനകൾ ഫിലി പ്പിനെ ആകർഷിച്ചു. ഒരു ദിവസം തന്നെയും അവളുടെ കുടിലിലേക്ക്

കൂട്ടുമോ എന്ന് അവൻ ചോദിച്ചു. പക്ഷേ അമ്മായി സമ്മതിച്ചില്ല. അമ്മാവനും അത് ഇഷ്ടപ്പെട്ടില്ല. അയാൾക്ക് പരുക്കരും മോശം പെരുമാറ്റക്കാരുമായ മുക്കുവരെ ഇഷ്ടമായിരുന്നില്ല. ഫിലിപ്പിന് സ്വീകരണമുറിയേക്കാളിഷ്ടം അടുക്കളയായിരുന്നു. സമയം കിട്ടുമ്പോഴൊക്കെ അവന്റെ കളിപ്പാട്ടങ്ങളുമെടുത്ത് അവൻ അടുക്കളയിൽ പോയി കളിച്ചു. അമ്മായിക്ക് അതിൽ ഇഷ്ടക്കേടൊന്നുമുണ്ടായിരുന്നില്ല. അവൻ ഓടിക്കളിക്കുന്നത് കാണുമ്പോൾ അവന്റെ അമ്മാവൻ അസ്വസ്ഥനാവുകയും അവനെ സ്കൂളിലയക്കാൻ സമയമായെന്ന് പറയുകയും ചെയ്തു. ശ്രീമതി കാരി കരുതിയത് അവൻ ചെറുപ്പമാണെന്നാണ്. അമ്മയില്ലാത്ത അവന്റെ അവസ്ഥയിൽ പരിതപിക്കുകയും ചെയ്തു അവൾ. അവളുടെ സ്നേഹപ്രകടനങ്ങൾ വിലക്ഷണങ്ങളാവുകയും, അത് കുട്ടിയിൽ യാതൊരു മതിപ്പും ഉണ്ടാക്കുകയും ചെയ്തില്ല. ചിലപ്പോൾ അടുക്കളയിൽ അവന്റെ പൊട്ടിച്ചിരികേട്ട് ശ്രീമതി കാരി അങ്ങോട്ട് ചെന്നാൽ അവൻ നിശ്ശബ്ദനാവുകയും, മേരി ആൻ അവന്റെ ഫലിതപ്രവൃത്തികൾ പറയുമ്പോൾ അവൾ വിഷണ്ണയാവുകയും ചെയ്തു.

"അവൻ നമ്മളെക്കാൾ ഇഷ്ടപ്പെടുന്നത് മേരി ആനിനെയാണെന്ന് തോന്നുന്നു" അവൾ പറഞ്ഞു.

"അവനെ വളർത്തിയിരിക്കുന്നത് അത്തരത്തിലാണ്. അവനെ ശരിയാക്കി എടുക്കേണ്ടിയിരിക്കുന്നു."

ഫിലിപ്പ് വന്നതിന്റെ രണ്ടാമത്തെ ഞായറാഴ്ച അനിഷ്ടകരമായ ഒരു സംഭവമുണ്ടായി. ഉച്ചഭക്ഷണത്തിന് ശേഷം പതിവുപോലെ ഒരു മയക്കത്തിനായി ശ്രീ കാരി കിടന്നെങ്കിലും അയാൾക്ക് ഉറങ്ങാൻ കഴിഞ്ഞില്ല. അൾത്താരയിൽ അലങ്കരിച്ച ചില മെഴുകുതിരികളെപ്പറ്റി ജ്യോഷ്യ ഗ്രേവ്സ് വിയോജിച്ചിരുന്നു. അവ ടെർകാൻബറിയിൽ നിന്ന് കൊണ്ടുവന്നവയായിരുന്നു. പക്ഷേ ഗ്രേവ്സിന് അത് ഇഷ്ടപ്പെട്ടില്ല. വികാരിയെ പലപ്പോഴും ചൊടിപ്പിക്കുന്ന ഒരു പ്രവൃത്തിയായിരുന്നു ഇത്. അയാൾക്ക് റോമിലെ ചർച്ചിനോടായിരുന്നു പ്രതിപത്തി. ബ്ലാക്സ്റ്റേബിളിലെ ശുശ്രൂഷ കുറെക്കൂടി ഗംഭീരമാക്കാൻ അയാൾക്ക് കഴിയുമായിരുന്നു. അയാൾക്ക് പ്രൊട്ടസ്റ്റന്റ് എന്ന വാക്ക് ഇഷ്ടമായിരുന്നില്ല. അയാൾ സ്വയം ഒരു കത്തോലിക്കനെന്ന് വിളിച്ചു. ഇംഗ്ലണ്ടിലെ ചർച്ച് നല്ല കത്തോലിക്കൻ ആയിരുന്നു. തന്റെ ഷേവ്ചെയ്ത മുഖം ഒരു പുരോഹിതനെപ്പോലെ തോന്നിച്ചു എന്നതിൽ അയാൾ സന്തുഷ്ടനായിരുന്നു. ജ്യോഷ്യാ ഗ്രേവ്സ് എന്തുതന്നെ പറഞ്ഞാലും അൾത്താരയിലുള്ള മെഴുകുതിരികൾ എടുത്ത് മാറ്റില്ലെന്ന് അയാൾ മനസിലുറപ്പിച്ചു. എന്നിട്ട് ക്രോധത്തോടെ ബിസ്മാർക്ക് എന്ന് രണ്ട് തവണ സ്വയം പറയുകയും ചെയ്തു.

പെട്ടെന്ന് അയാൾ അപ്രതീക്ഷിതമായ ഒരു ശബ്ദംകേട്ടു. മുഖത്തുനിന്ന് തൂവാല എടുത്തുമാറ്റി സോഫയിൽ നിന്നും ചാടിയെണീറ്റു. മേശപ്പുറത്ത് ഫിലിപ്പ് തന്റെ കളിസാധനങ്ങളുമായി ഇരുപ്പുറപ്പിച്ചിരുന്നു. അവൻ ഒരു പിശാചിന്റെ കൊട്ടാരം നിർമിച്ചിരുന്നു. അതിന്റെ അടിത്ത

റയ്ക്ക് പറ്റിയ ഒരു കുഴപ്പം കാരണം അത് അപ്പടി തകർന്നുവീണതായിരുന്നു ആ ശബ്ദം.

"ഫിലിപ്പ് നീ എന്താണ് കളിക്കുന്നത്. ഞായറാഴ്ചകളിൽ നിന്നെ കളിക്കാൻ അനുവദിച്ചിട്ടില്ലെന്ന് നിനക്കറിയില്ലേ?"

പേടിച്ച കണ്ണുകളോടെ ഫിലിപ്പ് അയാളെ തിരിച്ചുനോക്കി. എന്നിട്ട് അവൻ പൊട്ടിക്കരഞ്ഞു.

"വീട്ടിൽ ഞാൻ എപ്പോഴും കളിക്കാറുണ്ടായിരുന്നു" ഫിലിപ്പ് പറഞ്ഞു.

"നിന്റെ പ്രിയപ്പെട്ട അമ്മ ഇത്തരത്തിൽ കളിക്കാൻ നിന്നെ അനുവദിച്ചിട്ടുണ്ടാവില്ലെന്ന് എനിക്കുറപ്പാണ്."

ഇത് വികൃതിയാണെന്ന് അവന് അറിയില്ലായിരുന്നു. കൂടാതെ അത്തരം കളികളെ അമ്മ പ്രോൽസാഹിപ്പിച്ചിരുന്നു എന്ന് സമ്മതിക്കാൻ അവൻ ഒരുക്കവുമായിരുന്നില്ല. അവൻ തലയും താഴ്ത്തി മിണ്ടാതെ ഇരുന്നു.

"ഞായറാഴ്ചകളിൽ കളിക്കുന്നത് വിലക്ഷണമാണെന്ന് നിനക്കറിയില്ലേ?" അത് വിശ്രമത്തിനുള്ള ദിവസമാണെന്നതിനെപ്പറ്റി നീ എന്താണ് മനസിലാക്കിയത്. ഇന്ന് രാത്രി നീ പള്ളിയിൽ പോകുമ്പോൾ ഉച്ചയ്ക്ക്ശേഷം സ്രഷ്ടാവിന്റെ നിയമം ലംഘിച്ചതിനെപ്പറ്റി നീ എന്താണ് പറയുക."

കളിസാധനങ്ങളൊക്കെ മാറ്റിവെക്കാൻ ശ്രീ കാരി അവനോട് പറഞ്ഞു.

"നീ ഒരു വികൃതിക്കുട്ടിയാണ്. സ്വർഗത്തിലുള്ള അമ്മയ്ക്ക് നീ ഉണ്ടാക്കുന്ന ദുഃഖത്തെപ്പറ്റി ഒന്ന് ഓർത്ത് നോക്കൂ?"

ഫിലിപ്പിന് കരയാൻ തോന്നിയെങ്കിലും തന്റെ കണ്ണുനീർ മറ്റുള്ളവർ കാണുന്നതിനോട് ഒരു വിമുഖത അവനുണ്ടായിരുന്നു. തേങ്ങൽ പുറത്ത് വരാതിരിക്കാനായി അവൻ പല്ല് കടിച്ചുപിടിച്ചു. ശ്രീ കാരി കസേരയിലിരുന്നു വായന തുടങ്ങി. ഫിലിപ്പ് ജാലകത്തിനടുത്തായി നിന്നു. ടെർകാൻബറിയിലേക്കുള്ള റോഡിനരികിലായാണ് പുരോഹിതഗൃഹം നിർമിച്ചിരിക്കുന്നത്. അതിന്റെ തീൻമുറിയിൽ നിന്ന് നോക്കിയാൽ പുൽമേടും പച്ചപിടിച്ച പാടവും കാണാമായിരുന്നു. ഫിലിപ്പിന് സന്തോഷം തോന്നിയില്ല.

ഈ അവസരത്തിൽ മേരി ആൻ ചായ നൽകാനായി അവിടേക്ക് വന്നു. ഈ അവസരത്തിൽ ലൂയിസ അമ്മായി അവിടെ എത്തി. "വില്യം നിനക്ക് മയങ്ങാൻ കഴിഞ്ഞോ?" അവൾ ചോദിച്ചു.

"ഇല്ല. ഫിലിപ്പ് ഭയങ്കര ശബ്ദമുണ്ടാക്കിയതിനാൽ എനിക്കുറങ്ങാനായില്ല."

ഇത് പൂർണമായും സത്യമായിരുന്നില്ല. അയാളുടെ തന്നെ അസ്വസ്ഥചിന്തകളാൽ അയാൾ ഉറങ്ങിയിരുന്നില്ല. ഇത് കേട്ടപ്പോൾ, താൻ ഒരിക്കൽ മാത്രം ശബ്ദം ഉണ്ടാക്കിയിട്ടും എന്തേ അമ്മാവന് ഉറങ്ങാൻ കഴി

യാതിരുന്നതെന്ന് അവൾ അത്ഭുതപ്പെട്ടു. ശ്രീമതി കാരി വിശദമായി ചോദിച്ചപ്പോൾ വികാരി ഉള്ളകാര്യം പറഞ്ഞു.

"അവൻ അതിൽ ക്ഷമപോലും ചോദിച്ചില്ല" അയാൾ പറഞ്ഞു നിർത്തി.

"ഓ, ഫിലിപ്പ്, നിനക്ക് പ്രയാസമുണ്ടെന്ന് എനിക്കറിയാം" അവൾ പറഞ്ഞു.

ഫിലിപ്പ് ഒന്നും മറുപടി പറഞ്ഞില്ല. അവൾ റൊട്ടിയും വെണ്ണയും ഉച്ചത്തിൽ ചവച്ചുതിന്നുകൊണ്ടിരുന്നു.

"വെറുപ്പ് കാണിച്ച് നീ കാര്യങ്ങൾ കൂടുതൽ വഷളാക്കേണ്ട." ശ്രീ കാരി പറഞ്ഞു.

ശ്രീ കാരി മുകളിലേക്ക് പോകുന്നത് കണ്ടപ്പോൾ ഫിലിപ്പ് തൊപ്പിയും കോട്ടും എടുത്ത് ചർച്ചിലേക്ക് പോകാനായി ഒരുങ്ങിനിന്നു. ഇത് കണ്ട് ശ്രീ കാരി പറഞ്ഞു.

"നീ ഇന്ന് ദൈവഭവനത്തിലേക്ക് വരാനുള്ള ഒരു മാനസികാവസ്ഥയിലാണെന്ന് എനിക്ക് തോന്നുന്നില്ല."

ഫിലിപ്പ് ഒരക്ഷരം മിണ്ടിയില്ല. അയാൾ തന്നെ അപമാനിച്ചതായി തോന്നുകയും അവന്റെ കവിളുകൾ തുടുക്കുകയും ചെയ്തു. ശ്രീ കാരി അയാളുടെ വലിയ തൊപ്പിയും അയഞ്ഞ വസ്ത്രവും ധരിച്ച് പുറത്തേക്കിറങ്ങാൻ ഒരുങ്ങിയപ്പോൾ ശ്രീമതി കാരി അയാളെ യാത്രയയച്ചു. അതിന് ശേഷം അവൾ ഫിലിപ്പിനടുത്തേക്ക് വന്നു.

"ഫിലിപ്പ്, നീ അത് സാരമാക്കേണ്ട. അടുത്ത ഞായറാഴ്ച നീ വികൃതിയൊന്നും കാണിക്കേണ്ട. അങ്ങനെയെങ്കിൽ വൈകുന്നേരം അമ്മാവൻ നിന്നെ ചർച്ചിലേക്ക് കൂട്ടും."

അവൾ അവന്റെ തൊപ്പിയും കോട്ടും വാങ്ങിവെക്കുകയും അവനെ തീൻമുറിയിലേക്ക് കൂട്ടിക്കൊണ്ടുപോവുകയും ചെയ്തു.

"നമുക്ക് ഒരുമിച്ച് പ്രാർഥന ചൊല്ലാം. അല്ലേ? അതിന് ശേഷം സ്തോത്രം നമുക്ക് ഹാർമോണിയത്തിൽ ആലപിക്കാം. നിനക്കത് ഇഷ്ടമല്ലേ."

നിശ്ചയദാർഢ്യത്തോടെ ഫിലിപ്പ് തലകുലുക്കി. ശ്രീമതി കാരിക്ക് അത് നന്നേ പ്രയാസമായി.

"പിന്നെ അമ്മാവൻ വരുന്നതുവരെ നീ എന്താണ് ചെയ്യാൻപോകുന്നത്?"

"എന്നെ ഒന്ന് തനിച്ച് വിടാമോ?" അവൻ ചോദിച്ചു.

"നിനക്ക് എങ്ങനെയാണ് ഇപ്രകാരം പറയാൻ കഴിയുന്നത്. ഞങ്ങൾ നിന്റെ നന്മ മാത്രമല്ലേ ആഗ്രഹിക്കുന്നത്. നിനക്ക് ഞങ്ങളെ ഇഷ്ടമല്ലേ?"

"ഞാൻ നിങ്ങളെ വെറുക്കുന്നു. എനിക്ക് മരിച്ചാൽ മതിയായിരുന്നു."

ഈ വാക്കുകൾ ശ്രീമതി കാരിയെ വല്ലാതെ വേദനിപ്പിച്ചു. അവൾ ഒന്നും മിണ്ടാതെ ഒരു കസേരയിൽ ഇരുന്നു. വന്ധ്യയായ തനിക്ക് അനാഥയായ ഈ കുട്ടിയെ സംരക്ഷിക്കാനുള്ള ആഗ്രഹത്തെ അവൾ

ഓർത്തു. അവൾക്ക് അവനെ നോക്കാൻപോലും തോന്നിയില്ല. അവളുടെ ഹൃദയം വല്ലാതെ വേദനിച്ചു. അവളുടെ കണ്ണിൽനിന്നും കണ്ണുനീർ ധാര ധാരയായി ഒഴുകി. ഫിലിപ്പ് അവളെ അത്ഭുതത്തോടെ വീക്ഷിച്ചു. തന്റെ വാക്കുകൾകേട്ടാണ് അമ്മാവി കരയുന്നതെന്ന് അവന് മനസിലായി. അവൻ സാവകാശം അവളുടെ അടുത്തേക്ക് ചെന്ന് അവളെ ചുംബിച്ചു. ആവശ്യപ്പെടാതെ അവൻ അവൾക്ക് ആദ്യമായി നൽകിയ ചുംബനമായിരുന്നു അത്. അവൾ അവനെ മടിയിൽ പിടിച്ചിരുത്തി ആശ്ലേഷിച്ചു. അവളുടെ കണ്ണുനീർ ഭാഗികമായി സന്തോഷത്തിന്റെയും അത്ഭുതത്തിന്റേതുമായിരുന്നു. അവനോട് പുതുമയാർന്ന ഒരു സ്നേഹം അവൾക്ക് തോന്നി. കാരണം, അവൻ അവളെ സഹിക്കാൻ പഠിച്ചു.

ഒൻപത്

വികാരി ഉച്ചമയക്കത്തിനുള്ള ഒരുക്കം നടത്തുകയും ശ്രീമതി കാരി മുകളിലേക്ക് പോകാൻ ഒരുങ്ങുകയും ചെയ്യുന്ന തൊട്ടടുത്ത ഞായറാഴ്ചയിൽ ഫിലിപ്പ് ചോദിച്ചു:

"എനിക്ക് കളിക്കാൻ അനുവാദമില്ലെങ്കിൽ പിന്നെ ഞാനെന്തു ചെയ്യും."

"നിനക്ക് ഒരിക്കലെങ്കിലും ശാന്തനായി ഇരിക്കാൻ കഴിയില്ലേ?"

"ചായയുടെ സമയംവരെ ശാന്തനായിരിക്കാൻ എനിക്ക് കഴിയില്ല."

ശ്രീ കാരി പുറത്തേക്ക് നോക്കി. പുറത്ത് മഞ്ഞുണ്ടായിരുന്നു.

"ഇന്ന് പള്ളിയിൽ ചൊല്ലിയ ഗീതകങ്ങൾ നീ ഹൃദിസ്ഥമാക്കിക്കൊള്ളൂ. നിനക്ക് ഇത് തെറ്റുകൂടാതെ ചൊല്ലിക്കേൾപ്പിക്കാൻ കഴിഞ്ഞാൽ മുട്ടയുടെ കഷണം നിനക്ക് നൽകും."

ശ്രീമതി കാരി തീൻമേശയ്ക്കടുത്തായി ഉയരംകൂടിയ അവന്റെ കസേര വലിച്ചിട്ട് കൊടുത്തു.

"അലസന്മാർക്ക് ചെയ്യാനുള്ള ജോലികൾ പിശാചുക്കൾ കണ്ടുവെക്കും." ശ്രീ കാരി പറഞ്ഞു.

നെരിപ്പോടിൽ അൽപ്പംകൂടെ കൽക്കരി ഇട്ടുകൊടുത്തു ശ്രീ കാരി ഷർട്ടിന്റെ കഴുത്തിലെ ബട്ടണൊക്കെ അഴിച്ച് കുഷ്യനൊക്കെ ശരിപ്പെടുത്തി സോഫയിൽ മയക്കത്തിനായി ഒരുക്കങ്ങൾ നടത്തി. ഫിലിപ്പിന്റെ കാലുകൾ കമ്പിളിയിൽ പൊതിഞ്ഞ് കൊടുത്തിട്ട് ശ്രീമതി കാരി മുകളിലോട്ട് പോയി. സ്വസ്ഥമായ കിടത്തമായതുകൊണ്ട് ശ്രീ കാരി പത്തുമിനുട്ടിനുള്ളിൽ ഉറക്കത്തിലേക്ക് വഴുതി വീണു.

ഫിലിപ്പിന് പഠിക്കാൻ നിർദേശിച്ച ഭാഗങ്ങൾ ഇപ്രകാരമുള്ളതായിരുന്നു "ദൈവമേ, അങ്ങയുടെ തിരുപുത്രന്റെ സാന്നിധ്യത്താൽ പിശാചിന്റെ പ്രവൃത്തികൾ പരാജയപ്പെടുത്തപ്പെടുകയും ഞങ്ങളെയും ദൈവപ്രീതിയുള്ളവരാക്കുകയും ശാശ്വത സ്വർഗത്തിനവകാശികളാക്കുകയും ചെയ്യേണമേ." ഫലിപ്പ് ഇത് പല തവണ വായിച്ചു. അവന് അതിന്റെ

അർഥമൊന്നും പിടികിട്ടിയില്ല. അവൻ അതിലെ വാക്കുകളൊക്കെ ഉച്ച ത്തിൽ പറഞ്ഞുനോക്കിയെങ്കിലും, അവ തികച്ചും അപരിചിതമായി നില കൊണ്ടു. അവന് രണ്ട് വരിക്കപ്പുറം ഹൃദിസ്ഥമാക്കാൻ കഴിഞ്ഞില്ല. അവന്റെ ശ്രദ്ധനഷ്ടപ്പെട്ടുകൊണ്ടിരുന്നു. അവൻ അർഥം മനസിലാവാതെ ചൊല്ലിപ്പഠിക്കുവാൻ ശ്രമിച്ചുനോക്കി.

ആ മധ്യാഹ്നത്തിൽ ശ്രീമതി കാരിക്ക് ഉറങ്ങാൻ കഴിഞ്ഞില്ല. നാല് മണിക്ക് അവൾ താഴേക്ക് ഇറങ്ങിവന്നു. ഫിലിപ്പ് ഗീതകങ്ങൾ പഠിച്ചിട്ടു ണ്ടാകുമെന്നും വികാരിയെ തെറ്റുകൂടാതെ അവ ചൊല്ലികേൾപ്പിക്കു മ്പോൾ അയാൾ സന്തോഷിക്കുമെന്നും അവൾ കരുതി. കുട്ടി ശരിയായ രീതിയിലാണ് ചിന്തിക്കുന്നതെന്ന് അയാൾ കരുതുമെന്നും അവൾ വിചാ രിച്ചു. പക്ഷേ തീൻമുറിയുടെ അടുത്തുകൂടെ കടന്നുപോകുമ്പോൾ അവൾ ഒരു ശബ്ദം കേട്ടു. അവൾ ശബ്ദമുണ്ടാക്കാതെ വീട്ടിന് വെളി യിലിറങ്ങി തീൻമുറിയുടെ ജാലകത്തിലൂടെ എത്തിനോക്കി. ഫിലിപ്പ് കസേരയിലിരുന്ന് തല കൈകളിൽ അമർത്തിയിരിക്കുകയാണ്. അവൻ തേങ്ങുകയായിരുന്നു. ശ്രീമതി കാരി ഭയപ്പെട്ടുപോയി. ഫിലിപ്പിന്റെ പ്രവൃ ത്തിയിൽനിന്നും അവൻ വളരെ മനസുറപ്പുള്ളവനാണെന്ന് അവൾ കരു തി. അവൻ കരയുന്നത് ഇതുവരെ അവൾ കണ്ടിട്ടില്ല. അവന്റെ ശാന്തത, ദു:ഖം മറച്ചുവെക്കാനുള്ള സഹജവാസനയാണെന്ന് അവൾ തിരിച്ചറി ഞ്ഞു. അവൻ ആരെയും കാണിക്കാതെ കരഞ്ഞു.

ഭർത്താവിന്റെ ഉറക്കം കളയുമെന്ന് ഓർക്കാതെ അവൾ സ്വീകര ണമുറിയിലേക്ക് ചെന്നു.

“വില്യം, വില്യം“ അവൾ പറഞ്ഞു “ഹൃദയം പൊട്ടുന്നമാതിരി യാണ് ആ കുട്ടി കരയുന്നത്.”

ശ്രീ കാരി എഴുന്നേറ്റ് വന്ന് കാലിൽനിന്നും കമ്പിളി എടുത്തുമാറ്റി. “അവൻ എന്തിനാണ് കരയുന്നത്?”

“എനിക്കറിയില്ല, അവനെ വിഷമിപ്പിക്കരുത്. നീ കരുതുന്നുണ്ടോ അത് നമ്മുടെ കുറ്റമാണെന്ന്, നമുക്ക് കുട്ടികൾ ഉണ്ടായിരുന്നെങ്കിൽ എന്ത് ചെയ്യണമെന്ന് നമുക്ക് അറിയുമായിരുന്നു.”

ശ്രീ കാരി അവളെ ഉൽക്കണ്ഠയോടെ നോക്കി.

“ഞാൻ സ്തുതിഗീതങ്ങൾ പഠിക്കാൻ അവനോട് പറഞ്ഞിരുന്നു, നമുക്കവന് ചിത്രപുസ്തകങ്ങൾ വല്ലതും കൊടുത്താലോ?”

ശ്രീ കാരിയുടെ പ്രധാന ഹോബി പുസ്തകങ്ങൾ ശേഖരിക്കുക എന്നതായിരുന്നു. കൂടാതെ ടെർകാൻബറിയിലെ പഴയ പുസ്തകങ്ങൾ വിൽക്കുന്ന കടയിൽ ഒന്നോ രണ്ടോ മണിക്കൂർ ചെലവഴിക്കാറ് പതിവാ യിരുന്നു. അയാൾ നാലോ അഞ്ചോ പുസ്തകങ്ങൾ വാങ്ങുകയും ചെയ്യും. പക്ഷേ അയാൾ ഒരിക്കലും അവ വായിച്ചിട്ടില്ല. അയാൾ വായനാശീലം എന്നേ ഉപേക്ഷിച്ചിരുന്നു. തണുപ്പുള്ള ദിവസങ്ങളെ അയാൾ ഇഷ്ടപ്പെട്ടി രുന്നു. കാരണം പട്ടണത്തിൽ പോകാത്തതിന്റെ മനസ്സാക്ഷിക്കുത്തി ല്ലാതെ അങ്ങ് കഴിയാമായിരുന്നു. അയാളുടെ ശേഖരത്തിൽ പഴയകാല

യാത്രകളുടെ ധാരാളം പതിപ്പുകൾ ഉണ്ടായിരുന്നു. ശ്രീമതി കാരി പലസ്റ്റിനെപ്പറ്റിയുള്ള രണ്ട് പുസ്തകങ്ങൾ അവയിൽനിന്നും കണ്ടെടുത്തു. വാതിലിനടുത്ത് നിന്നുകൊണ്ട് മനപ്പൂർവം ചുമച്ചുകൊണ്ട് , ഫിലിപ്പിന് അവന്റെ ദു:ഖം മറ്റൊരാൾ കാണുന്നതിഷ്ടമല്ലാത്തതിനാൽ മറയ്ക്കാൻ അവസരം നൽകിക്കൊണ്ട് അവൾ വാതിൽപിടിയിൽ പിടിച്ച് തിരിച്ചു. അവൾ അകത്തേക്ക് പ്രവേശിച്ചപ്പോൾ ഫിലിപ്പ് പ്രാർഥനാപുസ്തകത്തിൽ മുഖം പൂഴ്ത്തി കണ്ണുനീർ മറയ്ക്കാൻ ശ്രമിച്ചു.

"നീ സ്തോത്രങ്ങളൊക്കെ പഠിച്ചോ" അവൾ ചോദിച്ചു.

ഒരു മിനിറ്റ് നേരത്തേക്ക് അവൻ ഉത്തരമൊന്നും പറഞ്ഞില്ല.

"എനിക്കവ ഹൃദിസ്ഥമാക്കാൻ കഴിയില്ല" വിങ്ങിക്കൊണ്ട് അവൻ പറഞ്ഞു.

"സാരമില്ല നീ ഹൃദിസ്ഥമാക്കേണ്ട. ഞാൻ നിനക്കായ് കുറച്ച് ചിത്രപുസ്തകങ്ങൾ കൊണ്ട് വന്നിട്ടുണ്ട്. വന്ന് എന്റെ മടിയിലിരിക്കൂ. നമുക്ക് ഒരുമിച്ച് അവ നോക്കാം."

കസേരയിൽനിന്നും ഊർന്നിറങ്ങി അവളുടെ മടിയിൽ ഇരുന്നു. അവന്റെ കണ്ണുകൾ കാണാതിരിക്കാൻ അവൻ താഴേക്കുനോക്കി. അവൾ അവനെ കൈകൾകൊണ്ട് ചുറ്റിപ്പിടിച്ചു

"നോക്കൂ, അവിടെയാണ് നമ്മുടെ സ്വർഗസ്ഥനായ പിതാവ് ജനിച്ചത്."

അവൾ അവന് പരന്ന മേൽക്കൂരയോടും താഴികക്കുടത്തോടും കുബ്ബയോടും കൂടിയ ഒരു കിഴക്കൻ പട്ടണം കാണിച്ചുകൊടുത്തു. മുൻവശത്തായി പനമരങ്ങളും അതിനടിയിലായി രണ്ട് അറബികളും കുറച്ച് ഒട്ടകങ്ങളും ഉണ്ടായിരുന്നു. ആ പഴയവീടിനെയും അവരുടെ വസ്ത്രങ്ങളെയും അനുഭവിച്ചറിയാനെന്നപോലെ ഫിലിപ്പ് അതിനെ തലോടി.

"അതിലെന്താണെന്ന് എനിക്ക് വായിച്ചു തരൂ" അവൻ പറഞ്ഞു. ശ്രീമതി കാരി അതിന് വിപരീതപുറത്തെ എഴുത്ത് വായിച്ചു. അതൊരു കാൽപ്പനിക വർണനയായിരുന്നു. മുപ്പതുകളിലെ യാത്രയെപ്പറ്റിയായിരുന്നു അതിൽ പ്രതിപാദിച്ചത്. ഒന്നോ രണ്ടോ മിനുട്ട് കഴിഞ്ഞപ്പോൾ ഫിലിപ്പ് നിറുത്താൻ ആവശ്യപ്പെട്ടു.

"എനിക്ക് വേറെ ചിത്രം കാണണം" ഫിലിപ്പ് പറഞ്ഞു.

മേരി ആൻ മുറിയിൽ വന്നപ്പോൾ ശ്രീമതി കാരി കിടക്കവിരിക്കാൻ അവളെ സഹായിച്ചു. ഫിലിപ്പ് പുസ്തകം കൈയിലെടുത്ത് വിവരണങ്ങളിലൂടെ കണ്ണോടിച്ചു. ചായകുടിക്കുമ്പോൾ പുസ്തകം താഴെവെക്കാനായി അമ്മായിക്ക് വല്ലാതെ നിർബന്ധിക്കേണ്ടിവന്നു. സ്തോത്രങ്ങൾ പഠിക്കാനുണ്ടായ വിഷമത്തെപ്പറ്റിയൊക്കെ അവൻ മറന്നിട്ടുണ്ടായിരുന്നു. അടുത്ത ദിവസം മഴയായിരുന്നതിനാലും അവൻ പുസ്തകത്തിനായി ചോദിച്ചു. ശ്രീമതി കാരി സന്തോഷപൂർവം അത് അവന് നൽകി. അവന്റെ ഭാവിയെപ്പറ്റി ഭർത്താവിനോട് സംസാരിച്ചതിൽ നിന്നും രണ്ടുപേർക്കും അവനെ വൈദികനാക്കുന്നതാണ് ഇഷ്ടമെന്ന് മനസിലായി. കൂടാതെ

യേശുവിന്റെ സാന്നിധ്യത്താൽ ധന്യമാക്കപ്പെട്ട സ്ഥലങ്ങളെപ്പറ്റി അറിയാനുള്ള അവന്റെ ജിജ്ഞാസ അതിനൊരു തെളിവായി തോന്നി. അവന്റെ മനസ്സ് ജന്മനാ ഇത്തരം കാര്യങ്ങളോട് ആഭിമുഖ്യമുള്ളതായി തോന്നി. പക്ഷേ ഒന്നോ രണ്ടോ ദിവസത്തിനുള്ളിൽ അവൻ കൂടുതൽ പുസ്തകങ്ങൾക്ക് വേണ്ടി ആവശ്യപ്പെട്ടു. ശ്രീ കാരി അവനെ വായനാമുറിയിലേക്ക് കൂട്ടിക്കൊണ്ട് പോവുകയും റോമിനെപ്പറ്റിയുള്ള മറ്റൊരു പുസ്തകം എടുത്തുകൊടുക്കുകയും ചെയ്തു. ഫിലിപ്പ് അത് ആർത്തിയോടെ മറിച്ചുനോക്കി. ചിത്രങ്ങൾ അവന് ആഹ്ലാദം നൽകി. അവൻ കളിപ്പാട്ടങ്ങളെ ക്രമേണ മറക്കാൻ തുടങ്ങി.

പിന്നീട് അടുത്ത് ആരുമില്ലാത്തപ്പോൾ സ്വയം പുസ്തകങ്ങൾ എടുക്കുകയും കിഴക്കൻ പട്ടണങ്ങളുടെ മനോഹാരിതയിൽ ആഹ്ലാദം കണ്ടെത്തുകയും ചെയ്യാൻ തുടങ്ങി. പള്ളികളുടെയും വലിയ കൊട്ടാരങ്ങളുടെയും കാഴ്ചയിൽ അവന്റെ ഹൃദയം തുടിച്ചു. കോൺസ്റ്റാന്റിനോപ്പിളിനെപ്പറ്റിയുള്ള പുസ്തകം അവനെ വല്ലാതെ ആകർഷിച്ചു. അതൊരു ബൈസന്റെയിൻ വെള്ളത്തൊട്ടിയായിരുന്നു.

ഒരു ദിവസം അവന് ഒരു ഭാഗ്യം സിദ്ധിച്ചു. ആയിരത്തൊന്ന് രാവുകളുടെ ലാറ്റിന്റെ വിവർത്തനം അവന്റെ കൈയിൽ തടഞ്ഞു. ആദ്യം അവൻ ചിത്രങ്ങളെല്ലാം നോക്കി. പിന്നീട് വിശദീകരണങ്ങൾ വായിച്ചു. ആദ്യം മായികമായ കഥകളൊക്കെ വായിച്ചു. പിന്നീട് മറ്റുള്ളവയും. അവന് ഇഷ്ടപ്പെട്ടവ അവൻ വീണ്ടും വീണ്ടും വായിച്ചു. അവന് മറ്റൊരു ചിന്തയുമില്ലായിരുന്നു. അവനെപ്പോലും അവൻ മറന്നു. ഭക്ഷണത്തിന് വരാൻതന്നെ രണ്ടോ മൂന്നോ തവണ വിളിക്കണമായിരുന്നു. അവൻ ലോകത്തെ ഏറ്റവും നല്ല ശീലമായ വായന വികസിപ്പിച്ചെടുത്തു. അവൻ ജീവിതത്തിന്റെ എല്ലാ ദുരിതങ്ങളിൽനിന്നും മോചനം നേടുകയായിരുന്നുവെന്ന് അവനറിഞ്ഞില്ല. എല്ലാദിവസവും നിരാശനൽകുന്ന യഥാർഥ ജീവിതത്തിൽനിന്നും വ്യത്യസ്തമായി അവൻ ഒരു അയാഥാർഥ ലോകം സൃഷ്ടിക്കുകയാണെന്ന് അവനറിഞ്ഞില്ല. ഇപ്പോൾ അവൻ മറ്റുള്ള പുസ്തകങ്ങളും വായിക്കാൻ തുടങ്ങി. അവൻ പ്രായത്തിൽ കവിഞ്ഞ പക്വതയുള്ളവനായി. അവന്റെ അമ്മാവനും അമ്മാവിയും അവനെപ്പറ്റി ബുദ്ധിമുട്ടാറില്ല. ശ്രീ കാരി ധാരാളം പുസ്തകങ്ങൾ വാങ്ങിക്കൂട്ടിയിരുന്നു. അവയെല്ലാം ഫിലിപ്പ് കണ്ടെത്തിയിരിക്കുന്നു. അവ തലക്കെട്ടുകൾക്കനുസരിച്ച് തെരഞ്ഞെടുത്ത് അവൻ വായിച്ചു. ആദ്യം വായിച്ചത് ലങ്കാഷയറിലെ പ്രേതങ്ങളായിരുന്നു.

വേനൽക്കാലം വന്നെത്തി. തോട്ടക്കാരൻ അവനായി ഒരു ഊഞ്ഞാൽക്കിടക്ക നിർമിച്ചുകൊടുത്തു. അത് ഒരു ചില്ലയിൽ ഉറപ്പിച്ചു. പുരോഹിതഗൃഹത്തിലെത്തുന്നവരുടെ കണ്ണിൽപ്പെടാതെ മണിക്കൂറുകളോളം അവൻ വായനയിൽ മുഴുകി. ദിവസങ്ങൾ കടന്നുപോയി. ജൂലൈയും ആഗസ്റ്റും കഴിഞ്ഞു. ഞായറാഴ്ചകളിൽ പള്ളിയിൽ ആളുകൾ കൂടുതലായി വന്നെത്തി. ഇത്തരം ദിവസങ്ങളിൽ വികാരിയോ അയാളുടെ

ഭാര്യയോ ഉദ്യാനത്തിൽ ചെല്ലാറില്ല. അവരുടെ വീട്ടിന് എതിർവശത്തുള്ള വീട് ആറാഴ്ചത്തേക്ക് രണ്ടു ആൺകുട്ടികളുടെ പിതാവായ ഒരു മാന്യ നാണ് വാടകയ്ക്കെടുത്തത്. ഫിലിപ്പിനെ അയാളുടെ കുട്ടികളുടെ കൂടെ കളിക്കാൻ വിടുമോ എന്നറിയാൻ അയാൾ വന്നു. പക്ഷേ ശ്രീമതി കാരി പറ്റില്ലെന്ന് പറഞ്ഞയച്ചു. ലണ്ടനിൽനിന്നും വന്ന കുട്ടികളോട് കൂടി ഫിലിപ്പ് ചീത്തയാകുമെന്ന് അവൾ ഭയപ്പെട്ടു. അവൻ ഒരു പുരോഹിത നാകാൻ തയാറെടുക്കുമ്പോൾ ഇത്തരം ചീത്തക്കൂട്ടുകെട്ടിൽ നിന്നൊക്കെ അവനെ അകറ്റിനിറുത്തണമെന്ന് അവൾ കണക്കുകൂട്ടി. അവനിൽ ഒരു ഉണ്ണി സാമുവലിനെ ദർശിക്കാൻ അവൾ ഇഷ്ടപ്പെട്ടു.

പത്ത്

കാരി ദമ്പതികൾ ഫിലിപ്പിനെ ടെർകാൻബറിയിലെ കിങ്സ് സ്കൂളിൽ അയയ്ക്കാൻ തീരുമാനിച്ചു. അടുത്തുള്ള പുരോഹിതർ അവ രുടെ മക്കളെ അവിടെയാണ് അയച്ചത്. പാരമ്പര്യമായി ഇത് ഭദ്രാസന പ്പള്ളിയുമായി ബന്ധപ്പെട്ടിരിക്കുകയാണ്. ഇതിന്റെ പ്രധാനാധ്യാപകൻ ഒരു വേദപ്രമാണ വിദഗ്ധനായിരുന്നു. മുൻ പ്രധാനാധ്യാപകന്റെ ഒരു പ്രധാന സഭാശുശ്രൂഷകനായിരുന്നു. തിരുകൽപ്പനകൾ അനുസരിക്കാൻ ആൺകുട്ടികളെ പ്രോൽസാഹിപ്പിച്ചിരുന്നു. ഒരു സത്യസന്ധനായ ആൺകുട്ടിയെ ദൈവശുശ്രൂഷയിൽ തൽപ്പരനാക്കുന്ന തരത്തിലായി രുന്നു വിദ്യാഭ്യാസം. ഇതിനോടനുബന്ധിച്ച് ഒരു പ്രാംരംഭിക സ്കൂളും പ്രവർത്തിച്ചിരുന്നു. അവിടേക്കാണ് ഫിലിപ്പിനെ അയക്കാൻ തീരുമാനി ച്ചത്. സപ്തംബറിന്റെ അവസാനത്തിലെ ഒരു വ്യാഴാഴ്ച ഉച്ചയ്ക്കുശേഷം ശ്രീ കാരി ഫിലിപ്പിനെ അവിടേക്ക് കൂട്ടിക്കൊണ്ടുപോയി. ദിവസം മുഴു വനും ഫിലിപ്പ് ആശ്ചര്യപ്പെടുകയും ഭയപ്പെടുകയും ചെയ്തു. അവന് സ്കൂൾ ജീവിതത്തെപ്പറ്റി ഒന്നുമറിയില്ലായിരുന്നു. പക്ഷേ, ചില കഥക ളിൽ അവൻ വായിച്ച അറിവ് അവനുണ്ടായിരുന്നു.

ടെർകാൻബറിയിൽ തീവണ്ടിയിറങ്ങിയപ്പോൾ ഉൽക്കണ്ഠയാൽ ഫിലിപ്പിന് അസ്വസ്ഥത തോന്നി. സ്കൂളിന് മുന്നിലെ ഉയർന്ന ഇഷ്ടിക മതിൽ അവന് ജയിലിന്റെ തോന്നൽ ഉളവാക്കി. അതിന് ഒരു ചെറിയ വാതിൽ ഉണ്ടായിരുന്നു. അതിൽനിന്നും വൃത്തികുറഞ്ഞ ഒരു വ്യക്തി വന്ന് ഫിലിപ്പിന്റെ തകരപ്പെട്ടിയും കളിപ്പെട്ടിയും വാങ്ങി മുന്നിൽ നട ന്നു. അവർ സ്വീകരണമുറിയിലെത്തി. അവിടെ വൃത്തികെട്ട മരസാധന ങ്ങൾ കൂടുതലായി ഉണ്ടായിരുന്നു. അവർ പ്രധാനാധ്യാപകനെയും കാത്തിരുന്നു.

"ശ്രീ വാട്സൺ ആരെപ്പോലെയുണ്ട്" ഫിലിപ്പ് ചോദിച്ചു

"നിനക്ക് നേരിട്ട് കാണാം."

വാതിൽ തുറന്ന് ശ്രീ വാട്സൺ മുറിയിലേക്ക് പ്രവേശിച്ചു. അയാൾ ആജാനബാഹുവായി ഫിലിപ്പിന് തോന്നി. അയാൾക്ക് ആറടിയിലധികം ഉയരമുണ്ടായിരുന്നു. അയാൾ ഉച്ചത്തിൽ സംസാരിച്ചിരുന്നു. അയാളുടെ

ആഹ്ലാദകരമായ രീതി ഫിലിപ്പിൽ ഭയം ജനിപ്പിച്ചു. അയാൾ ശ്രീ കാരിക്ക് ഹസ്തദാനം നടത്തുകയും ഫിലിപ്പിന്റെ കൊച്ചു കൈ പിടിക്കുകയും ചെയ്തു.

"കൊച്ചുകുട്ടീ, നിനക്ക് സ്കൂളിൽ വരുന്നത് ഇഷ്ടമാണോ?" അയാൾ ചോദിച്ചു. ഫിലിപ്പ് ചുവക്കുകയും മറുപടിപറയാൻ വാക്ക് കിട്ടാതുഴലുകയും ചെയ്തു.

"നിനക്ക് എത്ര വയസായി."

"ഒൻപത്"ഫിലിപ്പ് പറഞ്ഞു.

"സർ, നിങ്ങൾ പറയൂ," അവന്റെ അമ്മാവൻ പറഞ്ഞു

"നിനക്ക് ധാരാളം കാര്യങ്ങൾ പഠിക്കാനുണ്ട്. " ശ്രീ വാട്സൺ പറഞ്ഞു. കുട്ടിക്ക് ആത്മവിശ്വാസം നൽകാനായി പരുക്കൻ കൈവിരലുകൾ കൊണ്ട് അയാൾ അവനെ ഇക്കിളിയാക്കി. ഫിലിപ്പിന് അസ്വസ്ഥതയുളവായി. "ഞാനവനെ തൽക്കാലം ഒരു ഡോർമെറ്ററിയിൽ കിടത്താം. നിനക്കത് ഇഷ്ടമാണ്... അല്ലേ? അതിലാകെ എട്ടുപേരെയുള്ളൂ. നിനക്കത് ഇഷ്ടമാകും."

പിന്നീട് വാതിൽതുറന്ന് ശ്രീമതി വാട്സൺ പ്രവേശിച്ചു. കറുത്ത മുടിയുള്ള കറുത്ത സ്ത്രീയായിരുന്നു അവൾ. അവളുടെ രൂപത്തിൽ ഒരു ശാന്തത പ്രകടമായിരുന്നു. അവൾ കൂടുതൽ സംസാരിക്കുകയോ ചിരിക്കുകയോ ചെയ്തില്ല. അവളുടെ ഭർത്താവ് അവളെ ശ്രീ കാരിക്ക് പരിചയപ്പെടുത്തിക്കൊടുത്തു.

"ഹെലൻ ഇതൊരു പുതിയ കുട്ടിയാണ്. അവന്റെ പേര് കാരി എന്നാകുന്നു." അവൾ ഒരക്ഷരം മിണ്ടാതെ കുട്ടിയുടെ കൈ പിടിച്ച് കുലുക്കിയിട്ട് അവിടെ ഇരുന്നു. കാരിക്ക് എന്തൊക്കെ എത്രയൊക്കെ അറിയുമെന്ന് ശ്രീ വാട്സൺ ചോദിച്ചു.

"ഫിലിപ്പിനെ ഇപ്പോൾത്തന്നെ ഞാൻ ഇവിടെ വിടുന്നതാണ് നല്ലത്."

"അതാണ് നല്ലത്, ഇവിടെ അവൻ സുരക്ഷിതനായിരിക്കും" വാട്സൺ പറഞ്ഞു. ഫിലിപ്പിന്റെ മറുപടിക്ക് കാക്കാതെ അയാൾ പൊട്ടിച്ചിരിച്ചു. ശ്രീ കാരി ഫിലിപ്പിന്റെ നെറ്റിയിൽ ചുംബിച്ച് അവിടെ നിന്നും പോയി.

"കൊച്ചു പയ്യാ, എന്നോടൊപ്പം വരൂ, ഞാൻ നിനക്ക് ക്ലാസ് റൂം കാണിച്ചുതരാം." ശ്രീ വാട്സൺ പറഞ്ഞു.

അയാൾ സ്വീകരണമുറിയിൽനിന്നും വലിയ കാൽവെപ്പുകളുമായി പുറത്തേക്കിറങ്ങി. ഫിലിപ്പ് ധൃതിയിൽ അയാളുടെ പിന്നാലെ മുടന്തി. അവനെ ഒരു നീണ്ട, ആളൊഴിഞ്ഞ, നീളമുള്ള മേശകളുള്ള ഒരു മുറിയിലേക്ക് അയാൾ കൂട്ടിക്കൊണ്ടുപോയി. അവിടെയൊന്നും ആരും ഉണ്ടായിരുന്നില്ല. "നിനക്ക് ഞാൻ കളിസ്ഥലം കാണിച്ചുതരാം" വാട്സൺ അവനെ മുന്നോട്ട് നയിച്ചു. മൂന്നു വശത്തും ഉയർന്ന ഇഷ്ടികച്ചുമരുകളുള്ള ഒരു വലിയ കളിസ്ഥലം അവൻ കണ്ടു. ഒരു വശത്തുള്ള ഇരുമ്പു കമ്പികൾക്കിടയിലൂടെ വിശാലമായ പുൽമേട് കാണാമായിരുന്നു. ഒരു കൊച്ചുകുട്ടി കളിസ്ഥലത്ത് കൂടെ ചരൽക്കല്ലും തട്ടിക്കൊണ്ട് അലസമായി നടക്കുന്നുണ്ടായിരുന്നു.

"ഹലോ, വെന്നിങ്, നീ എപ്പഴാണ് പ്രത്യക്ഷപ്പെടുക" ശ്രീ വാട്സൺ ചോദിച്ചു. ആ കൊച്ചുകുട്ടി മുന്നോട്ട് വന്ന് ഫിലിപ്പിന് കൈകൊടുത്തു.

"ഇത് ഒരു പുതിയ കുട്ടിയാണ്. അവൻ നിന്നെക്കാൾ മുതിർന്നതും വലുതുമാണ്. നീ അവനെ പരിഹസിക്കേണ്ട."

ഹെഡ്മാസ്റ്റർ രണ്ടുപേരെയും തുറിച്ചുനോക്കിയിട്ട് അവിടുന്ന് പോയി.

"എന്താ നിന്റെ പേര്?"

"കാരി"

"അച്ഛനെന്താണ് ജോലി."

"അച്ഛൻ മരിച്ചുപോയി."

"ഓ! നിന്റെ അമ്മ വസ്ത്രമലക്കാറില്ലേ?"

"എന്റെ അമ്മയും മരിച്ചുപോയി."

തന്റെ മറുപടി അവനിൽ അകൽച്ചയുണ്ടാക്കുമെന്നാണ് ഫിലിപ്പ് കരുതിയത്. പക്ഷേ വെന്നിങ്ങിൽ അത് യാതൊരു ഭാവമാറ്റവും ഉണ്ടാക്കിയില്ല.

"ശരി, അവൾ അലക്കാറുണ്ടായിരുന്നോ?"അവൻ തുടർന്നു.

"അതെ" ഫിലിപ്പ് മറുപടി പറഞ്ഞു.

"അപ്പോൾ അവളൊരു അലക്കുകാരിയായിരിക്കാം."

"അല്ല."

"അപ്പോൾ അവൾ അലക്കിയിട്ടുണ്ടാവില്ല."

തന്റെ വാദത്തിൽ വിജയിച്ചതിൽ അവൻ സന്തോഷം പ്രകടിപ്പിച്ചു. പിന്നീടാണ് അവൻ ഫിലിപ്പിന്റെ വാദങ്ങൾ ശ്രദ്ധിച്ചത്.

"എന്താ നിന്റെ കാലിന്" ഫിലിപ്പ് തന്റെ പാദങ്ങൾ മറയ്ക്കാൻ നോക്കി.

"എന്റെ ഒരു കാലിന് മുടന്തുണ്ട്." അവൻ മറുപടി പറഞ്ഞു.

"ഇതെങ്ങനെയാണ് നിനക്ക് കിട്ടിയത്."

"അത് ജന്മനാ ഉള്ളതാണ്."

"കാണട്ടെ."

"വേണ്ട."

അതും പറഞ്ഞ് ആ പയ്യൻ ഫിലിപ്പിന്റെ കണങ്കാലിന് ആഞ്ഞ് ചവിട്ടി. ഫിലിപ്പ് പ്രതീക്ഷിക്കാത്തതിനാൽ തടയാൻ പറ്റിയില്ല. വേദനകൊണ്ട് അവൻ കിതച്ചുപോയി. വെന്നിങ് എന്തിനാണത് ചെയ്തതെന്ന് അവന് മനസിലായില്ല. അവന് തിരിച്ചൊന്നും ചെയ്യാനുള്ള മനസ്സാന്നിധ്യമുണ്ടായില്ല. കൂടാതെ വെന്നിങ് അവനെക്കാൾ ചെറുപ്പമാണ്. അവൻ വായിച്ച പുസ്തകത്തിലൊന്നിൽ അവനെക്കാൾ ചെറിയവരെ തിരിച്ചുചെയ്യുന്നത് തെറ്റാണെന്ന് അവൻ പഠിച്ചിരുന്നു. കുറച്ചുകഴിഞ്ഞപ്പോൾ മറ്റൊരു കുട്ടി കൂടെ വന്നു. അവർ രണ്ടുപേരും അവനെപ്പറ്റിയാണ് പറയുന്നതെന്നു ഫിലിപ്പിന് മനസിലായി. അവർ അവന്റെ കാലിന്മേലാണ് നോക്കുന്നതെന്ന് അവന് മനസിലായി. അവൻ ആകെ ചൂടാവുകയും അസ്വസ്ഥനാവുകയും ചെയ്തു.

അൽപ്പസമയത്തിനകം ഒരു ഡസനോളം കുട്ടികൾ അവിടേക്ക് വന്നു. അവർ ഒഴിവുദിനത്തിലെ അവരുടെ കളികളെപ്പറ്റി തമ്മിൽ സംസാരിക്കുകയായിരുന്നു. വേറെയും ചില പുതിയ കുട്ടികൾ വന്നപ്പോൾ ഫിലിപ്പിന് അവരോട് സംസാരിച്ചാൽ കൊള്ളാമെന്നായി. അവൻ ലജ്ജിതനും ഉൽക്കണ്ഠാകുലനുമായിരുന്നു. അവൻ സ്വയം സന്തോഷവാനാകാൻ ശ്രമിച്ചെങ്കിലും അവന് ഒന്നും പറയുവാനുണ്ടായിരുന്നില്ല. അവനോട് ഒരുപാട് കാര്യങ്ങൾ മറ്റുള്ളവർ ചോദിച്ചു. അവയ്ക്കെല്ലാം അവൻ മറുപടിയും പറഞ്ഞു. അവന് ക്രിക്കറ്റ് കളിക്കാൻ കഴിയുമോ എന്ന് ഒരു കുട്ടി ചോദിച്ചു.

"ഇല്ല, എനിക്ക് ഒരു കാലിന് മുടന്തുണ്ട്." അവൻ മറുപടി പറഞ്ഞു.

പതിനൊന്ന്

അടുത്ത പ്രഭാതത്തിൽ ഒരു ബെല്ലിന്റെ ശബ്ദം കേട്ട് ഫിലിപ്പ് ഉറക്കമുണർന്നു. അവൻ അത്ഭുതത്തോടെ ചുറ്റും നോക്കി. അവൻ എവിടെയാണെന്ന് അവന് ഓർമ വന്നു. അവരുടെ ചെറിയ ഉറക്കറകളെ പൈൻ കമ്പുകൾ കൊണ്ട് വേർതിരിച്ച് അതിന്മേൽ കർട്ടനിട്ടിട്ടുണ്ടായിരുന്നു.

ഫിലിപ്പ് എഴുന്നേറ്റ് പ്രാർഥനയ്ക്കായി മുട്ടുകുത്തി. അത് തണുപ്പുള്ള ഒരു പ്രഭാതമായിരുന്നു. അവന് വിറയൽ തോന്നി. വസ്ത്രം മാറ്റി പ്രാർഥനനടത്തുന്നതിലും ദൈവത്തിനിഷ്ടം ഉറക്കമുണർന്നപടി പ്രാർഥിക്കുന്നതാണെന്ന് അമ്മാവൻ അവനെ പഠിപ്പിച്ചിരുന്നു. തന്റെ ആരാധകരുടെ അസൗകര്യങ്ങളെ ഉൾക്കൊള്ളുന്ന ഒരു ദൈവത്തിന്റെ സൃഷ്ടിയാണെന്ന് അവൻ തിരിച്ചറിഞ്ഞിരുന്നു. അതിനുശേഷം അവൻ ദേഹം കഴുകി. അവിടത്തെ അമ്പതോളം അന്തേവാസികൾക്കായി രണ്ട് കുളിമുറികളായിരുന്നു അവിടെയുണ്ടായിരുന്നത്. ഓരോ കുട്ടിക്കും ആഴ്ചയിൽ ഒരുതവണയായിരുന്നു കുളി. അതിന് ശേഷം അവൻ തെല്ലുമാറി ശരീരം വൃത്തിയാക്കി. വസ്ത്രംമാറുന്നതിനിടയിൽ കുട്ടികൾ സംസാരിച്ചുകൊണ്ടിരുന്നു. ഫിലിപ്പ് എല്ലാം കേൾക്കുകയായിരുന്നു. മറ്റൊരു ബെല്ലടിച്ചപ്പോൾ അവൻ താഴത്തേക്ക് ഓടി. അവർ സ്കൂൾ മുറിയിലെ മേശയുടെ ഇരുപുറങ്ങളിലുമായി ഇരുന്നു. അവിടേക്ക് ശ്രീ വാട്സണും ഭാര്യയും വേലക്കാരും വന്നിരുന്നു. വാട്സൺ ഉച്ചത്തിൽ പ്രാർഥന ചൊല്ലി. ഫിലിപ്പ് ഉൽക്കണ്ഠയോടെ ശ്രദ്ധിച്ചു. ശ്രീ വാട്സൺ ബൈബിളിൽനിന്നും ഒരധ്യായം വായിച്ചു. ഒരു നിമിഷത്തിന് ശേഷം വൃത്തിയില്ലാത്ത ഒരു യുവാവ് രണ്ട് വലിയ പാത്രത്തിൽ ചായയും ആവശ്യത്തിന് റൊട്ടിയും വെണ്ണയും കൊണ്ടുവന്നു.

ഫിലിപ്പിന് മടുപ്പുളവാക്കുന്ന ഒരു രുചിയാണ് തോന്നിയത്. റൊട്ടിമേൽ പുരട്ടിയ വെണ്ണയെ അവന്റെ വയറ് സ്വീകരിച്ചില്ല. മറ്റു കുട്ടികൾ അവ നീക്കം ചെയ്ത് അവർ കൊണ്ടുവന്നത് പുരട്ടുന്നത് കണ്ടു. ചിലർ അവരുടെ പെട്ടിയിൽനിന്നും മുട്ടയും മറ്റും എടുത്ത് കഴിച്ചു. വാട്സൺ

ചോദിച്ചപ്പോൾ ശ്രീ കാരി പറഞ്ഞത് ഇത്തരം പ്രവൃത്തികളാൽ കുട്ടികളെ ചീത്തയാക്കരുതെന്നാണ്. അതിനാൽ വളരുന്ന കുട്ടികൾക്ക് റൊട്ടിയും വെണ്ണയും നൽകണമെന്ന് വാട്സണും ശഠിച്ചു.

ലൂയിസ അമ്മായിക്ക് കത്തെഴുതുമ്പോൾ മറ്റുവല്ലതും കരുതാൻ പറയാൻ അവൻ തീരുമാനിച്ചു. ഭക്ഷണത്തിന് ശേഷം കുട്ടികൾ മൈതാനത്ത് ചുറ്റിത്തിരിഞ്ഞു. വീട്ടിൽ നിന്നും വരുന്ന കുട്ടികൾ വന്നയണയാൻ തുടങ്ങി. ബെല്ലടിച്ചപ്പോൾ അവരെല്ലാം ക്ലാസിൽവന്നു. രണ്ടാം ക്ലാസിനെയും മൂന്നാം ക്ലാസിനെയും മറ്റ് രണ്ട്പേർ നിയന്ത്രിച്ചപ്പോൾ ശ്രീ വാട്സൺ ഒന്നാം ക്ലാസിനെ പഠിപ്പിച്ചു. ഫിലിപ്പിനെ പ്രാരംഭ ക്ലാസിലാണ് അയച്ചത്. ചുവന്ന മുഖവും ആകർഷകമായ ശബ്ദവുമുള്ള റൈസ് എന്നുപേരായ ആളായിരുന്നു അധ്യാപകൻ. അയാൾ കുട്ടികളുമായി സന്തോഷത്തിൽ സഹവർത്തിച്ചതിനാൽ സമയം പെട്ടെന്ന് കടന്നുപോയി. പതിനൊന്നരയായപ്പോൾ പത്തുമിനുട്ട് വിശ്രമത്തിന് വിട്ടു.

സ്കൂൾ മൊത്തം കളിസ്ഥലത്തേക്ക് കുതിച്ചു. പുതിയ വിദ്യാർഥികൾ നടുവിലായിട്ടായിരുന്നു പുറത്തേക്കിറങ്ങിയത്. മറ്റുള്ളവർ മതിലിനടുത്തുകൂടെ നടന്നു. അവർ മധ്യത്തിൽ പന്നികളിച്ചു. ഫിലിപ്പ് അവനെ പിടിക്കാതിരിക്കാനായി മുടന്തോടുകൂടെ വേഗത്തിൽ ഓടി. ഇതു കണ്ട് മറ്റൊരു വിദ്യാർഥി ഫിലിപ്പിന്റെ മുടന്ത് അനുകരിച്ച് ഓടിക്കാണിച്ചു. ഇത് കണ്ട് മറ്റു വിദ്യാർഥികളെല്ലാം ചിരിച്ചു. ഈ സന്തോഷത്തിനിടയിൽ കളി മറന്നുപോയി. ഫിലിപ്പിന് വല്ലാത്ത അനിഷ്ടം തോന്നി. എന്തുകൊണ്ടാണ് മറ്റുള്ളവർ ചിരിക്കുന്നതെന്ന് അവന് മനസിലായില്ല. അവന്റെ ഹൃദയമിടിപ്പ് വർധിച്ചു. ജീവിതത്തിൽ ഇതുവരെ ഇല്ലാത്തത്ര ഭയം അവന് തോന്നി. അവന് ചുറ്റും കുട്ടികൾ ഓടിക്കളിക്കുമ്പോൾ അവൻ വിഷണ്ണനായി നിലകൊണ്ടു. കരയാതിരിക്കാൻ അവൻ ശ്രമിക്കുകയായിരുന്നു.

പെട്ടെന്ന് ബെല്ലടിക്കുകയും അവരെല്ലാം ക്ലാസിലേക്ക് പോവുകയും ചെയ്തു. ഫിലിപ്പിന്റെ കാൽമുട്ട് പൊട്ടി ചോരവരുന്നുണ്ടായിരുന്നു. അവന്റെ ദേഹത്ത് പൊടി പറ്റിയിരുന്നു. റൈസിന് ഈ കാഴ്ച അത്ര രസകരമായി തോന്നിയില്ല. ക്ലാസിൽ അവൻ കാല് ബഞ്ചിനടിയിൽ ഒളിപ്പിക്കാൻ ശ്രമിച്ചു. ഉച്ചയ്ക്കുശേഷം അവർ ഫുട്ബോൾ കളിക്കാൻ ഇറങ്ങി. പക്ഷേ, ശ്രീ വാട്സൺ ഫിലിപ്പിനെ തടഞ്ഞുനിർത്തി പറഞ്ഞു.

“നിനക്ക് ഫുട്ബോൾ കളിക്കാൻ പറ്റുമെന്ന് തോന്നുന്നില്ല.”

“ഇല്ല.”

“എങ്കിൽ നീ പാടത്തേക്ക് പോയിട്ട് കഴിയുന്നത്ര നടന്നിട്ട് വന്നോളൂ.”

റൈസ് അവനെ കളിക്കാൻ വിളിച്ചു. മറ്റുകുട്ടികൾ അവന്റെ മുടന്തിന്റെ കാര്യം അയാളോട് പറഞ്ഞു. റൈസിന് വിഷമം തോന്നി. അവൻ മറ്റുകുട്ടികളെ കളിക്കാനയച്ചു. റൈസ് അവന് വഴി കാണിക്കാനായി അവനെ ഒപ്പം കൂട്ടി.

സാറിന്റെ പരിഗണന മനസിലായ അവന് തേങ്ങൽ വന്നു. അവൻ വേഗത്തിൽ നടക്കാൻ കഴിയാത്തതിനാൽ അയാൾ വേഗത കുറച്ചു. അയാളുടെ പെരുമാറ്റത്തിൽ അവന്റെ വിഷമങ്ങൾ തെല്ല് ശമിച്ചു.

രാത്രിയിൽ സിംഗർ എന്ന് പേരായ കുട്ടി മേസൺ എന്ന് പേരായ മറ്റൊരു കുട്ടിയുമായി ചേർന്ന് ബലം പ്രയോഗിച്ച് അവന്റെ കാലിലെ മുടന്ത് പരിശോധിച്ചത് അവന് വളരെയേറെ അസ്വസ്ഥതയും വേദനയും മനോവിഷമവും ഉളവാക്കി. ഉറക്കത്തിൽ എമ്മ അവനെ എടുത്ത് അമ്മയുടെ അടുത്ത് കിടത്തിയ നിമിഷം അവൻ സ്വപ്നം കാണുകയും ഇതെല്ലാം ഒരു സ്വപ്നമായി കരുതുകയും ചെയ്തു. അവിടത്തെ അവന്റെ ദിനങ്ങൾ അവന് അചിന്തനീയമായി തോന്നി. പ്രഭാതത്തിൽ എഴുന്നേറ്റപ്പോൾ പച്ചനിറത്തിലുള്ള കർട്ടനാണ് അവൻ കണ്ടത്.

പന്ത്രണ്ട്

ഫിലിപ്പിന്റെ വൈകല്യത്തെ ആരും ശ്രദ്ധിക്കാതായി. അവൻ ഓടാതിരിക്കാൻ ശ്രദ്ധിച്ചു. ഒരു പ്രത്യേകതരം നടത്തവും അവൻ പരിശീലിച്ചു. അവന്റെ മുടന്ത് മറ്റുള്ളവർ കാണാതിരിക്കാൻ അവൻ പരിശ്രമിച്ചു. മറ്റുകുട്ടികൾ കളിക്കുന്ന കളികളിലൊന്നും അവൻ പങ്കെടുക്കാറില്ല. അവരുടെ കളികൾ അവൻ നോക്കിനിന്നു. അവരുമായി അവൻ അകലം കാത്തുസൂക്ഷിച്ചു. സംസാരപ്രിയനായിരുന്നുവെങ്കിലും ഇപ്പോൾ അവൻ നിശ്ശബ്ദത പാലിച്ചു. അവനും മറ്റുള്ളവരുമായി വ്യത്യാസം ഉള്ളതായി ചിന്തിച്ചു.

അവിടത്തെ വലിയകുട്ടിയായ സിംഗർ അവനോട് അനിഷ്ടം കാണിച്ചു. അവന്റെ ദുഷ്ചെയ്തികൾ പലതും സഹിക്കേണ്ടിവന്നു. ഈ പഠനകാലത്തിന്റെ ഇടയ്ക്ക് വെച്ച് നിബ് കളി എന്ന ഒരു കളിയിൽ അവർ പ്രത്യേക താൽപ്പര്യം ഉള്ളവരായി മാറി. നിബ്ബുകൾ വെച്ച് ചൊട്ടിയിട്ട് മുന്നിൽ എത്തുകയും ഒരുമിച്ച് വെച്ച് വിരലറ്റംകൊണ്ട് വീഴാതെ എടുക്കുകയും ചെയ്യുന്ന ഒരു കളിയായിരുന്നു അത്. അങ്ങനെ എടുക്കുന്ന ആൾക്ക് അപരന്റെ നിബ്ബുകൂടെ കിട്ടുമായിരുന്നു. കുട്ടികളുടെ ഇടയിൽ ഇതിന് വളരെ പ്രചാരം ലഭിക്കുകയും ഫിലിപ്പ് ഇതിലൊരു വിദഗ്ധനാവുകയും ചെയ്തു. ശ്രീ വാട്സൺ ഇതിനെപ്പറ്റി അറിഞ്ഞപ്പോൾ അത് ഒരുതരം ചൂതാട്ടമെന്ന നിലയ്ക്ക് നിരോധിച്ചു. കൂടാതെ കുട്ടികളുടെ കൈവശമുള്ള നിബ്ബുകളെല്ലാം കണ്ടുകെട്ടുകയും ചെയ്തു. ഫിലിപ്പ് വിഷമത്തോടെ എല്ലാം തിരിച്ചുനൽകി. അവന് കളിക്കാൻ അതിയായ മോഹം തോന്നി. വിലകൊടുത്ത് കുറച്ച് നിബ്ബുകൾ വാങ്ങി കീശയിൽ സൂക്ഷിച്ചിരുന്നു. സിംഗറും ഏതാണ്ട് ഇതേ അവസ്ഥയിലായിരുന്നു. അവൻ ഒരു വലിയ നിബ്ബ് വാങ്ങി കീശയിലിട്ടു. ആരും കാണാതെ ഫിലിപ്പിനെയും കൂട്ടി കളിക്കാനിരുന്നു അത്. ആദ്യം ഫിലിപ്പിന് രണ്ട് നിബ്ബ് നഷ്ടപ്പെട്ടെങ്കിലും പിന്നീട് സിംഗറിന്റെ വലിയ നിബ്ബ് അവൻ നേടി. ആ സമയത്താണ് ശ്രീ വാട്സൺ അവിടെ എത്തിയത്.

“നിങ്ങൾ എന്താണ് ചെയ്യുന്നത്” അയാൾ ചോദിച്ചു. “ഈ കളി ഞാൻ ഇവിടെ നിരോധിച്ചിരിക്കുന്ന കാര്യം നിങ്ങൾക്ക് അറിയില്ലേ?”

ഫിലിപ്പിന്റെ ഹൃദയം ശക്തിയായി മിടിക്കാൻ തുടങ്ങി. എന്താണ്

സംഭവിക്കാൻ പോകുന്നതെന്നറിയാവുന്നതുകൊണ്ട് അവൻ വല്ലാതെ ഭയപ്പെട്ടു.

"രണ്ടുപേരും എന്റെ മുറിയിൽ വരൂ" വാട്സൺ ആജ്ഞാപിച്ചു. ഹെഡ്മാസ്റ്റർ മുമ്പിൽ നടന്നു. അവർ അയാളെ പിൻതുടർന്നു.

"കുനിഞ്ഞ് നിൽക്കൂ" അയാൾ കൽപ്പിച്ചു. ആദ്യം സിംഗറിന്റെ ഊഴമായിരുന്നു. സിംഗർ ഓരോ അടികൊള്ളുമ്പോഴും വിറക്കുന്നതും മൂന്നാമത്തെ അടിക്ക് ശേഷം കരയുന്നതും ഫിലിപ്പ് കണ്ടു. സിംഗർ നിവർന്നു നിന്നു.

"ഞാൻ നിന്നെ തല്ലുന്നില്ല, നീ ഒരു പുതിയ കുട്ടിയാണ്. കൂടാതെ മുടന്തുള്ളവരെ എനിക്ക് തല്ലാൻ കഴിയില്ല. രണ്ടുപേരും കടന്നുപോകൂ. വികൃതികളിക്കാതെ." ഹെഡ്മാസ്റ്റർ അവരെ പറഞ്ഞയച്ചു.

ഈ സംഭവം അറിയാനിടയായ കുറച്ചുപേർ മുറിക്ക് വെളിയിൽ കാത്തിരിക്കുന്നുണ്ടായിരുന്നു. അവർക്ക് സിംഗറുടെ മുഖത്ത് നിന്ന് കാര്യം പിടികിട്ടി. സിംഗർ ഫിലിപ്പിന് മുടന്ത് കാരണം തല്ലികിട്ടിയില്ല എന്നും പറഞ്ഞു. സിംഗർ ക്രോധത്തോടെ ഫിലിപ്പിനെ മുടന്തില്ലാത്ത കാലിൽ തട്ടിതള്ളിയിട്ടു. അവൻ നിലത്ത് വീണു.

"മുടന്തൻ" സിംഗർ പറഞ്ഞു

അതിനുശേഷവും സിംഗർ ഫിലിപ്പിനെ ക്രൂരമായി വേദനിപ്പിച്ചുകൊണ്ടിരുന്നു. സിംഗറിന് രണ്ടുവർഷം കഴിഞ്ഞാലേ അടുത്ത ഭാഗത്തേക്ക് കയറ്റം കിട്ടുകയുള്ളൂ. അതുവരെ ഇത് തുടരും.

പതിമൂന്ന്

രണ്ട് വർഷങ്ങൾ കടന്നുപോയി. ഫിലിപ്പിന് പന്ത്രണ്ട് വയസാകാറായി. അവൻ ഒന്നാം ക്ലാസിലായിരുന്നു. അവൻ ചിലവിഷയങ്ങളിൽ ഒന്നാം സ്ഥാനത്താണ്. ക്രിസ്തുമസിന് ശേഷം അവനായിരിക്കും ലീഡർ. അവനിപ്പോൾ അസന്തുഷ്ടനല്ല. മുടന്ത് കാരണം അവന്റെ വിജയങ്ങൾ ശ്രദ്ധിക്കപ്പെട്ടില്ല.

ഇപ്പോൾ വാട്സണെ അവന് അത്ര ഭയമില്ല. അയാളുടെ സ്പർശനം തലോടലാണ് എന്നവൻ തിരിച്ചറിഞ്ഞിരിക്കുന്നു. അവന് നല്ല ഓർമശക്തിയുള്ളതിനാൽ പരിശീലനക്ലാസിൽ നിന്നും ഉയർന്ന ക്ലാസിലേക്ക് പോകട്ടെ എന്ന് ശ്രീ വാട്സൺ തീരുമാനിച്ചു.

കൊച്ചുകുട്ടികൾ അവരുടെ ശരീരഭാഗങ്ങൾകൊണ്ട് കളിക്കുന്നത് അത് ശരീരമാണെന്ന് അറിയാതെയാണ്. മുതിർന്നവർക്കും അവനവനെപ്പറ്റി തിരിച്ചറിയാൻ അത്തരം അനുഭവം ആവശ്യമാണ്. എന്നാലും താൻ തികച്ചും വ്യത്യസ്തനായ ഒരു വ്യക്തിത്വത്തിനുടമയാണെന്ന് ചിലർ മനസിലാക്കാതെ പോകുന്നു. അത് തിരിച്ചറിയുന്നവർ സന്തുഷ്ടരാകുന്നു. അങ്ങനെയാണ് അവർക്ക് മറ്റുള്ളവരോടൊപ്പം കൂടാനും സാമൂഹ്യജീവിയാകാനും കഴിയുന്നത്.

വളർച്ചയോടൊപ്പം മുടന്തിനെപ്പറ്റിയുള്ള അധിക്ഷേപത്താൽ ഫിലിപ്പ് കുട്ടിത്തത്തിന്റെ നിഷ്കളങ്കതയിൽ നിന്നും ബോധത്തോടെയുള്ള വളർച്ച നേടി. അവൻ അവനെപ്പറ്റി ചിന്തിക്കാൻ തുടങ്ങി. വായനയിലൂടെയും ചുറ്റുപാടുകളിലൂടെയും അവൻ സ്വന്തം വ്യക്തിത്വം തിരിച്ചറിഞ്ഞു.

ലൂർദ് എന്നുപേരായ ഒരു കുട്ടിയുമായി ഫിലിപ്പ് സൗഹൃദം ഉണ്ടാക്കിയിരുന്നു. ഒരു ദിവസം സ്കൂളിൽവെച്ച് അവർ കളിച്ചുകൊണ്ടിരിക്കുമ്പോൾ ഫിലിപ്പിന്റെ വീട്ടികൊണ്ടുണ്ടാക്കിയ പെൻഹോൾഡർ കൊണ്ട് ലൂർദ് ചില തമാശകൾ കാണിച്ചുകൊണ്ടിരിക്കുകയായിരുന്നു

“നീ അതുകൊണ്ട് കളിക്കല്ലേ, നീ അത് പൊട്ടിക്കും” ഫിലിപ്പ് പറഞ്ഞു.

“ഇല്ല.”

പറഞ്ഞുതീരുന്നതിന് മുമ്പേ അത് രണ്ട് കഷണമായി. വിഷമത്തോടെ ലൂർദ് ഫിലിപ്പിനെ നോക്കി.

“എന്നോട് ക്ഷമിക്കണം” ലൂർദ് പറഞ്ഞു.

ഫിലിപ്പിന്റെ കവിൾത്തടങ്ങളിലൂടെ കണ്ണുനീർ ചാലിട്ടൊഴുകി. അവൻ ഒന്നും പറഞ്ഞില്ല.

“മരിക്കുന്നതിന് മുമ്പ് ഇത് മാത്രമാണ് അമ്മ എനിക്ക് നൽകിയത്. സാരമില്ല അത് നിന്റെ കുറ്റമല്ല.” ഫിലിപ്പ് പറഞ്ഞു.

ഫിലിപ്പ് രണ്ടുകഷണവും എടുത്ത് അതിലേക്ക് നോക്കി. അവൻ തേങ്ങലടക്കാൻ പരിശ്രമിച്ചു.

ബ്ലാക്സ്റ്റേബ്ളിലേക്കുള്ള ഒഴിവുകാല യാത്രയിൽ രണ്ട് പെൻസിന് വാങ്ങിയതാണ് ആ പെൻഹോൾഡറെങ്കിലും ഇത്തരമൊരു കളവ് താൻ എന്തിനാണ് പറഞ്ഞതെന്ന് അവന് മനസിലായില്ല. ഇവിടത്തെ മതപരമായ അന്തരീക്ഷം അവനെ വളരെ ലോലഹൃദയനാക്കിയിട്ടുണ്ട്. കളവ് പറഞ്ഞതിന്റെ മനസ്സാക്ഷിക്കുത്ത് അവന് അനുഭവപ്പെട്ടു. ലൂർദിനോട് പറഞ്ഞത് കളവാണെന്ന് അവനെ അറിയിച്ചാലോ എന്ന് പോലും ഫിലിപ്പ് ചിന്തിച്ചു. പക്ഷേ അതുണ്ടാക്കുന്ന അപമാനഭാരമോർത്ത് എല്ലാം ദൈവസമക്ഷം അവതരിപ്പിച്ചു.

പതിനാല്

ആ സ്കൂളിൽ മര്യാദയുടെ ഒരു അന്തരീക്ഷം സംജാതമായി. ചീത്തവാക്കുകളോ പ്രവൃത്തികളോ ഇല്ലാതെ മുതിർന്ന കുട്ടികൾ ചെറിയകുട്ടികളെ സഹായിക്കുന്ന ഒരു സ്ഥിതിവിശേഷം സംജാതമായി. ഫിലിപ്പ് പൂർണമായും ദൈവവിശ്വാസിയായി മാറി. ബൈബിൾ കൂട്ടായ്മയിൽ ചേരുന്നതിനുള്ള കാര്യങ്ങൾ മനസിലാക്കാനായി അവൻ ലണ്ടനിലേക്ക് എഴുത്തയച്ചു. അവർ അവന് അപേക്ഷാഫോറവും അയച്ചുകൊടുത്തു. കൂടാതെ അരവെള്ളിനാണയത്തിനുള്ള അഭ്യർഥനയും നടത്തി. അത് എഴുത്തുകുത്ത് ചെലവുകൾക്കായിരുന്നു. ഫിലിപ്പ് പേപ്പറു

കളും പണവും അയച്ചു. അവർ അവന് ഒരു കലണ്ടർ അയച്ചുകൊടുത്തു. അതിൽ അവൻ വായിക്കേണ്ട ബൈബിൾ സൂക്തങ്ങൾ ഉണ്ടായിരുന്നു. മറ്റൊരു കടലാസിൽ ഒരു ആട്ടിടയന്റെയും ആടിന്റെയും ചിത്രവും. മറ്റൊന്നിൽ വായിക്കുന്നതിന് മുമ്പ് അവൻ ഉരുവിടേണ്ട കൊച്ചു പ്രാർഥന ഭംഗിയായി ചില്ലിട്ട് വെച്ചിരുന്നു.

വൈകുന്നേരങ്ങൾ ക്ലാസ് വിട്ട് വന്ന് വസ്ത്രംമാറി അവന് ചെയ്യേണ്ട ജോലികൾക്കുള്ള സമയം അവൻ കണ്ടെത്തി. അവൻ ഉൽസാഹത്തോടെ വായിച്ചു. അവയിൽ ക്രൂരതയുടെയും വഞ്ചനയുടെയും നന്ദികേടിന്റെയും വിശ്വാസ വഞ്ചനയുടെയും കഥകളുണ്ടായിരുന്നു. അവയൊക്കെ സംശയലേശമന്യേ അവൻ ഉൾക്കൊണ്ടു. ബൈബിൾ കൂട്ടായ്മയുടെ ഉദ്ദേശ്യം പഴയനിയമത്തെ പുതിയ പുസ്തകത്താൽ ഭേദം വരുത്തുക എന്നതായിരുന്നു.

നീ വിശ്വസിക്കുകയും സംശയിക്കാതിരിക്കുകയും ചെയ്താൽ കാറ്റ് ഫിഗ് മരത്തോട് ചെയ്തത് മാത്രമല്ല പർവതത്തോട് ചെയ്തതു പോലും നിനക്ക് ചെയ്യാം. അവ ചലിപ്പിക്കപ്പെടുകയും സമുദ്രത്തിലെറിയപ്പെടുകയും ചെയ്യപ്പെടും

ഇതെല്ലാം മാത്രമല്ല നീ ആവശ്യപ്പെടുന്നതെന്തും വിശ്വാസിക്ക് പ്രാർഥനയാൽ ലഭിക്കും.

ബൈബിൾ വചനത്തെപ്പറ്റി അവൻ എല്ലായ്പ്പോഴും ചിന്തിച്ചു. ബൈബിളിൽ എഴുതിയ കാര്യങ്ങളെപ്പറ്റിയെല്ലാം അവൻ മനസിലാക്കിയെങ്കിലും അവയ്ക്കൊക്കെ നിഗൂഢമായ മറ്റൊരു അർഥതലം കൂടെയുണ്ടെന്ന് അവൻ മനസിലാക്കി. സ്കൂളിൽ അവന് അതിനെപ്പറ്റി ചോദിക്കാൻ താൽപ്പര്യമുള്ള ആരുമുണ്ടായിരുന്നില്ല. അതിനാൽ അവന്റെ ചോദ്യങ്ങളെല്ലാം സ്വകാര്യമായി മനസിൽ സൂക്ഷിച്ചു. അവന് ക്രിസ്തുമസ് ഒഴിവുകാലത്ത് സംശയം ദൂരീകരിക്കാനവസരം ലഭിച്ചു. അത്താഴവും പ്രാർഥനയും അവസാനിച്ച ഒരു രാത്രിയിൽ ശ്രീമതി കാരി മുട്ടകൾ എണ്ണിത്തിട്ടപ്പെടുത്തി അതിന്മേൽ തീയതി എഴുതുകയായിരുന്നു. ഫിലിപ്പ് മേശമേൽ നിൽക്കുന്നതായി നടിച്ചുകൊണ്ട് ബൈബിളിന്റെ പേജുകൾ അലക്ഷ്യമായി മറിച്ചു.

"വില്യം അമ്മാവാ, ബൈബിളിലെ ഈ ഖണ്ഡിക യഥാർഥത്തിൽ അതാണോ അർഥമാക്കുന്നത്." ഒരു ഭാഗത്ത് വിരൽ തൊട്ടുകൊണ്ട് അവൻ ചോദിച്ചു. ശ്രീ കാരി കണ്ണടയുടെ മുകളിലൂടെ നോക്കി. അയാൾ ബ്ലാക്സ്റ്റേബിൾ ടൈംസ് വായിക്കുകയായിരുന്നു. പത്രം കിട്ടിയാൽ പത്ത്മിനുട്ട് തിരിച്ചും മറിച്ചും നോക്കുക അയാളുടെ പതിവാണ്. അതിന് ശേഷമാണ് ഗൗരവപൂർണമായ വായന..

"ഏത് ഖണ്ഡികയാണത്" അയാൾ ചോദിച്ചു

"നിനക്ക് വിശ്വാസമുണ്ടെങ്കിൽ നിനക്ക് മലയേയും ചലിപ്പിക്കാമെന്നത്."

"ബൈബിളിൽ അങ്ങനെ പറഞ്ഞിട്ടുണ്ടെങ്കിൽ അത് അങ്ങനെയാണ് വില്യം."

ഫിലിപ്പ് ഒരു ഉത്തരത്തിനായി അമ്മാവനെ നോക്കി.

"ഇത് ഒരു വിശ്വാസത്തിന്റെ കാര്യമാണ്."

"ഇത് ശരിക്കും വിശ്വാസമുണ്ടെങ്കിൽ മലയേയും നീക്കാമെന്നുതന്നെയാണോ അർഥമാക്കുന്നത്."

"അതെ, ദൈവാനുഗ്രഹത്താൽ അങ്ങനെതന്നെ." വികാരി പറഞ്ഞു.

"ഫിലിപ്പ് അമ്മാവനോട് ശുഭരാത്രി പറയൂ, നിനക്ക് ഈ രാത്രിയിൽ മലയൊന്നും ചലിപ്പിക്കാനില്ലല്ലോ? ഉണ്ടോ?"

അമ്മാവനെ അവന്റെ നെറ്റിയിൽ ചുംബിക്കാൻ അനുവദിക്കുകയും, അമ്മാവിയോടൊപ്പം മുകളിലേക്ക് പോവുകയും ചെയ്തു. അവന് ആവശ്യമായ വിവരം ലഭിച്ചിരുന്നു.

അവന്റെ കൊച്ചുമുറി തണുപ്പുള്ളതായിരുന്നു. അസൗകര്യങ്ങൾക്കിടയിൽനിന്നും അവൻ നടത്തുന്ന പ്രാർഥനകൾ ദൈവത്തിന് ഏറെ ഇഷ്ടമാണെന്ന് അവൻ കരുതി. അവന്റെ കൈകളുടെ തണുപ്പ് ദൈവത്തിനുള്ള അർച്ചനയായിരുന്നു. അന്ന് രാത്രി കൈകളിൽ മുഖംപൂഴ്ത്തി, മുട്ടുകുത്തിനിന്ന് സ്കൂൾ തുറക്കുന്ന അന്നേക്ക് അവന്റെ കാലിലെ മുടന്ത് മാറ്റിത്തരുവാൻ അവൻ ദൈവത്തോട് പ്രാർഥിച്ചു. ദൈവത്തിന് മലയെ നീക്കാമെങ്കിൽ ദൈവം ആഗ്രഹിച്ചാൽ അവന്റെ കാലിലെ മുടന്തും മാറ്റാമെന്ന് അവൻ വിശ്വസിച്ചു. അവൻ അത് വൈകുന്നേരങ്ങളിലും രാത്രി ഉറങ്ങാൻ കിടക്കുന്നതിന് മുമ്പും പ്രാർഥിച്ചു. പർവതത്തെ ചലിപ്പിക്കാൻ വിശ്വാസത്തിന് കഴിയുമെങ്കിൽ ഇത് എത്രയോ നിസ്സാരം. കൂടാതെ അവന്റെ വിശ്വാസവും അചഞ്ചലം. അവൻ ഈ അത്ഭുതസാക്ഷ്യത്തിനായി ഒരു ദിവസവും നിർണയിച്ചു. "എന്റെ ദൈവമേ, അങ്ങയുടെ അനുഗ്രഹത്താൽ ഞാൻ സ്കൂളിൽ തിരിച്ചുപോകുന്നതിന്റെ തലേന്നാൾ രാത്രിയിൽ എന്റെ കാല് ഭേദമാക്കണേ" അവൻ അകംനൊന്ത് പ്രാർഥിച്ചു.

അത് ഒരു സൂത്രവാക്യമായി ഫിലിപ്പ് ചൊല്ലിക്കൊണ്ടിരുന്നു. വൈകുന്നേരങ്ങളിലും രാത്രിയിലും അത് ആവർത്തിച്ചു. അതിനായി ഒഴിവുകാലം കഴിയാനായി കാത്തിരുന്നു. രണ്ടോമൂന്നോ പടവുകൾ ചാടിയിറങ്ങി അവൻ വരുന്നതും അമ്മാവൻ അവന് പുതിയ ഷൂ വാങ്ങിക്കൊടുക്കേണ്ടിവരുന്നതും സ്കൂളിലെ കുട്ടികൾ ആശ്ചര്യത്തോടെ അവനെ നോക്കുന്നതുമെല്ലാം അവൻ മനസിൽ കണ്ടു. അത് ഒരു സാധാരണ സംഭവമെന്ന നിലയ്ക്ക് നിസ്സാരമാക്കി വിടുന്നതും അവൻ കണ്ടു.

ഇപ്പോൾ അവന് ഫുട്ബോൾ കളിക്കാൻ കഴിയുമെന്നതും മറ്റേതൊരു കുട്ടിയേയും പോലെ ഓടാനാകുമെന്നതും, ഓട്ടമൽസരത്തിലൊക്കെ സമ്മാനം നേടുന്നതും പുതുതായി വരുന്ന കുട്ടികൾക്കിടയിൽ തുറിച്ചുനോക്കപ്പെടാതിരിക്കുന്നതും വേനൽക്കാലത്ത് കൂട്ടായി കളിക്കുന്നതിനിടയിൽ മുടന്ത് മറക്കാൻ മുൻകരുതലെടുക്കാതിരിക്കുന്നതുമൊക്കെയാണ് ഇപ്പോൾ അവൻ കാണുന്ന ദിവാസ്വപ്നങ്ങൾ.

പൂർണ വിശ്വാസത്തോടെ അവൻ പ്രാർഥിച്ചു. ദൈവവചനത്തിൽ അവൻ അടിയുറച്ച് വിശ്വസിച്ചു. അവന്റെ മുറിയിൽ തണുപ്പായിരു

ന്നുവെങ്കിലും അവന്റെ പല്ലുകൾ കൂട്ടിയിടിച്ചുകൊണ്ടിരുന്നെങ്കിലും, ഉള്ള കീറത്തുണിപോലും മാറ്റി അവൻ കട്ടിലിൽ മുട്ടുകുത്തിനിന്ന് പ്രാർഥിച്ചു ദൈവശ്രദ്ധ നേടിയെടുക്കാനായി ശ്രമിച്ചു.

രാവിലെ മേരി ആൻ അവനെ വിളിച്ചുണർത്താനായി വന്നപ്പോൾ അവൻ നല്ല ഉറക്കത്തിലായിരുന്നു. കർട്ടൻ മാറ്റിക്കൊണ്ട് അവൾ അവനോട് സംസാരിച്ചു. പക്ഷേ അവൻ അതൊന്നും കേട്ടില്ല. പെട്ടെന്ന് അവന് ഓർമ വന്നു. ഇന്നാണ് ആ അത്ഭുതം സംഭവിക്കേണ്ട പ്രഭാതം. അവന്റെ ഹൃദയം സന്തോഷത്താലും കടപ്പാടിനാലും നിറഞ്ഞു. അവൻ സാവകാശം കൈകൾ കൊണ്ട് കാല് തടവി നോക്കി. അവന് അറിയാൻ കഴിഞ്ഞു. അവന്റെ കാല് പഴയതുപോലെത്തന്നെയാണെന്ന്.

മേരി ആൻ പ്രാർഥനക്കായി പോയപ്പോൾ ഫിലിപ്പ് പ്രാതലിനായി ഭക്ഷണമുറിയിലേക്ക് ഏന്തി വലിഞ്ഞു നടന്നു.

“ഇന്ന് നീ വളരെ ശാന്തനാണല്ലോ ഫിലിപ്പ്,” അവൾ പറഞ്ഞു

“നാളെ സ്കൂളിൽനിന്നും ലഭിക്കാനിരിക്കുന്ന പ്രാതലിനെപ്പറ്റി ഓർക്കുകയായിരിക്കാം അവൻ.” വികാരി പറഞ്ഞു.

“നമ്മൾ ദൈവത്തോട് പർവതത്തെ ചലിപ്പിക്കുന്നതുപോലുള്ള വല്ലതും ആവശ്യപ്പെട്ടിട്ട്, നിങ്ങൾക്ക് ദൈവവിശ്വാസമുണ്ടെങ്കിലും അത് സംഭവിച്ചിട്ടില്ലെങ്കിൽ എന്താണ് അത് അർഥമാക്കുന്നത്?”

“അതിനർഥം നിന്റെ വിശ്വാസം ഉറച്ചിട്ടില്ല എന്നാണ്” വികാരി പറഞ്ഞു.

ഫിലിപ്പ് ആ വിശദീകരണം അംഗീകരിച്ചു. ദൈവം അവനെ ഭേദമാക്കിയിട്ടില്ലെങ്കിൽ അതിനർഥം അവൻ ശരിക്കും വിശ്വസിച്ചില്ല എന്നാണ്. അവൻ ദൈവത്തിന് വേണ്ടത്ര സമയം നൽകിയിട്ടില്ലായിരിക്കാം. അവൻ ദൈവത്തോട് കുറച്ച് ദിവസം മുമ്പുമാത്രമാണ് ചോദിച്ചത്. അതിനാൽ ദൈവത്തിന് ഈസ്റ്റർ വരെ സമയം നൽകാൻ അവൻ തീരുമാനിച്ചു. അന്നാണല്ലോ ദൈവപുത്രന്റെ ഉയിർത്തെഴുന്നേൽപ്പ്. അന്നത്തെ സന്തോഷത്തിൽ ദൈവം തന്നെ സുഖപ്പെടുത്തിയേക്കാം. ഇപ്പോൾ ഇതേ ലക്ഷ്യത്തിനായി അവൻ മറ്റ് ചിലരോടും അപേക്ഷിക്കാൻ തുടങ്ങി. ഉദിച്ചുവരുന്ന പുതിയ ചന്ദ്രനെ കണ്ടാലും, പുള്ളികളുള്ള കുതിരയെ കണ്ടാലും, തിളങ്ങുന്ന നക്ഷത്രത്തെ കണ്ടാലും, അവൻ തന്റെ അഭ്യർഥന തുടർന്നു. അവന്റെ വർഗത്തിന്റെ ദൈവത്തെക്കാൾ പഴക്കമുള്ള ഇസ്രയേലരുടെ ദൈവത്തോടും അവൻ അഭ്യർഥിക്കാൻ തുടങ്ങി. ദൈവത്തെ പ്രാർഥന കൊണ്ട് ശല്യപ്പെടുത്തിക്കൊണ്ടിരുന്നു അവൻ. പക്ഷേ ഈ തവണയും തന്റെ വിശ്വാസം കാര്യമായൊന്നും നേടിത്തരില്ലെന്ന് അവൻ മനസിലാക്കി. അവനെ ശല്യപ്പെടുത്താൻ തുടങ്ങിയ സംശയങ്ങളെ അവന് പ്രതിരോധിക്കാനായില്ല. അവന്റെ അനുഭവത്തിന്റെ വെളിച്ചത്തിൽ ഒരു പൊതു നിയമം അവൻ ഉണ്ടാക്കി.

“എനിക്ക് തോന്നുന്നത് ആർക്കും വേണ്ടത്ര വിശ്വാസമില്ലെന്നാണ്” അവൻ പറഞ്ഞു

ഇത് അവനോട് നഴ്സ് പറഞ്ഞ ഉപ്പിന്റെപോലെയാണ്. നിനക്ക് ഒരു പക്ഷിയെ പിടിക്കണമെങ്കിൽ അതിന്റെ വാലിന്മേൽ ഉപ്പ് വെച്ചാൽ മതി യെന്നാണ് നഴ്സ് പറഞ്ഞത്. ഒരു ബാഗിൽ ഉപ്പുമെടുത്ത് തോട്ടത്തിൽ നടന്നെങ്കിലും അവന് ഒറ്റ പക്ഷിയുടെയും വാലിൽ വെക്കാൻ ഒത്തില്ല. അതുപോലെയായിരിക്കും പർവതത്തെ ചലിപ്പിക്കൽ.

പതിനഞ്ച്

ടെർകാൻബറിയിലെ കിങ്സ് സ്കൂൾ, പഴക്കം ചെന്നതായിരുന്നു. കിങ് ഹെൻട്രി എട്ടാമന്റെ ഉദ്യോഗസ്ഥർ അംഗീകരിച്ച ഗണത്തിൽപ്പെട്ട തിനാലാണ് ആ പേര് ലഭിച്ചത്. അന്ന് മുതൽ അവിടത്തെ സാധാരണ ക്കാരുടെയും ഉദ്യോഗസ്ഥരുടെയും മക്കൾക്ക് അവിടന്ന് മികച്ച വിദ്യാ ഭ്യാസം നൽകിപ്പോന്നു. രണ്ടോമൂന്നോ സാഹിത്യകാരന്മാരും, ലേഖകരും അടങ്ങുന്ന പൂർവ വിദ്യാർഥിസമൂഹം ഫിലിപ്പിന്റെയും മറ്റും തലമുറയെ ഏറെ സ്വാധീനിച്ചു. മികച്ച നിലയിൽ എത്തിയ അഭിഭാഷകരും അവ രുടെ ഗണത്തിൽ ഉണ്ടായിരുന്നു. കഴിഞ്ഞ മൂന്ന് നൂറ്റാണ്ടിനിടയിൽ രൂപ തയുമായി വേർപിരിഞ്ഞതിന് ശേഷം ഈ സ്ഥാപനം കൂടുതലും പരി ശീലിപ്പിച്ചത്, ബിഷപ്പുമാരെയും പുരോഹിതന്മാരെയും വികാരിമാരെയു മായിരുന്നു. ആ സ്കൂളിലെ കുട്ടികളുടെ അച്ഛന്മാരും മുത്തച്ഛന്മാരും മുതു മുത്തച്ഛന്മാരും അവിടെ പഠിച്ചവരായിട്ടുണ്ടായിരുന്നു. അവരൊക്കെ പല ഇടവകയിലേയും പാതിരിമാരുമായിട്ടുണ്ട്. അവരിൽ ചിലർ കോളനിക ളിലേക്ക് സേവനത്തിനുമായി പോയിട്ടുണ്ട്. (ആ കാലത്ത് നാട്ടിൽ ഒന്നും ചെയ്യാനില്ലാത്തവരായിരുന്നു കോളനിയിലേക്ക് പുറപ്പെട്ടിരുന്നത്.)

അവിടത്തെ അധ്യാപകർക്ക് ആധുനിക വിദ്യാഭ്യാസ ആശയങ്ങ ളോട് യോജിപ്പില്ലായിരുന്നു. കിങ്സ് സ്കൂൾ അതിന്റെ പാരമ്പര്യ ത്തിൽതന്നെ തുടർന്നുപോരണമെന്ന് അവർ ആഗ്രഹിച്ചു. മൃതഭാഷക ളൊക്കെ ഗഹനമായി പഠിപ്പിച്ചു പോന്നു. പൊതു ഭക്ഷണമുറിയിൽ ഒന്നോ രണ്ടോ ധൈര്യശാലികൾ കണക്കിന്റെ പ്രാധാന്യത്തെപ്പറ്റി പറ യാൻ തയാറായി. അവയെക്കാൾ ക്ലാസിക് പഠനത്തിനാണ് പ്രാധാന്യം എന്ന് അവർ കരുതി. ജർമനോ, രസതന്ത്രമോ പഠിപ്പിച്ചിരുന്നില്ല. ഫ്രഞ്ച് പഠനം പരിമിതമായിരുന്നു. ഇംഗ്ലീഷ് അറിയുമെങ്കിൽ മാത്രമേ വല്ല റസ്റ്റോ റന്റിൽനിന്നും ഒരു ചായ വാങ്ങി കുടിക്കാൻ പറ്റുമായിരുന്നുള്ളൂ. ജോഗ്രഫി പഠിപ്പിച്ചത് ഭൂപടങ്ങൾ വരക്കാനായിരുന്നു. മലകൾ നിറഞ്ഞ പ്രദേശമായിരുന്നതിനാൽ അത് ഇഷ്ടപ്പെട്ട ഒരു തൊഴിലായിരുന്നു. അധ്യാപകരാരും വിവാഹിതരായിരുന്നില്ല. വിവാഹിതരാവുകയാണെങ്കിൽ കുടുംബത്തോടൊപ്പം ഗ്രാമപ്രദേശത്ത് പരിമിത സാഹചര്യങ്ങളിൽ ജോലിചെയ്യണമെന്ന നിർബന്ധമുള്ളതിനാൽ ടെർകാൻബറിയിലെ സൗകര്യങ്ങൾ ഉപേക്ഷിച്ചുപോകാൻ പലരും തയാറായിരുന്നില്ല. ഗ്രാമ പ്രദേശത്തെ പള്ളി ഇടവകയിലെ വിരസ ജീവിതം കരുതി പലരും വിവാ ഹിതരായില്ല.

നേരെമറിച്ച്, പ്രധാനാധ്യാപകൻ വിവാഹിതനും പ്രായം അനുവദിക്കുന്നിടത്തോളം സ്ഥാനത്ത് തുടരുകയും ചെയ്തു. പിരിഞ്ഞാൽ അയാൾക്ക് കുറെകൂടെ സൗകര്യങ്ങൾ അനുവദിച്ചുപോന്നു. ഫിലിപ്പ് അവിടെ വന്നു ചേരുന്നതിന് മുമ്പിലെ വർഷം അതിനൊരു മാറ്റം ഉണ്ടായി. കാൽ നൂറ്റാണ്ടോളം പ്രധാനാധ്യാപകനായിരുന്ന ഡോ. ഫ്ളെമിങ് കേൾവിക്കുറവുമൂലം വിരമിച്ചപ്പോൾ അയാൾക്ക് പട്ടണത്തിനടുത്ത് ഒരു താമസസ്ഥലം അനുവദിക്കുകയും സ്റ്റൈപ്പന്റ് അനുവദിക്കുകയും ചെയ്തു. ഡോ. ഫ്ളെമിങ് വിരമിച്ചപ്പോൾ ഒരു പിൻതുടർച്ചക്കാരനെ കണ്ടെത്തൽ ആവശ്യമായി വന്നു. അവിടെത്തന്നെയുള്ള കീഴ്ത്തട്ടിലുള്ള ഒരു അധ്യാപകനെ ജോലിക്കയറ്റം നൽകുക എന്നത് അവിടത്തെ കീഴ്വഴക്കത്തിനെതിരാണ്. പ്രാരംഭികമായ സ്കൂളിലെ അധ്യാപകനെ നിയമിക്കുക എന്ന കാര്യത്തിൽ മറ്റുള്ളവരൊക്കെ ഒരേ അഭിപ്രായക്കാരായിരുന്നു. അയാളെ അവർക്കെല്ലാം കഴിഞ്ഞ ഇരുപത് വർഷമായിട്ട് അറിയാവുന്നതാണ്. അയാളെക്കൊണ്ട് ആ സ്ഥാപനത്തിന് ഒരു ദോഷവും വരില്ലെന്നും എല്ലാവർക്കുമറിയാം. പക്ഷേ സഭ അവരെയെല്ലാം അത്ഭുതപ്പെടുത്തുക തന്നെ ചെയ്തു. പെർക്കിൻസ് എന്നുപേരായ ഒരാളെ സഭ തെരഞ്ഞെടുത്തു. ആദ്യം ആർക്കും അയാളെ മനസിലായില്ല. ആ പേരും ആരിലും ഒരു മതിപ്പുളവാക്കിയില്ല. അയാൾ ഒരു തുണിക്കച്ചവടക്കാരന്റെ മകനാണെന്ന് പിന്നീടാണ് മനസിലായത്. ഡോ. ഫ്ളെമിങ്ങായിരുന്നു ഇക്കാര്യം പ്രഖ്യാപിച്ചത്. വേലക്കാരൊക്കെ തീൻമുറിയിൽനിന്ന് പോയപ്പോൾ അവർ ആ കാര്യം ചർച്ച ചെയ്തു.

അവർക്കൊക്കെ ടോം പെർക്കിൻസിനെ അറിയാമായിരുന്നു. അയാൾ ഒരു മാന്യനായിരുന്നില്ല. അവർ അവനെ ഓർമിച്ചെടുത്തു. അവൻ ഒരു കറുത്ത കൊച്ചുകുട്ടിയായിരുന്നു. സ്കോളർഷിപ്പോടെ പഠനം നടത്തിയ ഒരു കുട്ടിയായിരുന്നു അവൻ. പ്രസംഗ മൽസരത്തിൽ സമ്മാനങ്ങൾ ലഭിക്കാറുണ്ടായിരുന്നു അവന്. ഒരു സ്കൂളിന്റെ അഭിമാനമായിരുന്നു അവൻ. അവിടെ നിന്നും മറ്റുവല്ല സ്കൂളിലേക്കും പോകുമോ എന്ന ഭയത്താൽ അവർ അവന്റെ അച്ഛനെ സമീപിച്ചിരുന്നു. സ്കൂൾ അയാളുടെ പ്രധാന ബിസിനസ് കേന്ദ്രമായതിനാൽ അയാൾ അത് സമ്മതിക്കുകയും ചെയ്തു. അവൻ വിജയങ്ങൾ തുടർന്നുകൊണ്ടിരുന്നു. ഡോ. ഫ്ളെമിങ് ഓർമിക്കുന്ന ക്ലാസിക് വിഷയത്തിലെ പണ്ഡിതനാണ് പെർക്കിൻസ്. അയാൾക്ക് വേറെയും സ്കോളർഷിപ്പുകൾ ലഭിക്കുകയും യൂണിവേഴ്സിറ്റിയിൽ ഒരു ജോലിയിൽ പ്രവേശിക്കുകയും ചെയ്തിരുന്നു. കുറച്ചുകാലത്തിന് ശേഷം തിരുകൽപ്പനകളിൽ അയാൾ ബിരുദം നേടുകയും വെല്ലിങ്ടണിലും റഗ്ബിയിലും അസിസ്റ്റന്റ് അധ്യാപകനായി ജോലിനേടുകയും ചെയ്തു.

പെർക്കിൻസ് മറ്റ് സ്കൂളുകളിൽ വെച്ച് വിജയം നേടുമ്പോൾ അഭിനന്ദിക്കുന്നത് പോലെയല്ല അയാളുടെ നേതൃത്വത്തിൽ അവിടെ ജോലി ചെയ്യുന്നത്. ടാർ അവന് പലപ്പോഴും എഴുത്തുശിക്ഷ നൽകിയിരുന്നു.

സ്കിർട്സ് അവനെ തല്ലിയിട്ടുമുണ്ടായിരുന്നു. എന്തുകൊണ്ടാണ് സഭ ഇപ്രകാരം ഒരു തീരുമാനമെടുത്തതെന്ന് അവർക്ക് മനസിലായില്ല. കൂടാതെ പാപ്പരായ, മദ്യപാനിയായി മാറിയ ഒരച്ഛന്റെ മകനായിരുന്നു അയാൾ. അയാളെ മറ്റുള്ളവർ എങ്ങനെ കണക്കാക്കുമെന്ന് അവർക്ക് ചിന്തിക്കാൻ കഴിഞ്ഞില്ല. ചിലപ്പോൾ രക്ഷിതാക്കൾ അസംതൃപ്തരായേക്കാം, അവർ കുട്ടികളെ പിൻവലിച്ചേക്കാം. അധ്യാപകർ രാജി വെക്കാൻ തീരുമാനിച്ചെങ്കിലും രാജി സ്വീകരിച്ചേക്കുമോ എന്ന് ഭയന്ന് വേണ്ടെന്നു വെച്ചു.

ഡോ. ഫ്ളെമിങ് ഒരു വിരുന്ന് സൽക്കാരത്തിൽ അവരെയെല്ലാം ക്ഷണിച്ച് തമ്മിൽ പരിചയപ്പെടുത്തി. അയാൾ ഇപ്പോൾ മുപ്പത്തിരണ്ട് വയസുള്ള നീണ്ട് മെലിഞ്ഞ് വന്യവും അലങ്കോലപ്പെട്ടതുമായി തോന്നിക്കുന്ന കുട്ടിയെപ്പോലെതന്നെയുള്ള ഒരു പ്രകൃതക്കാരനാണ്. അയാളുടെ മുടി കറുത്തതും, വൃത്തിയായി വെട്ടി ഒതുക്കാതെയും ചീകിയൊതുക്കാത്തതുമായി കാണപ്പെട്ടു. വസ്ത്രവും അഴുക്കുപുരണ്ടിരുന്നു. കറുത്ത മീശയും നീണ്ടുവളർന്ന താടിയും അയാൾക്കുണ്ടായിരുന്നു. അയാൾ അവിടെനിന്നും ഒന്നോ രണ്ടോ ആഴ്ചകൾക്കുമുമ്പ് വിട്ടുനിന്ന ഒരാളെപ്പോലെയാണ് അധ്യാപകരോട് സംസാരിച്ചത്.

അധ്യാപകരിലൊരാൾ യാത്രാസൗകര്യത്തെപ്പറ്റി ചോദിച്ചപ്പോൾ അയാൾ പറഞ്ഞു;

"എനിക്കൊന്ന് ഇവിടെയൊക്കെ ചുറ്റിയടിക്കണം, കൂടാതെ ഞങ്ങളുടെ പഴയ കടയൊന്ന് കാണണം."

ഡോ. ഫ്ളെമിങ് ആ പറഞ്ഞ കാര്യം കേട്ടിട്ടുണ്ടായിരുന്നില്ല. അയാളുടെ ഭാര്യ അത് ആവർത്തിച്ച് ഉച്ചത്തിൽ പറഞ്ഞുകൊടുത്തു അയാൾ ശ്രീമതി ഫ്ളമിങ്ങിനോട് ചോദിച്ചു.

"ആ കടയിപ്പോൾ ആരുടെ കൈവശമാണെന്ന് നിങ്ങൾക്കറിയാമോ?"

"അത് ഗ്രോവ് എന്ന് പേരായ ഒരു തുണിക്കച്ചവടക്കാരന്റെ കൈവശമാണ്. ഞങ്ങൾ ഇപ്പോൾ അവരുമായി കച്ചവടമില്ല." അവൾ പറഞ്ഞു.

"എനിക്ക് ആ വീട്ടിലൊന്ന് പോവാൻ കഴിഞ്ഞിരുന്നെങ്കിൽ..."

"നിങ്ങൾ ആരാണെന്ന് പറഞ്ഞാൽ അവർ അനുവദിക്കും."

അവർ പുതിയ പ്രധാനാധ്യാപകനെപ്പറ്റി ചിന്തിച്ചുനോക്കി. ഭക്ഷണസമയത്തെ സംഭാഷണങ്ങൾ ഓർത്തെടുത്തു. അത് ഒരു സംഭാഷണമായിരുന്നില്ല. പെർക്കിൻസിന്റെ ആത്മഭാഷണമായിരുന്നു: വേഗത്തിലും ആഴത്തിലും മുഴങ്ങുന്ന ശബ്ദത്തിലും വെളുത്തപല്ല് കാണുന്നതരത്തിലുള്ള ചെറുചിരിയോടും അയാൾ സംസാരിച്ചു. വിഷയങ്ങളിൽനിന്നും വിഷയങ്ങളിലേക്ക് അവർക്കെത്തിപ്പിടിക്കാൻ പറ്റാത്ത വേഗത്തിൽ പരസ്പര ബന്ധത്തോടെ അയാൾ സംസാരിച്ചുകൊണ്ടിരുന്നു. അയാൾ ബോധന രീതിയെപ്പറ്റിയും ജർമനിയിലെ ആധുനിക സിദ്ധാന്തങ്ങളെപ്പറ്റിയും, പൗരാണിക സാഹിത്യത്തെപ്പറ്റിയും, പുരാവസ്തുശാസ്ത്രത്തെപ്പറ്റിയും, രാഷ്ട്രമീമാംസയെപ്പറ്റിയും ആധികാരികമായി സംസാരിച്ചു.

"അയാൾ വളരെ ഉൽസാഹഭരിതനാണ്" വിങ്സ് പറഞ്ഞു.

"ഉൽസാഹം മോശമായേക്കാം, അത് മര്യാദകെട്ട രീതിയിലുമായേക്കാം. അവൻ സാൽവേഷൻ ആർമിയെപ്പറ്റി ചിന്തിച്ചുപോയി. ഉൽസാഹം എന്നാൽ മാറ്റമെന്നും അർഥമായേക്കാം, അവർ ഭാവിയിലേക്ക് ചിന്തിക്കാൻ ഭയപ്പെട്ടു."

"അയാൾ മുമ്പത്തെക്കാളും ഒരു നാടോടിയെപ്പോലെ തോന്നിക്കുന്നു" അൽപ്പനേരത്തെ ഇടവേളയ്ക്ക് ശേഷം ഒരാൾ പറഞ്ഞു.

പതിനാറ്

വർഷം ഒന്ന് കടന്നുപോയി. ഫിലിപ്പ് സ്കൂളിൽവന്നപ്പോൾ പഴയ അധ്യാപകരൊക്കെ അവിടെ ഉണ്ടെങ്കിലും സ്കൂളിൽ ഒരുപാട് മാറ്റങ്ങൾ സംഭവിച്ചിട്ടുണ്ടായിരുന്നു. ഇഷ്ടപ്രകാരമല്ലെങ്കിലും പുതിയ മേധാവിയുടെ ആശയങ്ങളുമായി യോജിച്ച് പോകാൻ വേണ്ടിയായിരുന്നു അവ. ആദ്യകാല അധ്യാപകർ ചെറിയ ക്ലാസിൽ ഫ്രഞ്ച് പഠിപ്പിച്ചെങ്കിലും മുതിർന്ന ക്ലാസിൽ ഫ്രഞ്ച് പഠിപ്പിക്കാനായി ഒരു പുതിയ അധ്യാപകൻ വന്നിട്ടുണ്ടായിരുന്നു. മുമ്പത്തെക്കാൾ നന്നായി ഗണിതം പഠിപ്പിക്കാനായി മറ്റൊരു അധ്യാപകനെയും നിയമിച്ചിട്ടുണ്ടായിരുന്നു. ഇരുവരും വന്നപ്പോൾ പഴയ അധ്യാപകർ അവരെ അവജ്ഞയോടെയാണ് വീക്ഷിച്ചത്. ഒരു പുതിയ പരീക്ഷണശാല സ്ഥാപിക്കുകയും സൈനികപരിശീലനം ആരംഭിക്കുകയും ചെയ്തു. ഇനി എന്തൊക്കെ പദ്ധതികളാണ് ശ്രീ പെർക്കിൻസന്റെ തലയിൽ ഉദിക്കുന്നതെന്ന് ദൈവത്തിന് മാത്രമേ അറിയുമായിരുന്നുള്ളൂ. അയാൾക്ക് ലണ്ടനിൽനിന്നും കുട്ടികളെ ആകർഷിക്കുവാനും ഇവിടത്തെ കുട്ടികൾക്ക് അവരുമായി കൂടിവളരുവാനുമുള്ള സാഹചര്യമൊരുക്കുവാനും ആഗ്രഹമുണ്ടായിരുന്നു.

"അത് നമ്മുടെ പാരമ്പര്യത്തിനെതിരാണ്. അവരുമായി ചേർന്ന് നമ്മുടെ കുട്ടികൾ ചർച്ചിന്റെ നിർദേശങ്ങൾ മറന്നേക്കാം" സൈസ് പറഞ്ഞു.

"ഓ എന്തൊരു വിഡ്ഢിത്തമാണ് നിങ്ങൾ പറയുന്നത്." പെർക്കിൻസ് പറഞ്ഞു.

അയാളോട് ഇതുവരെ ആരും അയാൾ പറയുന്നത് വിഢ്ഢിത്തമാണ് എന്ന് പറഞ്ഞിട്ടില്ലായിരുന്നു.

ശ്രീ പെർക്കിൻസ് ചിലപ്പോൾ മറ്റുള്ളവരുടെ ക്ലാസെടുക്കുമായിരുന്നു. ആദ്യമൊക്കെ അത് ഒരു അപേക്ഷാരൂപത്തിൽ ചോദിച്ചു വാങ്ങലായിരുന്നു. പിന്നീട് പ്രാർഥനയ്ക്ക് ശേഷം ആരോടെങ്കിലും നിർബന്ധിച്ച് പറയലായി മാറി.

മറ്റ് സ്കൂളുകളിലൊക്കെ ഇത്തരം പതിവ് ഉണ്ടോ എന്ന് അവർ അത്ഭുതപ്പെട്ടു. പക്ഷേ മുമ്പൊരിക്കലും ടെർകാൻബറിയിൽ ഇത് നടന്നിട്ടുണ്ടായിരുന്നില്ല. ശ്രീ ടർണർ ആയിരുന്നു ഇതിന്റെ ആദ്യത്തെ ഇര. ശ്രീ പെർക്കിൻസ് ക്ലാസിൽ വന്നാൽ ഒന്നോ രണ്ടോ ചോദ്യങ്ങളൊക്കെ

ചോദിക്കുമെന്നും മറ്റും അയാൾ കുട്ടികളെ ഓർമപ്പെടുത്തി. മിടുക്കരായ രണ്ട് വിദ്യാർഥികൾ അസുഖം കാരണം അന്ന് അവധിയായിരുന്നു. മറ്റ് കുട്ടികൾ അവർക്കറിയാവുന്നതുപോലെ ചോദ്യങ്ങൾക്ക് ഉത്തരം നൽകി.

പിന്നീട് ശ്രീ പെർക്കിൻസിന് പൊതുവിവരങ്ങളോട് അമിതമായ ആഭിമുഖ്യമാണെന്ന ഒരു വാർത്ത പരന്നു. ഇത് പൊതു പരീക്ഷകളിൽ ഉൾപ്പെടുന്നതിനെപ്പറ്റി അയാൾ ആലോചിച്ചു. കുട്ടികൾക്ക് സാമാന്യ ബോധം ഉണ്ടായിരിക്കണമെന്ന് അയാൾ നിഷ്കർഷിച്ചു.

സൈസും സ്കിർട്സും ശ്രീ പെർക്കിൻസിന്റെ മേധാവിത്വത്തിൻ കീഴിൽ വളരെയേറെ പ്രയാസമനുഭവിച്ചു പോന്നു. ശ്രീ പെർക്കിൻസ് തന്റെ വിവാഹനിശ്ചയത്തിന് ഒരു ദിവസം കണ്ടെത്തിയേക്കുമോ എന്ന ചിന്ത അമ്പത്തിയേഴുകാരനായ അയാളുടെ തലയിൽനിന്നും ഒഴിഞ്ഞില്ല.

ഇത്തരമൊരു ചുറ്റുപാടിലാണ് ഫിലിപ്പ് പുതിയ ക്ലാസിലേക്ക് പ്രവേശിച്ചത്. റെവ. ബി ബി ഗോർഡൻ അധ്യാപകവൃത്തിക്ക് യോജിച്ച ഒരു വ്യക്തിയായിരുന്നില്ല. അയാൾ അക്ഷമനും ക്ഷിപ്രകോപിയുമായിരുന്നു. അയാളുടെ അക്രമവാസനയെപ്പറ്റിയുള്ള പല കഥകളും പറഞ്ഞുകേട്ടിട്ടുണ്ടായിരുന്നു. രണ്ട് വർഷങ്ങൾക്ക് മുമ്പ് ഒരു കുട്ടിയുടെ ചെവിക്ക് കൂട്ടി അടിച്ചിട്ട് അവന്റെ കേൾവിയെ ബാധിക്കുകയും അവന്റെ അച്ഛൻ അയാളെ കൊല്ലുമെന്ന് ഭീഷണിപ്പെടുത്തുകയും അയാൾ കുട്ടിയെ അവിടെനിന്ന് മാറ്റുകയും ചെയ്തിരുന്നു. ആ കുട്ടിയുടെ അച്ഛൻ ടെർകാർബറിയിലായിരുന്നു താമസിച്ചിരുന്നത്. ഈ പ്രശ്നം പട്ടണത്തിൽ വളരെ കോളിളക്കം സൃഷ്ടിക്കുകയും പ്രാദേശിക പത്രങ്ങൾ വാർത്ത നൽകുകയും ചെയ്തു. സ്കൂളിലെ കാര്യങ്ങൾ അറിയാവുന്ന മറ്റുകുട്ടികൾ സ്കൂളിലെ പ്രശ്നം അവിടെവെച്ചാണ് പറഞ്ഞുതീർക്കേണ്ടതെന്ന നിലപാടെടുക്കുകയും അവന്റെ ഇളയകുട്ടിയെ അവിടെത്തന്നെ പഠിക്കാൻ പ്രേരിപ്പിക്കുകയും ചെയ്തു. പക്ഷേ ശ്രീ ഗോർഡൻ ഒരിക്കലും കുട്ടികളെ മർദിച്ചിരുന്നില്ല. ശകാരമായിരുന്നു പ്രധാന ആയുധം. ചൂരൽകൊണ്ട് ബെഞ്ചിലടിക്കുകയും നാവ്കൊണ്ട് കുട്ടികളെ അടിക്കുകയും ചെയ്തു. വികൃതികളായ കുട്ടികളെ കൈവിടർത്തി പത്തുമുതൽ മുപ്പത് മിനുട്ട് വരെ നിർത്തുകയും ചെയ്തു.

ഫിലിപ്പിനെപ്പോലെ അങ്ങേയറ്റം നാണംകുണുങ്ങിയായ ഒരു കുട്ടിയെ പഠിപ്പിക്കാൻ ഒരാൾക്കും അത്ര എളുപ്പമായിരുന്നില്ല. അവന് വാട്സൺ ഉള്ളപ്പോഴത്തേതിനേക്കാൾ ഭയം തോന്നുകയും അവൻ വളരെ മുതിർന്നതായി തോന്നുകയും ചെയ്തു. കൂടുതൽ കുട്ടികളുടെ കൂട്ടത്തിലാകുമ്പോൾ തന്റെ വൈകല്യം ശ്രദ്ധിക്കപ്പെടില്ലെന്നവൻ കരുതി. പക്ഷേ പ്രഥമദിനം തന്നെ ശ്രീ ഗോർഡൻ അവനെ ശ്രദ്ധിക്കുകയും ഭയം സ്ഫുരിക്കുന്ന ഭാവങ്ങളുള്ള അവന്റെ മനസിൽ ഒരു പേടിസ്വപ്നമാവുകയും ചെയ്തു. ആദ്യമൊക്കെ അവന് ആ ചുറ്റുപാട് ഇഷ്ടമായിരുന്നു. എന്നാൽ ഇപ്പോൾ ഭീതിയോടെയാണ് മണിക്കൂറുകൾ ചെലവഴിക്കുന്നത്. ചോദ്യത്തിനുത്തരം പറഞ്ഞ് തെറ്റി അധ്യാപകന്റെ പഴികേൾക്കുന്നതിനെക്കാൾ

ഒരു വിഡ്ഢിയെപ്പോലെ ഇരിക്കാൻ അവൻ ഇഷ്ടപ്പെട്ടു. അവൻ ഏറെ ഇഷ്ടപ്പെട്ടത് ശ്രീ പെർക്കിൻസിന്റെ പൊതുവിജ്ഞാനക്ലാസുകളായിരുന്നു. അവന്റെ പ്രായത്തിലുള്ളവർ വായിക്കുന്നതിലും ഒരുപാട് പുസ്തകങ്ങൾ കൂടുതലായി അവൻ വായിച്ചിട്ടുണ്ട്. ചോദ്യാന്തരീക്ഷം ക്ലാസിൽ തങ്ങിനിൽക്കുമ്പോൾ ഉത്തരം കിട്ടാതെ വിഷമിക്കുന്നവരെ ചൂണ്ടി ശ്രീ പെർക്കിൻസ് ഫിലിപ്പിനോട് ഉത്തരം പറയാൻ ആവശ്യപ്പെടുമായിരുന്നു.

ഇത്തരം അവസരങ്ങളിൽ ഫിലിപ്പിന് ലഭിക്കുന്ന പരിഗണന ശ്രീ ഗോർഡനെ കൂടുതൽ പ്രകോപിപ്പിച്ചു. ഒരു ദിവസം തർജുമചെയ്യാൻ ഫിലിപ്പിന്റെ ഊഴമെത്തിയപ്പോൾ, ഫിലിപ്പ് പതിഞ്ഞ ശബ്ദത്തിലാണ് സംസാരിക്കാൻ തുടങ്ങിയത്.

“പിറുപിറുക്കാതെ ഉച്ചത്തിൽ പറയൂ” അയാൾ ആക്രോശിച്ചു. ഫിലിപ്പിന്റെ തൊണ്ടയിൽ എന്തോ തടയുന്നതു പോലെ തോന്നി.

“പറയൂ, പറയൂ” അയാൾ ആവർത്തിച്ചു. ഓരോതവണ അലറിയപ്പോഴും ഫിലിപ്പിന്റെ തലയിൽ നിന്നും ഓർമകൾ മാഞ്ഞുപോകുന്നതു പോലെ തോന്നി.

“നിനക്കറിയില്ലെങ്കിൽ അത് പറയൂ. മരമണ്ടാ.....പറയൂ” അയാൾ പറഞ്ഞുകൊണ്ടിരുന്നു. മുൻകാലങ്ങളിൽ ശ്വാസംമുട്ടുന്നത് വരെ കഴുത്ത് മുറുക്കിപ്പിടിക്കുമായിരുന്നു. അയാളുടെ നെറ്റിയിൽ ഞരമ്പുകൾ ഉയർന്നു വരികയും മുഖം കരുവാളിക്കാൻ തുടങ്ങുകയും ചെയ്തു. അയാൾക്ക് ഒരുതരം ഭ്രാന്തായിരുന്നു.

ഫിലിപ്പിന് ആ ഖണ്ഡിക അറിയാമായിരുന്നെങ്കിലും ഭയംകൊണ്ട് ഒരക്ഷരം ഓർമിക്കാൻ കഴിഞ്ഞില്ല.

“എനിക്കത് അറിയില്ല” അവസാനം ഫിലിപ്പ് പറഞ്ഞൊപ്പിച്ചു.

“എന്തുകൊണ്ട് നിനക്കറിയില്ല. ഓരോ വാക്കായി നമുക്ക് പരിശോധിക്കാം. അപ്പോൾ നിനക്കറിയുമോ ഇല്ലയോ എന്നറിയാം.”

ഫിലിപ്പ് നിശ്ശബ്ദനായി തലയും താഴ്ത്തിനിന്നു.

“ഹെഡ്മാസ്റ്റർ പറയുന്നു നീ സമർഥനാണെന്ന്, എങ്ങനെയാണ് അയാളത് കണ്ടെത്തുന്നതെന്ന് എനിക്കറിയില്ല. പൊതുവിജ്ഞാനം.” അയാൾ വന്യമായി ചിരിച്ചു. “മരമണ്ടാ നിന്നെ എങ്ങനെയാണ് ഈ ക്ലാസിലിരുത്തിയതെന്ന് എനിക്കറിയില്ല.”

അയാൾ ആ വാക്കിൽ സന്തോഷിച്ചു. ഉച്ചത്തിൽ അത് ആവർത്തിച്ചു. “മരമണ്ടൻ, മരമണ്ടൻ, മുടന്തനായ മരമണ്ടൻ.” ആ പേരിൽ ഫിലിപ്പ് ദുഃഖിക്കുമെന്നറിഞ്ഞ് അയാൾ സന്തുഷ്ടനായി. ആക്ഷേപങ്ങൾ എഴുതിവെക്കുന്ന പുസ്തകം എടുത്തുകൊണ്ടുവരാൻ ശ്രീ ഗോർഡൻ അവനെ ഹെഡ്മാസ്റ്ററുടെ മുറിയിലേക്ക് അയച്ചു. അവൻ ഹെഡ്മാസ്റ്ററോട് അനുവാദം ചോദിച്ച് പുസ്തകം എടുത്തു.

“എന്താണ് നീ ചെയ്ത അപരാധം” ഹെഡ്മാസ്റ്റർ ചോദിച്ചു.

“എനിക്കറിയില്ല സർ,” അവൻ മറുപടി പറഞ്ഞു.

ഹെഡ്മാസ്റ്റർ അന്നത്തെ തപാലിൽവന്ന ഒരു പര്യവേഷണത്തിന്റെ ചിത്രം അവന് കാണിച്ച് വിശദീകരിച്ചുകൊടുത്തു.

"ഞാൻ അയാളുടെ ക്ലാസിലായിരുന്നപ്പോൾ അയാൾ എന്നെ വേലി ചാടുന്ന നാടോടി എന്നായിരുന്നു വിളിച്ചിരുന്നത്." അയാൾ പറഞ്ഞു.

പതിനേഴ്

സുഖകരമായ ഒരു വിരസതയിൽ ഫിലിപ്പ് രണ്ട് വർഷംകൂടെ പിന്നിട്ടു. അവന്റെ വൈകല്യത്താൽ കളികളിൽനിന്നൊക്കെ വിട്ടുനിൽക്കാൻ കഴിഞ്ഞത് അവന് ഉപകാരമായി. അവൻ പ്രശസ്തനായിരുന്നില്ല. കൂടാതെ അവൻ ഏകാകിയുമായിരുന്നു. അവൻ വിങ്സിനൊപ്പം അവന്റെ ക്ലാസിൽ ഒഴിവുസമയം ചെലവഴിച്ചു. വിങ്സ് ദയാലുവും മാന്യനും അൽപ്പം വിഡ്ഢിയുമായിരുന്നു. അവന് ആൺകുട്ടികളുടെ അന്തസ്സിനെപ്പറ്റി തികഞ്ഞബോധമുള്ളതിനാൽ ഒരിക്കലും കളവ് പറയാൻ ഇഷ്ടപ്പെട്ടിരുന്നില്ല. "കൂടുതൽ ചോദിക്കൂ എന്നാൽ നിനക്ക് കൂടുതൽ ലഭിക്കും" അവൻ പറയുമായിരുന്നു. അവന്റെ ക്ലാസിൽ ചോദ്യം ചോദിക്കുമ്പോൾ പുസ്തകം കാൽമുട്ടുകളിൽ തുറന്ന് വെച്ച് ഉത്തരം പറഞ്ഞാലും പ്രശ്നമൊന്നുമില്ലായിരുന്നു. പരീക്ഷകളിലൊന്നും അവന് വലിയ വിശ്വസമില്ലായിരുന്നു. അത് നിരാശജനകമായ ഒരു നിരീക്ഷണമായിരുന്നുവെങ്കിലും പ്രാധാന്യമർഹിക്കുന്നില്ല.

അവരെ ടാർ എന്ന് വിളിക്കുന്ന ടർണർ എന്ന അധ്യാപകൻ ശ്രദ്ധിക്കുന്നുണ്ടായിരുന്നു. അവിടെയുള്ള പ്രായം ചെന്ന അധ്യാപകരിൽ അങ്ങേയറ്റം ഉന്മേഷമുള്ള ആളാണ് അയാൾ. വലിയ വയറുമായി ഉയരം കുറഞ്ഞ ഒരാൾ. അയാളെ പുരോഹിത വസ്ത്രത്തിൽ കണ്ടാൽ ടാർ വീപ്പപോലെ തോന്നിക്കുന്ന എന്തോ ഉണ്ടായിരുന്നു. അയാളെ കുട്ടികൾ കളിയാക്കിവിളിക്കുന്നത് പലപ്പോഴും അയാൾ കേട്ടിട്ടുണ്ടായിരുന്നു. അയാൾ അതിനെപ്പറ്റിയൊന്നും തെല്ലും വേവലാതിപ്പെട്ടിരുന്നില്ല. പലപ്പോഴും പുറത്തുനിന്ന് ഭക്ഷണം കഴിക്കുകയും മറ്റുള്ളവരുമായി സൗഹൃദം സ്ഥാപിക്കുകയും ചെയ്തു. പുരോഹിത വസ്ത്രമഴിച്ച് ഒഴിവ് കാലങ്ങളിൽ അയാളെ നല്ല കമ്പിളി വസ്ത്രത്തിൽ കാണാമായിരുന്നു. അയാളെ റോയൽ കഫെയിൽ അയാളുടെ ബന്ധത്തിൽപ്പെട്ട ഒരു സ്ത്രീയോടൊപ്പം കണ്ടിരുന്നു.

കുട്ടികൾ തേർഡ് ഫോറത്തിലെത്തുമ്പോൾ അവരെ രൂപപ്പെടുത്തേണ്ടത് തന്റെ ബാധ്യതയാണെന്ന് അയാൾ ധരിച്ചു. അത് അയാൾ അർഹിക്കുന്ന ഗൗരവത്തോടെ എടുക്കുകയും ചെയ്തു. അയാൾ ആൺകുട്ടികളെ കൊച്ചുതെമ്മാടികളായി കണക്കാക്കി സത്യസന്ധത പുലർത്താനായി പരിശീലിപ്പിച്ചു. സഹപ്രവർത്തകരോട് ചേരുമ്പോളില്ലാത്ത ഒരു നർമബോധം കുട്ടികളോടിടപഴകുമ്പോൾ അയാൾ പ്രദർശിപ്പിച്ചു. അയാൾ പെട്ടെന്ന് ക്ഷുഭിതനാവുകയും ശാന്തനാവുകയും ചെയ്യുമായിരുന്നു. അയാളിൽ അവരോടുള്ള ദയയുടെ നിറഞ്ഞ സാന്നിധ്യം കുട്ടികൾ ദർശിച്ചു.

ഫിലിപ്പ് ഇപ്പോൾ കൂടുതൽ സ്വസ്ഥനാണ്. മുതിർന്ന ക്ലാസിൽ പഠനം മാത്രമാണ് പ്രധാനമായും ഉള്ളത്. ഇതുവരെയും അവർ താമസിച്ചത് ഒരു വലിയ ഹാളിലായിരുന്നു. ഇടയ്ക്കൊക്കെ മറ്റുള്ളവരുടെ സാന്നിധ്യം അവന് അസ്വസ്ഥതയുളവാക്കി. അവൻ ഗ്രാമപ്രദേശങ്ങളിലേക്ക് തനിച്ച് യാത്രചെയ്യാൻ ഇഷ്ടപ്പെട്ടു. സ്കൂളിനടുത്തായി ഒരു കൊച്ചരുവിയുണ്ടായിരുന്നു. അതിന്റെ കരയിലൂടെ നടക്കുകയെന്നത് അവന് ആഹ്ലാദം നൽകുന്ന കാര്യമായിരുന്നു. ഇതിന്റെ വശങ്ങളിലുള്ള പുൽമേടുകളിലൂടെ ഓടിക്കളിക്കുകയും തളരുമ്പോൾ അവിടെ കിടക്കുകയും ചെയ്തു. അവനിൽ ഒരു പുതിയ സൗന്ദര്യബോധം ഉദയം ചെയ്യുകയായിരുന്നു. അവന്റെ ശബ്ദം ചിലമ്പിക്കാൻ തുടങ്ങി. അത് അവന്റെ നിയന്ത്രണത്തിലായിരുന്നില്ല, മറിച്ച് അവന്റെ കണ്ഠത്തിൽനിന്നും പുറപ്പെടുകയായിരുന്നു.

പിന്നീട് അവൻ ഹെഡ്മാസ്റ്ററുടെ മുറിയിൽ വെച്ച് നടത്തുന്ന ക്ലാസുകളിൽ പങ്കെടുക്കാനായി പോയി. അവന്റെ ദൈവഭക്തി അധികകാലം തുടർന്നില്ല. രാത്രിയിലെ ബൈബിൾ പാരായണം അവൻ അവസാനിപ്പിച്ചിരുന്നു. ശ്രീ പെർക്കിൻസിന്റെ സ്വാധീനത്താൽ അവന്റെ ശാരീരിക വൈകല്യത്തെപ്പറ്റിയുള്ള ബോധത്താൽ അവന്റെ പഴയ ശീലങ്ങൾ പുനർജീവിച്ചു. അവൻ ദൈവചിന്തയിൽനിന്നും പിന്നോട്ടടിച്ചതിൽ ഏറെ ഖിന്നനായി. അവന്റെ മനക്കണ്ണിന് മുന്നിൽ നരകാഗ്നി ജ്വലിക്കാൻ തുടങ്ങി. ആ സമയത്ത് അവൻ മരിക്കുകയായിരുന്നുവെങ്കിൽ അവൻ നഷ്ടപ്പെട്ടവരുടെ കൂട്ടത്തിൽ പെടുമായിരുന്നു. അവന്റെ വേദനകൾ അന്ത്യമില്ലാത്തതാണെന്നും അവ അവന് ശാശ്വത സന്തോഷം നൽകുമെന്നും അവൻ വിശ്വസിച്ചു.

ശ്രീ പെർക്കിൻസ് ദയാവായ്പോടെ സംസാരിച്ച ദിവസം മുതൽ അവന് അദ്ദേഹത്തോട് കടുത്ത ആരാധനയായിരുന്നു. അതുവരെ അവൻ അസഹനീയമായ അപമാനം സഹിക്കുകയായിരുന്നു. അദ്ദേഹത്തെ സന്തോഷിപ്പിക്കാനായി കഴിവതെല്ലാം അവൻ ചെയ്തു. അയാളുടെ ചുണ്ടിൽനിന്നും വീഴുന്ന കൊച്ചുവാക്കുകൾപോലും അവൻ അങ്ങേയറ്റം വിലമതിച്ചു. അദ്ദേഹത്തിന്റെ മുറിയിലെ യോഗങ്ങളിൽ അയാളുടെ വാക്കുകൾക്ക് കീഴടങ്ങാനായി അവൻ കാത്തിരുന്നു. അദ്ദേഹത്തിന്റെ തിളങ്ങുന്ന കണ്ണുകളിൽനോക്കി വായും പകുതി പിളർന്ന് അവൻ ഇരുന്നു. അയാളുടെ ഒരു വാക്കും നഷ്ടപ്പെടാതിരിക്കാനായി അവൻ അൽപ്പം മുന്നോട്ടാഞ്ഞിരുന്നു. ശ്രീ പെർക്കിൻസ് തങ്ങളുടെ മതത്തിന്റെ മഹത്വം വളരെ മഹനീയമായ രീതിയിൽ വർണിച്ചുകേൾപ്പിച്ചു. ചിലപ്പോൾ ഫിലിപ്പിന് ഒന്നും മനസിലായില്ല. അവന് മനസിലായില്ലെങ്കിലും അനുഭവിക്കുന്നുണ്ടായിരുന്നു വാക്കുകളിലൂടെ ആ മഹത്വം. ഹെഡ്മാസ്റ്ററുടെ സാന്നിധ്യം അവന് ഇസ്രായേലിലെ പ്രവാചകന്മാരെ പോലെ തോന്നിച്ചു.

ശ്രീ പെർക്കിൻസ് തന്റെ ജോലി വളരെ ഗൗരവത്തോടെ നിർവഹിച്ചു. അയാളുടെ സംസാരത്തിൽ അധികപ്രസംഗം തെല്ലുമില്ലായിരുന്നു. സ്കൂളിന്റെ മറ്റെല്ലാ കാര്യത്തിലുമെന്നപോലെ ദൈവചിന്തയിൽ കുട്ടി

കളെ ഉറപ്പിച്ച് നിർത്തുന്നതിലും അയാൾ ശ്രദ്ധിച്ചു. അവരുടെ ജീവിതത്തിലെ ആദ്യത്തെ ബോധപൂർവമായ ചുവടാണ് ഇതെന്ന് അവർക്ക് തോന്നണമെന്ന് അയാൾ ആശിച്ചു. അവരുടെ മനസിന്റെ അഗാധതകളിൽ ദൈവവിശ്വാസം ഉറപ്പിച്ചുനിർത്താൻ അയാൾ പരിശ്രമിച്ചു. ഫിലിപ്പിന്റെ ഭാവങ്ങളിൽ വിശ്വാസ ദൃഢത അയാൾ ദർശിച്ചു. അവന്റെ മൊത്തത്തിലുള്ള ശരീരപ്രകൃതം ദൈവവിശ്വാസത്തിലധിഷ്ഠിതമാണെന്ന് അയാൾ കണ്ടെത്തി. ഒരിക്കൽ അയാൾ ഫിലിപ്പിനോട് ചോദിച്ചു:

"വളരുമ്പോൾ നീ എന്തായി തീരാനാണ് ആഗ്രഹിക്കുന്നത്?"

"എന്റെ അമ്മാവന് ഞാനൊരു പുരോഹിതനാകുന്നതാണ് ഇഷ്ടം." അവൻ പറഞ്ഞു.

"നിനക്കോ?"

അവൻ അകലേക്ക് നോക്കി. താൻ അതിന് യോഗ്യനല്ലെന്ന് അവന് തോന്നി.

"ഞങ്ങളെപ്പോലെ സന്തോഷമുള്ള വേറെ ഒരു ജീവിതം എനിക്കറിയില്ല. ഇത് എത്രമാത്രം മഹത്തരമാണെന്ന് ഞാൻ നിനക്ക് കാണിച്ചുതരാം. ഓരോ കാലടിയിലും ദൈവസാന്നിധ്യം, നമ്മൾ അവന് വളരെ അടുത്ത്. നീ ഈ വഴി നിശ്ചയിച്ചുറപ്പിക്കണമെന്നാണ് എനിക്ക് പറയാനുള്ളത്."

ഫിലിപ്പ് ഉത്തരമൊന്നും പറഞ്ഞില്ലെങ്കിലും ഹെഡ്മാസ്റ്റർ അവന്റെ ഭാവത്തിൽനിന്നും അവന്റെ ആത്മസംഘർഷം വായിച്ചെടുത്തു.

"ഇന്നത്തെ നിലയിൽ മുന്നേറിയാൽ നീ ഭാവിയിൽ ഇതിന്റെ മേധാവിയാകും. കൂടാതെ നിനക്ക് സ്കോളർഷിപ്പും ലഭിക്കും. നിന്റെ മനസിൽ മറ്റ് വല്ല പദ്ധതിയും ഉണ്ടോ? നീ ഉദ്യോഗം തെരഞ്ഞെടുക്കുമ്പോൾ നിന്റെ ശാരീരിക വൈകല്യം കൂടെ കണക്കിലെടുക്കണം. ഇന്നത്തെ അവസ്ഥയിൽ നീ ദൈവത്തെ പഴിക്കുന്നതിന് പകരം ഈ വൈകല്യം ദൈവം നിനക്ക് നൽകിയ ഒരു കുരിശാണെന്ന് കരുതണം. അത് താങ്ങാനുള്ള കഴിവ് നിനക്കുണ്ടായാൽ ഇന്നത്തെ വിഷമം നിനക്ക് സന്തോഷമായിമാറും."

ആ സംഭവത്തിന് ശേഷം അവൻ തികച്ചും ഒരു പുതിയ മനുഷ്യനായി മാറി. അവന് പൂർണമായും ദൈവസേവക്കായി അവനെ സമർപ്പിക്കണമെന്ന് തോന്നിത്തുടങ്ങി. അവന്റെ സ്നേഹിക്കുന്ന ദൈവത്തിന്റെ സമ്മാനമായി വൈകല്യത്തെ അവൻ കണ്ടു.

ഹെഡ്മാസ്റ്റർ പറഞ്ഞതിനെപ്പറ്റി ഫിലിപ്പ് ചിന്തിച്ചു. ഇപ്പോൾ അവന്റെ മനസ്സ് പൂർണമായും അവന്റെ മുന്നിലുള്ള ചടങ്ങുകളിൽ കേന്ദ്രീകരിക്കാൻ തയ്യാറായി. ഒരുതരം നിഗൂഢമായ ആഹ്ലാദം അവനിൽ സന്നിവേശിക്കാൻ തുടങ്ങി. അവന്റെ ആത്മാവ് മാംസജഡിലമായ ഭൗതിക ശരീരത്തിൽനിന്നും മോചിതമാവുകയും ഒരു പുത്തൻ ജന്മം കൈക്കൊണ്ടതായി അവന് തോന്നുകയും ചെയ്തു. അവനിൽ അന്തർലീനമായ കഴിവിനെ തന്റെ മുഴുവൻ ശക്തിയോടും കൂടി കണ്ടെത്താൻ അവൻ

ശ്രമിച്ചു. ദൈവസേവക്കായി അവന്റെ മുഴുവൻ ശരീരത്തെയും അർപ്പിക്കാൻ അവൻ തയാറായി. താൻ തീർച്ചയായും വൈദികപദം നേടുക തന്നെ ചെയ്യുമെന്ന് അവൻ വിശ്വസിച്ചുറപ്പിച്ചു. മഹത്തായ ദിനം വന്നെത്തിയപ്പോൾ താൻ നടത്തിയ ഒരുക്കങ്ങളെ ഓർത്ത് അവന്റെ മനസ്സ് അസ്വസ്ഥമായി. അവൻ പഠിച്ചുതീർത്ത പുസ്തകങ്ങളുടെ സ്വാധീനത്താലും, അവന്റെ തന്നെ സ്വാധീനത്താലും അവന് ഭയമോ സന്തോഷമോ, താൻ അനുഭവിക്കുന്നതെന്ന് തിരിച്ചറിയാൻ പറ്റാതെയായി. ഒരു ചിന്ത അവനെ വല്ലാതെ അസ്വസ്ഥമാക്കുന്നുണ്ടായിരുന്നു. തിരുവത്താഴപീഠസ്ഥാനത്തിനടുത്ത് കൂടെ നടക്കേണ്ടിവരുമെന്ന് അവനറിയാമായിരുന്നു. അപ്പോൾ തന്റെ മുടന്ത് വ്യക്തമായി കാണാനിടവരുമെന്നും, ആ സ്കൂൾ മാത്രമല്ല, ആ ചടങ്ങിൽ പങ്കെടുക്കാനെത്തുന്നവർ മുഴുവനായും അത് കാണുമെന്നും അവൻ ഭയപ്പെട്ടു. അതിന് പുറമെ തികച്ചും അപരിചിതരായ വ്യക്തികളും കുട്ടികളെ തേടിയെത്തുന്ന രക്ഷിതാക്കളും തന്റെ അവസ്ഥ അറിയാനിടയാകുമെന്ന് അവൻ ഉൽക്കണ്ഠപ്പെട്ടു. അതിനുള്ള സമയമടുത്തെത്തിയപ്പോൾ ഇത്തരമൊരപമാനം സന്തോഷപൂർവം സ്വീകരിക്കുന്നതിനെപ്പറ്റി അവൻ ബോധവാനായി.

ശ്രീ പെർക്കിൻസിന്റെ ഉപദേശം അവന്റെ വ്യക്തിജീവിതത്തെ ഏറെ സ്വാധീനിച്ചു. തന്റെ ചുമതലയിൽപ്പെട്ട വിശ്വാസം ഉറച്ച വിദ്യാർഥികളിൽ തന്റെ തിരക്കുപിടിച്ച ദിനചര്യകൾക്കിടയിലും സമയം കണ്ടെത്താൻ അയാൾ മറന്നിട്ടുണ്ടായിരുന്നില്ല. അവർക്കായി ഒരു മണിക്കൂറോ അതിൽക്കൂടുതലോ ക്ലാസുകൾ പ്രത്യേകമായി എടുത്തുകൊടുക്കാനും അയാൾ ഒരുക്കമായിരുന്നു. അവരുടെ ജീവിതത്തിലെ ആദ്യത്തെ ദൃഢമായ കാൽവെപ്പാണിതെന്ന ബോധം അവരിൽ ഉണ്ടായിരിക്കണമെന്ന് അയാൾ ആഗ്രഹിച്ചു. തന്റെ തന്നെ അകളങ്കിതമായ അർപ്പണബോധം അവനിൽ ഉണ്ടായിരിക്കണമെന്ന് അയാൾ ആഗ്രഹിച്ചു.

പതിനെട്ട്

കുന്നിൻമുകളിലെ ശാന്തമായ അന്തരീക്ഷത്തിൽ അധികകാലം ഫിലിപ്പിന് താമസിക്കാൻ കഴിഞ്ഞില്ല. ദൈവസാമീപ്യത്തിന്റെ ആദ്യകാലത്തെ അവസ്ഥ തന്നെ ഇപ്പോഴും അവനെ അലട്ടി. ആത്മത്യാഗത്തിനുള്ള അഭിവാഞ്ഛ അവനിൽ സ്മരിച്ചിരുന്നു. പക്ഷേ തന്റെ ശക്തി അതിനപര്യാപ്തമാണെന്ന് അവൻ കരുതി. അവൻ അത്യുൽസാഹത്താൽ പരിക്ഷീണിതനായി. അവന്റെ ആത്മാവ് വേപഥുപൂണ്ടു. വളരെ കൃത്യനിഷ്ഠയോടെ അനുഷ്ഠിച്ച മതാനുഷ്ഠാനങ്ങൾ ചടങ്ങായി മാറി.

ഫിലിപ്പിന് വളരെ കുറച്ച് കൂട്ടുകാരേ ഉണ്ടായിരുന്നുള്ളൂ. അവന്റെ വായനാശീലം അവനെ ഒറ്റപ്പെടുത്തി. കൂട്ടുകെട്ടിൽ പെടുമ്പോൾ അവൻ ക്ഷീണിതനായും അസ്വസ്ഥനായും കാണപ്പെട്ടു. അവൻ ധാരാളം ബുക്കുകൾ വായിക്കുകയും കൂട്ടുകാരുടെ വിവരക്കേടിൽ വിഷമിക്കുകയും

ചെയ്തു. അവന് എല്ലാറ്റിനോടും പുച്ഛം തോന്നുകയും അത് വെട്ടിത്തുറന്ന് പറയുകയും അതുവഴി ശത്രുക്കളെ സൃഷ്ടിക്കുകയും ചെയ്തു. ആരംഭത്തിൽ ആ സ്കൂളിൽ അവൻ അനുഭവിച്ച അപമാനം അജ്ഞതയുടെ പേരിൽ അവന്റെ കൂട്ടുകാരെ വേദനിപ്പിക്കുന്ന സ്ഥിതിയിലേക്കെത്തി. അവന്റെ സാന്നിധ്യം മറ്റുള്ളവർ ഇഷ്ടപ്പെടാതായെങ്കിലും അവന് അതിൽ പരിഭവത്തിന് പകരം ആത്മസന്തോഷമാണ് ഉണ്ടായത്. അവന്റെ ശീലങ്ങളെല്ലാം ഏകാകിയുടേതായി മാറി. അവൻ ഇത്തരത്തിൽ നിഗൂഢ സന്തോഷത്തിന്റേതായ ഒരു തലം തന്നെ തീർത്തു.

ഫിലിപ്പിന്റെ സ്ഥിരീകരണത്തോടനുബന്ധിച്ച് ക്രിസ്തുമസ് പഠന കാലത്ത് മറ്റൊരു വിഷയത്തിൽ അവന് താൽപ്പര്യമുളവായി. അതേ വിഷയം റോസ് എന്നുപേരായ മറ്റൊരു കുട്ടിയും പഠിക്കുന്നുണ്ടായിരുന്നു. അവൻ നീളം വെക്കുന്ന ഒരു ശരീരപ്രകൃതിയോടു കൂടിയവനായിരുന്നു. അവന്റെ കണ്ണുകൾ ആകർഷകമായിരുന്നു. അവൻ സമർഥനോ വിഡ്ഢിയോ ആയിരുന്നില്ല. കുട്ടികളിലും പ്രവൃത്തികളിലും മികച്ചുനിന്ന അവനെ എല്ലാവർക്കും ഇഷ്ടമായിരുന്നു.

ഈ പാഠ്യപദ്ധതിയിൽ ഫിലിപ്പ് ചേർന്നപ്പോൾ മറ്റ് വിദ്യാർഥികളൊക്കെ തണുപ്പൻ മട്ടിലാണ് അവനെ സ്വീകരിച്ചത്. അത് അവനെ വിഷമിപ്പിച്ചു. തന്റെ വിചാരങ്ങളെ മറച്ചുവെക്കാൻ അവൻ നിർബന്ധിതനായി. റോസിന്റെ സാന്നിധ്യത്തിൽ തെല്ല് ലജ്ജിതനും മര്യാദക്കാരനുമായി മാറാൻ ശ്രമിച്ചു ഫിലിപ്പ്. കാരണം അവന്റെ സൗഹൃദം ഫിലിപ്പും കാംക്ഷിച്ചു. റോസ് ആണ് ഫിലിപ്പിനെ മറ്റുള്ളവരുടെ ചങ്ങാത്തത്തിലേക്ക് കൂട്ടിക്കൊണ്ടുപോയത്.

ഒരു ദിവസം റോസ് തന്നോടൊപ്പം ഫുട്ബോൾ ഗ്രൗണ്ടിലൂടെ നടക്കാനായി ഫിലിപ്പിനെ വിളിച്ചു. തനിക്ക് വേഗത്തിൽ നടക്കാൻ പറ്റില്ലെന്ന് അവൻ മറുപടി പറഞ്ഞു. ഈ സമയത്ത് മറ്റൊരുകുട്ടി താൻ വരാമെന്ന് റോസിനോട് പറഞ്ഞു. റോസ് അത് സമ്മതിക്കാതെ താൻ ഫിലിപ്പിനെ വിളിച്ചു പോയി എന്നുപറഞ്ഞു. അവർ ഒരുമിച്ച് സാവകാശം ഒരു ഗ്രൗണ്ടിലൂടെ കുറച്ചുനേരം നടന്നു. അവരുടെ സൗഹൃദം മറ്റുള്ളവരെ അത്ഭുതപ്പെടുത്തുന്ന തരത്തിൽ വളർന്നു. എവിടെയായിരുന്നാലും രണ്ടുപേരും ഒരുമിച്ചായിരുന്നു. റോസിനെ അറിയിക്കാൻ വല്ല കാര്യവുമുണ്ടെങ്കിൽ മറ്റുള്ളവർ ഫിലിപ്പിനോട് ചൊല്ലി അയയ്ക്കാൻ തുടങ്ങി. ചായ സമയങ്ങളിലൊക്കെ മറ്റുള്ളവരുമായി സൗഹൃദം പങ്കുവെക്കാൻ റോസ് ഒരുക്കമായിരുന്നു. അതിനാൽ ഫിലിപ്പിനും അതിന്റെ ഗുണം ലഭിച്ചു. പഠനപദ്ധതി കഴിഞ്ഞ് പിരിയുന്ന അവർ ഒരേ തീവണ്ടിയിൽ പട്ടണത്തിലേക്ക് പോവുകയും ഒരുമിച്ച് ചായ കുടിച്ച് പിരിയുകയും ചെയ്തു.

ഒഴിവുകാലം മുഴുവൻ ഫിലിപ്പ് റോസിനെപ്പറ്റി ചിന്തിച്ചിരുന്നു. അടുത്ത ഘട്ടത്തിൽ ഒരുമിച്ചുകൂടി ചെയ്യേണ്ട കാര്യങ്ങളെപ്പറ്റി ഫിലിപ്പ് ചിന്തിച്ചു. അമ്മാവന്റെ ചോദ്യത്തിന് സന്തോഷത്തോടെ അവൻ മറുപടി നൽകി.

അവധിക്കാലം കഴിഞ്ഞ് സ്കൂൾ തുറക്കുന്ന അന്ന് റോസിനെ സ്വീകരിക്കാനായി ഫിലിപ്പ് ട്രെയിൻ സമയത്തിന് ഒരു മണിക്കൂർ മുമ്പെ സ്റ്റേഷനിലെത്തി. ട്രെയിൻ വന്നപ്പോൾ അവൻ ഓടിച്ചെന്നെങ്കിലും അതിൽ റോസില്ലായിരുന്നു. അടുത്ത ട്രെയിൻ വരുന്നതുവരെ കാത്തിരുന്നു. അതിലും റോസ് ഇല്ലായിരുന്നു. നിരാശനായി ഫിലിപ്പ് സ്കൂളിലേക്ക് മടങ്ങി. തീൻമുറിക്കടുത്തെത്തിയപ്പോൾ ഒരാൾ മധ്യത്തിലും ഒരു ഡസനോളം പേർ കിട്ടിയ ഇരിപ്പിടങ്ങളിൽ ചുറ്റിലുമായി സംസാരിക്കുന്നതാണ് ഫിലിപ്പ് കണ്ടത്. മധ്യത്തിലിരിക്കുന്ന ആൾ റോസായിരുന്നു. ഫിലിപ്പിന് ആകെ കലികയറി. റോസ് അവന് ഹസ്തദാനം ചെയ്തു.

"നീ എന്തേ വൈകിയത്" റോസ് ചോദിച്ചു: "ഞാൻ വിചാരിച്ചു നീ വരില്ലെന്ന്."

"ഫിലിപ്പ്, നീ സ്റ്റേഷനിലുണ്ടായിരുന്നല്ലോ?" മറ്റൊരു കുട്ടി പറഞ്ഞു

"ഞാൻ എന്റെ ഒരു ബന്ധുവിനെ കാണാൻ വന്നതാണ്" അവൻ പറഞ്ഞു.

മറ്റുള്ളവരെല്ലാം പിരിഞ്ഞപ്പോൾ റോസ് പറഞ്ഞു: "നമ്മൾ രണ്ടു പേരും അടുത്തഘട്ടം കൂടെ ഇവിടെ ഉണ്ടാകുമെന്നത് വളരെ സന്തോഷമുള്ള കാര്യമാണ്."

പത്തൊൻപത്

തുടക്കത്തിൽ റോസുമായുള്ള സൗഹൃദത്തിൽ നിന്നും അവൻ ഒന്നും പ്രതീക്ഷിച്ചിരുന്നില്ല. അവൻ സ്വസ്ഥമായി സൗഹൃദം ആസ്വദിക്കുകയാണ് ചെയ്തത്. ഇപ്പോൾ റോസിന്റെ പൊതുസ്വീകാര്യത അവന് അലോസരമായി തോന്നി. റോസിന്റെ മറ്റുള്ളവരുമായുള്ള സൗഹൃദത്തെ അവൻ അസൂയയോടെ നോക്കി. അതിന്റെ പേരിൽ അവനെ അധിക്ഷേപിക്കാനും തുടങ്ങി. നിസ്സാര കാര്യങ്ങളുടെ പേരിൽ റോസുമായി പിണങ്ങി ഒന്നോ രണ്ടോ ദിവസം മിണ്ടാതിരിക്കുക പതിവായി. അധികനാൾ അവനോട് പിണങ്ങിനിൽക്കാൻ കഴിയാതെ അവനോട് ക്ഷമചോദിച്ച് അടുത്തുകൂടി. പിന്നീട് ഒരാഴ്ചത്തേക്ക് അവർ നല്ല സൗഹൃദം നിലനിർത്തുമെങ്കിലും ഫിലിപ്പിന്റെ ഇത്തരം പ്രകൃതം കാരണം റോസ് അൽപ്പം അകൽച്ച കാണിക്കാൻ ആരംഭിച്ചു. അവന്റെ മുടന്ത് റോസിന് അരോചകമായിത്തുടങ്ങിയെന്ന് അവനുതോന്നി.

ഈ അധ്യായനകാലത്തിന്റെ അന്ത്യത്തിൽ രണ്ടോ മൂന്നോ കുട്ടികൾക്ക് പകർച്ചപ്പനി പിടിപെട്ടു. അത് പകരാതിരിക്കാനായി അവരെ വീട്ടിലേക്ക് അയയ്ക്കുന്നതിനെപ്പറ്റി ആലോചിച്ചെങ്കിലും പിന്നീട് അവരെ തനിച്ച് താമസിപ്പിക്കാൻ തീരുമാനിച്ചു. അസുഖം പിടിപെട്ട ഒരാൾ ഫിലിപ്പായിരുന്നു. ഈസ്റ്റർ അവധിക്കാലം ആശുപത്രിയിൽ ചെലവഴിച്ച് വേനൽ അവധിക്ക് അവനെ വീട്ടിലേക്ക് വിട്ടു. വികാരി അവനെ രോഗമുണ്ടെന്ന സംശയത്തോടെ വീക്ഷിച്ചു. ഡോക്ടർ അവനെ പറഞ്ഞുവിട്ടതിൽ അയാൾ വിഷമിച്ചു.

അധ്യയനകാലത്തിന്റെ പകുതിക്കാണ് ഫിലിപ്പ് സ്കൂളിലേക്ക് മടങ്ങിയത്. റോസുമായുള്ള കലഹം അവൻ മറന്നിരുന്നു. റോസ് മാത്രമാണ് തന്റെ ഏറ്റവും അടുത്ത സുഹൃത്ത് എന്ന കാര്യം മാത്രം അവൻ ഓർമിച്ചു. റോസിനോട് കുറച്ചുകൂടെ യുക്തിപൂർവം പെരുമാറാൻ അവൻ തീരുമാനിച്ചു. രോഗാവസ്ഥയിൽ റോസ് അവന് ചില കുറിപ്പുകൾ കൊടുത്തുവിട്ടിരുന്നു. ധൃതിയിൽ മടങ്ങിവരൂ എന്നായിരുന്നു അവയിലെ കുറിപ്പ്. പകർച്ചപ്പനിമൂലമുള്ള ഒരു മരണം കാരണം ക്ലാസിന്റെ ഘടനയിൽ ചില മാറ്റം വരുകയും റോസ് മറ്റൊരു ക്ലാസിൽ എത്തിച്ചേരുകയും ചെയ്തു. ഇത് ഫിലിപ്പിന് അങ്ങേയറ്റം നിരാശയുളവാക്കി. ക്ലാസ് വിട്ട ഉടനെ റോസിനെ കാണാനായി ഫിലിപ്പ് അവന്റെ ക്ലാസിലെത്തി. റോസ് അപ്പോൾ ഹണ്ടറോട് ചേർന്ന് എന്തോ ചെയ്യുകയായിരുന്നു. ഫിലിപ്പ് ചെന്നപ്പോൾ റോസിന്റെ ആദ്യ പ്രതികരണം അവനെ അലോസരപ്പെടുത്തുന്നതായിരുന്നു. അത് ആളറിയാതെയാണ് എന്ന് റോസ് ഫിലിപ്പിനെ ബോധ്യപ്പെടുത്തി.

ഫിലിപ്പ് വെളിയിലിറങ്ങി. തന്റെ പഠനകാര്യങ്ങളിലേക്ക് മാത്രമായി അവൻ മുടന്തിനീങ്ങി. അവന് അങ്ങേയറ്റം പ്രയാസമുളവാക്കി ആ സംഭവം. അവർ തമ്മിൽ വെറും പരിചയം മാത്രമായിരുന്നില്ല. ഫിലിപ്പ് കാത്തിരുന്നെങ്കിലും റോസ് വന്നില്ല. പിറ്റേന്ന് പ്രഭാതപ്രാർഥനയ്ക്ക് ചെന്നപ്പോൾ റോസും ഹണ്ടറും കൈകൾ കോർത്ത് പിടിച്ച് നിന്ന് പാടുന്നതുകണ്ടു. അവൻ കാണാത്ത കാര്യങ്ങൾ മറ്റുള്ളവർ അവനോട് പറഞ്ഞുകൊടുത്തു. ഒരു സ്കൂൾ വിദ്യാർഥിയുടെ ജീവിതത്തിൽ മൂന്നുമാസമെന്നത് ഒരു വലിയ കാലയളവാണെന്ന് അവൻ മറന്നുപോയിരുന്നു. ഫിലിപ്പ് ഏകാന്തതയിൽ വസിച്ചപ്പോൾ റോസ് ലോകത്ത് ജീവിച്ചു. ആ ശൂന്യതയിലേക്കാണ് ഹണ്ടർ പ്രവേശിച്ചത്. റോസ് ഫിലിപ്പിനെ അവഗണിക്കുന്നതായി അവൻ മനസിലാക്കി. ഒരു ദിവസം റോസ് തനിച്ചുള്ളപ്പോൾ ഫിലിപ്പ് അവന്റെ ക്ലാസിലേക്ക് ചെന്നു.

"ഞാൻ അകത്തേക്ക് വരട്ടെ" ഫിലിപ്പ് ചോദിച്ചു.

"നിനക്ക് വേണമെങ്കിൽ" റോസ് മറുപടി പറഞ്ഞു.

"നിന്റെ വലിയ മനസിന് നന്ദി" ഫിലിപ്പ് തിരിച്ചടിച്ചു.

"നിനക്ക് എന്താണ് വേണ്ടത്" റോസ് ദേഷ്യത്തോടെ ചോദിച്ചു.

"എനിക്കറിയേണ്ടത്, ഞാൻ വന്നിട്ടും നീ എന്തേ ഇങ്ങനെ എന്നാണ്."

"സ്വയം കഴുതയാവല്ലെ " റോസ് പറഞ്ഞു

"നീ ഹണ്ടറിൽ എന്താണ് കാണുന്നതെന്ന് എനിക്കറിയില്ല."

"അത് എന്റെ കാര്യമാണ്. നീ അതിൽ തലയിടണ്ട." റോസ് പറഞ്ഞു

"നീ വെറും മൃഗമാകരുത്" ദേഷ്യത്തോടെ ഫിലിപ്പ് പറഞ്ഞു

"പോയി തുലയാൻ പറ" റോസ് ദേഷ്യത്തോടെ തിരിച്ചടിച്ചു.

റോസ് വാതിൽ വലിച്ചടച്ച് പുറത്തിറങ്ങി. ഫിലിപ്പ് തനിച്ചായി. തങ്ങളുടെ സൗഹൃദം തകർന്നതിനെപ്പറ്റി മറ്റുള്ളവർ പറഞ്ഞു ചിരിക്കുമെന്ന്

ഫിലിപ്പ് ഊഹിച്ചു. റോസിനുമുന്നിൽ തോറ്റുകൊടുക്കാതിരിക്കാനായി ഫിലിപ്പ് ആദ്യം വെറുത്ത് മാറ്റിവെച്ച ഷാർപ്പ് എന്ന പയ്യന്റെ സൗഹൃദം സ്ഥാപിച്ചെടുക്കാൻ ശ്രമിച്ചു. അവൻ ലണ്ടനിൽനിന്നുള്ള ഒരു വിദ്യാർഥി യായിരുന്നു. അവന്റെ മേൽച്ചുണ്ടിൽ മീശ വളർച്ചയുടെ ആരംഭം കാണാമായിരുന്നു. പുരികങ്ങൾ മൂക്കിന് മുകളിൽ കൂട്ടിമുട്ടിനിന്നു. അവൻ കളികൾ ഇഷ്ടപ്പെട്ടില്ല. വല്ല ഒഴികഴിവുകൾ പറഞ്ഞ് ഒഴിഞ്ഞുമാറി. ഫിലപ്പ് ഇപ്പോൾ അവനോടാണ് ചങ്ങാത്തം കൂടിയത്. പഠനത്തിന്റെ രണ്ട് ഘട്ടം കൂടിക്കഴിഞ്ഞാൽ ഷാർപ്പ് ജർമനിയിലേക്ക് പോകും. അവിടെ അവൻ തീയേറ്ററിൽ പോകുന്നതിനെപ്പറ്റിയൊക്കെ ഫിലിപ്പിനോട് പറഞ്ഞു. ഫിലിപ്പ് അത്ഭുതത്തോടെ കേട്ടിരുന്നു.

റോസ് ഒരിക്കൽ ഫിലിപ്പുമായി രമ്യതയിലെത്താൻ ശ്രമിച്ചുനോക്കി. നല്ലനിലയിൽ വളർത്തപ്പെട്ട വ്യക്തിയായതിനാൽ ശത്രുത നിലനിർത്തു ന്നത് അവൻ ഇഷ്ടപ്പെട്ടില്ല.

“കാരി, നീ എന്നെ പൂർണമായി അവഗണിച്ച് സ്വയം ഒരു കഴുത യാവാൻ എന്തിനാണ് ശ്രമിക്കുന്നത്” അവൻ ചോദിച്ചു

“നീ എന്താണ് അർഥമാക്കുന്നതെന്ന് എനിക്കറിയില്ല” ഫിലിപ്പ് പറഞ്ഞു

“എന്തുകൊണ്ടാണ് നീ എന്നോട് സംസാരിക്കാത്തതെന്ന് എനിക്ക റിയില്ല.”

“നീ എന്നെ ബോറടിപ്പിക്കുന്നു.” ഫിലിപ്പ് പറഞ്ഞു

റോസ് ചുമൽ കുലുക്കി അവിടെനിന്നും നടന്നകന്നു. അവൻ അക ന്നപ്പോൾ പൊതുവെ വെളുത്ത ഫിലിപ്പ് ഒന്നുകൂടെ വിളറി വെളുത്തു. റോസ് പുറത്തേക്ക് പോയപ്പോൾ അവന് അസ്വസ്ഥതയും പ്രയാസവും തോന്നി. എന്തുകൊണ്ടാണ് താനങ്ങനെ മറുപടി പറഞ്ഞതെന്ന് അവന് മനസിലായില്ല. റോസിന്റെ സൗഹൃദം നേടിയെടുക്കാൻ എന്തും ഉപേ ക്ഷിക്കാൻ അവനൊരുക്കമായിരുന്നു. ആ അവസരത്തിൽ അവനെ പിശാച് ബാധിച്ചതുപോലെ തോന്നി. അവനനുഭവിച്ച വേദനയും അപ മാനവും തിരിച്ചും അനുഭവിപ്പിക്കണമെന്ന് മാത്രമേ അവൻ ആഗ്രഹിച്ചു ള്ളൂ. റോസിനെ കണ്ട് ക്ഷമ ചോദിക്കണമെന്ന് തോന്നിയെങ്കിലും അത് അവന് കഴിയുമായിരുന്നില്ല. ഷാർപ്പ് അവിടേക്ക് വന്നപ്പോൾ ഫിലിപ്പ് അവ നുമായി കലഹിക്കാനൊരുങ്ങി. അവന്റെ മാനസിക നില മനസിലാക്കിയ ഷാർപ്പ്, റോസ് ഫിലിപ്പിനെപ്പറ്റി മെല്ലറോട് ആ മുടന്തനെ എനിക്ക് ഇഷ്ട മല്ലെന്ന് പറയുന്നത് കേട്ടതായി അറിയിച്ചു. അതുകൂടെ കേട്ടപ്പോൾ റോസിനോടുള്ള ക്രോധം വർധിക്കുകയാണുണ്ടായത്.

ഇരുപത്

ഫിലിപ്പ് ആറാം സ്റ്റാന്റേർഡിൽ എത്തിയിരിക്കുകയാണ്. അവന് സ്കൂൾ അന്തരീക്ഷം അങ്ങേയറ്റം വിരസമായതിനാൽ ചെയ്യുന്നത് നല്ലതോ ചീത്തയോ എന്നൊന്നും ചിന്തിക്കാറില്ല. ഉണർന്നെഴുന്നേൽക്കു

ന്നത് തകർന്ന ഹൃദയവുമായിട്ടാണ്. നിയന്ത്രണങ്ങൾ അങ്ങേയറ്റം അസഹനീയമായി തോന്നി. അവൻ സ്വാതന്ത്ര്യത്തിന് കൊതിച്ചു.

ശ്രീ പെർക്കിൻസിനോടൊപ്പം നിങ്ങൾക്ക് എങ്ങനെയും ഒത്തുപോകാം. ജോലിചെയ്യുന്നോ ഇല്ലയോ എന്നത് അയാൾക്ക് പ്രശ്നമല്ല. ആറാം ക്ലാസ് പഴയ സന്യാസി മഠത്തിന്റെ ഭാഗമായിരുന്നു. അതിന് ഒരു ജാലകമുണ്ടായിരുന്നു. ഫിലിപ്പ് തന്റെ വിരസത ഒഴിവാക്കാൻ അതിലൂടെ കാണുന്ന ചിത്രങ്ങൾ വരയ്ക്കുക പതിവായിരുന്നു. അവന് വരയ്ക്കാനുള്ള കഴിവ് ഉണ്ടായിരുന്നു. ലൂയിസ അമ്മായി വരച്ച ചിത്രങ്ങളുടെ ആൽബം ചായസൽക്കാര സമയങ്ങളിൽ കാണിക്കാറുണ്ടായിരുന്നു. അവൾ ഫിലിപ്പിന് ഒരിക്കൽ ഒരു കളർ ബോക്സ് ക്രിസ്തുമസ് സമ്മാനമായി നൽകിയിരുന്നു. ഫിലിപ്പ് അമ്മായിയുടെ ചിത്രങ്ങൾ നോക്കി വരയ്ക്കുമായിരുന്നു. ശ്രീമതി കാരി അത് പ്രോൽസാഹിപ്പിച്ചു. അവന്റെ വികൃതിയിൽ നിന്നും അവനെ പിന്തിരിപ്പിക്കാനുള്ള ഉപാധിയായിരുന്നു അവൾക്ക് അത്. അവൻ വരച്ച ചില ചിത്രങ്ങൾ ഫ്രെയിം ചെയ്ത് കിടപ്പുമുറിയിൽ തൂക്കിയിട്ടുമുണ്ട്.

ഒരു ദിവസം ക്ലാസിന്റെ വരാന്തയിൽ ഫിലിപ്പ് ഉലാത്തുമ്പോൾ ശ്രീ പെർക്കിൻസ് അവനെ തടഞ്ഞു നിർത്തിയിട്ട് അയാൾക്കെന്തോ സംസാരിക്കാനുണ്ടെന്ന് പറഞ്ഞു. ഫിലിപ്പ് ചെവിയോർത്തു. അയാൾ തന്റെ മെലിഞ്ഞ വിരലുകൾ താടിരോമങ്ങൾക്കിടയിലൂടെ കടത്തിക്കൊണ്ട് ഫിലിപ്പിനെ നോക്കി.

"നിനക്ക് എന്താണ് കാരി പറ്റിയത്" അയാൾ ചോദിച്ചു. "നീ കഴിഞ്ഞ കുറച്ചുദിവസമായി അലസനായും അശ്രദ്ധാലുവായും കാണപ്പെടുന്നു."

"എന്നോട് ക്ഷമിക്കണം സർ" ഫിലിപ്പ് പറഞ്ഞു

"ഞാൻ നിന്നെപ്പറ്റി ഒരു നല്ല റിപ്പോർട്ട് നൽകാൻ മടിക്കും" ശ്രീ പെർക്കിൻസ് പറഞ്ഞു.

ഫിലിപ്പും കാരി അമ്മാവനും ചായകുടിച്ചുകൊണ്ടിരിക്കുമ്പോൾ ആ റിപ്പോർട്ട് അവിടെയെത്തി. അതൊന്ന് ഓടിച്ച് നോക്കിയിട്ട് അയാൾ അത് ഫിലിപ്പിന് നൽകി. റിപ്പോർട്ട് എങ്ങനെയുണ്ടെന്ന് ലൂയിസ അമ്മായി ചോദിച്ചു.

ശ്രീ പെർക്കിൻസ് അവനിലുണ്ടായ മാറ്റം ശ്രദ്ധിക്കുന്നുണ്ടായിരുന്നു. അവനിൽ ഒരു മാറ്റം ഉണ്ടാക്കാനായി അയാൾ ശ്രമിച്ചു. അവന് സ്കോളർഷിപ്പ് നൽകുന്നതിനെയും, ക്ലാസിൽ ലീഡറാക്കുന്നതിനെയും ഓക്സ്ഫോർഡിലയയ്ക്കുന്നതിനെയുംപറ്റി സംസാരിച്ചു. പക്ഷേ തനിക്ക് ഓക്സ്ഫോർഡിൽ പോകേണ്ടെന്ന് അവൻ പറഞ്ഞു. അത് ശ്രീ പെർക്കിൻസിനെ അത്ഭുതപ്പെടുത്തി.

ശ്രീ പെർക്കിൻസ് ഒരു അധ്യാപകനെന്ന നിലയിൽ നിന്ന് മാറി ഒരു സുഹൃത്തിനെപ്പോലെ ഈ തീരുമാനം അവന്റെ ജീവിതത്തിലുണ്ടാക്കുന്ന വിഷമതകളെപ്പറ്റി പറഞ്ഞുകൊടുത്തു. അയാളുടെ സ്നേഹപ്രകടനങ്ങൾ

ഫിലിപ്പിനെ ഏറെ ആകർഷിച്ചു. മറ്റുള്ളവരുടെ ഉപദേശങ്ങളിൽ പെട്ടെന്ന് സ്വാധീനിക്കപ്പെടുന്ന വ്യക്തിയായതിനാൽ ഫിലിപ്പ് അത് ഉൾക്കൊള്ളുകയും മറ്റുകാര്യങ്ങൾ മറക്കുകയും ചെയ്തു.

അൽപ്പ നിമിഷത്തിന് ശേഷം അവന്റെ മനസ്സ് നിയന്ത്രണം വിടുന്നതായി അവന് തോന്നി. ഇടയ്ക്കിടെ അവൻ "ഞാനില്ല, ഞാനില്ല" എന്ന് പറഞ്ഞുപോയി. ഇത് ശ്രദ്ധിച്ച ശ്രീ പെർക്കിൻസ് അവനെ പോകാനനുവദിച്ചു.

ഹെഡ്മാസ്റ്ററുടെ മുറിയിൽനിന്നും പുറത്തുവന്നപ്പോൾ ഒരു കൊച്ചു മഴ ചാറുന്നുണ്ടായിരുന്നു. വെളിയിലൊന്നും ആരെയും കണ്ടില്ല. മഴ അവന് അനുഗ്രഹമായി തോന്നി. ഈ കൂടിക്കാഴ്ചകൊണ്ട് തന്റെ വ്യക്തിത്വത്തിന്റെ തടവറയിൽനിന്നും അവന് മോചിതനാവാൻ കഴിഞ്ഞു.

കത്തീഡ്രലിൽ ദിവ്യബലിയുടെ ചടങ്ങുകൾ കാണുമ്പോൾ അവന് മടുപ്പുളവായി. സ്തുതിഗീതം പാടുമ്പോൾ അവൻ നിശ്ശബ്ദനായി നിന്നു. പള്ളിയിൽ ആളൊഴിഞ്ഞു കാണപ്പെട്ടു. ഫിലിപ്പ് അസഹിഷ്ണുതയിലേക്ക് വഴുതുകയായിരുന്നു. അവന്റെ അമ്മാവൻ ദുർബലനും സ്വാർഥനുമായിരുന്നു. ശ്രീ പെർക്കിൻസ് പറഞ്ഞത് ദൈവസേവയുടെ മഹത്വത്തെപ്പറ്റിയാണ്.

ഇരുപത്തിയൊന്ന്

തന്റെ വാക്കുകൾക്ക് ഫിലിപ്പിൽ ഒരു സ്വാധീനം ഉണ്ടായില്ല എന്ന് ശ്രീ പെർക്കിൻസ് തിരിച്ചറിഞ്ഞു. പിന്നീട് അവനെ അയാൾ അവഗണിച്ചു. അവനെപ്പറ്റി ആക്ഷേപത്തോടെ ഒരു റിപ്പോർട്ട് കാരിക്ക് അയക്കുകയും ചെയ്തു. അതിനെപ്പറ്റി ചോദിച്ചപ്പോൾ ഫിലിപ്പ് താൻ ടെർകാൻബറിയിൽ നിൽക്കുന്നതുകൊണ്ട് പ്രയോജനമില്ലെന്നും ജർമനിയിൽ പോകുന്നതാണ് നല്ലതെന്നും മറുപടി പറഞ്ഞു. ഷാർപ്പ് സ്കൂൾ വിടുകയും ഹാനോവറിൽ ജോലി നേടുകയും ചെയ്തതറിഞ്ഞപ്പോൾ മുതലാണ് അവനിൽ ഈ ചിന്ത ഉടലെടുത്തത്. അവന് സ്കോളർഷിപ്പ് ലഭിക്കില്ലെന്നും ഓക്സ്ഫോർഡിൽ പോകാനൊക്കില്ലെന്നും പറഞ്ഞപ്പോൾ ആ ആഗ്രഹം താൻ എന്നേ ഉപേക്ഷിച്ചു എന്ന് അവൻ മറുപടി പറഞ്ഞു. ഇത് കേട്ടപ്പോൾ അമ്മായിയുടെ കണ്ണുകൾ നിറഞ്ഞു. ശ്രീ കാരി വായനയിൽ മുഴുകിയപ്പോൾ അമ്മായിയെ ചുറ്റിപ്പിടിച്ച് അവൻ കെഞ്ചി "നിങ്ങൾ അമ്മാവനോട് പറഞ്ഞ് എനിക്ക് അനുവാദം വാങ്ങിത്തരണം."

"നമുക്ക് ശ്രീ പെർക്കിൻസിന് കത്തെഴുതി അറിയിക്കാം" അമ്മായി പറഞ്ഞു.

"പക്ഷേ പെർക്കിൻസ് എന്നെ പോകാനനുവദിക്കില്ല" ഫിലിപ്പ് മറുപടി പറഞ്ഞു.

എന്തുതന്നെയായാലും വിദേശ ഭാഷ പഠിക്കണമെന്നും ജർമനിയിൽ പോകണമെന്നും അവൻ ഉറപ്പിച്ചു. വികാരി ഈ കാര്യത്തെപ്പറ്റി ചില

രോട് അന്വേഷിക്കുകയും അതിന്റെ ഗുണവും ദോഷവും മനസിലാക്കുകയും ചെയ്തിരുന്നു.

ഫിലിപ്പ് പുരോഹിത ഭവനത്തിൽനിന്നിറങ്ങി. വൈകിട്ട് തന്നെ സ്കൂളിലെത്തി. അവിടെ എത്തിയപ്പോൾ ശ്രീ പെർക്കിൻസ് ഹെഡ്മാസ്റ്റർ അവനെ വിളിപ്പിച്ചു. അവന്റെ അമ്മാവൻ അയാൾക്ക് കത്തയച്ച കാര്യം അറിയിക്കുകയും അവനെ പോകാനനുവദിക്കുകയില്ലെന്ന് പറയുകയും ചെയ്തു. ഇത് കേട്ടപ്പോൾ ഫിലിപ്പിന് വിഷമം തോന്നി. കുറച്ചുദിവസങ്ങൾക്ക് ശേഷം ഒരു ഉച്ചനേരത്ത് അവൻ അവിടെനിന്നും അമ്മാവന്റെ വീട്ടിലെത്തി. അങ്ങേയറ്റം ക്ഷോഭത്തോടെ കുറെയേറെ അധിക്ഷേപങ്ങൾ അവരെപ്പറ്റിയും സ്കൂളിനെപ്പറ്റിയും പറഞ്ഞു. അത് കേട്ട് അമ്മായി നിശ്ശബ്ദം കരഞ്ഞു. അതുകണ്ട് അവൻ മാനസികമായി തളരുകയും അമ്മായിയെ കെട്ടിപ്പിടിച്ച് ക്ഷമ ചോദിക്കുകയും ചെയ്തു. അന്ന് തന്നെ അവൻ അവിടെനിന്ന് മടങ്ങി. അമ്മാവൻ ഹെഡ്മാസ്റ്റർക്ക് മറ്റൊരു കത്തെഴുതുകയും അവിടെ തുടരാൻ പ്രയാസമാണെങ്കിൽ അവനെ ജർമനിയിൽ പോകാനനുവദിക്കണമെന്ന് അപേക്ഷിക്കുകയും ചെയ്തു. ആ കത്ത് ഹെഡ്മാസ്റ്റർ അവന് വായിക്കാൻ കൊടുത്തു. അത് വായിച്ചപ്പോൾ അവൻ അത്ഭുതപ്പെട്ടുപോയി. മറ്റുള്ളവരുടെ ഇച്ഛാശക്തിക്ക് മേൽ വിജയം നേടിയതായി അവന് തോന്നി.

"നീ വിജയിച്ചിരിക്കുന്നു, ഇല്ലേ?" ശ്രീ പെർക്കിൻസ് ചോദിച്ചു

അവൻ മനസറിഞ്ഞ് ചിരിച്ചു.

"സ്കൂളുകൾ ശരാശരി വിദ്യാർഥികൾക്ക് വേണ്ടിയുള്ളതാണ്. ദ്വാരം വൃത്തത്തിലുള്ളതാണെങ്കിലും ഏത് ആപ്പും അതിൽ ചേരും. മറ്റുള്ളവർ ക്കൊന്നും ശരാശരികളെപ്പറ്റിയല്ലാതെ മറ്റൊന്നും ചിന്തിക്കാൻ സമയമില്ല. നീ ഈ അധ്യയനകാലം കൂടെ കഴിഞ്ഞ് പോകുന്നതാണ് നല്ലത്." ശ്രീ പെർകിൻസ് പറഞ്ഞു

"വളരെ നന്ദി, സർ" ഫിലിപ്പ് സന്തോഷത്തോടെ അനുസരിച്ചു.

പിന്നീടുള്ള ദിവസങ്ങൾ അവന് ആനന്ദത്തിന്റേതായിരുന്നു. മറ്റുള്ളവരെയൊക്കെ അൽപ്പനാൾകൂടെയല്ലെ കാണുകയുള്ളൂ എന്നനിലയ്ക്ക് സ്നേഹത്തോടെ പെരുമാറാൻ തുടങ്ങി. അവസാനം യാത്ര പറയേണ്ട ദിനം വന്നുചേർന്നു. അവൻ ശ്രീ പെർക്കിൻസിന്റെ അടുത്ത് യാത്രപറയാനായി ചെന്നു. ശ്രീ പെർക്കിൻസ് ചോദിച്ചു; "യഥാർഥത്തിൽ നീ ഇവിടെനിന്ന് പോകാൻ ഉദ്ദേശിക്കുന്നില്ല അല്ലേ?"

ഇത് കേട്ടപ്പോൾ ഫിലിപ്പ് ആകെ വിഷമിച്ചുപോയി.

നിനക്ക് ഓക്സ്ഫോർഡിൽ വളരെ നല്ല സമയമായിരിക്കും. ബുദ്ധിയുള്ള ആർക്കും അവിടം തള്ളിപ്പറയാൻ പറ്റില്ല.

"നിനക്കറിയുമോ ഒരു വിദ്യാർഥിയെ പഠിപ്പിക്കുമ്പോൾ പറയുന്ന കാര്യവുമായി പകുതിയെങ്കിലും അവൻ അടുക്കുന്നുണ്ടെങ്കിൽ അധ്യാപനം പോലെ മഹത്തരമായ ഒരു ജോലി ലോകത്തില്ല. നിനക്ക് അതുണ്ട്." അത്രയും പറഞ്ഞ് സ്നേഹത്തോടെ അയാൾ അവന്റെ ചുമ

ലിൽ കൈവെച്ചു. ഇതുപോലെ ഒരു മുഖസ്തുതി അവൻ മുമ്പ് കേട്ടിട്ടില്ല. പക്ഷേ, അത് കേട്ട് പിന്നോട്ടടിച്ചാൽ അമ്മാവൻ വിജയിച്ചു എന്നാകും. അത് പോകാനുള്ള ആഗ്രഹത്തെ മറ്റൊന്നുകൊണ്ടും തഴയപ്പെടാതിരിക്കാനായി അവൻ മനസിലുറച്ചു.

"എനിക്ക് പോയേ പറ്റൂ" അവൻ പറഞ്ഞു

അങ്ങനെ ആ യുദ്ധം അവൻ ജയിച്ചു. പക്ഷേ, അവന് ഉറപ്പില്ല. അത് വിജയിച്ചതാണോ പരാജയപ്പെട്ടതാണോ എന്ന്.

ശ്രീ പെർക്കിൻസ് അവൻ എപ്പോഴാണ് പോകുന്നതെന്ന് ചോദിച്ചു.

"മെയ് മാസം ആദ്യം" അവൻ ഉത്തരം നൽകി

"തിരിച്ചുവരുമ്പോൾ ഞങ്ങളെ കാണാൻ വരാൻ മറക്കരുത്."

അവർ പരസ്പരം കൈകൊടുത്ത് പിരിഞ്ഞു. ശ്രീ പെർക്കിൻസ് ഒന്നുകൂടി നിർബന്ധിച്ചാൽ അവന്റെ മനസുമാറുമെന്ന് അയാൾക്കറിയാം. പക്ഷേ അയാൾ വിളിക്കാൻ തയാറായില്ല. അവിടെനിന്ന് ഇറങ്ങിയപ്പോൾ ഒരു നിരാശ അവന്റെ മനസിനെ ബാധിച്ചു. മടങ്ങിച്ചെല്ലുന്നത് അപമാനകരമാണെന്നതിനാൽ തന്റെ ഭാവിയെപ്പറ്റിയുള്ള ചിന്തകളുമായി സ്കൂൾ പഠനം അവസാനിപ്പിച്ച് അവൻ നടന്നു.

ഇരുപത്തിരണ്ട്

ഫിലിപ്പിന്റെ അമ്മാവന് ശ്രീമതി വിൽക്കിൻസൺ എന്ന് പേരായ പഴയ ഒരു സുഹൃത്ത് ഉണ്ടായിരുന്നു. അവൾ ബെർലിനിലായിരുന്നു താമസിച്ചിരുന്നത്. അവൾ ഒരു പുരോഹിത പുത്രിയായിരുന്നു. അവളുടെ അച്ഛനോടൊപ്പമാണ് പഠനത്തിന്റെ അന്ത്യകാലത്ത് അയാൾ താമസിച്ചത്. അച്ഛന്റെ മരണശേഷം അവൾ തനിച്ചാണ്. അവൾ ഇടക്ക് കാരികുടുംബത്തിന് കത്തെഴുതാറുണ്ടായിരുന്നു. ഫിലിപ്പ് യാത്ര ഉറപ്പിച്ചപ്പോൾ അവർ അവളുമായി ബന്ധപ്പെട്ടു. ഹീഡൽ ബർഗാണ് താമസിച്ച് ജർമൻ പഠിക്കാൻ നല്ലസ്ഥലമെന്നും ഫ്രോ പ്രൊഫസർ എർലിന്റെ വീട് അവിടെ സൗകര്യപ്രദമാണെന്നും അവൾ എഴുതി. മെയ് മാസത്തിലെ ഒരു പ്രഭാതത്തിൽ ഫിലിപ്പ് അവിടെ എത്തി. ഒരു ചുമട്ടുകാരൻ അവന്റെ സാധനങ്ങളൊക്കെ അവിടെ എത്തിച്ചു. അടുക്കളയിൽ നിന്നെന്നപോലെ വീട്ടുടമ അവിടെ എത്തി. അവൾ അവനോട് കുശലം ചോദിച്ചു. അവൾക്ക് ജർമൻ ഭാഷ മാത്രമേ അറിയുമായിരുന്നുള്ളൂ. ഇംഗ്ലീഷ് വളരെ അബദ്ധമായിരുന്നു.

ഒരു വെളുത്ത വലിയ വീടിന്റെ മുന്നിൽ അവന്റെ സാധനങ്ങൾ ചുമട്ടുകാരൻ ഇറക്കിവെച്ച് കൊടുത്തപ്പോൾ, ആരും അവനെ കാണാനായി പുറത്തിറങ്ങിവരാത്തതുകൊണ്ട് അവന് വലിയ അലോസരം തോന്നിയില്ല. വൃത്തി കുറഞ്ഞ ഒരു കുട്ടി അവനെ ഒരു സ്വീകരണമുറിയിലേക്ക് കൂട്ടിക്കൊണ്ടുപോയി. ആ മുറിയിൽ പച്ച വെൽവെറ്റിൽ പൊതിഞ്ഞ ഒരു വലിയ സോഫയുണ്ടായിരുന്നു. ആ മുറിയിലെ ഒരു മേശപ്പുറത്തായി

മാടിന്റെ വലിയ എല്ലുപോലെ തോന്നിക്കുന്ന രീതിയിൽ പ്ലാസ്റ്റിക് പേപ്പ റിൽ ഇറുക്കി പൊതിഞ്ഞ പൂക്കളുടെ ബൊക്കെ വെള്ളം നിറച്ച ഒരു പാത്രത്തിൽ വെച്ചിട്ടുണ്ടായിരുന്നു. ആ മുറിയിൽ ശ്രദ്ധാപൂർവം ലെതർകൊണ്ട് ബൈന്റ് ചെയ്ത പുസ്തകങ്ങളും ക്രമപ്പെടുത്തിവെച്ചി രുന്നു. അതെല്ലാമാണെങ്കിലും അവിടെ അഴുക്കിന്റെ ഗന്ധം തങ്ങിനിന്നി രുന്നു.

അടുക്കളയിൽ പാചകത്തിനിടയിൽ നിന്നും ഇറങ്ങിവന്ന ഫ്രോ പ്രൊഫസർ തടിച്ച് കുറുകിയ, ഇറുകിയ വസ്ത്രം ധരിച്ച ചുവന്ന മുഖ ത്തോടുകൂടിയ ഒരു സ്ത്രീയായിരുന്നു. അവൾക്ക് തിളക്കമാർന്ന ചെറിയ കണ്ണുകൾ ഉണ്ടായിരുന്നു. അവ മണിപോലെ ചെറുതും ദീപ്തവുമായി രുന്നു. അവയിൽ പ്രകാശം പരത്തുന്ന ഒരു രീതിയും ഉണ്ടായിരുന്നു. അവൾ ഫിലിപ്പിനെ കണ്ട ഉടനെ അവന്റെ രണ്ട് കൈകളും കൂട്ടിപ്പിടിച്ച് കുമാരി വിൽക്കിൻസിനെപ്പറ്റി അന്വേഷിച്ചു. അവർ രണ്ടുതവണ ഒരു മിച്ച് താമസിച്ചിട്ടുണ്ടായിരുന്നു. കുമാരി വിൽക്കിൻസണിനെ തനിക്കറി യില്ലെന്ന് അവളെ പറഞ്ഞു മനസിലാക്കിക്കുവാൻ ഫിലിപ്പിന് കഴിയാതെ പോയി. അപ്പോഴാണ് ഫ്രോ പ്രൊഫസറുടെ രണ്ട് പെൺമക്കൾ അവി ടേക്ക് കടന്നുവന്നത്. അവർ ഫിലിപ്പിനേക്കാൾ ഇളയവരായി തോന്നി ച്ചു. അവർക്ക് ഇരുപത്തിയഞ്ച് വയസിൽ കൂടുതലില്ലായിരുന്നു. മൂത്തവ ളായ ടെക്ല അമ്മയെപ്പോലെ കുറിയവളും, കൗശലഭാവത്തോട് കൂടിയ വളുമായിരുന്നു. പക്ഷേ, അവൾക്ക് ലാളിത്യമാർന്ന ഒരു വദനവും ധാരാളം ഇടതൂർന്ന മുടിയും ഉണ്ടായിരുന്നു. അവളുടെ ഇളയ സഹോ ദരിയായ അന്ന ഉയരം കൂടിയവളും തുറന്ന പ്രകൃതത്തോടു കൂടിയവ ളുമായിരുന്നു. അവൾക്ക് മറ്റുള്ളവരെ ആകർഷിക്കുന്ന തരത്തിലുള്ള ഹൃദ്യമായ ഒരു പുഞ്ചിരി മുഖത്തുണ്ടായിരുന്നതിനാൽ ഫിലിപ്പ് പെട്ടെന്ന് തന്നെ അവളിലേക്ക് ആകർഷിക്കപ്പെട്ടു. അൽപ്പനിമിഷത്തെ ഹൃദ്യമായ കുശലാന്വേഷണങ്ങൾക്ക് ശേഷം ഫ്രോ പ്രൊഫസർ അവനെ അവന്റെ മുറിയിലേക്ക് കൂട്ടിക്കൊണ്ടുപോയി. മുറി ഒരു താഴികക്കുടം പോലുള്ള മേൽഭാഗത്തായിരുന്നു. മുറി ഉള്ളിലേക്ക് വളച്ചുണ്ടാക്കിയതുപോലെയുള്ള ഒന്നായിരുന്നു.

കുറച്ചെന്തൊക്കെയോ മുറിയൻ ഇംഗ്ലീഷിലും ജർമനിയിലും സംസാ രിച്ച് അവൾ അവന് മുറി കാണിച്ചുകൊടുത്തു. ഉച്ചയ്ക്ക് ഭക്ഷണത്തി നായി ഒരു മണിക്ക് ഒരു ബെല്ലടിച്ചപ്പോൾ അവിടെയുള്ള അതിഥിക ളൊക്കെ സ്വീകരണമുറിയിൽ ഒത്തുകൂടി. അവിടെവെച്ച് അവളുടെ ഭർത്താവിനെ പരിചയപ്പെടുത്തി. അയാൾ ഫിലിപ്പിനോട് ഷേക്സ്പിയർ കഥാപാത്രങ്ങളുടെ ഇംഗ്ലീഷ് പോലെ പഴയ രീതിയിലുള്ള ഭാഷ ഉപ യോഗിച്ച് സംസാരിച്ചു. അവന് കുറെയൊക്കെ മനസിലാക്കാൻ കഴിഞ്ഞു. അവിടെ പതിനാറ് പേരാണ് ഉണ്ടായിരുന്നത്. മുറിയിൽ ജർമനല്ലാതെ മറ്റൊന്നും പറയരുതെന്ന് ഫ്രോ നിർബന്ധിച്ചു. അതിനാൽ ഫിലിപ്പിന് മൗനം പാലിക്കേണ്ടിവന്നു. മുറിയിൽ പ്രായം ചെന്ന സ്ത്രീകളും ചെറു പ്പക്കാരികളുമുണ്ടായിരുന്നു. അവരിൽ രണ്ടുപേർ ഫ്രോയുടെ മക്കളാ

യിരുന്നു. അവരെ ടെക്ല എന്നും അന്ന എന്നുമായിരുന്നു വിളിച്ചിരുന്നത്. ഫിലിപ്പിന് ഇളയവളും നീളംകൂടിയവളുമായ, മനോഹരമായി പുഞ്ചിരിക്കുന്ന അന്നയോടാണ് കൂടുതൽ ഇഷ്ടമായത്. ഭക്ഷണത്തിനും അൽപ്പനേരത്തെ സംസാരത്തിനും ശേഷം നടക്കാൻ ക്ഷണിച്ചപ്പോൾ ഫിലിപ്പ് അവരോടൊപ്പം പുൽമേടുകളിലൂടെ നടന്നു. മനോഹരമായ ഭൂപ്രകൃതിയോടുകൂടിയ ആ താഴ്‌വാരത്തിലൂടെയുള്ള നടത്തത്തിൽ ഫിലിപ്പ് സ്വയം പറഞ്ഞു

"ദൈവാനുഗ്രഹത്താൽ ഞാൻ സന്തുഷ്ടനാണ്."

ഇരുപത്തിമൂന്ന്

ഫിലിപ്പ്, ചിലപ്പോഴൊക്കെ ടെർകാൻബറിയിലെ കിങ്സ് സ്കൂളിനെപ്പറ്റി ചിന്തിച്ചു. ചില നിമിഷങ്ങൾ അവർ ഏർപ്പെടാറുള്ള പ്രവൃത്തികളെ ഓർത്ത് സ്വയം ചിരിച്ചു. ചിലപ്പോൾ അവൻ അവിടെയാണെന്ന് സ്വപ്നം കണ്ടുണരുമ്പോൾ താൻ ഈ കൊച്ചുവീടിന്റെ മുകളിലെ നിലയിലാണെന്നതിൽ സന്തോഷിച്ചു. ഇവിടെ തന്റെ ഇഷ്ടത്തിന് ഉറങ്ങാം, ഉണരാം, ആരും കൽപ്പിക്കാനില്ല. ആരോടും കളവുപറയേണ്ടതുമില്ല. ജർമനും ലാറ്റിനും പഠിപ്പിക്കാനായി രണ്ടുപേരെ ഏർപ്പെടുത്തിയിരിക്കുന്നു. കണക്ക് അവൻ മറ്റൊരാളുടെ അടുത്ത് ചെന്ന് പഠിക്കണമായിരുന്നു. തികച്ചും സ്വാതന്ത്ര്യവാദിയായ അയാളിൽനിന്നും കണക്കിനേക്കാളുപരി ജീവിതത്തെ സംബന്ധിക്കുന്ന പാഠങ്ങളാണ് ഫിലിപ്പ് കൂടുതൽ പഠിച്ചത്. ടെക്ലയും അന്നയും അവനെയും കൂട്ടിയുള്ള സായാഹ്ന സവാരികളും, അവരുടെ ചിത്രം വരയ്ക്കലുകളും ഗാനങ്ങളുമൊക്കെയായി ദിവസങ്ങൾ ഉല്ലാസകരമായി കടന്നുപോയി. അന്നയ്ക്ക് ഇഷ്ടപ്പെട്ട ഒരു ഗാനം ജർമൻ ഭാഷയിൽ ഇപ് ലീബി ഡിച് (ഞാൻ നിന്നെ പ്രേമിക്കുന്നു) എന്ന് തുടങ്ങുന്ന വരികളടങ്ങിയതായിരുന്നു. ഒരു ദിവസം അവൾ അത് പാടിക്കഴിഞ്ഞപ്പോൾ ജർമൻ ഭാഷയിൽ വല്ലതും ഗാനത്തെപ്പറ്റി പറയേണ്ട എന്ന് കരുതി ഫിലിപ്പ് ഞാൻ നിന്നെ പ്രേമിക്കുന്നു എന്ന് തുടങ്ങുന്ന പാട്ടിന്റെ വരിയെപ്പറ്റി പറയാനായി ഞാൻ നിന്നെ പ്രേമിക്കുന്നു എന്ന് പറഞ്ഞ് തുടങ്ങിയെങ്കിലും ഭാഷപ്രശ്നം കാരണം പിന്നീടൊന്നും പറയാനൊത്തില്ല. ഇത് കേട്ട് അന്ന അവനോട് സംഗതി വിശദീകരിച്ചുകൊടുത്തു. അവൾ ഹെർമാൻ എന്നുപേരായ ഒരാളുമായി പ്രണയത്തിലാണെന്നും മനസുകൊണ്ട് അയാളുടെ വധുവായി മാറിയെന്നും അവൾ പറഞ്ഞു. "നീ അതിൽ സന്തോഷവതിയാണെന്ന് ഞാൻ കരുതുന്നു" അവൻ പറഞ്ഞു.

ഇരുപത്തിനാല്

പ്രൊഫസർ എർലിൻ ഓരോ ദിവസം ഓരോ പാഠം വീതം ഫിലിപ്പിനെ പഠിപ്പിച്ചു. അവസാന നേട്ടത്തിനായി അവൻ പഠിക്കേണ്ട പുസ്ത

കങ്ങളുടെ ഒരു ലിസ്റ്റ് അദ്ദേഹം അവന് നൽകി. അതിൽ സ്കൂളിൽ അവൻ പഠിച്ച ഒരു ഷേക്സ്പിയർ നാടകത്തിന്റെ ജർമൻ പരിഭാഷയുണ്ടായിരുന്നു. ജർമനിയിൽ ഗോയ്ഥെയുടെ പ്രശസ്തി നിലനിൽക്കുന്ന കാലമായിരുന്നു അത്. ഒരു എഴുത്തുകാരന്റെ മഹത്വം കുടികൊള്ളുന്നത് വ്യത്യസ്തരായ വായനക്കാർക്ക് വ്യത്യസ്തമായ പ്രചോദനമരുളുക എന്നതിലാണ്. വർത്തമാനകാല ജീവിത മൽസരങ്ങളിൽനിന്നും മനസിന് ആത്മീയമായ ഒരു ഔന്നത്യം നൽകുന്നവയായിരുന്നു ഗോയ്ഥെയുടെ കൃതികൾ.

ഫിലിപ്പിന്റെ അധ്യാപകരിൽ വിചിത്രമായ ഒരു വ്യക്തിയായിരുന്നു അവന്റെ ഫ്രഞ്ച് അധ്യാപകൻ. അയാൾ ജനീവക്കാരനായിരുന്നു. ഫിലിപ്പ് അയാളെ ആശ്ചര്യത്തോടെ നോക്കി. അയാൾ പതിഞ്ഞ ശബ്ദത്തിൽ സംസാരിക്കുകയും അങ്ങേയറ്റം മര്യാദ കാണിക്കുകയും ചെയ്തു. അയാൾ നല്ല വസ്ത്രം ധരിച്ച് ഫിലിപ്പ് ഒരിക്കലും കണ്ടിട്ടില്ല. അയാൾ ഒരിക്കലും ചിരിക്കുന്നതും ഫിലിപ്പ് കണ്ടിട്ടില്ല.

ഫിലിപ്പ് അസ്വസ്ഥനും അസംതൃപ്തനുമായിരുന്നു. ഹേവാർഡിന്റെ കാവ്യഭാവനകൾ അവന്റെ സങ്കൽപ്പങ്ങളെ തകിടം മറിച്ചു. അവന്റെ ആത്മാവ് പ്രണയത്തിനായി മോഹിച്ചു. ലൈംഗികതയെസംബന്ധിച്ച് ഫിലിപ്പിനുണ്ടായിരുന്ന കാഴ്ചപ്പാടുകളെ തകിടം മറിക്കുന്ന രീതിയിൽ അവിടെ ഒരു സംഭവമുണ്ടായി. ഫ്രോ എർലിന്റെ വീട്ടിൽ താമസിച്ചിരുന്ന ഫ്രോലീൻ കാസിലിയെ ഒരു ദിവസം അവൻ തോട്ടത്തിൽ ചൈനക്കാരനായ ഹർസങ്ങിന്റെ കൂടെ നടക്കുന്നത് കണ്ടു. സന്ധ്യ നേരമായതിനാലും ആളെ വ്യക്തമായി മനസിലാകാത്തതിനാലും അവർ അവിടെനിന്നും പരസ്പരം പരിചയം പുതുക്കാതെ പിരിഞ്ഞു. ഫിലിപ്പിനെ കണ്ടപ്പോൾ അവർ രണ്ടുപേരും അകന്ന് നടക്കുകയും വീട്ടിൽ തിരിച്ചെത്തിയപ്പോൾ അവൾ തലവേദനയായതിനാൽ എവിടെയും പോയിട്ടില്ലായിരുന്നു എന്ന് കള്ളം പറയുകയും ചെയ്തു. അതിൽ എന്തോ പന്തികേടുള്ളതായി ഫിലിപ്പിന് തോന്നി. ഈ ഒരു സംഭവത്തെപ്പറ്റി ആ വീട്ടിലുള്ള പ്രായം ചെന്നതാമസക്കാരും ഫ്രോ എർലിനോട് മുമ്പ് പറഞ്ഞിട്ടുണ്ടായിരുന്നു. ഈ വീടിന്റെ പേര് നഷ്ടപ്പെടാനിടയാകുമെന്നും അവളോട് ഇതിനെപ്പറ്റി ചോദിക്കണമെന്നും മറ്റുള്ളവർ നിർബന്ധിച്ചു. ഫ്രോളീനാണെങ്കിൽ ഏറെക്കാലമായി അവിടെ താമസിക്കുന്നതും വാടക കൃത്യമായി അടയ്ക്കുന്നതുമാണ്. അതേപോലെ ഹർസങ്ങും രണ്ട് മുറികൾ വാടകയ്ക്കെടുക്കുകയും ഭക്ഷണശേഷം വൈൻ കുടിക്കുകയും ചെയ്യുന്നതിനാൽ നല്ല ഒരു വരുമാനമാർഗമാണ്. ചോദിച്ചാൽ ഇവർ രണ്ടുപേരും നഷ്ടപ്പെടും. ചോദിക്കാതിരുന്നാൽ മറ്റുള്ളവർ ഒഴിഞ്ഞുപോകും. അവസാനം ഫ്രോ എർലിൻ അവളെ വിളിച്ച് ചോദിക്കാൻ തന്നെ തീരുമാനിച്ചു. അവൾ അവനുമായി പ്രേമമാണെന്ന് ഉറപ്പിച്ചു പറഞ്ഞെങ്കിൽ ഹർസങ് അത് പാടെ നിഷേധിച്ചു. കാര്യം കൈകാര്യം ചെയ്തരീതിയിൽ സന്തോഷിച്ചിരിക്കുകയായിരുന്നു ഫ്രോ എർലിൻ. അടുത്ത ദിവസം ലഗേജുകളൊക്കെ കൂട്ടിക്കെട്ടി പുറത്തെത്തിച്ച് മുറിയും ഒഴിഞ്ഞ്

രണ്ടുപേരും അവിടം വിട്ടുപോയതാണ് ഫ്രോ എർലിൻ കണ്ടത്. ഹർസങ്ങിന്റെ മുറിയിൽ മുറിവാടക കുടിശ്ശികയും മറ്റ് വകയിലുള്ള കുടിശ്ശികകളും ഒരു കവറിലാക്കി വെച്ചിട്ടുണ്ടായിരുന്നു.

ഇരുപത്തിയഞ്ച്

ഫിലിപ്പ് തന്റെ അമ്മാവനെയും അമ്മായിയെയും കണ്ടപ്പോൾ അത്ഭുതപ്പെട്ടുപോയി. അവർ പ്രായം ചെന്നവരാണെന്ന കാര്യം അവൻ മുമ്പൊരിക്കലും ശ്രദ്ധിച്ചിട്ടുണ്ടായിരുന്നില്ല. അമ്മാവൻ അവനെ അയാളുടെ അനുയോജ്യമല്ലാത്ത നിസ്സംഗഭാവത്തിൽ മുമ്പെന്നപോലെ സ്വീകരിച്ചു. അയാൾ അൽപ്പംകൂടെ തടിക്കുകയും, കഷണ്ടി കയറുകയും നരവീഴുകയും ചെയ്തിരിക്കുന്നു. അയാളുടെ മുഖം ക്ഷീണിച്ചിരിക്കുന്നതായും ആത്മപീഡ അനുഭവിക്കുന്നതായും തോന്നിച്ചു. ലൂയിസ അമ്മായി അവനെ വാരിപ്പുണർന്ന് ചുംബിച്ചു. സന്തോഷാശ്രുക്കൾ അവളുടെ കവിളിലൂടെ ചാലിട്ടൊഴുകി. ഫിലിപ്പ് വല്ലാതെ സ്പർശിക്കപ്പെട്ടു. അവനോട് അമ്മായിയുടെ സ്നേഹത്തെപ്പറ്റി ഓർത്ത് അവൻ സന്തോഷവാനായി.

"നീ പോയിട്ട് ഏറെ നാളുകളായതു പോലെ തോന്നുന്നു" അവൾ പറഞ്ഞു.

"നീ വളർന്ന് വലിയ ആളായിരിക്കുന്നു."

അവന്റെ മേൽച്ചുണ്ടുകളിന്മേൽ ഒരു കൊച്ചുമീശ ഉണ്ടായിരുന്നു

"നീ ഇല്ലാതെ ഞങ്ങൾക്ക് തികച്ചും ഒറ്റപ്പെട്ടതുപോലെ തോന്നി."

അമ്മായി അങ്ങേയറ്റം ക്ഷീണിച്ചിരുന്നു. അവനെ ചുറ്റിയ കൈകൾ വല്ലാതെ മെലിഞ്ഞിരുന്നു. ശരീരം ശക്തമായ കാറ്റിൽ കുഴഞ്ഞ് വീഴും എന്ന് തോന്നിച്ചു. അവന് ലൂയിസ അമ്മായിയോട് സഹതാപം തോന്നി. അവൾ അവനെ സ്നേഹിക്കുന്നത് കൊണ്ടുതന്നെ അവനും അവളോട് സ്നേഹം തോന്നി.

ഈ സമയത്ത് കുമാരി വിൽക്കിൻസൺ ആ മുറിയിലേക്ക് വന്നു. അമ്മായി അവളെ അവന് പരിചയപ്പെടുത്തിക്കൊടുത്തു.

"മുടിയനായ പുത്രൻ മടങ്ങിവന്നിരിക്കുന്നു. മുടിയന് നൽകാൻ എന്റെ കൈയിൽ ഒരു റോസാപുഷ്പമുണ്ട്." അവൾ അവനെ ചൊടിപ്പിക്കാനായി പറഞ്ഞു. തോട്ടത്തിൽനിന്നും അപ്പോൾ പറിച്ചെടുത്ത പൂവ് അവന്റെ കുടുക്കിന്റെ തുളയിൽ അവൾ വെച്ചു. കുമാരി വിൽക്കിൻസൺ അച്ചന്റെ ഇടവകയിലെ ആദ്യകാല പാതിരിയുടെ മകളാണ് എന്ന് അവനറിയാം. പരമ്പരാഗത വസ്ത്രധാരണ രീതിയിൽ നിന്നും തികച്ചും വ്യത്യസ്തമായാണ് കുമാരി വിൽക്കിൻസൺ വസ്ത്രം ധരിച്ചിരുന്നത്. അവൾ മസിലിന്റെ ഒരു ഗൗൺ ആയിരുന്നു ധരിച്ചിരുന്നത്. ഉയർന്ന മടമ്പുള്ള ചെരുപ്പും ധരിച്ചിരുന്നു. ഫിലിപ്പിന് അത് വളരെ മനോഹരമായ വസ്ത്രധാരണമായി തോന്നി. കുമാരി വിൽക്കിൻസൺ ഒരു പുരോഹിതന്റെ മകളായിരുന്നതിനാൽ തന്നെ മാന്യയായിരുന്നു. അവളെ സ്നേഹിക്കാ

തിരിക്കാനായി ഫിലിപ്പ് ഉറച്ചു. ഇംഗ്ലണ്ടിൽ ജനിച്ചവളാണെങ്കിലും അവൾ എന്തിനാണ് സംസാരത്തിൽ കൂടുതലായി ഫ്രഞ്ച് വാക്കുകൾ ഉപയോഗിക്കുന്നതെന്ന് അവന് മനസിലായില്ല. രണ്ട് മൂന്ന് ദിവസം അവൻ അവളിൽ നിന്നും ഒഴിഞ്ഞുമാറി നടന്നു നോക്കി. അവൾ അത് ഗൗനിച്ചതേയില്ല. അവൾ അവനോടെന്നപോലെ ഉച്ചത്തിൽ സംസാരിക്കുകയും തമാശകൾ പൊട്ടിക്കുകയും ചെയ്തു. അവൻ പറയുന്ന തമാശകൾ അമ്മാവനും അമ്മായിയും ഉൾക്കൊണ്ടില്ലെങ്കിലും കുമാരി വിൽക്കിൻസൺ ആസ്വദിക്കുന്നതായി തോന്നിച്ചു. അവനും അവളോട് അടുപ്പം കാണിക്കാനാരംഭിച്ചു. അവൾക്ക് അവനേക്കാൾ പ്രായം കൂടുതലായിരുന്നു. ഒരു ദിവസം റൂമിൽ തനിച്ചായപ്പോൾ അവൾ അവന്റെ പ്രേമബന്ധത്തെക്കുറിച്ച് അന്വേഷിച്ചു. അവൻ ആകെ വിഷമിച്ചുപോയി. എന്ത് മറുപടി പറയണമെന്നറിയാതെ അവൻ മൗനം അവലംബിച്ചു. അവന് പ്രേമമൊന്നും ഇല്ലായിരുന്നുവെന്ന് അവൻ മറുപടി പറഞ്ഞു.

"നീ ഇത്രമാത്രം രഹസ്യം സൂക്ഷിക്കുന്ന വ്യക്തിയാണ്. ഈ പ്രായത്തിലും ഇങ്ങനെയോ?" അവൾ കൊഞ്ചിക്കൊണ്ട് ചോദിച്ചു.

കാൽപ്പനികമായ പല കാര്യങ്ങളും അന്ന് മറച്ചുവെക്കാനുണ്ട് എന്ന നിലയ്ക്ക് അവൻ സംസാരിച്ചു. അവനറിയാമായിരുന്നു അവന് അത്തരം അവസരങ്ങളൊന്നും ഇല്ലായിരുന്നുവെന്ന്.

അവൾ തന്റെ ദുഖകരമായ അവസ്ഥ ഫിലിപ്പിനോട് വിവരിച്ചു. അവളുടെ അമ്മയുടെ സ്വത്തുകാരനും മക്കളില്ലാത്തയാളുമായ ഒരു അമ്മാവനെപ്പറ്റി അവൾ പറഞ്ഞു. അയാൾ വേറെ വിവാഹം കഴിച്ചിട്ടില്ലായിരുന്നുവെങ്കിൽ സ്വത്തും വീടും പരിചാരകരുമെല്ലാം അടങ്ങുന്ന ജീവിത സാഹചര്യങ്ങളുടെ അവകാശി അവളുടെ അമ്മയാകുമായിരുന്നുവെന്നും അതുവഴി അമ്മയുടെ ഏകമകളായ താൻ അതിന് അവകാശിയാകുമായിരുന്നെന്നും അവൾ പറഞ്ഞു. പക്ഷേ അവിടത്തെ ഒരു വേലക്കാരിയെ അയാൾ വിവാഹം കഴിച്ചതിനാൽ സൗഭാഗ്യങ്ങളെ തട്ടിമാറ്റപ്പെടുകയും അവളിൽ അയാൾക്ക് കുട്ടികൾ ജനിക്കുകയും ചെയ്തു. അവൾ തന്റെ ഇന്നത്തെ അവസ്ഥയിൽ വളരെ ഖിന്നയാണെന്നും പറഞ്ഞു. പിന്നീട് ഇതിനെപ്പറ്റി ലൂയിസ അമ്മായിയോട് ചോദിച്ചപ്പോൾ അവളുടെ കുടുംബത്തിൽ മുൻ തലമുറയിലെന്നോ സമ്പന്നനായ ഒരു അമ്മാവൻ ഉണ്ടായിരുന്നുവെന്നും അന്ന് അവളുടെ അമ്മ ജനിക്കുന്നതിന് മുമ്പുതന്നെ മേൽപ്പറഞ്ഞ കാര്യങ്ങൾ നടന്നിരുന്നുവെന്നും അമ്മായി പറഞ്ഞു. സംഭാഷണത്തിനിടയിൽ അവൾ ബെർലിനിലെ ജീവിതം ഇഷ്ടപ്പെടുന്നില്ലെന്നും, പാരീസിലാണ് ജീവിത സൗകര്യങ്ങൾ ഉള്ളതെന്നും അവൾ അവിടെ കുറച്ചുകാലം ഒരു പ്രശസ്തനായ ചിത്രകാരന്റെ വീട്ടിൽ ആയയായി ജോലി ചെയ്തിരുന്നുവെന്നും അന്ന് ഫ്രാൻസിലെ പ്രഗൽഭരായ എഴുത്തുകാരുടെ നിരതന്നെ അവിടെ സന്ദർശിക്കാറുണ്ടായിരുന്നുവെന്നും അൽഫോൻസ് ഡാടറ്റ് അവൾക്ക് സാഫോയുടെ കൈയെഴുത്തുപ്രതി നൽകിയെന്നും മോപ്പസാങ്ങടക്കമുള്ളവരെ അവൾക്കറിയാമായിരുന്നുവെന്നും അവൾ പറഞ്ഞു.

"അയാൾ നിന്നെ പ്രേമിച്ചിരുന്നോ?" ഫിലിപ്പ് ചോദിച്ചു.

"എന്തൊരു ചോദ്യമാണിത്, കാണുന്ന എല്ലാ സ്ത്രീകളെയും അയാൾ പ്രേമിച്ചിരുന്നു, ആ വികാരം അയാൾക്ക് അടക്കാൻ കഴിയുമായിരുന്നില്ല."

അയാൾ ഒന്ന് നെടുവീർപ്പിട്ടു. അയാളുടെ ഭാവവും നോട്ടവും ശ്രദ്ധിച്ചപ്പോൾ അവൾ ഭൂതകാലത്തിലേക്ക് സ്നേഹമസൃണമായി കണ്ണോടിക്കുന്നതുപോലെ തോന്നി. കുമാരി വിൽക്കിൻസൺ ഒത്ത വണ്ണമുള്ള സ്ത്രീയായിരുന്നു. അതിൽ അവൾ അഭിമാനിച്ചിരുന്നു.

"ഇംഗ്ലണ്ടിലെ ആണുങ്ങൾ വിഡ്ഢികളാണ്. അവർ മുഖത്തെപ്പറ്റി മാത്രമേ ചിന്തിക്കൂ. കാമുകന്മാരുടെ രാജ്യമായ ഫ്രാൻസിൽ, അവർക്കറിയാം ശരീരഭംഗിയും എത്രമാത്രം പ്രാധാന്യമർഹിക്കുന്നു എന്ന്." അവൾ ഫിലിപ്പിനോട് ഒരു വർഷം ഫ്രാൻസിൽ ചെലവഴിക്കാൻ ഉപദേശിച്ചു. അത് അവന്റെ ചിന്താരീതിയിൽ നല്ല മാറ്റങ്ങൾ വരുത്തുമെന്നും പറഞ്ഞു.

"സ്ത്രീകളെ എങ്ങനെ ലാളിക്കണമെന്ന് ഇംഗ്ലീഷുകാർക്ക് അറിയില്ല. അവർ ലജ്ജാലുക്കളാണ്. പുരുഷന് നാണം നന്നല്ല. അവർക്ക് പ്രേമിക്കാനറിയില്ല. ഒരു സ്ത്രീയുടെ മുഖത്തുനോക്കി അവൾ സുന്ദരിയാണെന്ന് പറയാൻപോലും അവർക്കറിയില്ല." സംസാരം തുടർന്നുകൊണ്ടേ ഇരുന്നു. "ജീവിതം സന്തോഷകരമായി ചെലവഴിക്കുന്നതിൽ എനിക്ക് അനിഷ്ടമൊന്നുമില്ല. എനിക്ക് അത്തരം ഒരു അനുഭവം ഫ്രാൻസിൽവെച്ച് ഉണ്ടായിരുന്നു." അറിയാനുള്ള ജിജ്ഞാസയാൽ എന്തായിരുന്നു അതെന്ന് ഫിലിപ്പ് ചോദിച്ചു. പക്ഷേ ഹൈഡൽബർഗിലെ അവന്റെ അനുഭവങ്ങൾ അവൻ പറയാത്തതിനാൽ പറയില്ലെന്ന് അവൾ പറഞ്ഞു "അവ അത്രമാത്രം സാഹസികമൊന്നുമായിരുന്നില്ല" അവൻ പറഞ്ഞു. "നമ്മൾ എന്താണ് പറയുന്നത് എന്ന് ശ്രീമതി കാരി അറിഞ്ഞാൽ എന്ത് പറയുമെന്ന് എനിക്കറിയില്ല" അവൾ പറഞ്ഞു.

"ഞാൻ അവളോട് പറയുമെന്ന് നീ കരുതണ്ട" ഫിലിപ്പ് ഉറപ്പ് കൊടുത്തു.

"ഉറപ്പാണോ" അവൾ ചോദിച്ചു.

"എന്നിട്ട് വേണം അമ്മാവനെക്കൊണ്ട് എന്നെ ചീത്ത വിളിപ്പിക്കാൻ." ഫിലിപ്പ് മറുപടി പറഞ്ഞു.

"എന്താ നീ സ്വന്തം കാലിൽ നിൽക്കാൻ പ്രാപ്തനായിട്ടില്ലേ." അവൾ ആശ്ചര്യത്തോടെ ചോദിച്ചു.

"നീ വിഷയം മാറ്റാതെ നിന്റെ കഥ പറയൂ" കുമാരി വിൽക്കിൻസൺ ചെറുചിരിയോടെ തുടർന്നു. കലാ വിദ്യാർഥി പലതവണ അവളെ കോണിപ്പടിയിൽ വെച്ച് കടന്നുപോയിട്ടുണ്ടായിരുന്നു. അന്നൊന്നും അവൻ അവളെ ശ്രദ്ധിച്ചിട്ടുണ്ടായിരുന്നില്ല. അവന് മനോഹരമായ കണ്ണുകളുണ്ടായിരുന്നെന്നും ഒരു പ്രത്യേകരീതിയിൽ തൊപ്പി തലയിൽ നിന്നും എടുക്കാറുണ്ടായിരുന്നുവെന്നും അവൾ മനസിലാക്കിയിരുന്നു. ഒരു ദിവസം അവളുടെ വാതിലിനടുത്തായി അവൾ ഒരു കത്ത് കണ്ടു.

അത് അവൻ എഴുതിയതായിരുന്നു. അതിൽ അവൻ അവളെ മാസങ്ങളായി ആരാധിക്കുന്നുണ്ടെന്നും അവളെ കാണാൻ വേണ്ടിയാണ് അവൾ വരുന്ന സമയം നോക്കി കോണിപ്പടി കയറുന്നതെന്നും എഴുതിയിരുന്നു. അത് എന്തൊരു ആകർഷകമായ കത്തായിരുന്നുവെന്നോ! തീർച്ചയായും അവൾ അതിന് മറുപടി എഴുതിയിരുന്നില്ല. ഏതൊരു സ്ത്രീയാണ് മുഖസ്തുതി ഇഷ്ടപ്പെടാത്തത്? അടുത്ത ദിവസം മറ്റൊരു കത്ത് കിട്ടി. പിറ്റേ ദിവസം കോണിപ്പടിയിൽ വെച്ച് അവനെ കണ്ടപ്പോൾ ഏത് വഴിക്കാണ് നോക്കേണ്ടതെന്ന് അവൾക്ക് അറിയില്ലായിരുന്നു. തുടർന്നുള്ള ദിവസങ്ങളിലും കത്തുകൾ ലഭിച്ചുകൊണ്ടിരുന്നു. അവൻ അവളെ കാണണമെന്ന ആഗ്രഹം പ്രകടിപ്പിച്ചു. വൈകുന്നേരം അവളുടെ മുറിയിലെത്തുമെന്ന് പറഞ്ഞു. എന്ത് ചെയ്യണമെന്നറിയാതെ സ്തംഭിച്ചു നിൽക്കുന്നതിനിടയിൽ അവൾ വാതിലടയ്ക്കാൻ മറന്നുപോയിരുന്നു. നോക്കുമ്പോൾ അവൻ മുന്നിൽനിൽക്കുന്നു

"പിന്നീട് എന്ത് സംഭവിച്ചു?" ഫിലിപ്പ് ചോദിച്ചു.

"കഥ അവിടെ അവസാനിക്കുന്നു" അവൾ മറുപടി പറഞ്ഞു

"അവൻ കാഴ്ചയ്ക്ക് എങ്ങനെയുണ്ടായിരുന്നു." ഫിലിപ്പ് ചോദിച്ചു

"ചുറുചുറുക്കുള്ളവനായിരുന്നു. പിന്നീട് അവൻ എന്നെ കാണാതായി. പുരുഷന്മരൊക്കെ ഇങ്ങനെയാണ്. നിങ്ങളൊക്കെ ഹൃദയശൂന്യരാണ്." അവൾ വിഷമത്തോടെ പറഞ്ഞു

"അതിനെപ്പറ്റി എനിക്കറിയില്ല" ഫിലിപ്പ് പറഞ്ഞു

കുമാരി വിൽക്കിൻസിന്റെ കഥ അവന്റെ മനസിൽനിന്നും മാഞ്ഞില്ല. ഫ്രാൻസിൽ വിവാഹിതരുടെ ഇടയിൽ ഇതൊക്കെ പതിവാണെന്ന് ഫ്രഞ്ച് കഥകളിൽനിന്നും വായിച്ചിട്ടുണ്ട്. പക്ഷേ, ഇംഗ്ലണ്ടിൽ, അതും ഒരു പുരോഹിതന്റെ മകളുടെ കാര്യത്തിൽ ഇത് സംഭവിക്കാൻ പാടുണ്ടോ എന്നായിരുന്നു അവന്റെ ചിന്ത.

എത്രമാത്രം ശുഷ്കവും ബുദ്ധിമുട്ട് നിറഞ്ഞതുമായ പാതകളിലൂടെയാണ് ഒരു യാത്രക്കാരൻ എന്ന നിലയ്ക്ക് ജീവിതപ്പാതകളിൽ ഒരു യുവത്വം കടന്നുപോകേണ്ടത് എന്ന് അവൻ ഓർത്തുപോയി. അതു വഴി മാത്രമേ യാഥാർഥ്യവുമായി യുവത്വത്തിന് സമരസപ്പെടുവാൻ ഒക്കുകയുള്ളൂ. യുവത്വം സന്തോഷപൂർണമാണ് എന്നത് ഒരു മിഥ്യാധാരണയാണ്. യുവത്വം നഷ്ടപ്പെട്ടുപോയ ആരുടെയോ ഒരു ധാരണ. പക്ഷേ, യഥാർഥത്തിൽ യുവത്വം എന്താണെന്നും അതെത്രമാത്രം ദുഷിച്ചതാണെന്നും യുവത്വത്തിനറിയാം. ആ പ്രായം മുഴുക്കെ വിശ്വസ്തമല്ലാത്ത ആശയങ്ങളുടെ കുത്തിത്തിരുകൽ വ്യക്തിജീവിതത്തിൽ അനുഭവിക്കപ്പെടുവാൻ ഇടയാക്കപ്പെട്ടവരാണവർ. ഓരോ തവണയും പച്ചയായ യാഥാർഥ്യവുമായി മുഖാമുഖം വന്നുപെടുമ്പോൾ അവർ തളർന്നുപോവുകയും അവർക്ക് അവരുടെ സ്വപ്നങ്ങൾക്ക്, മോഹങ്ങൾക്ക്, ചിന്തകൾക്ക് മുറിവേൽപ്പിക്കപ്പെടുകയും ചെയ്യുന്നു. അവർ ഒരു ഗൂഢാലോചനയുടെ ഇരകളാണെന്ന് പോലും കരുതപ്പെടുന്നു. അവർ വായിച്ച പുസ്ത

കങ്ങളിലൂടെയും തെരഞ്ഞെടുക്കലിന്റെ അനിവാര്യതയാൽ തെരഞ്ഞെടുക്കപ്പെട്ട ആദർശങ്ങളിലൂടെയും, മുതിർന്നവരുടെ സംഭാഷണങ്ങളിലൂടെയും, അയഥാർഥമായ ഒരു ജീവിതത്തെ രൂപപ്പെടുത്തിയെടുക്കാൻ അവരിൽ ഭൂരിഭാഗവും നിർബന്ധിക്കപ്പെടുന്നു. അവർ വായിച്ച പുസ്തകങ്ങളിലേയും, അവർ കേട്ട സംഭാഷണങ്ങളിലേയും, അവർ ഉയർത്തിപ്പിടിക്കാൻ ആഗ്രഹിച്ച ആദർശങ്ങളിലേയും പൊള്ളത്തരം അവർ സ്വയം തന്നെ തിരിച്ചറിയപ്പെടണമെന്നതാണ് യഥാർഥ ജീവിതത്തിന്റെ യുവത്വം നേരിടുന്ന യഥാർഥ പ്രശ്നം അഥവാ പ്രതിസന്ധി. അത്രയും കാലം അവർ അറിഞ്ഞതൊക്കെ കളവായിരുന്നു എന്ന് അവർ മനസിലാക്കുന്നു. ജീവിതമാകുന്ന കുരിശ്ശിൽ തറക്കപ്പെട്ട മറ്റ് ആണികളാകുന്നു അവ. ബോധപൂർവമല്ലാതെ ഇത്തരമൊരു അവസ്ഥയിലൂടെ കടന്നുവന്ന ഏതൊരാളും തന്റെ ചിന്തയുടെ പഴയകാല ഗോത്ര സ്വത്വത്തിന്റെ തടവറയിൽനിന്നും മോചിതനല്ല എന്നതും അതുവഴി മറ്റുള്ളവരെ തടവിലാക്കുന്നു എന്നതുമാണ് ഏറ്റവും പരിതാപകരമായ വസ്തുത.

അതിനാൽത്തന്നെ ഫിലിപ്പിന് പ്രാപഞ്ചിക ജീവിത യാഥാർഥ്യങ്ങളും അതിൽനിന്ന് ഇടയ്ക്കിടെ വെളിവാക്കപ്പെടുന്ന ജീവിത സത്യങ്ങളും തന്റെ ജീവിതത്തിൽ ചെലുത്തുന്ന സ്വാധീനത്തെ നിഷേധിക്കാനോ ഉൾക്കൊള്ളാനോ കഴിയാതെ വിഷമിക്കേണ്ടിവന്നു.

ഇരുപത്തിയാറ്

കുമാരി വിൽക്കിൻസൺ നന്നായി പിയാനോ വായിക്കുമായിരുന്നു. ഒരു ദിവസം അവൾ ഫിലിപ്പിനെ പാട്ടുപാടാൻ നിർബന്ധിച്ചു. അവന് നല്ല ശബ്ദമുണ്ടെന്നും അവൾ അവനെ സംഗീതമഭ്യസിപ്പിക്കാമെന്നുമേറ്റു. തുടക്കത്തില പതിവുപോലെ അവൻ നിരസിച്ചെങ്കിലും പിന്നീട് സമ്മതിച്ചു. അവൾക്ക് അധ്യാപനത്തിന്റേതായ രീതികൾ അറിയാമായിരുന്നു. അവൾ ശ്രദ്ധയോടുകൂടി സംഗീതപാഠങ്ങൾ ഫിലിപ്പിന് പകർന്നു നൽകി. പാഠഭാഗങ്ങൾക്ക് ശേഷം അവളുടെ വശ്യമായ ചിരിയോടുകൂടി ഫിലിപ്പിനെ അവൾ കൊഞ്ചിച്ചു. അവളുടെ ശബ്ദം മൃദുവും ആകർഷകവുമായി. ഫിലിപ്പിന് ആ ഭാവമാറ്റം അത്ര എളുപ്പമായിരുന്നില്ല. ഒരു വിദ്യാർഥിയിൽ നിന്നും കാമുകനിലേക്കുള്ള മാറ്റം. അവളുടെ ആദ്യാനുഭവങ്ങൾ പക്ഷേ അവനെ അസ്വസ്ഥനാക്കാനും തുടങ്ങി. അവൾ അവനെ കൂടുതൽ സൂക്ഷ്മമായി വീക്ഷിക്കാൻ തുടങ്ങി. അവളെ വൈകുന്നേരത്തെക്കാൾ രാവിലെയാണ് കാണാൻ സുന്ദരിയായി അവന് തോന്നിയത്. കാലാവസ്ഥ ചൂടുള്ളതായിരുന്നതിനാൽ കഴുത്തിറക്കി വെട്ടിയ ബ്ലൗസുകളായിരുന്നു അവൾ ധരിച്ചത്. രാത്രിയിൽ അവൾ ഗൗൺ ധരിച്ചതിനാൽ അവളുടെ മാറിടത്തിന് താഴെയായുള്ള ചരടുകൾ അവളുടെ സൗന്ദര്യത്തെ മുഴച്ചുകാട്ടി. അവളുപയോഗിക്കുന്ന സുഗന്ധദ്രവ്യങ്ങൾ വിദേശനിർമിതവും വശ്യവുമായിരുന്നു. അവളുടെ പ്രായത്തെപ്പറ്റി ഫിലിപ്പ് ഏറെ

ചിന്തിച്ചു നോക്കി. അമ്മായിയുടെ കാഴ്ചപ്പാടിൽ മുപ്പത്തി ഏഴാണെങ്കിലും എങ്ങനെ കൂട്ടിയിട്ടും അവന് ഇരുപത്തിയാറിലപ്പുറം അവളുടെ പ്രായം തോന്നിയില്ല.

ഒരു നല്ല വേനൽക്കാലത്ത്, മേഘരഹിതമായിരുന്ന ഒരു ദിവസം രാത്രി ഭക്ഷണത്തിന് ശേഷം ഫിലിപ്പും കുമാരി വിൽക്കിൻസണും വീടിനടുത്തുള്ള തോട്ടത്തിൽ ഒരു കൊച്ചു കുളത്തിനടുത്തുള്ള ജലധാരയന്ത്രത്തിനരികിൽ ചെന്നിരുന്നു. അവർ ഒരുമിച്ച് സിഗരറ്റ് വലിച്ചു. അമ്മാവന് പുകവലി ഇഷ്ടമായിരുന്നില്ലെങ്കിലും അയാളത് കണ്ടതായി നടിച്ചില്ല. ദുശ്ശീലങ്ങൾക്ക് അടിമയാവരുതെന്ന് അയാൾ പിന്നീട് അവനോട് പറഞ്ഞു. വേറൊരു ദിവസം കുമാരി വിൽക്കിൻസൺ അവിടത്തെ പുസ്തകശേഖരത്തിൽ നിന്നും കിട്ടിയ ആകർഷിക്കത്തക്കതും, മോശം കാര്യങ്ങളെപ്പറ്റി എഴുതിയതുമായ ഒരു പുസ്തകം ഫിലിപ്പിന് നൽകി. ലൂയി ഫിലിപ്പിന്റെ വസ്ത്രാലങ്കാര ഭംഗിയെപ്പറ്റിയും മറ്റ് പല കാഴ്ചകളെപ്പറ്റിയും കാര്യങ്ങളെപ്പറ്റിയും അതിൽ പ്രതിപാദിച്ചിരുന്നു. ഫിലിപ്പ് അത് വർധിച്ച താൽപ്പര്യത്തോടെ വായിച്ചുതീർത്തു.

ജർമനിയിൽ നിന്നും ഫിലിപ്പ് തിരിച്ചെത്തിയശേഷം രണ്ടാഴ്ച കഴിഞ്ഞ് അവന്റെ ഭാവിപരിപാടികളെക്കുറിച്ച് അവനും അമ്മാവനും ചർച്ച ചെയ്തു. ഓക്സ്ഫോർഡിൽ പോകുന്ന കാര്യം പൂർണമായും അവൻ ഉപേക്ഷിച്ചു. ഇനി സ്കോളർഷിപ്പ് കിട്ടാനുള്ള അവസരവും കഴിഞ്ഞിരിക്കുന്നു. അവന്റെ കൈവശമുള്ള പണം പലിശയ്ക്ക് കൊടുത്തതുകൊണ്ട് ജീവിക്കാൻ മാത്രം മതിയാവുകയുമില്ല. ശ്രീമതി കാരിയുടെ അഭിപ്രായത്തിൽ പുരുഷന്മാർക്ക് ചേർന്ന ജോലികളായിരുന്നു സൈന്യം, നാവികസേന, നിയമം, ചർച്ച് എന്നിവ. കൂടാതെ ആതുരശുശ്രൂഷയും. പക്ഷേ അവളുടെ ബാല്യത്തിൽ ഡോക്ടർമാരെ ശ്രേഷ്ഠരായി ആരും കണക്കാക്കിയിരുന്നില്ലെന്നും അവൾ ഓർമിച്ചു. എഞ്ചിനീയറാകുന്നതിനെപ്പറ്റിയും വക്കീലാകുന്നതിനെപ്പറ്റിയുമൊക്കെ ചർച്ച നീണ്ടു. അവരുടെ കുടുംബ വക്കീലിനെ വിളിച്ച് അയാളുടെ കൂടെ ഒഴിവുണ്ടോ എന്നുപോലും ആരാഞ്ഞു. ആയിടെ ആകർഷകമായ ഒരു ജോലിയായിരുന്നു ചാർട്ടേഡ് അക്കൗണ്ടന്റിന്റേത്. അതിനെപ്പറ്റിയായി ചർച്ച. കുടുംബ വക്കീലായ നിക്സൺ അയാളുടെ അക്കൗണ്ടുകൾ നോക്കുന്ന ഹെർബർട്ട് കാർട്ടറെ വിളിച്ച് കാര്യങ്ങൾ സംസാരിക്കുകയും ഫിലിപ്പ് അക്കൗണ്ടൻസി പഠിക്കാൻ തീരുമാനിക്കുകയും സപ്തംബറിൽ ക്ലാസിൽ പോകാൻ തയാറെടുക്കുകയും ചെയ്തു.

അവന് അപ്രകാരം പുതിയ ലോകത്തേക്കുള്ള വാതായനം തുറന്നുകിട്ടി. കുമാരി വിൽക്കിൻസണിന്റെ പഠനകാലം കഴിഞ്ഞ് അവൾ വീട്ടിലൊതുങ്ങുകയാണ്.

"നിന്നെ ഇനി കാണാതിരുന്നെങ്കിൽ എന്ന് ഞാൻ ചിന്തിക്കുന്നു" അവൾ പറഞ്ഞു.

"അതെന്തേ?" അവൻ അത്ഭുതപ്പെട്ടു.

"നിന്നെപ്പോലെ നിർവികാരനായ ഒരു വ്യക്തിയെ ഞാൻ കണ്ടിട്ടില്ല" അവൾ പറഞ്ഞു.

പിന്നിടുള്ള കൂടിക്കാഴ്ചകളിൽ അവൻ അവളെ പ്രേമിക്കാൻ ശ്രമിച്ചു. അവളെ ചുംബിക്കുന്നതിനെപ്പറ്റി അവൻ ചിന്തിച്ചു. അവന് മുൻകാല അനുഭവങ്ങളൊന്നുമില്ല. അവൾ എങ്ങനെ പ്രതികരിക്കുമെന്നറിയില്ല. പലപ്പോഴും അവൻ കൂടുതലായി അവളുടെ സാന്നിധ്യത്തിനായി അവസരമൊരുക്കി. അവൻ ഒരു ദിവസം ഭക്ഷണശേഷം അവളെയും കൂട്ടി തോട്ടത്തിൽ ഉലാത്തി. നടത്തത്തിനിടയിൽ വെളിച്ചം കുറഞ്ഞ ഒരു ഭാഗത്തേക്ക് അവളെ നയിക്കാനുള്ള തയാറെടുപ്പിനിടയിലായിരുന്നു എന്തോ ആവശ്യത്തിന് അമ്മായി അവനെ വിളിച്ചത്. പോകുമ്പോൾ അവൻ ഉറപ്പിച്ചു. അടുത്ത ദിവസം ഞാൻ അവളെ ചുംബിക്കുക തന്നെ ചെയ്യും.

അടുത്ത ദിവസം കുമാരി വിൽക്കിൻസൺ അവൾക്ക് തലവേദനയായിട്ട് കിടക്കുകയാണെന്ന് മേരി ആനിനോട് പറഞ്ഞയച്ചു. അത്താഴമാകുമ്പോഴേക്കും അവളുടെ തലവേദനയ്ക്ക് ആശ്വാസമായിരുന്നു. അന്നും ആകാശത്ത് മേഘങ്ങളൊന്നുമുണ്ടായിരുന്നില്ല. അവൾ മനോഹരമായ വസ്ത്രമായിരുന്നു ധരിച്ചത്. അവിടെ അന്നൊരു സൽക്കാരം നടക്കുന്നുണ്ടായിരുന്നു. വിശിഷ്ടാതിഥികൾക്കടുത്തായി അവൾ ഇരുന്നപ്പോൾ അവൾ വളരെയേറെ സുന്ദരിയായി തോന്നി. പാർട്ടിക്കു ശേഷം തോട്ടത്തിന്റെ അധികം വെളിച്ചമില്ലാത്ത ഭാഗത്തുകൂടെ അവർ നടക്കുമ്പോൾ ഫിലിപ്പ് അവളുടെ അരക്കെട്ട് ചുറ്റിപ്പിടിച്ച് ചുണ്ടുകളിൽ ചുംബിച്ചു. അവൾ ചിരിക്കുകയല്ലാതെ കുതറിമാറാൻ ശ്രമിച്ചില്ല. അത് മുമ്പേ ചെയ്തിരുന്നെങ്കിലെന്ന് അവൻ കരുതിപ്പോയി. അവൻ അപ്രകാരം വീണ്ടും ചെയ്തു.

"നീ അങ്ങനെ ചെയ്യരുത്." അവൾ പറഞ്ഞു

"എന്തുകൊണ്ട് പാടില്ല?" അവൻ ചോദിച്ചു

"കാരണം ഞാനതിഷ്ടപ്പെടുന്നു" അവൾ ചിരിച്ചു

അടുത്ത ദിവസം ജലധാരയ്ക്കടുത്തായി വിരിപ്പുകളും കുഷനുമിട്ട് പുസ്തകങ്ങളുമായി രണ്ടു പേരും വന്നിരുന്നു. പക്ഷേ, രണ്ടുപേരും ഒന്നും വായിച്ചില്ല. തലേ ദിവസത്തെ പ്രവൃത്തിയിൽ അവൾ വിഷമിക്കുന്നതായി പറഞ്ഞു. അമ്മാവൻ അറിഞ്ഞാൽ എന്ത് കരുതുമെന്ന് അവൾ ചോദിച്ചു. അമ്മാവൻ അറിയാൻ പോകുന്നില്ലെന്ന് ഫിലിപ്പ് പറഞ്ഞു.

"നീ എന്തിനാണ് എന്നെ ചുംബിക്കാനിഷ്ടപ്പെടുന്നത്" അവൾ ചോദിച്ചു.

"എനിക്ക് പ്രേമമായതിനാൽ" എന്ന മറുപടിയായിരുന്നു പറയേണ്ടിയിരുന്നതെങ്കിലും ഫിലിപ്പ് ഒഴിഞ്ഞുമാറി. അവൾ അവന്റെ മുഖത്തെയും കണ്ണുകളെയും രൂപത്തെയും പുകഴ്ത്താൻ തുടങ്ങി. അവൻ ഒരു സിഗരറ്റിന് തീ കൊളുത്തി. അവൻ അവളുടെ അടുത്തേക്ക് നീങ്ങിയിരുന്നു. അവളുടെ അരക്കെട്ട് ചുറ്റിപ്പിടിക്കാൻ ശ്രമിച്ചു. ആരെങ്കിലും കാണുമെന്ന് പറഞ്ഞ് അവൾ ഒഴിഞ്ഞുമാറി. സുന്ദരമായ ഓർമകളുമായി രണ്ടുപേരും കുറച്ചുസമയം കൂടെ അവിടെ ഇരുന്നു. രണ്ടുപേരും അവരവരുടെ മുറികളിലേക്ക് മടങ്ങി.

ഫിലിപ്പിന് അവന്റെ പഠന ആവശ്യങ്ങൾക്കായി യാത്ര പുറപ്പെടാൻ അൽപ്പദിവസം കൂടിയേ ബാക്കിയുള്ളൂ. അവളുമായി കുറെക്കൂടെ അടു

ത്തിടപഴകുവാനായി അവൻ പല പദ്ധതികളും ചിന്തിച്ചു. ചിലതെല്ലാം അവളുമായി ചർച്ച ചെയ്തു. അവൾ അതിനൊന്നും വഴങ്ങിയില്ല.

ഒന്നോ രണ്ടോ ദിവസം കഴിഞ്ഞപ്പോൾ ഒരു ആശയം അവന്റെ ബുദ്ധിയിലുദിച്ചു. ഞായറാഴ്ച വൈകുന്നേരം തലവേദനയാണെന്ന് പറഞ്ഞ് അവൾ വീട്ടിൽ തങ്ങിയാൽ ലൂയിസ അമ്മായി സായാഹ്ന പ്രാർഥനയിൽ പങ്കെടുക്കാനായി പള്ളിയിൽ പോകാൻ താൽപ്പര്യം പ്രകടിപ്പിക്കും. ആ ആശയത്തോട് കുമാരി വിൽക്കിൻസൺ തലകുലുക്കി വിയോജിപ്പ് പ്രകടിപ്പിച്ചു. പക്ഷേ, ഞായറാഴ്ച വൈകുന്നേരമായപ്പോൾ അവൾ തലവേദനയാണെന്ന് പറയുകയും അമ്മാവി അവളെ വിശ്രമിക്കാൻ നിർബന്ധിക്കുകയും ചെയ്തു. അതിനുശേഷം ഫിലിപ്പിനെ അവിടെ അവളെ നോക്കോൻ ഏൽപ്പിച്ച് അമ്മാവി പള്ളിയിലേക്ക് പോയി. ആറ് മണിക്ക് ശേഷം ഫിലിപ്പും കുമാരി വിൽക്കിൻസണും മാത്രമായി ആ വീട്ടിൽ. ഈ ഒരു ആശയം തോന്നിയ നിമിഷത്തെ അവനിപ്പോൾ ശപിക്കാൻ തുടങ്ങി. അവളുടെ മുറിയിൽ പോയില്ലെങ്കിൽ അവൾ തന്നെ ഷണ്ഡനെന്ന് വിലയിരുത്തും. അവൻ ധർമസങ്കടത്തിലായി. അവൻ സാവകാശം കോണിപ്പടികൾ കയറി. അവളുടെ മുറിയുടെ മുന്നിലെത്തി. വാതിൽ അടഞ്ഞുകിടക്കുന്നു. അതിന്റെ നോബ് പിടിച്ച് സാവകാശം തിരിച്ചു. വാതിൽ തുറന്ന് അവൻ മുറിയിലേക്ക് കാലെടുത്തുവെച്ചു. അവൻ ഒരിലപോലെ വിറയ്ക്കുന്നുണ്ടായിരുന്നു. കുമാരി വിൽക്കിൻസൺ കണ്ണാടിക്കുമുന്നിൽ പുറം തിരിഞ്ഞ് നിൽക്കുകയായിരുന്നു.

"ഓ ഇത് നീയായിരുന്നോ? നിനക്കെന്താണ് വേണ്ടത്?" അവൾ തമാശ രൂപത്തിൽ ചോദിച്ചു.

അവൾ പാവാടയും ബ്ലൗസും അഴിച്ചുമാറ്റി. ഒരു പെറ്റിക്കോട്ട് മാത്രം ഇട്ട് നിൽക്കുകയായിരുന്നു. അത് കുറിയതും അവളുടെ അരക്കെട്ടിന് താഴെ മാത്രം എത്തുന്നതുമായിരുന്നു. അവൾ ഒരു വിചിത്ര രൂപമായി അവന് തോന്നി. അവളെ നോക്കിക്കൊണ്ടിരുന്നപ്പോൾ അവന്റെ ഹൃദയം വല്ലാതെ മിടിക്കാൻ തുടങ്ങി. അവൾ അവന്റെ പിറകിലായി വാതിലടച്ച് പൂട്ടി.

ഇരുപത്തിയേഴ്

ഫിലിപ്പ് അടുത്ത പ്രഭാതത്തിൽ നേരത്തെ എഴുന്നേറ്റു. അവൻ സംതൃപ്തമായൊരു നിശ്വാസം ഉതിർത്തു. അവന് സ്വയം സംതൃപ്തി തോന്നി. കുമാരി വിൽക്കിൻസൺ അവളെ എമിലി എന്ന് വിളിക്കണമെന്ന് ആവശ്യപ്പെട്ടിരുന്നു. അതിന് അവൻ തയാറായിരുന്നില്ല. അവന്റെ സന്തോഷം അൽപ്പായുസ്സായിരുന്നു. അവളെപ്പറ്റിയുള്ള ചിന്തകളിൽ അവളുടെ പ്രായം ഒരു പ്രശ്നമായി ഉയർന്നുനിന്നു. കുറച്ച് ദിവസങ്ങൾക്ക് ശേഷം അവൻ ലണ്ടനിലേക്ക് പോയി. ഇടവക വികാരിയെ സഹായിക്കുന്ന പുരോഹിതൻ ബാർനസിൽ അവന് മുറി ഏർപ്പാടാക്കിയിരുന്നു.

വീട്ടുടമ അവന് ചായ ഒരുക്കിയിരുന്നു. ചായയ്ക്ക് ശേഷം കെട്ടുകൾ അഴിച്ച് പുസ്തകങ്ങളൊക്കെ ഒരുക്കിവെച്ചു എന്നിട്ട് വായിക്കാനിരുന്നു. പക്ഷേ, അവന് വായിക്കാൻ കഴിഞ്ഞില്ല. കുമാരി വിൽക്കിൻസണെപ്പറ്റിയുള്ള ചിന്തകൾ ഇടയ്ക്കിടെ അവന്റെ മനസിൽ തെളിഞ്ഞു വന്നു. അവൾ തുറന്ന പ്രകൃതക്കാരിയും പ്രായം ചെന്നവളുമായിരുന്നു. അവന്റെ പെട്ടെന്നുണ്ടായ ആകർഷണത്തിന് ശേഷം അവളുടെ ചുളിവുകൾ വീണതും ദൃഢമായതും മറയ്ക്കപ്പെട്ടതുമായ പ്രായത്തിന്റെ ലക്ഷണങ്ങൾ അവന്റെ മനസിൽ തെളിഞ്ഞു. അവൾ ധരിച്ചിരുന്ന ഇറുകിയ ഉടുപ്പിൽ അവളുടെ പ്രകടനപരതയും പ്രായം കുറയ്ക്കാൻവേണ്ടി വസ്ത്രം ചെയ്യുന്ന അവസ്ഥയും പ്രകടമായി. അവന് അങ്ങേയറ്റം പ്രയാസം തോന്നി. ഇനി ഒരിക്കലും അവളെ കാണാനിടയാകരുതെന്ന് അവൻ ആശിച്ചുപോയി. അവളെ ചുംബിക്കുന്ന കാര്യംപോലും അവന് ചിന്തിക്കാൻ കഴിഞ്ഞില്ല. അവന് വല്ലാത്ത വെപ്രാളം അനുഭവപ്പെട്ടു. അവന്റേത് പ്രേമമായിരുന്നോ?

അവളെ കാണാതിരിക്കാനായി മുറിയിൽ നിന്നും ഇറങ്ങുന്നതിന് മുമ്പ് പതിവിലേറെ സമയം വസ്ത്രധാരണത്തിനായി അവൻ ചെലവഴിച്ചു. അത് അവന് പതിവുള്ളതായിരുന്നില്ല. അവൻ തീൻമുറിയിലെത്തിയത് ഒരു ഭാരമുള്ള ഹൃദയവുമായിട്ടായിരുന്നു. പ്രാർഥനകളൊക്കെ കഴിഞ്ഞിട്ടുണ്ടായിരുന്നു. അതിനുശേഷം അവർ ഭക്ഷണം കഴിക്കാൻ ആരംഭിച്ചിരുന്നു. “മടിയൻ പയ്യൻ” കുമാരി വിൽക്കിൻസൺ ശബ്ദം കുറച്ച് പറഞ്ഞു. അവൻ അവളെനോക്കി ആശ്വാസത്തിന്റേതായ ഒരു നിശ്വാസമുതിർത്തു. അവൾ ജാലകത്തിനടുത്തായി പുറം തിരിഞ്ഞ് ഇരിക്കുകയായിരുന്നു. അവൾ എല്ലാം കൊണ്ടും വളരെ ശാന്തയായിരുന്നു. എന്തുകൊണ്ടാണ് വേണ്ടാത്ത അശുഭചിന്തകൾ അവളെ സംബന്ധിച്ച് തന്റെ യുള്ളിൽ ഉടലെടുത്തതെന്ന് അവൻ ചിന്തിച്ചു. അവന് ആത്മസംതൃപ്തി തിരിച്ചുകിട്ടി.

അവളിൽ കാണാൻ കഴിഞ്ഞ മാറ്റത്തെപ്പറ്റി ഓർത്ത് അവൻ അത്ഭുതപ്പെട്ടു. ഭക്ഷണത്തിന് ശേഷം പെട്ടെന്ന് അവന് നേരെതിരിഞ്ഞ് വളരെ ആവേശം ജനിപ്പിക്കുന്ന ശബ്ദത്തിൽ അവൾ അവനെ പ്രേമിക്കുന്നു എന്ന് പറഞ്ഞു. അതിനുശേഷം അവന്റെ സംഗീതപാഠങ്ങൾക്കായി അവർ സ്വീകരണമുറിയിലേക്ക് പോയപ്പോൾ അവൾ സംഗീതക്ലാസിലെ കസേരകളിലൊന്നിലിരുന്ന് അവളുടെ മുഖം അവനുനേരെ അടുപ്പിച്ചുകൊണ്ട് അവളെ കെട്ടിപ്പിടിക്കാൻ ആവശ്യപ്പെട്ടു. അവൻ കുനിഞ്ഞപ്പോൾ അവൾ കൈകൾ അവന്റെ കഴുത്തിൽ കോർത്ത് ആലിംഗനബദ്ധരായി. അവളുടെ പിടുത്തം ശരിയായ രീതിയിലല്ലാതിരുന്നതിനാൽ അത് അവനെ വല്ലാതെ ബുദ്ധിമുട്ടിച്ചു. അവൾ അവളുടെ സന്തോഷം ഫ്രഞ്ച് ഭാഷയിൽ പ്രകടിപ്പിച്ചപ്പോൾ ഫിലിപ്പിനത് മനസിലാകാതിരിക്കുകയും അവൾ അത് ഇംഗ്ലീഷിൽ പറഞ്ഞിരുന്നെങ്കിൽ എന്ന് ആഗ്രഹിക്കുകയും ചെയ്തു.

ഫിലിപ്പിന് ഇതെല്ലാം ഒരു ഫ്രഞ്ച് നോവൽ പോലെയാണ് തോന്നിയത്. അതൊന്നും തന്നെ എന്തുകൊണ്ട് പ്രകോപിതനാക്കുന്നില്ല എന്ന് അവന് മനസിലായില്ല. അവസാനം അവൻ പറഞ്ഞു:

"കടപ്പുറത്ത് കൂടെ അലസനായി നടന്നു കാല് വെള്ളത്തിൽ മുക്കാമെന്ന് ഞാൻ കരുതുന്നു."

"ഇന്ന് പ്രഭാതത്തിൽ നീ എന്നെ വിട്ട് എവിടെയും പോകില്ല. ഇന്ന് മാത്രമല്ല ഒറ്റ പ്രഭാതത്തിലും."

എന്തുകൊണ്ടാണ് അവളങ്ങനെ പറഞ്ഞതെന്ന് ഫിലിപ്പിന് മനസിലായില്ല.

"ഞാൻ ഇവിടെ നിൽക്കണമെന്നാണോ നീ ആഗ്രഹിക്കുന്നത്." ഫിലിപ്പ് ചോദിച്ചു.

"ഓ എന്റെ പ്രിയനേ പക്ഷേ, വേണ്ട, നീ പോകൂ, നീ ഉപ്പുകടലിലെ തിരകളിൽ മേധാവിത്വം നേടുന്നത് കാണാനാണെനിക്കിഷ്ടം. നീ നിന്റെ മുടന്തുള്ള കാല് വിശാലമായ കടലിൽ മുക്കണം."

അവൻ എഴുന്നേറ്റ് തൊപ്പിയെടുത്ത് അവിടെനിന്നും പുറത്തേക്കിറങ്ങി.

എന്താണാ നശിച്ച പെണ്ണ് പറയുന്നത് അവൻ സ്വയം ചിന്തിച്ചു

പക്ഷേ അവൻ സന്തോഷവാനും സന്തുഷ്ടനും പുകഴ്ത്തപ്പെട്ടവനുമായിരിക്കുന്നു. സന്ദർഭവശാൽ അവൾക്ക് അവനോട് എന്തോ ഒരു അടുപ്പം തോന്നിയിരിക്കുന്നു. ബ്ലാക്സ്റ്റേബിളിലെ വിശാലമായ തെരുവുകളിൽക്കൂടെ അവൻ മുടന്തി നടക്കുമ്പോൾ തന്നെ കടന്നുപോകുന്നവരെ അവൻ അൽപ്പം ഗർവോടെ വീക്ഷിച്ചു. പലരോടും തലകുലുക്കണമെന്ന് അവനറിയാമായിരുന്നു. അവരോട് പരിചയഭാവത്തിൽ ചിരിച്ചുകൊണ്ടിരിക്കുമ്പോൾ അവനോർത്തു എനിക്കവരെ അറിയില്ലായിരുന്നുവെങ്കിൽ എന്ന്! അവന് പലരേയും അറിയണമെന്ന് തന്നെയില്ലായിരുന്നു. ഹാവാർഡിന് കത്തെഴുതണമെന്ന് കരുതുകയും മനസിൽ വരികൾ കുറിച്ചിടുകയും ചെയ്തു അവൻ. അവൻ തോട്ടത്തിലെ പൂക്കളെപ്പറ്റി സംസാരിക്കണമെന്ന് ആഗ്രഹിച്ചു. കൂടാതെ ആ കൊച്ചു ഫ്രഞ്ചുകാരി ആയയെപ്പറ്റിയും. അവയ്ക്കിടയിലെ സൗരഭ്യമുള്ള ഒരു പുഷ്പം പോലെ അവളെ മണക്കാനും സംരക്ഷിക്കാനും അവൻ ആഗ്രഹിച്ചു. അവൾ ഫ്രഞ്ചുകാരിയാണെന്ന് പറയുവാൻ അവൻ ഇഷ്ടപ്പെട്ടു. കാരണം അവൾ കുറച്ചുകാലം ഫ്രാൻസിൽ താമസിച്ചിട്ടുണ്ട്. കൂടാതെ ഹാവാർഡിനോട് അവളെ മനോഹരമായ മസ്ലിൻവേഷത്തിൽ ആദ്യമായി എങ്ങനെയാണ് കണ്ടതെന്നും അവൾ അവന് നൽകിയ പുഷ്പത്തെപ്പറ്റിയും അറിയിക്കണമെന്ന് അവൻ ആഗ്രഹിച്ചു. അവൻ അതിന്റേതായ ഒരു രൂപം മനസിൽ തയാറാക്കി വെച്ചു. അതിൽ സൂര്യപ്രകാശവും കടലും സുന്ദരമായ പശ്ചാത്തലമൊരുക്കി. നക്ഷത്രങ്ങൾ അതിന് കാവ്യാത്മകത പകർന്നു നൽകി. അതിന് പശ്ചാത്തലമായി പഴയ പുരോഹിത ഭവനത്തിന്റെ തോട്ടവും നിന്നു. മെറിഡിയൻ കാലത്തെ എന്തോ ഒരു സവിശേഷത അതിനുണ്ടായിരുന്നു. ഇത് തീർച്ചയായും ലൂസി ഫെവെറലോക്ലാര മിഡിൽടണോ ആയിരുന്നില്ല. പക്ഷേ, അത് പ്രകിപ്പിക്കാൻ പറ്റാത്തത്ര വശ്യമായിരുന്നു. ഫിലിപ്പിന്റെ ഹൃദയം വേഗത്തിൽ മിടിക്കാൻ

തുടങ്ങി. അവൻ അവിടെ നിന്നും മടങ്ങി വന്നിട്ടും മനസിൽനിന്നു മായാതെ നിൽക്കുന്ന തരത്തിൽ അവൻ അവയെപ്പറ്റി ചിന്തിച്ചു. അവന്റെ പ്രണയത്തിന്റെ വസ്തുവിനെപ്പറ്റി അവൻ ചിന്തിച്ചു. അവൾക്ക് എല്ലാവരും ആരാധിക്കുന്ന തരത്തിലുള്ള ചെറിയ മൂക്കും വലിയ തവിട്ടുനിറമാർന്ന കണ്ണുകളുമുണ്ട്. അവൻ ഹാവാർഡിന് അവളെപ്പറ്റി പറഞ്ഞുകൊടുക്കും. കൂടാതെ അവൾക്ക് പരുപരുത്ത തവിട്ടുനിറമാർന്ന തലമുടിയും ഉണ്ട്. അത്തരമൊരു കൂന്തൽ തന്റെ മുഖമൊളിപ്പിക്കാൻ വളരെ അഭികാമ്യമാണെന്നും അവൻ കരുതി. ആനക്കൊമ്പുപോലെയും സൂര്യപ്രകാശത്തിന്റെ തിളക്കംപോലെയുള്ള ചർമകാന്തിയാണ് അവൾക്ക്. അവളുടെ കവിളുകൾ ശരിക്കും ചുവന്ന് തുടുത്ത റോസാപുഷ്പം പോലെയാണ്. അവൾക്ക് എത്ര വയസുണ്ടാകുമായിരുന്നു? ഒരുപക്ഷേ പതിനെട്ട്, അവൻ അവളെ മുസെറ്റ് എന്ന് വിളിച്ചു. അവളുടെ പുഞ്ചിരി കളകളമൊഴുകുന്ന അരുവിപോലെയായിരുന്നു. അവളുടെ ശബ്ദം വളരെ ലോലമായിരുന്നു. അവൻ ഇതുവരെ കേട്ടിട്ടുള്ളതിൽ വെച്ച് ഏറ്റവും ശ്രവണ മധുരമായ സംഗീതം പോലെയായിരുന്നു അവളുടെ ശബ്ദം.

"നിങ്ങൾ എന്താണ് ചിന്തിക്കുന്നത്?"

ഫിലിപ്പ് പെട്ടെന്ന് അവിടെ നിന്നു. അവൻ സാവകാശം വീട്ടിലേക്ക് നടക്കുകയായിരുന്നു.

"ഏതാണ്ട് കാൽ മൈലോളമായി ഞാൻ നിങ്ങൾക്ക് കൈ കാണിക്കുകയാണ്. നിങ്ങൾ അത് ശ്രദ്ധിച്ചിട്ടേയില്ല."

അവന്റെ മുന്നിലായി കുമാരി വിൽക്കിൻസൺ നിൽക്കുന്നുണ്ടായിരുന്നു. അവന്റെ പരിഭ്രമം കണ്ട് അവൾ ചിരിച്ചു.

"ഞാൻ നിങ്ങളെ കാണാൻ വരികയായിരുന്നു."

"അതേതായാലും അങ്ങേയറ്റം നല്ല കാര്യമാണ് " അവൻ പറഞ്ഞു

"ഞാൻ നിങ്ങളെ പരിഭ്രമിപ്പിച്ചോ?"

"അൽപ്പം" അവൻ മറുപടി പറഞ്ഞു. ഈ കാര്യങ്ങളെപ്പറ്റിയെല്ലാം ഫിലിപ്പ് തന്റെ സുഹൃത്തായ ഹാവാർഡിന് കത്ത് എഴുതി. അവ ഏതാണ്ട് എട്ട് പേജോളം ഉണ്ടായിരുന്നു.

അതിന് ശേഷമുള്ള രണ്ടാഴ്ച വളരെവേഗം കടന്നുപോയി. ഓരോ വൈകുന്നേരവും ഭക്ഷണത്തിന് ശേഷം അവർ തോട്ടത്തിലേക്ക് ചെന്നാൽ കുമാരി വിൽക്കിൻസൺ പറയുമായിരുന്നു ഒരു ദിവസം കൂടി കടന്നുപോയി എന്ന്. അത്തരം ചിന്തകൾ തന്നെ അസ്വസ്ഥമാക്കുന്നു എന്ന കാര്യത്തിൽ ഫിലിപ്പ് സന്തുഷ്ടനായിരുന്നു. ഒരു രാത്രി കുമാരി വിൽക്കിൻസൺ ഫിലിപ്പിനോട് അവളുടെ ബർലിനിലെ ഉദ്യോഗത്തിന് പകരമായി അവൾക്ക് ലണ്ടനിൽ ഒരു ഉദ്യോഗം കണ്ടെത്താൻ നിർദേശിച്ചു. അങ്ങനെയാണെങ്കിൽ അവർക്ക് പരസ്പരം സ്ഥിരമായി കാണാമെന്നതായിരുന്നു അത്തരമൊരു നിർദേശത്തിന് പിന്നിൽ. ഫിലിപ്പും അതേ അഭിപ്രായം തന്നെ പറഞ്ഞു. "അത് വളരെ സന്തോഷകരമായിരിക്കുക്കും. പക്ഷേ, ആ അഭിപ്രായം അവളിൽ കാര്യമായ ഒരു ആവേശവും

ഉളവാക്കിയില്ല. ലണ്ടനിൽ ചെന്നതിന് ശേഷമുള്ള വളരെ ആഹ്ലാദകര മായ ജീവിതത്തെ സ്വപ്നം കാണുകയായിരുന്നു ഫിലിപ്പ്. അതിന് തട സമുണ്ടാവാതിരിക്കാൻ അവൻ ശ്രമിച്ചു. പക്ഷേ, അവനെന്താണ് ഉദ്ദേ ശിക്കുന്നതെന്നതിനെപ്പറ്റി വളരെ കുറച്ച് മാത്രമെ അവൻ സംസാരിച്ചു ള്ളൂ. കൂടാതെ എത്രയും പെട്ടെന്ന് അവിടെനിന്നും പോകാൻ ആഗ്രഹി ക്കുന്നു എന്ന് മാത്രം അയാൾ പറഞ്ഞു.

"നീ എന്നെ പ്രേമിക്കുന്നുണ്ടെങ്കിൽ അപ്രകാരം സംസാരിക്കരുത്" അവൾ കരഞ്ഞു. അത് അവനെ അസ്വസ്ഥനാക്കുകയും അവൻ നിശ്ശ ബ്ദനാവുകയും ചെയ്തു.

"ഞാനെന്തൊരു വിഡ്ഢിയാണ്" അവൾ പിറുപിറുത്തു.

അവൾ കരയുകയാണെന്നറിഞ്ഞപ്പോൾ അവൻ അത്ഭുതപ്പെട്ടുപോ യി. അവന് വളരെ ലോലമായ ഒരു മനസായിരുന്നു. ആരും വിഷമിക്കു ന്നത് കാണുന്നത് അവന് ഇഷ്ടമായിരുന്നില്ല.

"ഓ എന്നോട് ക്ഷമിക്കൂ, ഞാനെന്താണ് ചെയ്തിരിക്കുന്നത്? കര യരുത്."

"ഓ ഫിലിപ്പ് എന്നെ വിട്ട് പോകരുത്, നീ എനിക്കാരാണ് നിനക്കറി യില്ല. എനിക്ക് അങ്ങേയറ്റം മോശമായ ഒരു ഭൂതകാലമുണ്ടായിരുന്നു. എന്നിട്ടുകൂടി നീ എന്നെ അങ്ങേയറ്റം സന്തോഷവതിയാക്കി." അവൻ അവളെ നിശ്ശബ്ദമായി ചുംബിച്ചു. അവളുടെ ശബ്ദത്തിൽ വിഷാദം ഉണ്ടായിരുന്നു. അത് അവനെ ഭയപ്പെടുത്തുകയും ചെയ്തു. അവൾ അ ങ്ങേയറ്റം ഗൗരവത്തോടെ പറഞ്ഞ കാര്യത്തെപ്പറ്റി അയാൾ ഒരിക്കൽ പ്പോലും ചിന്തിച്ചിട്ടുപോലുമുണ്ടായിരുന്നില്ല. "എനിക്ക് അങ്ങേയറ്റം വിഷ മമുണ്ട്. ഞാനും നിന്നോട് അങ്ങേയറ്റം താൽപ്പര്യമുള്ളവനാണ്. നീയും എന്നോടൊപ്പം ലണ്ടനിൽ വന്നിരുന്നെങ്കിൽ എന്ന് ഞാൻ ആഗ്രഹിക്കു ന്നു."

"എനിക്കതിന് കഴിയില്ലെന്ന് നിനക്കറിയില്ലേ? മറ്റൊരു സ്ഥലത്തേക്ക് പോകാൻ എനിക്ക് സാധ്യമല്ല. കൂടാതെ ഇംഗ്ലീഷ് ജീവിതരീതിയെ ഞാൻ വെറുക്കുകയും ചെയ്യുന്നു."

താൻ ഒരു ഭാഗം അഭിനയിക്കുകയാണെന്നറിയാതെ, അവളുടെ വിഷ മത്താൽ പ്രചോദിതനായി അവൻ അവളെ കൂടുതലായി പുണർന്നു. അവളുടെ കണ്ണുനീർ അവനെ വിഷമിപ്പിച്ചു. അവൻ അവളെ യഥാർഥ മായ ആവേശത്തോടെ ചുംബിച്ചു.

പക്ഷേ, ഒന്നോ രണ്ടോ ദിവസത്തിന് ശേഷം അവൾ ഒരു യഥാർഥ രംഗം തന്നെ ഉണ്ടാക്കി. പുരോഹിത ഗൃഹത്തിൽ ഒരു വിരുന്ന് നടക്കു ന്നുണ്ടായിരുന്നു. അടുത്തകാലത്തായി ബ്ലാക്സ്റ്റേബിളിൽ സ്ഥിരതാമസ മാക്കിയ ഇന്ത്യൻ പട്ടാളത്തിൽ സേവനമനുഷ്ഠിച്ച ഒരു സർവീസിൽ നിന്നും വിരമിച്ച പട്ടാള ഉദ്യോഗസ്ഥന്റെ മക്കളായ രണ്ട് പെൺകുട്ടികൾ അതിൽ പങ്കെടുക്കാനായി അവിടേക്ക് വന്നു. അവർ വളരെ സുന്ദരിക ളായിരുന്നു. ഒരുവൾക്ക് ഫിലിപ്പിന്റെ പ്രായമായിരുന്നു. മറ്റവൾ അവരേ

ക്കാൾ ഒന്നോ രണ്ടോ വയസിന് ഇളയതുമായിരുന്നു. ചെറുപ്പക്കാരുടെ സൗഹൃദക്കൂട്ടത്തിൽപ്പെട്ട് ശീലമുള്ളതിനാൽ (ആ കാലത്ത് ഗുഡ്യാർഡ് കിപ്ലിങ്ങിന്റെ പുസ്തകം ഇത്തരക്കാരുടെ കൈകളിൽ പതിവായിരുന്നു. കൂടാതെ ഇന്ത്യയിലെ മലഞ്ചരിവുകളിലെ ജീവിതാനുഭവങ്ങളായിരുന്നു അവയിൽ അധികവും.) അവർ ഫിലിപ്പിനോട് കൗതുകത്തോടെ ഇട പെടുവാൻ തുടങ്ങി. ഫിലിപ്പിനെ ആദ്യമായി കണ്ടതുകൊണ്ട് ബ്ലാക്സ്റ്റേ ബിളിലെ ആ യുവസുന്ദരികൾ വികാരിയുടെ മരുമകനോട് ഒരു പ്രത്യേക ഗൗരവഭാവത്തോടെ പെരുമാറാൻ തുടങ്ങി. എങ്കിലും അവർ സന്തോഷ ചിത്തരായിരുന്നു. അയാളിലുണ്ടായിരുന്ന പിശാചിന്റെ പ്രേരണയാൽ വന്യമായ ഒരു കൗതുകത്തോടെ അയാൾ അവരോട് തിരിച്ചും പ്രണയ ഭാവത്തിൽ ഇടപെടാൻ തുടങ്ങി. അവിടെ അപ്പോൾ ഉണ്ടായിരുന്ന ഏക ചെറുപ്പക്കാരൻ എന്ന നിലക്ക് അവന്റെ വിനോദങ്ങളൊക്കെ അവർ നന്നാ യി ആസ്വദിക്കുകയും ചെയ്തു. അവർ ടെന്നീസ് ഒരു വിധം നന്നായി കളിക്കുകയും ഫിലിപ്പിന് അവരോട് കളിച്ചത് കാരണം ക്ഷീണം അനു ഭവപ്പെടുകയും ചെയ്തു. കുമാരി വിൽക്കിൻസണോടൊപ്പം കളിച്ചപ്പോൾ അവന് അൽപ്പം പോലും ക്ഷീണം തോന്നിയില്ല. (അവൾ ബ്ലാക്സ്റ്റേബി ളിൽ വന്നതിന് ശേഷമാണ് ടെന്നീസ് കളി പഠിച്ചത്.) അതുകൊണ്ട് ചായ കുടിച്ചതിന് ശേഷമുള്ള കളി അവർ ക്രമപ്പെടുത്തിയിട്ടുണ്ടായിരുന്നു. അവന്റെ തയാറെടുപ്പ് പ്രകാരം കുമാരി വിൽക്കിൻസൺ വികാരിയുടെ ഭാര്യയോടൊന്നിച്ച് ചേർന്ന് കളിക്കുമെന്നും അതിനുശേഷം അവൻ പുതു തായി വന്നവർക്കൊപ്പം കളിക്കുമെന്നുമായിരുന്നു പദ്ധതി. അതും പറഞ്ഞ് അവൻ കൂട്ടത്തിൽ മുതിർന്നവളായ കുമാരി ഓർകൊന്നോറിനടുത്തായി ഇരുന്നിട്ട് പതിഞ്ഞ സ്വരത്തിൽ അവളോട് പറഞ്ഞു: “നമുക്ക് ഈ കളി യറിയാത്തവരെ ആദ്യം കളിക്കാൻ വിട്ട് ഒഴിവാക്കാം. അതിന് ശേഷം നമുക്ക് നല്ലൊരു കളികളിക്കാം.”

സംഗതിവശാൽ കുമാരി വിൽക്കിൻസൺ ഇത് കേൾക്കാനിടയാ യി. അതിനാൽ അവൾ റാക്കറ്റ് വലിച്ചെറിഞ്ഞ്, അവൾക്ക് തലവേദനയാ കുന്നുവെന്നും പറഞ്ഞ് അവിടെ നിന്നുംപോയി. അവളെ എന്തോ പ്രയാ സപ്പെടുത്തിയിട്ടുണ്ടെന്ന് എല്ലാവർക്കും വ്യക്തമായിരുന്നു. അവൾ കാര്യം പരസ്യപ്പെടുത്തുമോ എന്നകാര്യത്തിൽ ഫിലിപ്പിന് ഉൽക്കണ്ഠയുണ്ടാ യിരുന്നു. അവളില്ലാതെ കളി ക്രമപ്പെടുത്തുകയും കളിക്കാൻ തീരുമാ നിക്കുകയും ചെയ്തപ്പോൾ ശ്രീമതി കാരി ഫിലിപ്പിനെ അങ്ങോട്ട് വിളിച്ചു.

“ഫിലിപ്പ് നീ, എമിലിയെ പ്രയാസപ്പെടുത്തിയിട്ടുണ്ട്. അവൾ അവ ളുടെ മുറിയിലേക്ക് പോയിട്ടുണ്ട്. അവൾ കരയുകയാണ്.”

“എന്തിന്?”

“ഓ എന്തോ ഒരു മന്ദൻ കളിയെപ്പറ്റിപ്പറഞ്ഞ് അവളുടെ അടുത്തേക്ക് ചെല്ല്, നീ ഒന്നും ഉദ്ദേശിച്ചിട്ടില്ലെന്ന് പറയൂ, ഒരു നല്ല കുട്ടിയാകൂ.”

“ശരി.”

അവൻ കുമാരി വിൽക്കിൻസണിന്റെ മുറിയുടെ വാതിലിന് മുട്ടി. പക്ഷേ, മറുപടിയൊന്നും കിട്ടാതായപ്പോൾ അകത്തേക്ക് പ്രവേശിച്ചു.

അവൾ കിടക്കയിൽ മുഖമമർത്തി കിടക്കുന്നതാണ് അവൻ കണ്ടത്. അവൾ കരയുകയായിരുന്നു. അവൻ അവളുടെ ചുമലിൽ കൈവെച്ചു.

"ഞാൻ ചോദിക്കട്ടെ, എന്താണ് പ്രശ്നം?"

"എന്നെ തനിയെ വിടൂ. ഇനിയും എനിക്ക് നിന്നോട് സംസാരിക്കേണ്ട."

"ഞാൻ എന്താണ് ചെയ്തത്, ഞാൻ നിന്റെ വികാരങ്ങളെ വ്രണപ്പെടുത്തിയെങ്കിൽ എന്നോട് ക്ഷമിക്കണം. ഞാനൊന്നും ഉദ്ദേശിച്ച് പറഞ്ഞതല്ല. ഞാൻ പറയുന്നു എഴുന്നേൽക്കാൻ."

"ഓ ഞാനങ്ങേയറ്റം ദുഖിതയാണ്. നിനക്ക് എങ്ങനെയാണ് എന്നോട് ഇങ്ങനെ ക്രൂരമായി പെരുമാറാൻ തോന്നുന്നത് നിനക്കറിയില്ലേ ഞാൻ ആ വൃത്തികെട്ട കളിയെ വെറുക്കുന്നുവെന്ന്. ഞാൻ നിന്നോടൊപ്പം കളിക്കാൻവേണ്ടി മാത്രമാണ് ആ കളി കളിക്കുന്നത്." അവൾ എഴുന്നേറ്റ് വസ്ത്രധാരണത്തിനുള്ള മേശയ്ക്കടുത്തേക്ക് നടന്നു. എന്നിട്ട് പെട്ടെന്ന് കണ്ണാടിയിലേക്ക് നോക്കിയിട്ട് മുന്നിലുള്ള കസേരയിൽ ഇരുന്നു. അവളുടെ കൈവശമുള്ള തൂവാല ചുരുട്ടി കണ്ണുകൾ തുടച്ചു. "ഒരു സ്ത്രീക്ക് നൽകാവുന്നതിൽ വെച്ച് ഏറ്റവും വിലപിടിപ്പുള്ള വസ്തു ഞാൻ നിനക്ക് നൽകിയിരിക്കുന്നു. –ഓ ഞാനെന്തൊരു വിഡ്ഢിയാണ്. എന്നിട്ട് നിനക്ക് ഒരു കടപ്പാടും ഇല്ല. നീ തികച്ചും ഹൃദയശൂന്യനായിരിക്കണം. ഇത്ര വൃത്തികെട്ട പെൺകുട്ടികളുമായി ശൃംഗരിച്ച് നിനക്ക് എങ്ങനെയാണ് എന്നെ വേദനിപ്പിക്കാൻ കഴിയുന്നത്? നമ്മൾ ഒരാഴ്ചയിൽ കൂടുതലേ ആയിട്ടുള്ളു പരിചയപ്പെട്ടിട്ട്. അതെങ്കിലും ഓർകാൻ നിനക്ക് കഴിയില്ലേ?"

അവൻ അവളുടെ അടുത്തായി നിന്നു. അവളുടെ പെരുമാറ്റം ബാലിശമായി അയാൾക്ക് തോന്നി. അപരിചിതരുടെ മുന്നിൽവെച്ച് മോശമായി അവളോട് പെരുമാറിയതിൽ അവന് പ്രയാസം തോന്നി.

"പക്ഷേ, നിനക്കറിയുമോ ഓർകോന്നോറിനെയോ മറ്റവളെയോ ഞാൻ ഒരുറുപ്പികയ്ക്ക്പോലും വിലവെക്കുന്നില്ല. ഞാൻ അങ്ങനെ ചെയ്യുന്നുവെന്ന് നീ എന്തടിസ്ഥാനത്തിലാണ് ചിന്തിച്ചത്?"

കുമാരി വിൽക്കിൻസൺ തൂവാല എടുത്തുമാറ്റി, പൗഡറിട്ട അവളുടെ മുഖത്ത് കണ്ണുനീർച്ചാലുകൾ അടയാളമിട്ടിട്ടുണ്ടായിരുന്നു. അവളുടെ മുടിയും അലങ്കോലപ്പെട്ടിരുന്നു. ആ അവസരത്തിന് തെല്ലും യോജിക്കുന്നതായിരുന്നില്ല അവളുടെ വെള്ള ഉടുപ്പ്. അവൾ ഫിലിപ്പിനെ കാമാതുരമായ ആവേശം കലർന്ന കണ്ണുകളോടെ നോക്കി.

"കാരണം അവൾക്ക് ഇരുപതിനടുത്തല്ലേ പ്രായം. ഞാനാണെങ്കിൽ പ്രായം കൂടിയവളും."

"ഫിലിപ്പ് ചുമയ്ക്കുകയും അകലേക്ക് നോക്കുകയും ചെയ്തു. അവളുടെ സംസാരത്തിന്റെ ധ്വനി അയാളെ അങ്ങേയറ്റം അസ്വസ്ഥനാക്കി. കുമാരി വിൽക്കിൻസണുമായി ഒരിക്കലും ഒന്നുമില്ലാതിരുന്നെങ്കിൽ എന്ന് അയാൾ ആഗ്രഹിച്ചുപോയി.

"എനിക്ക് നിന്നെ വിഷമിപ്പിക്കണമെന്നില്ല" അവൾ പറഞ്ഞു. "നീ

താഴെ ചെന്ന് നിന്റെ കൂട്ടുകാരോടൊപ്പം ചേരൂ. എന്താണ് നിനക്ക് സംഭവിച്ചതെന്നറിയാതെ അവർ വിഷമിക്കുന്നുണ്ടാവാം."

"ശരി" അവൻ സമ്മതിച്ചു. അവളെ വിട്ടുപോകുന്നതിൽ അവൻ സന്തോഷിച്ചു.

അവരുടെ പിണക്കം പെട്ടെന്നുതന്നെ ഒരു സൗഹൃദമായി മാറി. പക്ഷേ അവശേഷിച്ച ബാക്കി ദിനങ്ങൾ ഫിലിപ്പിന് പ്രയാസകരമായി തോന്നി. ഭാവിയെപ്പറ്റിയല്ലാതെ മറ്റൊന്നും സംസാരിക്കാനുണ്ടായിരുന്നില്ല അയാൾക്കും. ഭാവിയെപ്പറ്റിയുള്ള ചിന്തകൾ കുമാരി വിൽക്കിൻസണ് കണ്ണുനീർ മാത്രമാണ് നൽകിയത്. ആദ്യമൊക്കെ അവളുടെ കരച്ചിൽ അയാളെ വിഷമിപ്പിച്ചു. അതിനാൽ അവളുടെ വിഷമം കുറയ്ക്കാനായി അവൻ ആകുന്നതൊക്കെ ചെയ്യാൻ തയാറായി. പക്ഷേ പിന്നീട് അവ അയാളെ അസ്വസ്ഥനാക്കാൻ തുടങ്ങി. അവൾ ഒരു പെൺകുട്ടിയായിരുന്നുവെങ്കിൽ ഇതൊക്കെയും അനുവദിക്കാമായിരുന്നു. പക്ഷേ അവൾ വളരെ മുതിർന്ന ഒരു പെണ്ണായിട്ടാണ് ഇങ്ങനെ കരയുന്നത്. അവൾ തന്റെ കടപ്പാടിനെ ഓർമിപ്പിക്കാനും ഈ അവസരങ്ങൾ ഉപയോഗിക്കാറുണ്ടെന്നതും അയാൾ ശ്രദ്ധിച്ചു. അതിന് പ്രത്യുപകാരമായി എന്ത് വേണമെങ്കിലും ചെയ്യാമായിരുന്നു. പക്ഷേ, അന്നത്തെ സംഭവത്തിന് ശേഷം അയാൾക്ക് ഒരു മമതയും അവളോട് തോന്നിയിട്ടില്ല. അവളോട് കടപ്പാടിന്റെ പേരിൽ ചെയ്യുന്ന കാര്യങ്ങൾ ഒരു ശല്യമായി മാറരുതെന്ന നിലപാടും ഫിലിപ്പിനുണ്ടായിരുന്നു. ഏകാന്തതയായിരുന്നു അയാൾ കൂടുതലും ഇഷ്ടപ്പെട്ടത്. പക്ഷേ അതുപോലും കുമാരി വിൽക്കിൻസൺ നന്ദികേടായിട്ടാണ് കണക്കാക്കിയത്. അവളുടെ വിളിപ്പുറത്ത് എപ്പോഴും താനു ണ്ടായിരിക്കണമെന്നാണ് അവൾ ആഗ്രഹിക്കുന്നതെന്ന് അയാൾ തിരിച്ചറിഞ്ഞു. കുമാരി ഓർകോന്നോറിന് അവരെ രണ്ടുപേരെയും ചായ കുടിക്കാനായി ഒരു ദിവസം വിളിച്ചെങ്കിലും ഇനി അഞ്ചു ദിവസം കൂടിയേ ഫിലിപ്പ് ഇവിടെ ഉണ്ടാകു എന്നും ആ ദിവസങ്ങളിൽ അയാൾ പൂർണമായും തന്നോടൊപ്പമുണ്ടായിരിക്കണമെന്നും അവൾ ശഠിച്ചു. അത് തനിക്കൊരു അഭിനന്ദനമാണെങ്കിലും അങ്ങേയറ്റം മുഷിപ്പിക്കുന്ന ഒരു കാര്യമായിരുന്നു. ഫിലിപ്പ് കുമാരി വിൽക്കിൻസന്റെ സമീപം നിൽക്കുന്നതുപോലെ മിടുക്കരായ ഫ്രഞ്ചുകാർ സുന്ദരികളായ ഫ്രഞ്ചുകാരികളുടെ അടുത്ത് നിൽക്കുന്നതിനെപ്പറ്റിയുള്ള അങ്ങേയറ്റം കൗതുകകരമായ കഥകൾ അവൾ പറഞ്ഞു. അവരുടെ മര്യാദയെയും ആത്മത്യാഗത്തെയും പൂർണവൈദഗ്ധ്യത്തെയും പറ്റി അവൾ പ്രശംസിച്ചു. അവൾക്ക് മഹത്തായ എന്തോ ലക്ഷ്യമുള്ളതുപോലെ തോന്നി.

ഒരു സമ്പൂർണ കാമുകൻ പുലർത്തേണ്ട സ്വഭാവ വിശേഷങ്ങളെപ്പറ്റിയുള്ള വർണനകൾ ഫിലിപ്പ് കേട്ടിരുന്നു. അവൾ ബർലിനിൽ താമസിച്ചിരുന്നു എന്ന കാര്യത്തിൽ അവന് തെല്ല് സന്തോഷം തോന്നി. "നീ എനിക്ക് കത്തെഴുതും ഇല്ലേ? എല്ലാ ദിവസവും എഴുതണം. നീ ചെയ്യുന്ന എല്ലാ കാര്യങ്ങളും എനിക്കറിയണം. ഒന്നും എന്നിൽ നിന്ന് നീ മറച്ചുവെക്കരുത്."

"ചിലപ്പോൾ ഞാൻ ഭയങ്കര തിരക്കിലായിരിക്കും" അവൻ മറുപടി പറഞ്ഞു.

"എനിക്ക് കഴിയുമ്പോഴൊക്കെ ഞാനെഴുതും."

വികാരവിവശയായി അവൾ അവന്റെ കഴുത്തിൽ കൈകൾ ചുറ്റി. അവളുടെ പ്രേമപ്രകടനങ്ങൾ കണ്ട് അവൻ അത്ഭുതപ്പെട്ടുപോയി. അവൾ കുറെക്കൂടെ ഒതുങ്ങി പെരുമാറുന്നതായിരുന്നു അവനിഷ്ടം. അത് അവനെ ചെറുതായി നടുക്കുക തന്നെ ചെയ്തു. സ്ത്രീകളുടെ പൊതുവെയുള്ള ശാന്തപ്രകൃതത്തിനോട് യോജിക്കുന്നതായിരുന്നില്ല അവളുടെ ഭാവ പ്രകടനങ്ങൾ.

അവസാനം കുമാരി വിൽക്കിൻസണിന് പോകാനുള്ള ദിവസം അടുത്തുവന്നു. അവൾ പ്രാതലിനായി വന്നപ്പോൾ വിളറിയതായും തളർന്നതായും തോന്നിച്ചു. അവൾ ധരിച്ചത് യാത്രയ്ക്കനുയോജ്യമായ കറുപ്പും വെളുപ്പും കള്ളികളോട് കൂടിയ ഒരു വസ്ത്രമായിരുന്നു. തികഞ്ഞ ഒരു ആയയെപ്പോലെ തോന്നിച്ചു അവൾ. ഫിലിപ്പ് നിശ്ശബ്ദനായിരുന്നു. ഇത്തരം ഒരു സന്ദർഭത്തിൽ അവളെ വിഷമിപ്പിക്കാതിരിക്കാൻ എന്താണ് പറയേണ്ടതെന്ന് അവനറിയില്ലായിരുന്നു. കൂടാതെ താൻ എന്തെങ്കിലും പറ്റാത്തത് പറഞ്ഞാൽ അവൾ അമ്മാവനും അമ്മായിയും കാണെ ഒരു രംഗം സൃഷ്ടിക്കുമെന്ന് ഉറപ്പാണ്. കഴിഞ്ഞ രാത്രിയിൽ തോട്ടത്തിൽ വെച്ച് അവർ യാത്രപറഞ്ഞു പിരിഞ്ഞതാണ്. കൂടാതെ യാത്രയുടെ ഈ വേളയിൽ അവൾക്ക് തനിച്ചാവാൻ ഒരു അവസരമില്ല എന്ന കാര്യത്തിൽ ഫിലിപ്പിന് ആശ്വാസം തോന്നി. മുകളിലേക്കുള്ള പടവുകളിൽ വെച്ച് തന്നെ ചുംബിക്കണമെന്ന് കുമാരി വിൽക്കിൻസൺ നിർബന്ധം പിടിക്കും എന്നതിനാൽ പ്രാതലിന് ശേഷം അയാൾ തീൻമുറിയിൽ തന്നെ സമയം ചെലവഴിച്ചു. അനുയോജ്യമല്ലാത്ത നിലയിൽ തങ്ങളെ മധ്യവയസിനടുത്ത മേരി ആൻ കണ്ടുപിടിക്കപ്പെടുന്നതിൽ അയാൾക്ക് പ്രയാസമുണ്ടായിരുന്നു. മേരി ആനിന് അവളെ ഇഷ്ടമായിരുന്നില്ല. മേരി ആൻ അവളെ വയസ്സി പൂച്ച എന്നാണ് വിളിച്ചിരുന്നത്. ലൂയിസ അമ്മായിക്ക് നല്ല സുഖമില്ലാത്തതിനാൽ യാത്രയയക്കാൻ സ്റ്റേഷനിലേക്ക് വരുകയില്ല. അതിനാൽ പുരോഹിതനും ഫിലിപ്പും കൂടി അവളെ യാത്രയയച്ചു. വണ്ടി പുറപ്പെടാറായപ്പോൾ അവൾ കുനിഞ്ഞ് ശ്രീ കാരിയെ ചുംബിച്ചു.

"ഞാൻ നിന്നെയും ചുംബിക്കും ഫിലിപ്പ്" അവൾ പറഞ്ഞു.

"ശരി" അവൻ സമ്മതിച്ചു

അതിനായി അവൻ പടവിന് മുകളിൽ കയറിനിന്നു. അവൾ അവനെ വേഗത്തിൽ ചുംബിച്ചു. തീവണ്ടി പുറപ്പെട്ടു. കുമാരി വിൽക്കിൻസൺ അവളുടെ കേബിനുള്ളിൽ ഒരു മൂലയിലിരുന്ന് തേങ്ങിക്കരഞ്ഞു. പുരോഹിത ഗൃഹത്തിലേക്ക് തിരിച്ചുനടക്കുമ്പോൾ ഫിലിപ്പിന് ആശ്വാസത്തിന്റേതായ ഒരു അനുഭൂതി അനുഭവപ്പെട്ടു.

"നീ അവളെ സുരക്ഷിതയായി യാത്രയയച്ചോ?" തിരിച്ചുവന്നപ്പോൾ അമ്മായി ചോദിച്ചു.

“അവൾ കരയുന്നതായിട്ടാണ് തോന്നിയത്. അവൾ എന്നെയും ഫിലിപ്പിനെയും ചുംബിക്കുകയും ചെയ്യുകയുണ്ടായി.”

“ഓ, നല്ലത്, അവളുടെ ഈ പ്രായത്തിൽ അത് അപകടകരമല്ല” ചുമരിന്മേലുള്ള പെട്ടി കാണിച്ചുകൊണ്ട് അമ്മായി പറഞ്ഞു. “ഫിലിപ്പ്, നിനക്ക് ഒരു കത്തുണ്ട് രണ്ടാമത്തെ തപാലിൽ വന്നതാണ്.”

ഇത് ഹാവാർഡിൽ നിന്നുള്ള കത്തായിരുന്നു.

എന്റെ പ്രിയപ്പെട്ട കുട്ടി,

പെട്ടെന്നു തന്നെ ഞാൻ നിന്റെ കത്തിന് മറുപടി എഴുതുകയാണ്. ഞാൻ എന്റെ ഒരു നല്ല സുഹൃത്തിന് ഈ കത്ത് വായിച്ച് കൊടുക്കാൻ മുതിരുകയുണ്ടായി. എന്നെ സംബന്ധിച്ചിടത്തോളം സുന്ദരിയായ ഒരു സ്ത്രീയുടെ സഹായവും സഹതാപവും അമൂല്യമാണ്. അതും കലയോടും സാഹിത്യത്തോടും അടുപ്പമുള്ള ഒരാളാകുമ്പോൾ പ്രത്യേകിച്ചും. അതിനാൽ ഞങ്ങൾ വിലയിരുത്തിയത് ഇത് വശ്യമാണ് എന്നാണ്. നീ നിന്റെ ഹൃദയത്തിൽനിന്നും എഴുതിയതിനാൽ വരികളുടെ വശ്യത എത്രയാണെന്ന് നിനക്കറിയില്ല. നീ പ്രേമിക്കുന്നതിനാൽ നീയൊരു കവിയെപ്പോലെ എഴുതിയിരിക്കുന്നു. എന്റെ കുട്ടീ, അതാണ് യഥാർഥ കാര്യം. നിന്റെ യുവത്വത്തിന്റെ ആവേശം കത്തിലൂടെ എനിക്കനുഭവിക്കാൻ കഴിഞ്ഞു. നിന്റെ വൈകാരികതയുടെ ആത്മാർഥതയാൽ അത് ഗദ്യ സംഗീതാത്മകവുമായിരുന്നു. നീ സന്തോഷവാനായിരിക്കണം. നീ കാണാതെ ആ ഹൃദയഹാരിയായ ഉദ്യാനത്തിൽ സന്നിഹിതനാകാൻ കഴിഞ്ഞിരുന്നുവെങ്കിൽ എന്ന് ഞാൻ ആഗ്രഹിച്ചുപോവുകയാണ്. നിന്റെ ആദ്യപ്രേമം ശുദ്ധകാവ്യമായിരിക്കട്ടെ എന്ന് ഞാനാശിക്കുകയാണ്. എനിക്ക് നിന്നോട് അസൂയ തോന്നുകയാണ്. ആ നിമിഷങ്ങളെ വിലമതിക്കുക. കാരണം ഇത്തരം നിമിഷങ്ങൾ ജീവിതാന്ത്യം വരെ സൂക്ഷിക്കാനായി ദൈവം നമുക്ക് നൽകുന്നതാണ്. ആദ്യപ്രണയമാണ് മികച്ച പ്രണയം. അവൾ സുന്ദരിയാണ്; നീ ചെറുപ്പവും. ലോകം നിങ്ങളുടേതാണ്. അവളുടെ ഇടതൂർന്ന കേശത്തിൽ നീ മുഖം ഒളിപ്പിച്ചു എന്നെഴുതിയത് വായിച്ചപ്പോൾ എന്റെ ഹൃദയമിടിപ്പ് വർധിച്ചതായി എനിക്കു തോന്നി. നിങ്ങൾ അടുത്തടുത്തിരുന്ന് റോമിയോയും ജൂലിയറ്റും വായിക്കുന്നതായും, അവളുടെ പാദസ്പർശമേറ്റ ഭൂമാറിടം തടവാനും കഴിഞ്ഞിരുന്നെങ്കിൽ എന്ന് ഞാൻ ആശിക്കുന്നു.

എല്ലായ്പ്പോഴും നിന്റെ
ജി അതറിഡ്ജ് ഹാവാർഡ്

“എന്തൊരു നശിച്ച കത്ത്” കത്തു വായിച്ചു കഴിഞ്ഞപ്പോൾ അവൻ പറഞ്ഞു. യഥാർഥ ജീവിതം മറ്റുള്ളവരുടെ കാഴ്ചപ്പാടിൽ നിന്നും വ്യത്യസ്തമാണ് അവനെ സംബന്ധിച്ചെന്ന് അവൻ തിരിച്ചറിഞ്ഞു.

പുതിയ സാഹചര്യത്തിൽ അവൻ വളരെയധികം ഒറ്റപ്പെട്ടതായി തോന്നി. സ്കൂളിൽ ഉപയോഗിച്ചിരുന്ന തൊപ്പിയും മറ്റും ചേരാത്തതായി

തോന്നിയപ്പോൾ പുതിയവ വാങ്ങാനായി അവൻ ഒരു സ്റ്റോറിൽ കയറി. അവന് ജോലിചെയ്യേണ്ടിയിരുന്ന ഓഫീസ് കണ്ടുപിടിക്കാനായി അവൻ ഒന്ന് രണ്ട് പേരോട് ചോദിച്ചു. അങ്ങനെ ശ്രീ ഹെർബർട്ട് കാർട്ടറുടെ ഓഫീസ് കണ്ടെത്തി. അവിടെയെത്തിയപ്പോൾ ആരും ഉണ്ടായിരുന്നില്ല. കുറച്ച് കഴിഞ്ഞ് ഒരു ഓഫീസ് ബോയി വന്നപ്പോൾ ഹെർബർട്ട് അൽപ്പ സമയത്തിനുള്ളിൽ എത്തുമെന്ന് അറിയിച്ചു. അൽപ്പം കഴിഞ്ഞ് ശ്രീ ഗുഡ്‌വർത്തി എന്ന് പേരായ അയാളുടെ അസിസ്റ്റന്റ് അവിടെ എത്തി. ഓഫീസ് ബോയ് ഫിലിപ്പിനെ അയാളുമായി പരിചയപ്പെടുത്തി. കാർട്ടർ അൽപ്പസമയത്തിനുള്ളിൽ വരുമെന്നും അതുവരെ താൻ വല്ലതും ചെയ്യാൻ തരാമെന്നും അയാൾ പറഞ്ഞു.

“നിനക്ക് ബുക്ക് കീപ്പിങ്ങിനെപ്പറ്റിയോ, അക്കൗണ്ടുകളെപ്പറ്റിയോ അറിയാമോ?” ശ്രീ ഗുഡ്‌വർത്ത് ചോദിച്ചു.

“അറിയില്ല” ഫിലിപ്പ് ഉത്തരം പറഞ്ഞു.

ഞാൻ നിന്നെ ഇവിടെ പുതുതായി അക്കൗണ്ട്സ് പഠിക്കാൻ വന്ന വരുടെ അടുത്തേക്ക് നയിക്കാമെന്ന് പറഞ്ഞ് അയാൾ വാട്സൺ, ക്രാഗ്, തോംസൺ തുടങ്ങിയവർ ഇരിക്കുന്ന മുറിയിലേക്ക് കൂട്ടിക്കൊണ്ടുപോയി.

കുറച്ചുകഴിഞ്ഞപ്പോൾ ശ്രീ കാർട്ടർ അവിടെ എത്തി. ശ്രീ ഗുഡ്‌ വർത്തി ഫിലിപ്പിനെ ശ്രീ കാർട്ടറുടെ അടുത്തേക്ക് കൊണ്ടുപോയി. അയാൾ ശ്രീ ഗുഡ്‌വർത്തിന്റെ മുറിക്കടുത്തുള്ള ഒരു വലിയ മുറിയിലാ യിരുന്നു ഇരുന്നത്. ആ മുറിയിൽ വലിയ ഒരു ഡസ്ക് ഉണ്ടായിരുന്നു. കൂടാതെ രണ്ട് വലിയ ചാരുകസേരയും. തറയിൽ ടർക്കിയുടെ കാർപ്പെറ്റ് വിരിച്ചിരുന്നു. ഭിത്തികളിൽ മനോഹരമായ ചിത്രങ്ങളും പതിച്ചിരുന്നു. ശ്രീ കാർട്ടർ എഴുന്നേറ്റ് ഫിലിപ്പിന് ഹസ്തദാനം ചെയ്തു. അയാൾ ഒരു പട്ടാളക്കാരനെപ്പോലെ തോന്നിച്ചു. ഫിലിപ്പിനോട് അയാൾ ഹൃദ്യമായി പെരുമാറി. ആരംഭത്തിൽ ജോലിയുടെ പുതുമ ഫിലിപ്പിനെ വല്ലാതെ ആകർഷിച്ചു. ശ്രീ കാർട്ടർ അയാൾക്ക് കത്തുകൾ വായിച്ചുകൊടുത്തു. അവ പകർത്തിയെഴുതി എക്കൗണ്ട് സ്റ്റേറ്റ്മെന്റ് ഉണ്ടാക്കുന്നത് കാണി ച്ചുകൊടുത്തു. ശ്രീ കാർട്ടർ വളരെ മാന്യമായ ഒരു അടിത്തറയിലാണ് ഓഫീസ് നടത്തിക്കൊണ്ടുപോകാൻ ആഗ്രഹിച്ചത്. ഇടയ്ക്കൊക്കെ ഫിലിപ്പ് പരിചയസമ്പന്നരായ ചില ഗുമസ്തരോടൊപ്പം ചില സ്ഥാപന ങ്ങളിൽ ഓഡിറ്റ് നടത്താൻ പോയി. ഇടയ്ക്കൊക്കെ അക്കങ്ങളുടെ നീണ്ട നിരകൾ കൂട്ടാനായി അവനെ ഏൽപ്പിച്ചു. ആദ്യത്തെ പരീക്ഷയ്ക്കായു ള്ള ചില പ്രഭാഷണങ്ങൾ അവൻ കേട്ടു. ആറ് മണിക്ക് ഫിലിപ്പ് ക്ലാസ് കഴിഞ്ഞ് വാട്ടർലൂ നദിയുടെ കരകളിലൂടെ നടന്നു. രാത്രിയിൽ താമസ സ്ഥലത്ത് ഭക്ഷണത്തിന് ഏർപ്പാടാക്കിയിരുന്നു. അതിനുശേഷം അവൻ മുഴുവൻസമയവും വായനയ്ക്കായി ചെലവഴിച്ചു. ശനിയാഴ്ചകളിൽ അവൻ നാഷണൽ ഗാലറിയിൽ ചെന്ന് ചില പുസ്തകങ്ങൾ ശേഖരിച്ചു. അപരിചിതമായ സ്ഥലത്ത് ഞായറാഴ്ചകൾ അയാൾ തനിയെ ചെലവ ഴിച്ചു. വർഷം അവസാനിക്കാറായപ്പോഴേക്കും ഫിലിപ്പിന് ഒരുപാട് കാര്യ

ങ്ങൾ ചെയ്തുതീർക്കാനുണ്ടായിരുന്നു. തോംസൺ എന്നുപേരായ ക്ലർക്കിനോടൊപ്പം ഫിലിപ്പ് വിവിധ സ്ഥലങ്ങളിൽ പോവുകയും ചെലവിന്റെ വിവിധ വസ്തുക്കൾ വിരസമായി എണ്ണിപ്പറയുകയും ക്ലർക്ക് അത് കുറിച്ചെടുക്കുകയും ചെയ്തു. കണക്കിനോട് അധികം ആഭിമുഖ്യമില്ലാത്തതിനാൽ അക്കങ്ങൾ കൂട്ടൽ വളരെ സാവകാശമായിരുന്നു. എങ്കിലും ഏറ്റെടുത്തജോലി വളരെ കൃത്യമായി അവൻ ചെയ്തുതീർത്തു.

ഒരു ദിവസം ശ്രീ ഗുഡ്‌വർത്തി അവനോട് പാരീസിലേക്ക് വരുന്നോ എന്ന് ചോദിച്ചു. ഫോബർഗ് സെന്റ് ഹോണോറിലെ ഒരു ഹോട്ടലിന്റെ കണക്കുകൾ അവർ ചെയ്യാറുണ്ടായിരുന്നു. അതിന്റെ ഉടമസ്ഥർ ഒരു ഇംഗ്ലീഷ് കമ്പനിയായിരുന്നു. സാധാരണ അയാളോടൊപ്പം പോകാറുണ്ടായിരുന്ന ക്ലർക്കിന് അസുഖമായതിനാലും മറ്റുള്ളവർക്ക് പ്രസുമായി ബന്ധപ്പെട്ട ജോലിത്തിരക്കുള്ളതിനാലുമാണ് ഇത്തവണ ആ അവസരം ഫിലിപ്പിന് ഒത്തുകിട്ടിയത്. ഫിലിപ്പ് ആഹ്ലാദചിത്തനായി.

അവർ പാരീസിലെ കലൈസിൽ എത്തിയപ്പോൾ ഫിലിപ്പിന്റെ ഹൃദയം സന്തോഷഭരിതമായി.

"ഇതാണ് യാഥാർഥ്യം." അവൻ സ്വയം പറഞ്ഞു.

അവർ ഹോട്ടലിൽ എത്തിയപ്പോൾ തടിച്ച സന്തോഷവാനായ മാനേജർ അവരെ സ്വീകരിച്ചു. ഒരു വിദേശി കാണാൻ കൊതിക്കുന്ന കാഴ്ചകളൊക്കെ ശ്രീ ഗുഡ്‌വർത്തി ഫിലിപ്പിനേയും കൂട്ടി നടന്നു കണ്ടു. നാട്ടിൽ ക്രിസ്തീയ ചിട്ടയിലെ മാന്യവ്യക്തിയാണദ്ദേഹം. ഒരു രാജ്യം ഇത്തരം കാഴ്ചകൾ ഒരുക്കുന്നില്ലെങ്കിൽ അത് രാജ്യമല്ല എന്ന പക്ഷക്കാരനാണദ്ദേഹം. ഒരു ആഴ്ച അവർ അവിടെ തങ്ങി. ഇതിനിടയിൽ ഫിലിപ്പ് ഒരു കാര്യം തീരുമാനിച്ചിരുന്നു. തന്റെ അക്കൗണ്ട്സ് പഠനം അവസാനിപ്പിക്കാനും പാരീസിൽ താമസിച്ച് കലാപഠനം തുടരാനും.

'എന്തുവന്നാലും ഒന്ന് ശ്രമിച്ചുനോക്കുകതന്നെ, ജീവിതത്തിലെ വലിയ കാര്യം വെല്ലുവിളികൾ ഏറ്റെടുക്കുക എന്നതാണ്.' തന്റെ നയമെന്നോണം ഫിലിപ്പ് മനസിൽ പറഞ്ഞുറപ്പിച്ചു.

ഇരുപത്തിയെട്ട്

ഫിലിപ്പ് തന്റെ മുന്നിലവതരിപ്പിച്ച പദ്ധതിയിൽ ബ്ലാക്‌സ്റ്റേബിളിലെ പുരോഹിതന് കാര്യമായൊന്നും ചെയ്യാനില്ലായിരുന്നു. അയാളുടെ അഭിപ്രായം ഒരാൾ തന്റെ തീരുമാനത്തിൽ ഉറച്ചുനിന്നാലേ ജീവിതവിജയം നേടാനാവൂ എന്നതായിരുന്നു. പക്ഷേ, ഫിലിപ്പ് പട്ടണത്തിലേക്ക് മടങ്ങാൻ വേണ്ടിയായിരുന്നു അക്കൗണ്ടന്റ് ആവാൻ ആഗ്രഹിച്ചതെന്നും ആ ജോലി മടുത്തെന്നും പാരീസിൽപ്പോയി ചിത്രരചന പഠിക്കുകയാണെന്നും അതിൽനിന്നും തന്നെ ആർക്കും തടയാൻ പറ്റില്ലെന്നും ഉറപ്പിച്ചുപറഞ്ഞു. താൻ ഫിലിപ്പിനെ മാന്യനായും ക്രിസ്ത്യനായുമാണ് വളർത്തിയതെന്നും തന്റെ മരിച്ചുപോയ അച്ഛനമ്മമാരോട് ചെയ്യുന്ന അപരാധമാ

ണത് എന്നും ശ്രീ കാരി പറഞ്ഞപ്പോൾ ഫിലിപ്പ് താൻ ഒരു ക്രിസ്ത്യനാണെന്നും മാന്യനാണെന്നും താൻ സംശയിക്കുന്നതായി മറുപടി പറഞ്ഞു. ആ സമയത്താണ് അവന്റെ പേരിലുള്ള ഒരു സ്വത്തിന് അവൻ അവകാശിയായത്. അയാൾക്ക് തന്നെ തടയാനോ ലണ്ടനിലേക്ക് മടക്കിയയക്കാനോ പറ്റില്ലെന്ന് ഫിലിപ്പ് പറഞ്ഞു. ലൂയിസ അമ്മായി ഉൽക്കണ്ഠാകുലയായും അസന്തുഷ്ടയായും അവിടെ ഇരുന്നു. അവസാനം അമ്മാവൻ ഒന്നും പറയാതെ ഫിലിപ്പിന്റെ മുറിയിൽനിന്നും ഇറങ്ങിപ്പോയി. അമ്മായി അവനെ സമാധാനിപ്പിക്കുന്ന തരത്തിലും ഉൽക്കണ്ഠ പങ്കുവെക്കുന്ന തരത്തിലും സംസാരിച്ചു. "നീ ലണ്ടനിൽ പഠിക്കുകയായിരുന്നെങ്കിൽ ഞങ്ങൾക്ക് ഉൽക്കണ്ഠപ്പെടേണ്ടതില്ലായിരുന്നു." വിഷമത്തോടെ അമ്മായി പറഞ്ഞു.

"ഞാൻ ചിത്രരചന പഠിക്കുവാൻ തീരുമാനിച്ച സ്ഥിതിക്ക് അതിന് ഏറ്റവും ഉത്തമം പാരീസാണ്. കലാവാസന എന്നിലുണ്ട്. ഞാൻ നന്നായി പഠിക്കുക തന്നെ ചെയ്യും" ഫിലിപ്പ് മറുപടി പറഞ്ഞു.

പഠന ആവശ്യങ്ങൾക്ക് പണം കണ്ടെത്താനായി ഫിലിപ്പ് അച്ഛനിൽനിന്ന് ലഭിച്ച സ്വർണ വാച്ചും ചെയിനും രണ്ടോമൂന്നോ മോതിരവും ചില കൊളുത്തുകളും ഒരു പിന്നും വിൽക്കാൻ തീരുമാനിച്ചു.

ഇതറിഞ്ഞ് അമ്മായി അവരുടെ സ്വകാര്യ സമ്പാദ്യം ബാങ്കിൽനിന്നെടുത്ത് അവന് നൽകാൻ തീരുമാനിച്ചു. അവൻ അത് നിരസിച്ചു.

ദിവസങ്ങൾ കടന്നുപോയി. ലൂയിസ അമ്മായി ഫിലിപ്പിനെ യാത്രയയക്കാനായി റെയിൽവെസ്റ്റേഷനിൽ ചെന്നു. അവൾ കണ്ണുനീർ തുടച്ചുകൊണ്ട് വണ്ടിയുടെ വാതിലിനരികിലായി നിന്നുകൊണ്ട് ഒരു തവണകൂടെ അവളെ ചുംബിക്കാനാവശ്യപ്പെട്ടു. അവൻ ജാലകത്തിനടുത്തായി കുനിഞ്ഞ് അമ്മായിയെ ചുംബിച്ചു. വണ്ടി നീങ്ങിത്തുടങ്ങിയപ്പോൾ പ്ലാറ്റ്ഫോമിൽ മാറിനിന്ന് തന്റെ കൈയിലുള്ള തൂവാലയുയർത്തി ട്രെയിൻ ദൃഷ്ടിയിൽനിന്ന് മറയുന്നത് വരെ വീശിക്കൊണ്ടിരുന്നു. കരയാതിരിക്കാനായി ചുണ്ടുകൾ കടിച്ചുപിടിച്ചു.

ട്രെയിൻ നീങ്ങിത്തുടങ്ങിയപ്പോൾ ഫിലിപ്പിന്റെ ചിന്തയിൽ നിന്നും നാടും വീട്ടുകാരും മറഞ്ഞിരുന്നു. അവൻ ഭാവിയെപ്പറ്റിമാത്രം ചിന്തിച്ചു. ഹാവാർഡ് പരിചയപ്പെടുത്തിയ ശ്രീമതി ഓട്ടറിന് അവൻ കത്തെഴുതിയിരുന്നു. പാരീസിലെത്തിയപ്പോൾ അവന്റെ ലെഗേജുകളെല്ലാം ഒരു വണ്ടിയിൽ കയറ്റി ലാറ്റിൻ ക്വാർട്ടറിന്റെ ഇടുങ്ങിയ വഴികളിലൂടെ സഞ്ചരിച്ച് അവൻ ഹോട്ടലിൽ എത്തി. വൈകിയാണ് എത്തിയതെങ്കിലും പാരീസ് കാണാനുള്ള വ്യഗ്രതയാൽ രാത്രി അവിടങ്ങളിലൊക്കെ ചുറ്റിയടിച്ച് അവൻ ഉറങ്ങാൻ മറന്നു. അടുത്ത ദിവസം ചായയുടെ സമയമായപ്പോഴേക്കും അവൻ ശ്രീമതി ഓട്ടറുടെ വാസസ്ഥലം കണ്ടെത്തി. അവൾ മുപ്പതുവയസുള്ള അത്രമാത്രം പ്രശസ്തയൊന്നുമല്ലാത്ത ഒരു വനിതയായിരുന്നു. അവളുടെ കൂടെ അവളുടെ അമ്മയും താമസിച്ചിരുന്നു. അവൾ ഭർത്താവിൽനിന്നും വേർപിരിഞ്ഞ് താമസിക്കുകയായിരുന്നു.

അവളുടെ മുറിയിൽ തൂങ്ങിക്കിടക്കുന്ന രണ്ട് ചിത്രങ്ങൾ കണ്ടപ്പോൾ ഫിലിപ്പിന്റെ കലാവബോധമില്ലായ്മയാൽ അവ മഹത്തരമായി അവന് തോന്നിച്ചു.

“അത്തരത്തിൽ മനോഹരമായ ചിത്രങ്ങൾ വരക്കാൻ എനിക്കു കഴിഞ്ഞെങ്കിലെന്ന് ഞാൻ അത്ഭുതപ്പെടുകയാണ്.” ഫിലിപ്പ് പറഞ്ഞു.

“എനിക്ക് നിശ്ചയമുണ്ട്, നിനക്കാകുമെന്ന്. പക്ഷേ എല്ലാം പെട്ടെന്നാകുമെന്ന് നമുക്ക് പ്രതീക്ഷിക്കാൻ പറ്റില്ല.” ഓട്ടർ പറഞ്ഞു. ഓട്ടർ ഫിലിപ്പിന് വരയ്ക്കാനാവശ്യമായ വസ്തുക്കൾ വാങ്ങാൻ കിട്ടുന്ന പീടികയെപ്പറ്റി പറഞ്ഞുകൊടുത്തു. അവിടെ നിന്നും ഇറങ്ങിയതിന് ശേഷം ഫിലിപ്പ് വരയ്ക്കാനാവശ്യമായ വസ്തുക്കൾ വാങ്ങി.

പിറ്റേദിവസം കൃത്യം ഒൻപത് മണിക്കുതന്നെ അവൻ ഓട്ടറുടെ സ്റ്റുഡിയോവിൽ എത്തി. അവിടത്തെ വിദ്യാർഥികളിൽ പകുതിയും സ്ത്രീകളാണ്. സ്റ്റുഡിയോ വിശാലവും ഒഴിഞ്ഞതുമായിരുന്നു. തുടക്കത്തിൽ പ്രയാസമേറിയതൊന്നും ഉദ്യമിക്കാതിരിക്കാൻ അവൾ ഫിലിപ്പിനെ ഉപദേശിച്ചു. അവനടുത്തായി ഇരുന്ന യുവതിയെ ഓട്ടർ അവന് പരിചയപ്പെടുത്തി.

“ശ്രീ കാരി ഇതാണ് കുമാരി പ്രൈസ്. കാരി മുമ്പ് ചിത്രകല പഠിച്ചിട്ടില്ല. തുടക്കത്തിൽ അവനെ തെല്ല് സഹായിക്കുന്നതിൽ നിനക്ക് വിഷമമൊന്നുമില്ലല്ലോ? ഉണ്ടോ?” അവൾ പ്രൈസിനോട് ചോദിച്ചു. എന്നിട്ട് മോഡലിനോട് പോസ് ചെയ്യാനായി ആവശ്യപ്പെട്ടു. മോഡൽ പോസ് ചെയ്തപ്പോൾ അത് നല്ല പോസല്ലെന്ന് പ്രൈസ് പറഞ്ഞു.

ഫിലിപ്പ് സ്റ്റുഡിയോവിലേക്ക് പ്രവേശിച്ചപ്പോൾ എല്ലാവരും കൗതുകത്തോടെ അവനെ നോക്കിയിരുന്നു. ഇപ്പോൾ അവരാരും അവനെ ശ്രദ്ധിക്കുന്നില്ല. അവൻ തന്റെ മുന്നിലുള്ള കടലാസിൽ നോക്കി എങ്ങനെ തുടങ്ങണമെന്നറിയാതെ വിഷണ്ണനായി ഇരുന്നു. അവൻ ഒരു നഗ്ന സ്ത്രീയെ ഇതിന് മുമ്പ് കണ്ടിട്ടുണ്ടായിരുന്നില്ല. അവൾ ചെറുപ്പമായിരുന്നില്ല. അവളുടെ മാറുകൾ ചുരുങ്ങിയിരുന്നു. അവളുടെ മുടി നെറ്റിയിൽ വീണ് കിടക്കുന്നുണ്ടായിരുന്നു. അവളുടെ മുഖത്ത് ചുളിവുകൾ ഉണ്ടായിരുന്നു. അവൻ പ്രൈസിന്റെ കടലാസിലേക്ക് നോക്കി. മായ്ച്ച് മായ്ച്ച് അവളുടെ കടലാസ് കീറാറായിരിക്കുന്നു. ഫിലിപ്പ് എങ്ങനെ തുടങ്ങണമെന്നറിയാതെ വിഷമിച്ച് പ്രൈസിനെ നോക്കി. നിന്റെ കടലാസ് സമചതുരക്കള്ളികളാക്കി അളവ് എടുത്ത് വേണം തുടങ്ങാൻ എന്ന് അവൾ അവന് പറഞ്ഞുകൊടുത്തു. ഈ സമയത്താണ് ക്ലട്ടൺ അവിടേക്ക് വന്നത്. അയാൾക്ക് ചിത്രരചന ക്ലാസിലിരുന്ന് മറ്റൊരാളിൽ നിന്നും പഠിക്കുന്നതിനോട് യോജിപ്പില്ലായിരുന്നു. കഴിയുമെങ്കിൽ ഒരു സ്റ്റുഡിയോ തട്ടിക്കൂട്ടി ഒരു മോഡലിനെ വാടകയ്ക്കെടുത്ത് സ്വന്തമായി വരച്ചു പഠിച്ച് ശ്രദ്ധേയനാവണമെന്ന അഭിപ്രായക്കാരനായിരുന്നു അയാൾ. ആ കാര്യത്തിൽ പ്രൈസും അയാളും തമ്മിൽ തർക്കിക്കാറുണ്ടായിരുന്നു. ക്ലട്ടന് നർമോക്തിയുള്ളതിനാൽ പ്രൈസിന് അവനെ ഇഷ്ടമല്ല. പക്ഷേ, ബുദ്ധി

ശാലിയായതിനാൽ വെറുക്കാനും വയ്യ എന്നതാണ് അവരുടെ സൗഹൃദത്തിന്റെ പ്രത്യേകത. പ്രൈസ് ഫിലിപ്പിന്റെ ചിത്രരചന ശ്രദ്ധിച്ചു. അവൾ ശരീരശാസ്ത്രത്തെപ്പറ്റിയും നിർമാണ രീതിയെപ്പറ്റിയും ഘടനകളെപ്പറ്റിയും വരകളെപ്പറ്റിയും പറഞ്ഞുതുടങ്ങി. ഫിലിപ്പിന് ഒന്നും മനസിലായില്ല. അത്രയും കാര്യങ്ങൾ അവന് പറഞ്ഞ് കൊടുത്തതിന് അവൻ നന്ദി പറഞ്ഞു.

"ഞാൻ ആദ്യം വന്നപ്പോൾ മറ്റുള്ളവർ എനിക്ക് പറഞ്ഞുതന്നു. ഞാൻ അത് തനിക്ക് പറഞ്ഞുതരുന്നു. അത്രമാത്രം." അവൾ പറഞ്ഞു. അതിന് ശേഷം ഉച്ചഭക്ഷണത്തെപ്പറ്റിയായി സംസാരം. അവൻ അവിടെ പുതിയതായതിനാൽ ക്ലട്ടൻ അവനെ റസ്റ്റോറന്റിലേക്ക് കൂടെക്കൂട്ടാമെന്ന് പറഞ്ഞു. അവർ ഭക്ഷണം കഴിക്കാൻ പോകുമ്പോൾ ഓട്ടൺ ക്ലാസിനെപ്പറ്റി ചോദിക്കുകയും പ്രൈസിന് മറ്റുള്ളവരെ സഹായിക്കുന്നത് ഇഷ്ടമാണെന്ന് പറയുകയും ചെയ്തു. യാത്രയ്ക്കിടയിൽ പ്രൈസിന് തന്നോട് താൽപ്പര്യം തോന്നിയിട്ടുണ്ടെന്ന് തോന്നുന്നു എന്ന് ക്ലട്ടൺ പറഞ്ഞു. തന്റെ അച്ഛന്റെയും അമ്മയുടെയും മരണം കൊണ്ട് തനിക്ക് ഭയങ്കരമായ നഷ്ടം സംഭവിക്കുകയുണ്ടായെന്നും അതിനെ താൻ മനോബലത്താൽ അതിജീവിച്ചിരിക്കുന്നുവെന്നുമുള്ള കാര്യം അവൻ തിരിച്ചറിഞ്ഞു. ഇപ്പോൾ തന്റെ കാലിന്റെ വൈകല്യത്താൽ താനനുഭവിക്കുന്നത് അത്രമാത്രം മനപ്രയാസമുളവാക്കപ്പെടേണ്ടതല്ലെന്നും അതിനെ നിസ്സാരമായി കരുതാൻ തനിക്കാവണമെന്നും അവൻ കണക്കുകൂട്ടി. മറ്റുള്ളവർ കാണുന്നതുപോലെ കാര്യങ്ങളെ കാണുന്നതിൽ നിന്നും തന്നെ തടയുന്ന ഒരു ഘടകം അതാണെന്ന സത്യവും അവന് മനസിലാക്കാൻ കഴിഞ്ഞു. അൽപ്പം പോലും ലാഭേച്ഛയില്ലാതെ മനുഷ്യൻ പ്രകടിപ്പിക്കുന്ന ഏക വികാരം തങ്ങളുടെ മക്കളോടുള്ള സ്നേഹവായ്പാണെന്ന് അവന് തോന്നി. അപരിചിതരുടെ ഇടയിൽ അവനെക്കൊണ്ട് ആകുന്നത്ര നല്ലരീതിയിൽ പെരുമാറാനും സഹവസിക്കാനും അവൻ ശ്രമിച്ചിട്ടുണ്ടെങ്കിലും, അവരെയൊന്നും പൂർണമായും ക്ഷമയോടെയും സഹനത്തോടെയും ഉൾക്കൊള്ളാൻ അവന് കഴിഞ്ഞിട്ടില്ല. തന്റെ ആത്മനിയന്ത്രണത്തെ ഓർത്ത് അവൻ അഭിമാനം കൊണ്ടിട്ടുണ്ട്. പക്ഷേ, അത് ചിലപ്പോഴൊക്കെ മറ്റുള്ളവരുടെ പരിഹാസത്തിന് പാത്രമായിട്ടുണ്ട്. മിക്കവാറും പ്രതികൂല സാഹചര്യങ്ങളിൽ ശാന്തനായും സ്വസ്ഥനായും ഇരിക്കാൻ അവൻ ശ്രമിച്ചു. അതിനാൽതന്നെ അവരുടെ ഇടയിൽ തന്റെ മനോനില അവൻ പ്രകടിപ്പിക്കാറില്ല. അവൻ നിർവികാരനാണെന്ന് ആളുകൾ ചിലപ്പോൾ അവനോട് പറയാറുണ്ട്. പക്ഷേ, അവനറിയാം അവന്റെ തന്നെ വികാരങ്ങളുടെ അടിമയാണ് അവനെന്ന്. തന്റെ ശബ്ദത്തിലുണ്ടാകുന്ന വ്യത്യാസംപോലും പ്രകടമാവാതിരിക്കാൻ അവൻ ശ്രമിക്കാറുണ്ട്.

തന്റെ സ്കൂളിൽ വെച്ച് നേരിടേണ്ടിവന്ന തിക്താനുഭവങ്ങളെപ്പറ്റി അവൻ ചിന്തിച്ചുപോയി. അവൻ നേരിടേണ്ടിവന്ന അപമാനവും അവഹേളനവും അവനെ വല്ലാതെ മുറിവേൽപ്പിച്ചിരുന്നു. തന്റെ മനസിൽ

കണ്ട ജീവിതസ്വപ്നങ്ങളും അവിടെനിന്നും അനുഭവിക്കേണ്ടിവന്ന യാഥാർഥ്യങ്ങളും തികച്ചും കടക വിരുദ്ധമായിരുന്നു. ഇപ്പോൾ അതിനെയെല്ലാം ഓർത്ത് ഒരു നിസ്സംഗഭാവത്തിൽ ചിരിച്ചുതള്ളാൻ തനിക്ക് കഴിയുന്നതിൽ അവന് സന്തോഷം തോന്നി.

ദൈവമേ അന്നെനിക്ക് ലക്ഷ്യബോധമില്ലായിരുന്നെങ്കിൽ ഞാൻ സ്വയം തൂങ്ങിമരിച്ചിട്ടുണ്ടാകുമായിരുന്നു. അവൻ സ്വയം പറഞ്ഞു. അവൻ കാര്യങ്ങളെ പക്വമായി വിലയിരുത്താനും അതിനനുസരിച്ച് തീരുമാനമെടുക്കാനും കഴിവ് നേടിയതായി അവനുതോന്നി. അതിനിടെ ക്രോൺഷോയുമായി നടത്തിയ ഒരു സംഭാഷണം അവന്റെ ഓർമയിൽ തെളിഞ്ഞു വന്നു.

"എന്റെ ചങ്ങാതീ, മോശം സദാചാരം എന്ന ഒരു സംഗതിയേ ഇല്ല." ക്രോൺഷോ ഒരിക്കൽ അവനോട് പറഞ്ഞു.

തന്റെ ചെറുപ്പകാലം മുതലേ രാവുകളെയും പകലുകളെയും, ചിന്തകളെയും പ്രവർത്തനത്തെയും നിയന്ത്രിച്ച ക്രിസ്തുമതത്തെപ്പറ്റിയുള്ള അമിതമായ വിശ്വാസം അവൻ അവസാനിപ്പിച്ചപ്പോൾ എന്തോ ഒരു വലിയ ഭാരം തന്റെ ചുമലിൽനിന്നും ഇറക്കിവെച്ചതുപോലെ അവനു തോന്നി. തന്റെ എല്ലാ പ്രവൃത്തികളെയും, തന്റെ ആത്മാവിന്റെ മോക്ഷമെന്ന ലക്ഷ്യംവെച്ച് കൊണ്ട് നിയന്ത്രിച്ചിരുന്ന ചട്ടക്കൂടിനെയാണ് തകർക്കാൻ അവൻ തയാറായത്. അതിന്റെ ഭാഗമായി കണക്കാക്കിയിരുന്ന സദാചാരത്തിന് അവൻ പ്രാധാന്യം കൊടുക്കാതായി. ഒരു വിധ മുൻവിധികളാലും താൻ നിയന്ത്രിക്കപ്പെടില്ലെന്നവൻ തീരുമാനിച്ചു. ശരിയെയും തെറ്റിനെയും പറ്റിയുള്ള ധാരണകളെയെല്ലാം അവൻ പാടെ മാറ്റിവെച്ചു. നല്ലതും ചീത്തയും എന്താണെന്ന് സ്വന്തം ജീവിതത്തിൽ നിന്നും അതിന്റെ അനുഭവങ്ങളിൽ നിന്നും നേർക്കുനേരെയുള്ള യാഥാർഥ്യങ്ങളിൽ നിന്നും ഉൾക്കൊള്ളാനായി മുൻവിധികളില്ലാത്ത ഒരു തുറന്ന മനസിനെ രൂപപ്പെടുത്തിയെടുക്കാനാണ് ക്രിസ്തുമതത്തിന്റെ ചട്ടക്കൂടിൽ നിന്നും സ്വയം മോചിതനായപ്പോൾ അവൻ ആദ്യം തയാറായത്. നിയമങ്ങളും നിയന്ത്രണങ്ങളും ആവശ്യമാണോ എന്നുപോലും അവൻ സംശയിച്ചു. അതായിരുന്നു ആദ്യമായി അവൻ കണ്ടുപിടിക്കണമെന്ന് ആഗ്രഹിച്ചത്.

മുൻപ് ആവശ്യമുള്ളതായി തോന്നിയതൊക്കെ ചെറുപ്പം മുതലേ അവനെ പഠിപ്പിച്ചുവിട്ടത് കൊണ്ടാണെന്നും അവയ്ക്കൊന്നും തന്റെ ജീവിതത്തിൽ ഒരു സ്ഥാനവുമില്ലെന്നും അവൻ മനസിലാക്കി. അവൻ വായിച്ചു തീർത്ത പുസ്തകങ്ങളൊന്നും അവനെ തെല്ലും സഹായിച്ചിട്ടില്ല. അതിലൊക്കെ അന്തർലീനമായ സദാചാരസംഹിത ക്രിസ്തുമതത്തിന്റേതായിരുന്നു. മേടകളിലെ ആചാരങ്ങൾക്കനുസൃതമായ ഒരു സദാചാര നിഷ്ഠവെച്ചുപുലർത്താനാണ് എല്ലാ പുസ്തകങ്ങളിലും പറഞ്ഞിട്ടുള്ളത്. പക്ഷേ, ജീവിത യാഥാർഥ്യങ്ങൾ മേടകളിലെ സൗകര്യങ്ങളിൽനിന്നും വ്യത്യസ്തമാകുമ്പോൾ ഇല്ലാത്ത പൊലീസിനെ പേടിക്കുന്നത് പോലുള്ള അവസ്ഥ തന്റെ ജീവിതത്തിൽ വന്നു ഭവിച്ചതായാണ് ഫിലിപ്പിന് അനുഭവപ്പെട്ടത്.

പാരീസിൽ വെച്ച് അവൻ നേടിയതിൽ ഏറ്റവും മികച്ചത് തന്റെ ആത്മാവിന്റെ മോചനമാണെന്ന് അവൻ കരുതി. അവസാനം അവൻ എല്ലാംകൊണ്ടും സ്വതന്ത്രനാണെന്ന് അവൻ തിരിച്ചറിഞ്ഞു. ഒറ്റപ്പെട്ട വഴികളിലായി അവൻ കുറെയേറെ തത്വചിന്താ പുസ്തകങ്ങൾ വായിച്ചുതീർത്തിട്ടുണ്ടായിരുന്നു. അടുത്ത കുറച്ചു നാളുകൾ ഇനിയും അത്തരം പുസ്തകങ്ങൾ വായിക്കാൻ കഴിയുമെന്നതിൽ അവൻ സന്തോഷിച്ചു. അവൻ വളരെയേറെ വിഷമങ്ങൾ നേരിട്ടും വായിക്കാൻ സമയം കണ്ടെത്തി. അവൻ ഓരോ ചിന്താധാരയെയും വളരെയേറെ ആവേശത്തോടെ സമീപിച്ചു. അവയിൽ നിന്നൊക്കെ തന്റെ വ്യക്തിജീവിതത്തിലേക്കാവശ്യമായ മാർഗരേഖകൾ കണ്ടെത്താൻ കഴിയുമെന്നും അതിന്റെ അടിസ്ഥാനത്തിൽ സ്വന്തമായൊരു തത്വസംഹിത ജീവിതത്തിനുണ്ടാക്കിയെടുക്കാൻ കഴിയുമെന്നും അയാൾ കരുതി. അറിയപ്പെടാത്ത രാജ്യങ്ങളിലൂടെ സഞ്ചരിക്കുന്ന ഒരു സഞ്ചാരിയാണ് താനെന്ന് ഫിലിപ്പിന് തോന്നി. അത്തരം സഞ്ചാരം അവന് വളരെ ആകർഷകമായി തോന്നുകയും ചെയ്തു. വർധിച്ച ആവേശത്തോടെ അവൻ വായന തുടർന്നു. മറ്റുള്ളവർ ശുദ്ധസാഹിത്യം വായിച്ചപ്പോൾ, അവ്യക്തമായതിന്റെ അർഥങ്ങൾ തേടി മഹനീയ സാഹിത്യപാരായണത്തിൽ ഏർപ്പെട്ടു അവൻ. അവന്റെ മനസ്സ് സുവ്യക്തമായിരുന്നെങ്കിലും അറിയപ്പെടാത്ത വഴികളിലൂടെ, ആശയങ്ങളിലൂടെ വിഷമിച്ച് അവൻ വായനായാത്ര തുടർന്നു. എല്ലാം അവന്റെ യുക്തിക്കുൾക്കൊള്ളാൻ കഴിഞ്ഞില്ലെങ്കിലും, അവ അയാൾക്ക് ഉൽക്കണ്ഠാജനകമായ സന്തോഷം നൽകുന്നതിന് പര്യാപ്തമായിരുന്നു. ചിലപ്പോൾ മഹാന്മാരായ ചില തത്വചിന്തകർക്ക് അയാളോട് സംവദിക്കാൻ ഒന്നുമില്ലായിരുന്നു. പക്ഷേ, മറ്റുചിലരിൽ താൻ തേടിക്കൊണ്ടിരിക്കുന്ന ചിലത് അയാളുമായി പങ്കുവെക്കുന്നതായി അയാൾക്ക് തോന്നി. വിശാലമായ മരുപ്രദേശങ്ങളിലും നിബിഡ വനങ്ങളിലും ആഫ്രിക്കൻ സഞ്ചാരിയാണ് താനെന്ന് ചിലപ്പോൾ അയാൾക്ക് തോന്നി. ചില സമയങ്ങളിൽ പുൽമേടുകളിൽ കൊമ്പുകൾ തൊട്ട് നിൽക്കുന്ന വൻമരങ്ങൾ കാണുമ്പോൾ താൻ ഇംഗ്ലണ്ടിലാണെന്ന് ഫിലിപ്പിന് തോന്നിപ്പോയി. തോമസ് ഹോബ്സിന്റെ ആഹ്ലാദിപ്പിക്കുന്ന സാമാന്യ ചിന്തകളാൽ അയാൾ ആകർഷിക്കപ്പെട്ടു. സ്പിനോസ ചിന്തകളാൽ അയാളിൽ ഭയം ജനിപ്പിച്ചു. ഇവയൊക്കെ അയാളുടെ വ്യക്തിജീവിതത്തെ രൂപപ്പെടുത്തി.

ഇരുപത്തിയൊൻപത്

ഫിലിപ്പ് ബോലെവാർഡ് ഡിമോണ്ട് വർനാസിലൂടെ നടന്നു. വസന്തകാലത്ത് സെന്റ് ജോർജസ് ഹോട്ടലിന്റെ കണക്കുകൾ ശരിയാക്കാൻ വന്നതുപോലെയായിരുന്നില്ല പാരീസ് ഇപ്പോൾ. അയാൾ ലക്സംബർഗിലെ ഉദ്യാനത്തിലെത്തി. അവിടെ കുട്ടികൾ കളിക്കുന്നുണ്ടായിരുന്നു. അവൻ അവിടങ്ങളിൽ ചുറ്റിനടന്ന് പ്രകൃതിഭംഗി ആസ്വദിക്കാൻ

ആരംഭിച്ചു. അതിനിടയിൽ അവൻ കുമാരി പ്രൈസ് ഒരു ബഞ്ചിലിരിക്കുന്നത് കണ്ടു. അവളുടെ അടുത്ത് പോകുന്നതിൽ ആദ്യം അവനൊരു മടിതോന്നി. ക്ലാസിൽവെച്ച് പലതും പറഞ്ഞു തന്നതല്ലേ എന്നോർത്ത് അവൻ അവളുടെ അടുത്തേക്ക് നടന്നു.

" നീ എന്താണ് ഇവിടെ ചെയ്യുന്നത്." അവൾ അവനെ കണ്ടപ്പോൾ ചോദിച്ചു.

"ഞാൻ തനിച്ച് ഇവിടെയൊക്കെ ചുറ്റിക്കാണുകയാണ്. നീയോ?"

"ഞാൻ നാലുമുതൽ അഞ്ചുവരെ എല്ലാദിവസവും ഇവിടെ വന്നിരിക്കും. എല്ലാ സമയവും ഒരാൾ ജോലിചെയ്യരുതെന്നാണ് എന്റെ അഭിപ്രായം." അവൾ പറഞ്ഞു.

"ഞാൻ ഇവിടെ അൽപ്പം ഇരിക്കട്ടെ." മര്യാദയ്ക്കായി ഫിലിപ്പ് ചോദിച്ചു. ഫിലിപ്പ് അവിടെയിരുന്ന് ഒരു സിഗരറ്റ് കത്തിച്ചു

"എന്റെ ചിത്രത്തെപ്പറ്റി ക്ലട്ടൺ വല്ലതും പറഞ്ഞിരുന്നോ?" അവൾ ചോദിച്ചു

"ഇല്ല, അവൻ ഒന്നും പറഞ്ഞതായി ഞാൻ ഓർമിക്കുന്നില്ല." ഫിലിപ്പ് പറഞ്ഞു.

"അവൻ ആള് ശരിയല്ല. വലിയ പ്രതിഭാശാലിയാണെന്നാണ് അവൻ കരുതുന്നത്. അവൻ അങ്ങേയറ്റം മടിയനാണ്. ബുദ്ധിമുട്ട് ഏറ്റെടുക്കാനുള്ള കഴിവാണ് പ്രതിഭാശാലി എന്നുവെച്ചാൽ അർഥം."

അവൾ ധരിച്ച വസ്ത്രത്തിലും അവളുടെ രീതികളിലും അവൾ അനാകർഷകമായി തോന്നി ഫിലിപ്പിന്. അവിടെ നിൽക്കണോ, പോകണോ എന്നറിയാത്ത ഒരു സ്ഥിതിയിലായി അവൻ.

"ഞാൻ എനിക്കു കഴിയുന്ന സഹായങ്ങളൊക്കെ നിങ്ങൾക്ക് ചെയ്തു തരും." പെട്ടെന്ന് അവൾ പറഞ്ഞു.

"വളരെ നന്ദി." ഫിലിപ്പ് മറുപടി പറഞ്ഞു.

വൈകുന്നേരത്തെ സ്കെച്ച് ക്ലാസിന് ഫിലിപ്പ് പങ്കെടുക്കുന്നുണ്ടോ എന്ന് അവൾ ചോദിച്ചു. സ്കെച്ച് ക്ലാസിന്റെ വിവരം അറിയില്ല എന്ന് അവൻ മറുപടി പറഞ്ഞു. അവർ സ്റ്റുഡിയോവിലേക്ക് നടന്നു. അവളുടെ പെരുമാറ്റ രീതികളിൽനിന്നും അവൻ കൂടെ നടക്കുന്നത് അവൾ ഇഷ്ടപ്പെടുന്നുണ്ടോ ഇല്ലയോ എന്ന് അവന് തിരിച്ചറിയാൻ കഴിഞ്ഞില്ല.

പാരീസിലെ ജീവിതം താൻ വിചാരിച്ച അത്ര ചെലവ് കുറഞ്ഞതല്ലെന്ന് ഫിലിപ്പിന് മനസിലായി. അവൻ വരുമ്പോഴുണ്ടായിരുന്ന പണത്തിൽ അധികഭാഗവും ഫെബ്രുവരിയോടെ തീർന്നിരിക്കുന്നു. അവന്റെ സംരക്ഷകനോട് പണം ചോദിക്കാനോ, ലൂയിസ അമ്മായിയെ കാര്യങ്ങൾ അറിയിച്ച് അവരുടെ കൈവശമുള്ള കൊച്ചു സമ്പാദ്യത്തിൽനിന്നും വല്ലതും നേടിയെടുക്കാനോ അവൻ ഇഷ്ടപ്പെട്ടില്ല. തന്റെ അച്ഛനിൽനിന്നും ലഭിച്ച ചില ആഭരണങ്ങൾ വിറ്റ് അവൻ പ്രയാസത്തെ മറികടന്നു. ഈ സമയത്ത് ബൗലെവാർഡ് റാസ്പൈലിലെ തെരുവിൽ ഒഴിഞ്ഞുകിടക്കുന്ന ഒരു സ്റ്റുഡിയോ ഏറ്റെടുക്കുന്നതിനെപ്പറ്റി ലാസൺ എന്ന ഒരു കൂട്ടാളി പറഞ്ഞു. അതിനോടനുബന്ധിച്ച് ഒരു മുറിയുള്ളതിനാൽ ഫിലിപ്പിന്

അവിടെ താമസിച്ച് സ്റ്റുഡിയോവിൽ പോയി പഠനം തുടരാമെന്നും ലാസണ് അവിടത്തെ സ്റ്റുഡിയോവിൽ നിന്ന് ചിത്രരചന തുടരാമെന്നും അവർ കണക്കുകൂട്ടി. അവൻ താമസത്തിന് ചെലവാക്കുന്ന പണം അങ്ങനെ ലാഭിക്കാമെന്നവർ കണക്കുകൂട്ടി. കൂടാതെ ഒരു മോഡലിനെ ആഴ്ചയിൽ നാലുദിവസത്തേക്ക് ലഭിക്കാൻ സാധ്യതയുണ്ടെന്നും ലാസൺ പറഞ്ഞു. ആദ്യം ഫിലിപ്പ് വിസമ്മതിച്ചെങ്കിലും പിന്നീട് സമ്മതിച്ചു. മുമ്പായിരുന്നെങ്കിലും തന്റെ മുടന്ത് കാരണം മറ്റൊരാളുമായി മുറി പങ്ക് വെക്കുന്നതിനെപ്പറ്റി അവൻ ചിന്തിക്കുക കൂടി ഇല്ലായിരുന്നു. മറ്റുള്ളവർ തന്റെ മുടന്ത് ശ്രദ്ധിക്കുന്നുണ്ടെന്ന ചിന്ത ഈയിടെയായി കുറഞ്ഞുവന്നിട്ടുണ്ട്.

ഒരു ജോഡി കിടക്കകളും, ഒരു വസ്ത്രം അലക്കിയിടുന്ന സ്റ്റാന്റും , കുറച്ച് കസേരകളുമൊക്കെയായി അവർ അവിടേക്ക് താമസം മാറ്റി. ആദ്യദിവസത്തെ അത്തരമൊരു കൂട്ടായ്മയുടെ ആഹ്ലാദത്തിൽ അവർ പുലർച്ചെ മൂന്നുമണിവരെ സംസാരിച്ചിരുന്നു. രാവിലെ എഴുന്നേറ്റ് തീ കത്തിച്ച് കാപ്പിയുണ്ടാക്കി കുടിച്ചു. അവർ പ്രൈസിനെ ഒരു ദിവസം കണ്ടുമുട്ടി. സ്റ്റുഡിയോയിൽ വെച്ചുണ്ടായ ഒരു ചെറിയവഴക്കിനെത്തുടർന്ന് അവൾ അവിടെനിന്നും വിട്ട് മറ്റൊരു സ്റ്റുഡിയോയിൽ ചേർന്നിരുന്നു.

"എന്തൊക്കെയുണ്ട് വിശേഷങ്ങൾ" അവൻ സന്തോഷത്തോടെ ചോദിച്ചു.

"എന്താണ് നിന്റെ പ്രശ്നം" മറുപടിയായി അവൾ ഉടൻ ചോദിച്ചു.

ഫിലിപ്പിന് ചിരിക്കാതിരിക്കാൻ കഴിഞ്ഞില്ല.

"നീ എന്റെ മേൽ പാഞ്ഞുകയറേണ്ട. ഞാൻ മര്യാദകൊണ്ട് ചോദിച്ചതാണ്." ഫിലിപ്പ് പറഞ്ഞു.

"എനിക്ക് നിന്റെ മര്യാദ ആവശ്യമില്ല."പ്രൈസ് കലഹം തുടർന്നു.

"എന്നോടും കലഹിക്കുന്നത് നല്ലതാണെന്ന് നീ കരുതുന്നുണ്ടോ?" ഫിലിപ്പ് പറഞ്ഞു. കൂടുതലൊന്നും പറയാൻ പോകാതെ അവൻ ഒഴിഞ്ഞുമാറി. വെറുതെയല്ല മറ്റുള്ളവർ അവളിൽനിന്നും അകന്നുനിൽക്കുന്നത്. പക്ഷേ പ്രൈസ് പോലും തന്നെപ്പറ്റി മോശമായി കരുതണ്ട എന്നു വിചാരിച്ചിട്ടാണ് ഫിലിപ്പ് അവളോട് സൗഹൃദം പുതുക്കിയത്. കുറച്ചു കഴിഞ്ഞ് എന്തോ ചോദിച്ച് പ്രൈസ് അടുത്തേക്കുവന്നു. കലഹം സൗഹൃദത്തിന് വഴിമാറി.

"നീ ഞങ്ങൾ താമസിക്കുന്ന സ്ഥലം കാണാൻ വരുന്നോ?" അവൻ ചോദിച്ചു.

"നന്ദി" എനിക്ക് അതിനേക്കാൾ പ്രധാനപ്പെട്ട ഒരു കാര്യം ചെയ്യാനുണ്ട്." അവൾ പറഞ്ഞു.

കുറച്ച് ദിവസങ്ങൾക്ക് ശേഷം അവൾ ശ്രീമതി ഔട്ടറിനെ വന്നുകാണുകയും അതേ സ്റ്റുഡിയോവിൽ തന്നെ പരിശീലനം തുടരാൻ താൽപ്പര്യമുണ്ടെന്ന് പറയുകയും ചെയ്തു. മറ്റ് ചില ബന്ധങ്ങളുടെ പുറത്ത് ഔട്ടർ അവളെ അവിടെ തുടരാൻ അനുവദിച്ചു.

സ്റ്റുഡിയോയിലെ ക്ലാസുകൾക്കിടയിൽ കുറെ ദിവസത്തെ പിണക്കത്തിന് ശേഷം ഒരു ദിവസം അവൾ ഫിലിപ്പിനോട് അവൾക്ക് ഫിലിപ്പിനോട് സംസാരിക്കാമോ എന്ന് ചോദിച്ചു.

"തീർച്ചയായും, നീ ഇഷ്ടപ്പെടുന്നിടത്തോളം സംസാരിക്കാം." ഫിലിപ്പ് പറഞ്ഞു. ഞാൻ പന്ത്രണ്ട് മണിക്ക് സ്റ്റുഡിയോയ്ക്ക് പിറകിൽ അവനെ കാത്തിരിക്കുമെന്ന് അവൾ പറഞ്ഞു. ഉച്ചവരെയുള്ള ക്ലാസുകൾ പൂർത്തിയായപ്പോൾ അവൻ അവളുടെ അടുത്തേക്ക് ചെന്നു.

"നീ എന്നോടൊപ്പം അൽപ്പം നടക്കാൻ വരുന്നോ ?" അവൾ വിളിച്ചു

"തീർച്ചയായും" അവൻ പിന്തുടർന്നുകൊണ്ട് പറഞ്ഞു.

രണ്ട് മൂന്ന് മിനുട്ട് നിശ്ശബ്ദരായി അവർ നടന്നു.

"നീ കഴിഞ്ഞ ദിവസം എന്താണ് പറഞ്ഞതെന്ന് നീ ഓർമിക്കുന്നുണ്ടോ" അവൾ പെട്ടെന്ന് ചോദിച്ചു.

"നമ്മൾ തമ്മിൽ കലഹിക്കേണ്ട എന്നായിരുന്നില്ലേ ഞാൻ പറഞ്ഞത്." ഫിലിപ്പ് ഓർമിച്ചെടുത്തു.

"എനിക്ക് നിന്നോട് കലഹിക്കണമെന്നില്ലായിരുന്നു. നീ മാത്രമാണ് എനിക്ക് പാരീസിലുള്ള ഏക സുഹൃത്ത്. നീ എന്നെ ഇഷ്ടപ്പെടുന്നു എന്നാണ് ഞാൻ കരുതിയത്. നമ്മൾ തമ്മിൽ എന്തോ ഉണ്ടെന്ന് ഞാൻ കരുതി. ഞാൻ നിന്നിലേക്കടുത്തത്, ഞാൻ എന്താണ് ഉദ്ദേശിക്കുന്നതെന്ന് നിനക്കറിയുമോ. "നിന്റെ കാലിലെ മുടന്തായിരുന്നു" അവൾ പറഞ്ഞു നിർത്തി.

ഫിലിപ്പ് തുടുക്കുകയും മുടന്തില്ലാതെ നടക്കാൻ ശ്രമിക്കുകയും ചെയ്തു. തന്റെ വൈകല്യത്തെപ്പറ്റി ആരും പറയുന്നത് കേൾക്കാൻ അവൻ ഇഷ്ടപ്പെട്ടില്ല, അവളെന്താണ് ഉദ്ദേശിച്ചതെന്ന് അവന് വ്യക്തമായി. "നീ എന്നോട് ഉപദേശം തേടിയിരുന്നത് എന്നെ സന്തോഷിപ്പിക്കാൻ വേണ്ടി മാത്രമായിരുന്നോ? എന്റെ ചിത്രങ്ങൾ നല്ലതാണെന്ന് നീ കരുതുന്നില്ലേ?"

"ഞാൻ നിന്റെ ചിത്രങ്ങൾ അമിട്രാനോസിൽ മാത്രമേ കണ്ടിട്ടുള്ളൂ. അതിന്റടിസ്ഥാനത്തിൽ വിലയിരുത്തുക ഒരിക്കലും സാധ്യമല്ല."

"നീ എന്റെ കൂടെ വന്ന് എന്റെ മറ്റ് ചില സൃഷ്ടികൾ വിലയിരുത്താമോ? അതിന് നമുക്ക് വെറും പത്ത് മിനുട്ടേ വേണ്ടൂ."

"ശരി ഞാൻ വരാം." അവൻ സമ്മതിച്ചു.

അവർ ബൗലെവാർഡ് തെരുവിലൂടെയായിരുന്നു നടന്നത്. പിന്നീട് അതിന് വശത്തായുള്ള മറ്റൊന്നിലേക്ക് മാറി നടന്നു. അവിടെനിന്നും അവനേയും കൂട്ടി കുറച്ച് മോശമായ, വിലകുറഞ്ഞ പീടികകളൊക്കെയുള്ള ഒരു തെരുവിലൂടെ നടന്നു. അവസാനം അവൾ നിന്നു. അവർ കുറെയേറെ പടവുകൾ കയറി. ഒടുവിൽ നാലാമത്തെ നിലയിലെ ഒരു മുറിക്കു മുന്നിൽ അവർ എത്തി. ആ മുറി അടഞ്ഞുകിടക്കുകയായിരുന്നു. കൂടാതെ പഴകിയ ഒരു മണവും വരുന്നുണ്ടായിരുന്നു. അവൾ വാതിൽ തുറന്നു. മുറി അലങ്കോലപ്പെട്ടുകിടക്കുകയായിരുന്നു. ഒരു കസേ

രയും അലക്കിയിടുന്ന സ്റ്റാന്റും, ഒരു ചിത്രബോർഡും മാത്രമായിരുന്നു ആകെയുള്ള ഫർണിച്ചർ. പെയിന്റുകൾ കൂട്ടിവെച്ച ഒരു മൂലയിലായി അഴുക്കുപുരണ്ട ഒരു പാത്രവും ഒരു കപ്പും ഉണ്ടായിരുന്നു.

"നീ ഇവിടെ നിൽക്ക്," ഞാനവയെ കസേരമേൽ നിരത്തിവെക്കാം. എന്നാൽ നിനക്ക് അവ വ്യക്തമായി കാണാം." പ്രൈസ് പറഞ്ഞു. അവൾ അവന് ഇരുപത് കാൻവാസുകൾ കാണിച്ചുകൊടുത്തു.

"നിനക്ക് അവ ഇഷ്ടമായി അല്ലേ?" അവൾ ഉൽക്കണ്ഠയോടെ ചോദിച്ചു.

"ഞാൻ ആദ്യം അവ ശരിക്കൊന്ന് നോക്കട്ടെ" അവൻ മറുപടി പറഞ്ഞു.

"അതിനുശേഷം ഞാൻ മറുപടി പറയാം" ഫിലിപ്പ് സൗമ്യമായി പറഞ്ഞു. എന്താണ് പറയേണ്ടതെന്ന് അവന് അറിയില്ലായിരുന്നു. അവയൊക്കെ മോശമായി വരച്ചവയായിരുന്നു. അഞ്ചാം ക്ലാസിൽ പഠിക്കുന്ന ഒരു കുട്ടി ഇതിലും നന്നായി വരക്കും. അവയ്ക്കൊന്നും നിറങ്ങളെപ്പറ്റി ബോധമുള്ള ഒരാൾ വരച്ചതാണെന്ന ഒരു സൂചനയും ഉണ്ടായിരുന്നില്ല. എങ്കിലും ഫിലിപ്പ് ഇപ്രകാരം പറഞ്ഞു:

"എനിക്ക് തോന്നുന്നത് അവ അങ്ങേയറ്റം മികച്ചതാണെന്നാണ്."

"നിനക്ക് അങ്ങനെ തോന്നുണ്ടെങ്കിൽ മാത്രം അങ്ങനെ പറഞ്ഞാൽ മതി. എനിക്ക് സത്യം മാത്രമേ കേൾക്കേണ്ടതുള്ളൂ."

"പക്ഷേ എനിക്കങ്ങനെയാണ് തോന്നുന്നത്."

"നിനക്ക് അതിൽ വിമർശിക്കാനൊന്നുമില്ലേ? മറ്റുള്ളവരെപ്പോലെ നീ ഇഷ്ടപ്പെടാത്ത ഒന്നും അതിലില്ലേ?"

"എനിക്ക് അവയെല്ലാം വളരെ ഹൃദ്യമായാണ് തോന്നിയത്." അതും പറഞ്ഞ് അവൻ വാച്ചിലേക്ക് നോക്കി. ഭക്ഷണത്തിന് സമയമായെന്നും വിശപ്പ് തുടങ്ങിയെന്നും അവൻ പറഞ്ഞു. റൂമിലെ പഴകിയ ഗന്ധം അവന് തലവേദനയുണ്ടാക്കി.

മുപ്പത്

അവിടെ നിന്ന് ഇറങ്ങിയതിന് ശേഷം ഫിലിപ്പ് ചിന്തിച്ചു, ഒരു കലാകാരൻ അവൻ കാണുന്ന ഒരു വസ്തുവിൽനിന്നും പ്രത്യേകമായ ഒരു അനുഭൂതി ആസ്വദിക്കുന്നു. അത് അവൻ പ്രകടിപ്പിക്കുകയാണ് ചെയ്യുന്നത്. എന്തുകൊണ്ടാണ് തന്റെ വികാരങ്ങളെ വരകളിലൂടെയും വർണങ്ങളിലൂടെയും പ്രദർശിപ്പിക്കാൻ കഴിയുന്നതെന്ന് അവനറിയില്ല. അതുപോലെയാണ് ഒരു സംഗീതജ്ഞൻ. എന്തുകൊണ്ടാണ് ഓരോ തരത്തിലുള്ള വാക്കുകളും രാഗങ്ങളും ഇപ്രകാരം ശ്രവണമധുരമാകുന്നത് എന്ന്. എന്തുകൊണ്ടാണ് വിമർശനം അർഥശൂന്യമാകുന്നതെന്നും അവൻ ചിന്തിച്ചു. മഹാനായ ഒരു ചിത്രകാരൻ ലോകത്തെ അയാൾ കാണുന്നതുപോലെ കാണാൻ പ്രേരിപ്പിക്കുന്നു. പക്ഷേ അടുത്ത തലമുറയിലെ ചിത്ര

കാരന് പ്രകൃതിയെപ്പറ്റിയും ലോകത്തെപ്പറ്റിയും മറ്റൊരു രീതിയിലായിരിക്കും ചിത്രീകരിക്കാനുണ്ടാവുക. മഹത്തരമായ രീതിയൽ അതിനെ ചിത്രീകരിച്ചാൽ അയാൾ പ്രശസ്തനാകുന്നു.

ഫിലിപ്പ് തന്റെ ഭാവിയെപ്പറ്റി ചിന്തിക്കാൻ തുടങ്ങി. അവൻ തന്റെ സ്ഥാനത്ത് ക്ലട്ടണെ കണ്ടു. പാരീസിൽ ഏതാണ്ട് ഇരുപത് വർഷത്തോളമായി, പ്രയാസപ്പെട്ട്, തനിച്ച്, അറിയപ്പെടാതെ ജീവിച്ചുതീർക്കുന്നു. തനിക്ക് എത്തിപ്പെടാൻ പറ്റാത്ത പൂർണതയ്ക്കായി ആഗ്രഹിച്ച്, മദ്യപാനത്തിൽ മുഴുകി നാളുകൾ തള്ളിനീക്കുന്നു. വൈകിയാണെങ്കിലും ഫിലിപ്പിൽ ഒരു ചിന്ത ഉടലെടുത്തിരിക്കുന്നു. ഒരു വ്യക്തിയ്ക്ക് ഒരു ജീവിതമേയുള്ളൂ. അതിൽ അയാൾ വിജയിക്കണം. വിജയമെന്നതുകൊണ്ട് സാമ്പത്തിക വിജയമാണോ പ്രശസ്തിയാണോ ഒരാൾ ഇഷ്ടപ്പെടുന്നതെന്ന് അവന് വ്യക്തമായി മനസിലാക്കാൻ ഒത്തില്ല. തനിക്ക് ലോകം നൽകിയ വൈകാരികതയെ പ്രതിഫലിപ്പിക്കാനായി സുഖവും വീടും പണവും പ്രേമവും ബഹുമതിയും ഉത്തരവാദിത്വവും എല്ലാം ഉപേക്ഷിച്ച് പൂർണതയ്ക്കായി പ്രയത്നിക്കുന്ന ക്ലട്ടനെപ്പോലുള്ളവരെപ്പറ്റി ഫിലിപ്പ് ചിന്തിച്ചു പോയി.

യഥാർഥ ചിത്രകാരന്മാരും, എഴുത്തുകാരും, സംഗീതജ്ഞരും, കലയിലുള്ള അവരുടെ പൂർണമായ സമർപ്പണം കാരണം ജീവിതത്തെ കലയ്ക്കുവേണ്ടി മാറ്റിവെക്കുന്നു. അവർക്ക് ഒരിക്കലും തിരിച്ചറിയാൻ സാധിക്കാത്ത ഇത്തരം ഒരു ചിന്തയ്ക്ക് വഴങ്ങി അവരുടെ ജീവിതം കൈവെള്ളയിലൂടെ ഊർന്നുപോകുന്നു. ജീവിതം ജീവിക്കാനുള്ളതാണ് ചിത്രീകരിക്കാനുള്ളതല്ല. അതിൽനിന്നുള്ള വിവിധ അനുഭവങ്ങളെ അറിഞ്ഞ് അതിൽ നിന്നും എല്ലാ സന്തോഷങ്ങളെയും നേടിയെടുക്കേണ്ടതാണ്. അടുത്ത ദിവസം അവന് ഫോയിനെറ്റ് എന്ന കലാകാരനുമായി ബന്ധപ്പെട്ട് പ്രവർത്തിക്കേണ്ടതുണ്ടായിരുന്നു. അവൻ അയാളോട് കലകൊണ്ട് ജീവിതം സാധ്യമാകുമോ എന്ന് തുറന്നു ചോദിച്ചു. ഫോയിനെറ്റ് എനിക്ക് നിന്റെ ചോദ്യം മനസിലായില്ല എന്നു പറഞ്ഞു അപ്പോൾ ഫിലിപ്പ് വിശദീകരിച്ചു

"ഞാൻ വളരെ ദരിദ്രനാണ്. എനിക്ക് ജന്മസിദ്ധമായ കഴിവില്ലെങ്കിൽ ഞാൻ മറ്റെന്തെങ്കിലും ചെയ്യുന്നതല്ലേ നല്ലത്" അവൻ ചോദിച്ചു. കുറച്ചു നേരത്തെ മൗനത്തിന് ശേഷം ഫോയിനെറ്റ് ഫിലിപ്പിനോട് അയാൾ ഇതുവരെ വരച്ച ചിത്രങ്ങൾ കാണിച്ചുകൊടുക്കാനായി ആവശ്യപ്പെട്ടു. ആശ്ചര്യഭരിതനായി അയാൾ ഫോയ്നെറ്റിനേയും കൂട്ടി താമസസ്ഥലത്തേക്ക് നടന്നു. അവിടെ മോററ്റിൽ വെച്ച് വരച്ച രണ്ടോ മൂന്നോ പ്രകൃതിദൃശ്യങ്ങളും കുറച്ചു സ്കെച്ചുകളും മാത്രമേ ഉണ്ടായിരുന്നുള്ളൂ.

"നിനക്ക് വ്യക്തിപരമായ ധാരാളം കഴിവുകളുണ്ട്. പക്ഷേ ജീവിച്ചുപോകാൻ മാത്രമുള്ളവയില്ല."

"ഒരാളുടെ ജീവനോപാധിയെ സംബന്ധിച്ചുള്ള ഉൽക്കണ്ഠയോളം ഒരാളെ ബുദ്ധിമുട്ടിലാക്കുന്ന മറ്റൊന്നില്ല. പണത്തെ നിന്ദിക്കുന്നവരോട് എനിക്ക് വെറുപ്പാണ്. നിങ്ങളുടെ അഞ്ച് ഇന്ദ്രിയങ്ങളെയും പരിപൂർണ

തയിലെത്തിക്കുന്ന ആറാമിന്ദ്രിയമാണ് പണം. ആവശ്യത്തിന് പണമില്ലെങ്കിൽ ജീവിതത്തിന്റെ പകുതി സാധ്യതകളും നമുക്കുമുന്നിൽ കൊട്ടിയടക്കപ്പെടും. നിങ്ങൾ നേടുന്ന ഒരു നാണയത്തിന് അതിൽക്കൂടുതൽ പ്രാധാന്യം നൽകരുതെന്നതാണ് അറിഞ്ഞിരിക്കേണ്ട ഒരുകാര്യം. ദാരിദ്ര്യം നിങ്ങളെ എണ്ണമറ്റ അപമാനങ്ങളിലേക്കെത്തിക്കുന്നു. നിങ്ങളുടെ ചിറകുകളരിയുന്നു. നിങ്ങളുടെ ആത്മാവിനെ ഒരു കാൻസർ കണക്കെ തിന്നുന്നു. സമ്പന്നത എന്നതല്ല ഞാൻ ഉദ്ദേശിക്കുന്നത്. അവനവന്റെ അന്തസ്സ് നിലനിർത്താനാവശ്യമായ പണം എന്നതാണ്. പൂർണമായും കലയ്ക്കുവേണ്ടി ജീവിതം അർപ്പിക്കുന്നവരെയോർത്ത് ഞാൻ ലജ്ജിക്കുന്നു." ഇത്രയും ഫോയ്നെറ്റ് ആ അവസരത്തിൽ ഫിലിപ്പിനോട് പറഞ്ഞു.

"ഇതിൽ നിന്നും എനിക്ക് കലാരംഗത്ത് വലിയ അവസരങ്ങൾക്കൊന്നും സാധ്യതയില്ലെന്നാണോ നിങ്ങൾ അർഥമാക്കുന്നത്." ഫിലിപ്പ് ചോദിച്ചു.

"നീ കഠിനാധ്വാനത്താലും, ക്ഷമയാലും, കലയുടെ ഔന്നത്യത്തിലെത്തണം. നിന്നിൽ ഞാൻ അധ്വാനവും ബുദ്ധിസാമർഥ്യവും കാണുന്നു. നീ ഒരു മധ്യമനിരയിൽ ശോഭിക്കും." ഫോയ്നെറ്റ് ഉപദേശിച്ചു.

തിരിച്ചുപോകാൻ നേരം ഫോയിനെറ്റിന്റെ മനസ്സ് മാറി. അയാൾ ഫിലിപ്പിന്റെ ചുമലിൽ കൈവെച്ചു. "നീ എന്റെ ഉപദേശം തേടുകയാണെങ്കിൽ, ഞാൻ പറയുക നീ ധൈര്യം സംഭരിച്ച് മറ്റെന്തെങ്കിലും മേഖലയിൽ പരിശ്രമിക്കണമെന്നാണ്. നിന്റെ പ്രായത്തിൽ എന്നോട് ഇത് പറഞ്ഞുതരാൻ വല്ലവരുമുണ്ടായിരുന്നെങ്കിൽ ഞാൻ ഇവിടെ വരില്ലായിരുന്നു." ഫോയിനെറ്റ് ഇത്രയും കൂടെ പറഞ്ഞു നിറുത്തി.

ആ സമയത്താണ് അടുത്തമുറിയിലെ താമസക്കാരൻ ഫിലിപ്പിനൊരു വലിയ കത്ത് കൊണ്ടുവന്ന് കൊടുത്തത്. അത് അവന്റെ അമ്മാവൻ എഴുതിയതായിരുന്നു. അമ്മാവന്റെ കൈപ്പട കണ്ടപ്പോൾ അവന് ആശങ്കയായി. കാരണം അവന് ഇതുവരെയും കത്തെഴുതിയത് അമ്മായിയായിരുന്നു. കഴിഞ്ഞ മൂന്ന് മാസമായി അവൾ രോഗബാധിതയാണ്. അവളെ വന്ന് കാണാമെന്ന് പറഞ്ഞിരുന്നെങ്കിലും തന്റെ ജോലിക്ക് ഭംഗം വരണ്ടെന്ന് കരുതി അമ്മായി മുടക്കുകയായിരുന്നു. അവന് അസൗകര്യങ്ങളൊന്നുമുണ്ടാവരുതെന്ന് അവൾ ആശിച്ചു. ആഗസ്റ്റ് വരെ അവൾ കാത്തിരിക്കുമെന്നും അത് കഴിഞ്ഞാൽ ഫിലിപ്പിന് പുരോഹിതഗൃഹത്തിൽ വന്ന് താമസിക്കാമെന്നും അവൾ ഓർമപ്പെടുത്തി. അമ്മാവനാണ് കത്തെഴുതുന്നതെങ്കിൽ പേന പിടിക്കാൻ പറ്റാത്ത തരത്തിൽ അവൾ രോഗഗ്രസ്തയായെന്നാണ് അതിനർഥമെന്ന് ഫിലിപ്പ് ഊഹിച്ചു. ആ കത്തിൽ ഇപ്രകാരം എഴുതിയിരുന്നു

എന്റെ പ്രിയപ്പെട്ട ഫിലിപ്പ്,

ഇന്ന് രാവിലെ നിന്റെ പ്രിയപ്പെട്ട അമ്മായി ഈ ലോകജീവിതം അവസാനിപ്പിച്ച് നമ്മെ വിട്ട്പിരിഞ്ഞ കാര്യം വിഷമത്തോടെ നിന്നെ അറിയിക്കുന്നു. അവൾ പെട്ടെന്നായിരുന്നു മരിച്ചത്. പക്ഷേ സമാധാനപൂർവമായിരുന്നു. രോഗാവസ്ഥ വഷളായത് നിന്നെ അറിയിക്കാൻ കൂടെ പറ്റാ

ത്രയും പെട്ടെന്നായിരുന്നു. ശവസംസ്കാര ചടങ്ങിൽ നീ ഉണ്ടാവണമെന്ന് അമ്മായി ആഗ്രഹിച്ചതിനാൽ എത്രയും പെട്ടെന്ന് തന്നെ വരുക. ധാരാളം കാര്യങ്ങൾ ചെയ്ത് തീർക്കാനുള്ളതിനാൽ ഞാനും അസ്വസ്ഥനാണ്. എനിക്കായി എല്ലാം ചെയ്യാൻ നീ ഉണ്ടാകുമെന്ന് വിശ്വസിക്കുന്നു.

നിന്റെ സ്നേഹം നിറഞ്ഞ അമ്മാവൻ
വില്യം കാരി.

മുപ്പത്തിയൊന്ന്

തൊട്ടടുത്ത ദിവസം ഫിലിപ്പ് ബ്ലാക്സ്റ്റേബിളിലെ അമ്മാവന്റെ വീട്ടിൽ തിരിച്ചെത്തി. അമ്മയുടെ മരണശേഷം ഇത്തരം വേർപാടൊന്നും അവന്റെ ജീവിതത്തിലുണ്ടായിട്ടില്ല. പത്ത് നാൽപ്പത് വർഷത്തെ സ്നേഹമസൃണമായ ദാമ്പത്യത്തിന് ശേഷം അമ്മായിയുടെ വേർപാട് കാരിയെ എത്രമാത്രം അലട്ടുന്നുണ്ടാകുമെന്ന് അവൻ ആലോചിച്ചു. അമ്മാവൻ ലൂയിസയെപ്പറ്റിയുള്ള മരണക്കുറിപ്പുള്ള പത്രം എടുത്തുകൊടുത്തു. എന്നിട്ട് മൃതദേഹം കാണിക്കാനായി അവനെ മുകളിലേക്ക് കൂട്ടിക്കൊണ്ടുപോയി. അവൻ അമ്മായിക്ക് മുന്നിലായി മുട്ട് കുത്തിനിന്ന് പ്രാർഥിച്ചു. തന്റെ ഭാര്യയുടെ സംസ്കാര ചടങ്ങുകൾ ഒറ്റയ്ക്ക് തന്നെ ചെയ്യുമെന്നും മറ്റാരെക്കൊണ്ടും ചെയ്യിക്കില്ലെന്ന് താൻ അവൾക്ക് വാക്ക് കൊടുത്തിരുന്നുവെന്നും അയാൾ പറഞ്ഞു. ഇതിനിടയിൽ ഫിലിപ്പ് ഒരു സിഗരറ്റെടുത്ത് കത്തിക്കാൻ ഒരുങ്ങി. അപ്പോൾ സംസ്കാരച്ചടങ്ങുകൾക്ക് ശേഷം കത്തിച്ചാൽ മതിയെന്ന് കാരി പറഞ്ഞു. അവളുടെ ശവസംസ്കാരം പ്രമാണിച്ച് കടകളൊക്കെ അടച്ചിടുകയും ചില സ്ഥാപനങ്ങൾ ഉച്ചവരെ അവധി നൽകുകയും ചെയ്തു. അതിന് ശേഷം ഫിലിപ്പ് ഉച്ചഭക്ഷണം കഴിച്ചു. ആ അവസരത്തിൽ കാരി പറഞ്ഞു:

“ദൈവം നൽകിയതിനെ ദൈവം തന്നെ തിരിച്ചെടുത്തു.” അത് അവളുടെ ശവക്കല്ലറയുടെ മേൽ എഴുതി വെക്കാനുള്ള വാചകമായി തീരുമാനിച്ചു. ഫിലിപ്പ് തോട്ടത്തിലേക്ക് പോയി അവന്റെ പൈപ്പ് കത്തിച്ചു എന്നിട്ട് ഒരു ബഞ്ചിലിരുന്നു. പെട്ടെന്ന് പെട്ടെന്ന് ഉച്ചത്തിൽ ചിരിക്കാൻ തുടങ്ങി.

കുറച്ച് ദിവസങ്ങൾക്ക് ശേഷം അവന്റെ അമ്മാവൻ അവൻ അവിടെ ഉണ്ടായാൽ നന്നായിരുന്നു എന്ന തന്റെ ആഗ്രഹം പ്രകടിപ്പിച്ചു.

“അതെ അത് എനിക്ക് വളരെ അനുകൂലമായിരിക്കും” അവൻ പറഞ്ഞു. “ഞാൻ കരുതുന്നത് നീ പാരീസിലേക്ക് സെപ്തംബറിൽ പോയാൽ മതിയെന്നാണ്.” അതിന് ഫിലിപ്പ് മറുപടി പറഞ്ഞില്ല. അവൻ ഫോയ്നെറ്റ് പറഞ്ഞതിനെപ്പറ്റി വളരെയേറെ ചിന്തിച്ചു.

അമ്മാവന് ഫിലിപ്പ് പാരീസിൽ പോകുന്നത് ഇഷ്ടമായിരുന്നില്ലെങ്കിലും ഇപ്പോൾ അത് അംഗീകരിച്ച മട്ടാണ്. അവൻ വരച്ച ചിത്രങ്ങൾ

കാണാൻ അയാൾ ആഗ്രഹം പ്രകടിപ്പിച്ചു. കൂടാതെ ഒഴിവുസമയത്തെ മുഷിച്ചിൽ ഒഴിവാക്കാൻ അവൻ ചിത്രം വരക്കാൻ തയാറാണെങ്കിൽ താൻ മോഡലായി ഇരുന്നു കൊള്ളാമെന്നും അറിയിച്ചു. അത് ഒരു അഭിമാനമായി കാണുന്നവരോടൊക്കെ പറയാനും ആ കാര്യം ഇടയ്ക്കിടെ ഫിലിപ്പിനെ ഓർമിപ്പിക്കാനും അയാൾ ശ്രമിച്ചു. അപ്പോൾ ഫിലിപ്പ് ആ കാര്യം പ്രഖ്യാപിച്ചു: "ഞാൻ ചിത്രരചന ഉപേക്ഷിച്ചിരിക്കുന്നു."

"എന്തുകൊണ്ട്?" ആശ്ചര്യത്തോടെ അമ്മാവൻ ചോദിച്ചു

"നീ എന്നെ അത്ഭുതപ്പെടുത്തുന്നു. പാരീസിലേക്ക് പോകുന്നതിന് മുമ്പ് നീ കരുതി നീയൊരു പ്രതിഭാശാലിയാണെന്ന്." അമ്മാവൻ പറഞ്ഞു.

"എനിക്ക് തെറ്റുപറ്റിയതാണ്" ഫിലിപ്പ് ശബ്ദം കുറച്ച് പറഞ്ഞു.

"എനിക്ക് തോന്നുന്നത് നിനക്ക് അശ്രാന്ത പരിശ്രമം ഇല്ല എന്നാണ്."

"ഉരുളുന്ന കല്ലിൽ പുരളുമോ പായൽ" പുരോഹിതൻ തുടർന്നു.

"നീ ഇപ്പോൾ ഒരു കുട്ടിയല്ല. ജീവിതം ആരംഭിക്കേണ്ടിയിരിക്കുന്നു. ഇത് നിന്റെ ദൃഢചിത്തതയില്ലായ്മയെയും മൽസരപ്രാപ്തിയില്ലായ്മയെയും, ദീർഘവീക്ഷണക്കുറവിനെയും, നിശ്ചയദാർഢ്യത്തിന്റെ അഭാവത്തെയും കാണിക്കുന്നു. നിന്റെ പണം എനിക്ക് ആവശ്യമില്ല. പക്ഷേ നിന്റെ പണം അധികകാലമുണ്ടാവില്ല. കൂടാതെ നിന്റെ വൈകല്യം നിന്നെ ബുദ്ധിമുട്ടിക്കും."

സംസാരത്തിനൊടുവിൽ അമ്മാവൻ പറഞ്ഞു.

"എനിക്ക് തോന്നുന്നത് നിനക്ക് ഏറ്റവും അനുയോജ്യമായത് നിന്റെ അച്ഛന്റെ ജോലിയായ ഡോക്ടറാവുക എന്നതാണ്."

"അത് തന്നെയാണ് ഞാനും ആലോചിക്കുന്നത്" ഫിലിപ്പ് പറഞ്ഞു.

അങ്ങനെ ആയിരത്തി അറുനൂറ് പൗണ്ടും തന്റെ മുടന്തുള്ള കാലും ഇതുവരെ മനസിലാക്കാൻ കഴിഞ്ഞ ജീവിതപാഠങ്ങളുമായി ഫിലിപ്പ് തന്റെ ജീവിതത്തിന്റെ മൂന്നാമത്തെ സംരംഭത്തിനായി ലണ്ടനിലേക്ക് തിരിച്ചു. അവൻ തന്റെ അച്ഛൻ വിദ്യാർഥിയായിരുന്ന സെന്റ് ലൂക്ക്സ് മെഡിക്കൽ സ്കൂൾ തന്നെ തെരഞ്ഞെടുത്തു. ഫിലിപ്പിന് ആദ്യം ശരീരഘടനാ ശാസ്ത്രത്തിന്റെ ക്ലാസാണ് കേൾക്കേണ്ടി വന്നത്. അതുകഴിഞ്ഞ് തന്റെ അടുത്തിരുന്ന മറ്റൊരു വിദ്യാർഥിയുമൊത്ത് അവൻ അവയവ പഠനത്തിനായി ശരീരം കീറുന്ന മുറിയിലേക്കുപോയി. ആ മുറിയിലെ ഗന്ധം ഒഴിവാക്കാനായി അവൻ പൈപ്പിന് തീകൊളുത്തി. അപ്പോൾ അറ്റന്റർ അവനെ ഓർമിപ്പിച്ചു

"നീ ഈ മണവുമായി ഇണങ്ങും." ഇപ്പോൾ എനിക്കിത് പ്രശ്നമേയല്ല." അവന് കിട്ടിയത് ഒരു കാലായിരുന്നു. അത് പുരുഷന്റേതായിരുന്നു. കാരണം അതങ്ങേയറ്റം മെലിഞ്ഞതും രൂപഭംഗിയില്ലാത്തതുമായിരുന്നു. അവൻ കഴിഞ്ഞ ദിവസമാണ് ഇതിനാവശ്യമായ ഉപകരണങ്ങൾ വാങ്ങിയത്. അവന് അവ സൂക്ഷിക്കുവാൻ ഒരു ലോക്കറും ലഭിച്ചു. അവനോടൊപ്പം വന്ന കുട്ടി വിളറിയതുപോലെ തോന്നിച്ചു ഫിലിപ്പിന്.

"എന്തുപറ്റി" ഫിലിപ്പ് ചോദിച്ചു.

"ഞാൻ ഇതിന് മുമ്പൊരിക്കലും മരിച്ചവരെ കണ്ടിട്ടില്ല" അവൻ പറഞ്ഞു. അവിടെ പഠനത്തിന് ശേഷം അവർ റസ്റ്റോറണ്ടിലേക്ക് നടന്നു.

ആശുപത്രിയിൽ കിടക്കാതെ ചികിത്സ തേടുന്ന രോഗികളുടെ വിഭാഗത്തിലെ തന്റെ ജോലി പൂർത്തിയാക്കി ഫിലിപ്പ് ഒരു ശരത്കാലത്ത് അതിന്റെ കണക്കുകൾ സൂക്ഷിക്കുന്ന ആളായി മാറി. ഈ നിയമനം ആറ് മാസത്തോളം നീണ്ടുനിന്നു. ക്ലർക്ക് എല്ലാ ദിവസവും രാവിലെ വാർഡിൽ ചെലവഴിച്ചു. ആദ്യം പുരുഷന്മാരുടെ വാർഡിലും അത് കഴിഞ്ഞ് സ്ത്രീകളുടെ വാർഡിലും അയാൾ രോഗികളുടെ രോഗചരിത്രം എഴുതിവെക്കുകയും പിരശോധനകൾ നടത്തുകയും, നഴ്സുമാരോടൊന്നിച്ച് സമയം ചെലവഴിക്കുകയും ചെയ്തു. ആഴ്ചയിൽ രണ്ടുദിവസം ഉച്ചയ്ക്കുശേഷം ഡോക്ടർ വിദ്യാർഥികളോടൊപ്പം രോഗികളെ പരിശോധിക്കുകയും പരിശോധനകൾ എഴുതിക്കൊടുക്കുകയും വിവരങ്ങൾ പറഞ്ഞുകൊടുക്കുകയും ചെയ്തു. ഈ ജോലിയിൽ ആഹ്ലാദകരമായി ഒന്നുമില്ലായിരുന്നു. സ്ഥിരമായ മാറ്റങ്ങളും യാഥാർഥ്യവുമായുള്ള അടുത്ത ബന്ധവും കൊണ്ട് ഫിലിപ്പ് ധാരാളം അറിവ് നേടിയെടുത്തു. അവൻ രോഗികളോട് വളരെ അടുപ്പം കാണിക്കുകയും, അവർ അവനോട് കാണിക്കുന്ന സ്നേഹവായ്പിൽ അഭിമാനം കൊള്ളുകയും അൽപ്പം അഹങ്കരിക്കുകയും ചെയ്തു. അവന് അവരുടെ കഷ്ടപ്പാടോർത്തുള്ള സഹതാപമൊന്നുമായിരുന്നില്ല. മറിച്ച് അവൻ അവരെ ഇഷ്ടപ്പെട്ടു. മറ്റുള്ളവരേക്കാൾ തന്നെ രോഗികൾ ഇഷ്ടപ്പെടുന്നുണ്ട് എന്ന കാര്യം അവന് സന്തോഷം നൽകി. അവൻ സന്തോഷവാനും മറ്റുള്ളവർക്ക് പ്രചോദനമരുളുന്നവനും സുഹൃത്തുമായിരുന്നു. ആശുപത്രിയുമായി ബന്ധപ്പെട്ട് പ്രവർത്തിക്കുന്നവർ നേടുന്ന അറിവുപോലെ സ്ത്രീ രോഗികളെക്കാൾ അടുത്ത് പെരുമാറാൻ നല്ലത് പുരുഷരോഗികളാണെന്ന് അവൻ തിരിച്ചറിഞ്ഞു. സ്ത്രീകൾ പലപ്പോഴും സദാ അസംതൃപ്തരും പെട്ടെന്ന് കോപിക്കുന്നവരുമായിരിക്കും. കഠിനാധ്വാനം ചെയ്യുന്ന നഴ്സുമാരെപ്പറ്റി അവർക്ക് എപ്പോഴും പരാധിയുണ്ടാകാറുണ്ടായിരുന്നു. സ്ത്രീകൾ തങ്ങളുടെ അവകാശമെന്ന് കരുതുന്ന ശ്രദ്ധ പലപ്പോഴും നഴ്സുമാർ അവർക്ക് നൽകുമായിരുന്നില്ല. അതൊക്കെക്കൊണ്ട് അവർ കുഴപ്പക്കാരും നന്ദിയില്ലാത്തവരും പരുക്കൻ സ്വഭാവക്കാരുമായി ഫിലിപ്പിന് തോന്നി.

ഇതിനിടയിൽ ഫിലിപ്പിന് ഒരു സുഹൃത്തിനെ നേടിയെടുക്കാനുള്ള ഭാഗ്യമുണ്ടായി. ഒരു ദിവസം രാവിലെ ആശുപത്രിയിൽ താമസമുള്ള ഡോക്ടർ അവന് ഒരു പുതിയ കേസ് നൽകി. അത് പ്രകാരം കിടക്കയുടെ ഒരു ഭാഗത്തായി ഇരിക്കുന്ന രോഗിയെ സംബന്ധിക്കുന്ന വിവരങ്ങൾ ചാർജ്ഷീറ്റിൽ എഴുതാനായി ഫിലിപ്പ് ആരംഭിച്ചു. അയാളുടെ ജോലി പത്രപ്രവർത്തനമാണെന്ന് അതിൽ എഴുതിയിട്ടുണ്ടായിരുന്നു. അയാളുടെ പേര് തോർപ്പ് അതേനി എന്നായിരുന്നു. ആശുപത്രിയിലെ രോഗികൾക്കിടയിൽ അയാൾ തികച്ചും അസാധാരണമായ ഒരു വ്യക്തി

ത്വത്തിനുടമയായിരുന്നു. അയാൾക്ക് നാൽപ്പത്തിയെട്ട് വയസുണ്ടായിരുന്നു. അയാൾക്ക് കടുത്ത മഞ്ഞപ്പിത്ത ബാധയുണ്ടായിരുന്നു. അതിനാൽ അയാളുടെ രോഗലക്ഷണങ്ങളുടെ അടിസ്ഥാനത്തിൽ ഗൗരവമേറിയ നിരീക്ഷണം ആവശ്യമായതിനാലാണ് അയാളെ വാർഡിൽ പ്രവേശിപ്പിച്ചത്. സന്തോഷവും അറിവും സ്ഫുരിക്കുന്ന മട്ടിൽ ഫിലിപ്പ് അയാളോട് പല ചോദ്യങ്ങളും ചോദിച്ചു. രോഗവുമായി ബന്ധപ്പെട്ട അത്തരം ചോദ്യങ്ങൾ ചോദിക്കുക എന്നത് ഫിലിപ്പിന്റെ ജോലിയുടെ ഭാഗമായിരുന്നു. അയാൾ കിടക്കയിൽ കിടക്കുന്നതിനാൽ നീളംകൂടിയ ആളാണോ കുറുകിയ ആളാണോ എന്ന് പറയാൻ പറ്റിയില്ലെങ്കിലും അയാളുടെ ചെറിയ തലയും ചെറിയ കൈകളും അയാൾ സാധാരണ ഉയരത്തെക്കാൾ കുറഞ്ഞ ആളാണെന്ന് തോന്നിപ്പിച്ചു. ഫിലിപ്പിന് ആൾക്കാരുടെ കൈകളിൽ നോക്കുന്ന ശീലമുണ്ടായിരുന്നു. അതേനി അവനെ അത്ഭുതപ്പെടുത്തി. കാരണം അയാളുടെ കൈകൾ വളരെ ചെറുതായിരുന്നു. കൂടാതെ നീണ്ടതും ഭംഗിയുള്ളതുമായ വിരലുകളായിരുന്നു അയാൾക്ക്. മഞ്ഞപ്പിത്തം ഇല്ലായിരുന്നെങ്കിൽ നല്ല വെളുത്ത നിറമുണ്ടാകേണ്ടിയിരുന്ന ഭംഗിയാർന്ന നഖങ്ങളുമുണ്ടായിരുന്നു അയാളുടെ വിരലുകൾക്ക്. രോഗി വിരലുകൾ കിടക്കവിരിയുടെ മുകളിലായി പുതപ്പിന് വെളിയിലായിരുന്നു വെച്ചിരുന്നത്. ഒരു വിരൽ വിട്ടുനിൽക്കുകയും മറ്റു രണ്ടുവിരലുകൾ ഒരുമിച്ച് ചേർന്ന് നിൽക്കുകയും ചെയ്തു. അയാൾ ഫിലിപ്പിനോട് സംസാരിച്ചിരിക്കുമ്പോൾ ഫിലിപ്പ് അവയുടെ ഭംഗി ആസ്വദിക്കുകയായിരുന്നു. കണ്ണുകളിൽ ഒരു തിളക്കത്തോടെ ഫിലിപ്പ് അയാളുടെ മുഖത്ത് തുറിച്ചുനോക്കി. ഇപ്പോൾ പ്രകടമാകുന്ന മഞ്ഞനിറം ഒഴിച്ചാൽ, അവയ്ക്ക് നീലക്കണ്ണുകളായിരുന്നു. ഉയർന്ന നാസികയായിരുന്നു. ഒരു ചെറിയ താടിയും കഷണ്ടിത്തലയും, ഉള്ള മുടികൾ ചുരുണ്ടവയുമായിരുന്നു.

"നിങ്ങൾ ഒരു പത്രപ്രവർത്തകനാണ് അല്ലേ?" ഫിലിപ്പ് ചോദിച്ചു. "നിങ്ങൾ ഏത് പത്രത്തിന് വേണ്ടിയാണ് എഴുതുന്നത്?"

"ഞാൻ എല്ലാ പത്രത്തിനും വേണ്ടി എഴുതുന്നുണ്ട്. എന്റെ എഴുത്തില്ലാത്ത ഒറ്റ പത്രവും നിങ്ങൾക്ക് കാണാൻ പറ്റില്ല." അയാളുടെ കട്ടിലിനടുത്തായി ഒരു പത്രമുള്ളത് കൈയെത്തി എടുത്തുകൊണ്ട് അയാൾ അതിലെ ഒരു പരസ്യം ഫിലിപ്പിന്റെ ശ്രദ്ധയിൽപ്പെടുത്തി. അതിൽ ഫിലിപ്പിന് അറിയാവുന്ന ഒരു സ്ഥാപനത്തിന്റെ പരസ്യമായിരുന്നു ഉണ്ടായിരുന്നത്. ലിൻ ആന്റ് സെഡ്‌ലി, റീജന്റ തെരുവ്, ലണ്ടൻ എന്ന് വലിയ അക്ഷരത്തിൽ എഴുതിയിട്ടുണ്ടായിരുന്നു. ചെറുതെങ്കിലും തെല്ലും മോശമല്ലാത്ത അക്ഷരത്തിൽ അവരുടെ ഒരു പ്രസ്താവനയും ഉണ്ടായിരുന്നു. "വിളംബിപ്പിക്കൽ സമയത്തിന്റെ ചോരനാകുന്നു. അതിന്റെ യുക്തിഭദ്രതയിൽ നിന്നും സ്വാഭാവികമായും ഉയർന്നുവരുന്ന ഒരു ചോദ്യവും നമുക്ക് കാണാം. എന്തുകൊണ്ട് ഇന്ന് തന്നെ ഓർഡർ ചെയ്യുന്നില്ല? വീണ്ടും വലിയ അക്ഷരങ്ങളിൽ ഒരു ആവർത്തനം എന്തുകൊണ്ട് ഇല്ല? പിന്നീട് ദൃഢമായി ആയിരക്കണക്കിന് ജോഡി കയ്യുറകൾ പ്രധാന മാർക്കറ്റുകളിൽനിന്നും അതിശയിപ്പിക്കുന്ന വിലയ്ക്ക്. വിശ്വത്തിലെ

വിവിധ നിർമാതാക്കളിൽനിന്നും ആയിരക്കണക്കിന് ജോഡി കാലുറകൾ ഞെട്ടിക്കുന്ന വിലക്കുറവിൽ. എന്നിട്ട് നിങ്ങളെ പിടിച്ചിരുത്തുന്ന ചോദ്യം വീണ്ടും എന്തുകൊണ്ട് ഇന്നുതന്നെ ഓർഡർ ചെയ്യുന്നില്ല?"

"ഞാനാണ് ഈ കമ്പനിയുടെ പത്രപ്രതിനിധി." അതും പറഞ്ഞ് അയാൾ ഫിലിപ്പിന് ഹസ്തദാനം ചെയ്തു.

ഫിലിപ്പ് തന്റെ പതിവ് ചോദ്യങ്ങൾ തുടർന്നുകൊണ്ടിരുന്നു. ചില തൊക്കെ രോഗവുമായി ബന്ധപ്പെട്ട് രോഗി മറച്ചുവെക്കുന്ന വല്ല കാര്യ വും ഉണ്ടോ എന്നറിയാൻ വേണ്ടിയുള്ള ചോദ്യങ്ങളായിരുന്നു.

"നിങ്ങൾ എപ്പോഴെങ്കിലും വിദേശത്ത് താമസിച്ചിട്ടുണ്ടോ ?" ഫിലിപ്പ് ചോദിച്ചു.

"പതിനൊന്ന് വർഷക്കാലം ഞാൻ സ്പെയിനിൽ താമസിച്ചിട്ടുണ്ട്."

"നിങ്ങൾ അവിടെ എന്ത് ജോലിയാണ് ചെയ്തത്?"

"ഒരു ഇംഗ്ലീഷ് വെള്ളം കമ്പനിയുടെ സെക്രട്ടറിയായിരുന്നു ഞാൻ." ക്ലട്ടണും, ടോലെഡോയിൽ കുറച്ച് കാലം ചെലവഴിച്ചിട്ടുണ്ടായിരുന്നു വെന്ന് ഫിലിപ്പ് ഓർമിച്ചു. പത്രപ്രവർത്തകന്റെ മറുപടി കേട്ടപ്പോൾ ഫിലി പ്പിന് അയാളോട് കൂടുതൽ താൽപ്പര്യം തോന്നി. പക്ഷേ, അത് പ്രകടി പ്പിക്കുന്നത് ഗുണകരമാവില്ലെന്ന് അയാൾ തിരിച്ചറിഞ്ഞു. ആശുപത്രി യിലെ രോഗികളും ജീവനക്കാരും അകലം സൂക്ഷിക്കേണ്ടത് ആവശ്യ മാണെന്ന് അയാൾ മനസിലാക്കിയിരുന്നു. അയാളുടെ പരിശോധന പൂർത്തിയാക്കിയതിന് ശേഷം അയാൾ അടുത്തരോഗിയുടെ കിടക്കയ്ക്ക രുകിലേക്ക് നീങ്ങി.

തോർപ്പ് അതേനിയുടെ രോഗം അത്ര ഗൗരവമുള്ളതായിരുന്നില്ല. മഞ്ഞപ്പിത്തത്താൽ മഞ്ഞനിറം ബാധിച്ചിരുന്നുവെങ്കിലും വിദഗ്ധമായ ചികിത്സയാൽ അയാളുടെ അസുഖം പെട്ടെന്ന് തന്നെ ഭേദമായി. അയാളെ ചില നിരീക്ഷണങ്ങൾക്ക് വിധേയമാക്കേണ്ടതുള്ളതിനാൽ ആശുപത്രിയിൽനിന്നും വിടുതൽനൽകാതെ അവിടെത്തന്നെ കിടത്തി. ഒരു ദിവസം ഫിലിപ്പ് വാർഡിലേക്ക് വരുമ്പോൾ ഒരു പെൻസിലും കൈയിൽപ്പിടിച്ച് അതേനി ഒരു പുസ്തകം വായിക്കുന്നതാണ് കണ്ടത്. അയാളുടെ കട്ടിലിനടുത്തേക്ക് ഫിലിപ്പ് സമീപിച്ചപ്പോൾ അയാൾ അത് താഴെ വെച്ചു.

"നിങ്ങൾ എന്താണ് വായിക്കുന്നതെന്ന് എനിക്ക് കാണാമോ?" ഫിലിപ്പ് ചോദിച്ചു. ഒരു പുസ്തകം കണ്ടാൽ അത് മറിച്ചുനോക്കാതിരി ക്കാൻ ഫിലിപ്പിന് സാധ്യമാകുമായിരുന്നില്ല.

ഫിലിപ്പ് അത് വാങ്ങിനോക്കുകയും അത് സ്പാനിഷ് കവിതകളുടെ ഒരു സമാഹാരമാണെന്ന് മനസിലാക്കുകയും ചെയ്തു. അവ എഴുതി യത് സാൻ ജുവാൻ ഡിലാ ക്രൂസ് ആയിരുന്നു. അയാൾ അത് മറിച്ചു നോക്കുന്നതിനിടയിൽ ഒരു കഷണം കടലാസ് താഴെവീണു. ഫിലിപ്പ് അത് കുനിഞ്ഞെടുത്തു. അത് നോക്കിയപ്പോൾ അതിൽ കവിത കുറി ച്ചുവെച്ചതായി കണ്ടു.

"നിങ്ങൾ ഒഴിവുസമയങ്ങളിൽ കവിത എഴുതാറുണ്ടെന്ന് എന്നോട്

പറഞ്ഞിട്ടില്ല. അത് ഒരു ആശുപത്രി രോഗിയെ സംബന്ധിച്ചിടത്തോളം ശരിയായ ഒരു നടപടിയല്ല."

"ഞാൻ ചില കവിതകൾ തർജുമചെയ്യാൻ ശ്രമിക്കുകയായിരുന്നു."

"നിങ്ങൾക്ക് സ്പാനിഷ് അറിയുമോ?"

"ഇല്ല."

"നിങ്ങൾക്ക് സാൻ ജുവാൻ ഡീലാ ക്രൂസിനെപ്പറ്റിയുള്ള എല്ലാ വിവരങ്ങളും അറിയാമെന്ന് കരുതട്ടെ, ഇല്ലേ?"

"എല്ലാമൊന്നും എനിക്കറിയില്ല."

"അയാൾ സ്പാനിഷ് യോഗിമാരിൽ ഒരാളായിരുന്നു. സ്പെയിനിൽ ജീവിച്ചിരുന്ന ശ്രേഷ്ഠരായ കവികളിൽ ഒരാളായിരുന്നു അയാൾ. അയാളുടെ കവിതകൾ ഇംഗ്ലീഷിലേക്ക് വിവർത്തനം ചെയ്യുന്നത് ഉചിതമായിരുക്കുമെന്ന് ഞാൻ കരുതി."

"നിങ്ങളുടെ വിവർത്തനം എനിക്കൊന്ന് നോക്കാമോ?"

"ഇത് വളരെ പരുക്കനാണ്" അതേനി പറഞ്ഞു. അതും പറഞ്ഞ് അയാൾ അത് സന്തോഷത്തോടെ ഫിലിപ്പിന് നൽകി. ഫിലിപ്പത് വായിച്ചുനോക്കണമെന്ന ആഗ്രഹം അയാൾക്കുള്ളതുപോലെ തോന്നി.

അത് പെൻസിൽകൊണ്ടായിരുന്നു എഴുതിയത്. മനോഹരവും പ്രത്യേകതരവുമായ ഒരു കയ്യക്ഷരമായിരുന്നു അയാളുടേത്.

"ഇത്തരത്തിൽ എഴുതാൻ വല്ല ദുരനുഭവവും താങ്കൾക്കുണ്ടായിരുന്നോ?" ഇത് മനോഹരമായിരിക്കുന്നു. കൈയക്ഷരം അൽപ്പം പ്രയാസപ്പെടുത്തുന്നുണ്ട്" ഫിലിപ്പ് പറഞ്ഞു. ഫിലിപ്പ് അതിന്റെ ആദ്യവരികൾ വായിച്ചു.

ഒരു മങ്ങിയ രാത്രിയിൽ
ഉൽക്കടമായ പ്രേമം ജ്വലിക്കവേ
ഓ സ്നേഹഭാജനമേ
നിന്നെ കരുതാതെ ഞാൻ നടന്നു
എന്റെ വീട് പോലും ഇപ്പോൾ സ്വസ്ഥം

ഫിലിപ്പ് ആകാംക്ഷയോടെ അതേനിയെ നോക്കി. അയാൾ തെല്ല് ലജ്ജിതനായോ അതല്ല തന്നിലേക്ക് ആകർഷിക്കപ്പെട്ടോ എന്ന് അയാൾക്ക് മനസിലായില്ല. അയാളുടെ ഭാവഹാവാദികൾ പ്രോത്സാഹജനകമായിരുന്നുവെന്ന് മാത്രം അയാൾ മനസിലാക്കി.

"എന്തൊരു അസാധാരണമായ പേരാണ് നിങ്ങളുടേത്?" എന്തെങ്കിലും പറയേണ്ടെ എന്ന് കരുതി ഫിലിപ്പ് അത്രയും പറഞ്ഞു.

"ഇത് ഒരു പഴയ യോർക്ക്ഷെർ പേരാണ്. ഒരു കാലത്ത് എന്റെ കുടുംബത്തിന്റെ സ്വത്തുക്കൾ മൊത്തം ചുറ്റിവരുവാൻ ഒരു ദിവസത്തെ കഠിന പ്രയത്നം ആവശ്യമായിരുന്നു. പക്ഷേ കരുത്തർ നിലം പതിക്കാറില്ലേ?"

അയാൾക്ക് ഹൃസ്വദൃഷ്ടിയുടെ പ്രശ്നമുണ്ടായിരുന്നു. അയാൾ സംസാരിക്കുമ്പോൾ നിങ്ങളെ ഒരു പ്രത്യേകമായ രീതിയിൽ നോക്കു

ന്നത് കാണാമായിരുന്നു. അയാൾ തന്റെ കൈവശമുള്ള കവിതാസമാഹാരം എടുത്തു. "നിങ്ങൾ സ്പാനിഷ് വായിക്കണം" അയാൾ പറഞ്ഞു. "അവയൊരു കുലീനഭാഷയാണ്. അത് ഇറ്റാലിയൻ ഭാഷപോലെ തേനുറുന്നതല്ല."

അയാളുടെ പ്രൗഢ ഭാഷണം ഫിലിപ്പിന് ഏറെ ഇഷ്ടമായി. ഡോൺ ക്വിക്സോട് അതിന്റെ മൂലഭാഷയിൽ വായിക്കുന്നതിന്റെ ആഹ്ലാദത്തെപ്പറ്റി അയാൾ വർണിച്ചു.

"ഞാൻ എന്റെ ജോലി തുടരട്ടെ" ഫിലിപ്പ് പറഞ്ഞു.

"ഓ ഞാൻ മറന്നുപോയി. എന്നോട് ക്ഷമിക്കൂ" ഞാൻ എന്റെ ഭാര്യയോട് ടൊലെഡോയുടെ ഒരു ഫോട്ടോകൊണ്ടുവന്ന് നിങ്ങളെ കാണിച്ചുതരുവാൻ പറയാം. നിങ്ങൾക്ക് സമയമുള്ളപ്പോൾ വന്നാൽ നമുക്ക് സംസാരിക്കാമായിരുന്നു. അത് എനിക്ക് എത്രമാത്രം സന്തോഷം നൽകുന്നുണ്ടെന്ന് നിങ്ങൾക്കറിയില്ല."

പിന്നീടുള്ള ദിവസങ്ങളിലും, അൽപ്പസമയം ഒഴിവ് കിട്ടിയാൽ ഫിലിപ്പ് പത്രപ്രവർത്തക സുഹൃത്തിന്റെ അടുത്തെത്തുക പതിവായിരുന്നു. അതേനി ഒരു നല്ല സംസാരപ്രിയനായിരുന്നു. അയാൾ മികവുറ്റ കാര്യങ്ങളെപ്പറ്റി സംസാരിക്കുകയായിരുന്നില്ല. മറിച്ച് മറ്റുള്ളവർക്ക് പ്രചോദനമരുളുന്ന നിലയ്ക്കായിരുന്നു സംസാരം. അത് കേൾക്കുന്നവരുടെ ഭാവനയെ ഉത്തേജിപ്പിക്കാൻ പര്യാപ്തമായിരുന്നു. അബദ്ധധാരണകളുടെയും വിശ്വാസങ്ങളുടെയും ലോകത്ത് ജീവിച്ച ഫിലിപ്പ് തന്റെ ഭാവനയെ ഉത്തേജിപ്പിക്കാനുതകുന്നതാണ് അയാളുടെ സംഭാഷണങ്ങൾ എന്ന് കണ്ടെത്തി. അതേനിയുടെ പെരുമാറ്റവും ഹൃദ്യമായിരുന്നു. അവന് ഫിലിപ്പിനേക്കാൾ പലകാര്യങ്ങളും അറിയാമായിരുന്നു. അയാൾക്ക് യഥാർഥ ജീവിതത്തെപ്പറ്റിയുള്ള അറിവും പുസ്തകത്തിൽ നിന്നുള്ള അറിവും ഉണ്ടായിരുന്നു. അയാൾക്ക് ഫിലിപ്പിനേക്കാൾ പ്രായവും കൂടുതലുണ്ടായിരുന്നു. സംഭാഷണത്തിനുള്ള അയാളുടെ താൽപ്പര്യം അയാൾക്ക് ഫിലിപ്പിന് മേൽ ഒരു മേധാവിത്വം തന്നെ നൽകി. അയാൾ അവിടെ ഒരു കാരുണ്യപ്രവർത്തക സമിതിയുടെ നിയന്ത്രണത്തിലുള്ള ചികിൽസാ സൗകര്യമാണ് ആസ്വദിച്ചുകൊണ്ടിരുന്നത്. അതിനെപ്പറ്റി ഒരിക്കൽ ഫിലിപ്പ് അയാളോട് ആരാഞ്ഞിരുന്നു. അപ്പോൾ അയാൾ പറഞ്ഞ മറുപടി രസകരമാണ്.

"എൻെറ തത്വം എന്താണെന്ന് വെച്ചാൽ സമൂഹം നൽകുന്ന എല്ലാ നേട്ടങ്ങളും നമ്മൾ ആസ്വദിക്കണം എന്നുള്ളതാണ്. ഞാൻ ജീവിക്കുന്ന കാലഘട്ടത്തിന്റെ നേട്ടം ഞാൻ ഉപയോഗപ്പെടുത്തുകയാണ്. എനിക്ക് രോഗം വന്നാൽ ഞാൻ ആശുപത്രിയുടെ സൗകര്യങ്ങൾ ഉപയോഗപ്പെടുത്തും. അതിൽ എനിക്ക് ലജ്ജിക്കേണ്ട ആവശ്യമൊന്നുമില്ല. ഞാൻ എന്റെ മക്കളെ വിദ്യാഭ്യാസം ചെയ്യിക്കുന്നത് ബോർഡ് സ്കൂളിൽനിന്നാണ്."

"ശരിക്കും" ഫിലിപ്പ് ആശ്ചര്യത്തോടെ ചോദിച്ചു

"തീർച്ചയായും അവർക്ക് എനിക്ക് വിൻചെസ്റ്ററിൽനിന്നും ലഭിച്ച വിദ്യാഭ്യാസത്തേക്കാൾ നല്ല വിദ്യാഭ്യാസമാണ് ലഭിക്കുന്നത്. ഞാൻ തിരിച്ച് വീട്ടിലേക്ക് പോയിക്കഴിഞ്ഞാൽ നിങ്ങൾ അവിടെവന്ന് അവരെ യൊന്ന് കാണണം. നിങ്ങൾ വരില്ലേ?"

"എനിക്കത് വളരെ ഇഷ്ടമാണ്" ഫിലിപ്പ് പറഞ്ഞു

പത്ത് ദിവസത്തിന് ശേഷം അതേനി ആശുപത്രി വിടാറായി. അയാൾ ഫിലിപ്പിന് തന്റെ മേൽവിലാസം നൽകി. അതിനടുത്ത ഞായ റാഴ്ച ഒരു മണിക്ക് അയാളുടെ വീട്ടിൽ ഉച്ചഭക്ഷണത്തിനെത്താമെന്ന് ഫിലിപ്പ് അയാൾക്ക് ഉറപ്പുനൽകി. ഇൻഡിഗോ ജോൺസ് നിർമിച്ച ഒരു ഭവനത്തിലാണ് താൻ താമസിക്കുന്നത് എന്നാണ് അതേനി അയാളോട് പറഞ്ഞത്. അയാൾ ഫിലിപ്പിനെ കണ്ടതുമുതൽ നിറുത്താതെ സംസാ രിക്കാൻ തുടങ്ങി. അയാളുടെ ചുറ്റുപാടുമുള്ള എല്ലാ വസ്തുതകളെപ്പ റ്റിയും അയാൾ പുലമ്പാൻ തുടങ്ങി. അയാൾ ഫിലിപ്പിന് വേണ്ടി വാതിൽതുറക്കാനായി വന്നപ്പോൾ മേൽവാതിൽപ്പടിയെപ്പറ്റിയായി സംസാരം. അത് പെയിന്റിങ്ങൊക്കെ ഇളകി വൃത്തിയില്ലാത്ത ഒരു വീടാ യിരുന്നു. ഒരു കാലത്ത് പരിഷ്കൃതമായ ചാൻസറി വീഥിക്കും ഹോൾബോ ണിനുമിടയിലുള്ള ഒരു വീഥിയിലായിരുന്നു ആ വീട് സ്ഥിതിചെയ്തിരു ന്നത്. ആ കെട്ടിടം പൊളിച്ചുമാറ്റി പുതുതായി നിർമിക്കാനും തീരുമാനി ച്ചിരുന്നുവെങ്കിലും വാടക കൂട്ടുന്നത് വകയിൽ ആ പദ്ധതിനടക്കാതെ പോയതാണ്. ഫിലിപ്പ് ആദ്യമായിട്ടായിരുന്നു അയാളെ നേരിട്ട് കാണു ന്നത്. അയാൾ അഞ്ചടി അഞ്ചിഞ്ച് ഉയരക്കാരനാണ്. അയാളുടെ ഉയര ക്കുറവ് ഫിലിപ്പിനെ അത്ഭുതപ്പെടുത്തി. അയാൾ നീല ലിനൻ ട്രൗസ റാണ് ധരിച്ചിരുന്നത്. കൂടാതെ പഴകിയ ഒരു വെൽവെറ്റ് കോട്ടും ധരിച്ചി ട്ടുണ്ടായിരുന്നു. ആവേശപൂർവം അയാൾ ഫിലിപ്പിനെ അഭിവാദ്യം ചെയ്തു. അയാൾ ഫിലിപ്പിനെ കണ്ട ഉടനെ തന്റെ വീടിനെപ്പറ്റിയും അവിടത്തെ ചിത്രത്തൂണിനെപ്പറ്റിയും സംസാരിക്കാനും തുടങ്ങി. അതും പറഞ്ഞ് അയാൾ ചിത്രത്തൂണിനെ മെല്ലെ തലോടി.

"നോക്കൂ, തടവിനോക്ക്, ഇത് പട്ടുപോലുണ്ട്. എന്തൊരു അത്ഭുത മാണിത്, അഞ്ച് വർഷം കൊണ്ട് ഈ വീട് പൊളിച്ചുവിൽക്കുന്ന ആൾ മരത്തിന്റെ വിലയ്ക്ക് വിൽക്കും."

അയാൾ ഫിലിപ്പിനെ ഒന്നാമത്തെ നിലയിലേക്ക് കൂട്ടിക്കൊണ്ടുപോ യി. അവിടെ ഒരു പുരുഷനും ബ്ലൗസ് ധരിച്ച ഒരു സ്ത്രീയും മൂന്ന് കുട്ടി കളും ഉച്ചഭക്ഷണം കഴിക്കുകയായിരുന്നു.

"ഞാൻ ഈ സുഹൃത്തിനെ ഇങ്ങോട്ട് കൂട്ടിക്കൊണ്ടുവന്നത് മച്ചിലെ ചിത്രപ്പണികൾ കാണിച്ചുകൊടുക്കാനാണ്. ഇത്ര മനോഹരമായ എന്തെ ങ്കിലും ഇതിന് മുൻപ് നിങ്ങൾ കണ്ടിട്ടുണ്ടോ? ശ്രീമതി ഹോഡ്ഗൺ എന്തൊക്കെയുണ്ട്? ഇതാണ് ശ്രീ കാരി. ഇയാളാണ് ഞാൻ ആശുപത്രി യിലായിരുന്നപ്പോൾ എന്നെ നോക്കിയത്."

"അകത്തേയ്ക്ക് വരൂ സർ," അകത്തിരുന്ന വ്യക്തി പറഞ്ഞു. ശ്രീ അതേനിയുടെ എല്ലാ സുഹൃത്തുക്കൾക്കും സ്വാഗതം. ശ്രീ അതേനി ഈ

മച്ച് അയാളുടെ എല്ലാ കൂട്ടുകാർക്കും കാണിച്ചുകൊടുക്കാറുണ്ട്. ഞാൻ കിടക്കുകയാണെങ്കിലോ അലക്കുകയാണെങ്കിലോ എന്തുതന്നെ ചെയ്യുകയാണെങ്കിലും അയാൾ കയറിവരും. ഞാൻ എന്താണ് ചെയ്യുന്നതെന്ന് അയാൾക്കൊരു പ്രശ്നമേയല്ല."

അവർ അതേനിയെ ഒരു വിചിത്രസ്വഭാവമുള്ള ആളായിട്ടാണ് കണക്കാക്കുന്നതെന്ന് ഫിലിപ്പിന് മനസിലായി. എന്നിരുന്നാലും അവർ അയാളെ ഇഷ്ടപ്പെട്ടിരുന്നു. ഏഴാം നൂറ്റാണ്ടിലെ മച്ചിലെ ചിത്രപ്പണിയെപ്പറ്റി വളരെ ഒഴുക്കോടെ വിശദീകരിച്ചുകൊടുക്കുന്നത് കേട്ട് വായപിളർന്ന് അവരും ഇരുന്നു.

"ഓ ഹോഡ്ഗൺ, ഇത് തകർക്കുക എന്നത് എന്തൊരു കുറ്റമാണ്? നിങ്ങൾ വളരെയേറെ സ്വാധീനമുള്ള ഒരു വ്യക്തിയല്ലേ? നിങ്ങളെന്തുകൊണ്ട് ഇതിനെപ്പറ്റി പത്രത്തിൽ എഴുതുകയും പ്രതിഷേധിക്കുകയും ചെയ്യുന്നില്ല" അവിടെയിരുന്ന വ്യക്തി ചിരിച്ചുകൊണ്ട് ഫിലിപ്പിനോട് പറഞ്ഞു "ശ്രീ അതേനിക്ക് അയാളുടെതായ കൊച്ചുതമാശകൾ ഉണ്ടായിരിക്കും. അവർ പറയുന്നത് ഈ വീട് പഴക്കം കാരണം താമസയോഗ്യമല്ല എന്നാണ്."

"ശുചീകരണവും, പഴക്കവും, തുലയട്ടെ, എനിക്ക് കല നൽകൂ" അതേനി പറഞ്ഞു. "എനിക്ക് ഒൻപത് കുട്ടികളുണ്ട്. അവരെല്ലാം മോശമായ അഴുക്കുചാലിനടുത്താണ് താമസിക്കുന്നതെങ്കിലും നന്നായി വളരുന്നുണ്ട്. ഞാൻ ഒരു ആപത്തും ഏറ്റെടുക്കാൻ തയാറല്ല. ഞാൻ ഇവിടെ നിന്നും താമസം മാറുന്നതിന് മുമ്പ് അഴുക്കുചാലുകളൊക്കെ അങ്ങേയറ്റം മോശമാക്കിയിട്ടേ പോവുകയുള്ളൂ." അൽപ്പം കഴിഞ്ഞ് വാതിലിൽ ഒരു മുട്ട് കേട്ടു. കൊച്ചുമനോഹരമുടിയോടുകൂടിയ ഒരു പെൺകുട്ടി വാതിൽ തുറന്നു.

"ഡാഡീ, മമ്മി പറയുന്നു, സംസാരം നിറുത്തി വന്ന് ഭക്ഷണം കഴിക്കാൻ." "ഇതാണ് എന്റെ മൂന്നാമത്തെമകൾ." നാടകീയമായ ചൂണ്ടുവിരൽ ചൂണ്ടിക്കൊണ്ട് അതേനി പറഞ്ഞു. അവളെ മരിയ ഡെൽ പിലർ എന്നാണ് വിളിക്കുന്നത്. ജയിൻ എന്ന് വിളിച്ചാലാണ് അവൾ സന്തോഷപൂർവം വിളികേൾക്കുക. "ജയിൻ നിന്റെ മൂക്ക് ചീറ്റണമെന്ന് തോന്നുന്നു."

"അതിന് എനിക്കൊരു തൂവാലയില്ലല്ലോ ഡാഡീ."

"എടീ പെണ്ണേ, ദൈവം നിനക്ക് വിരലുകൾ നൽകിയത് എന്തിനാണെന്നാണ് നീ കരുതിയത്. "

അവർ മുകളിലേക്ക് പോയി. ഇരുണ്ട ഓക്ക് മരം കൊണ്ട് വേർതിരിച്ച ഒരു മുറിയിലേക്ക് അവർ പ്രവേശിച്ചു. കടഞ്ഞ കാലുകളുള്ള ഒരു വീതികുറഞ്ഞ തേക്കിന്റെ മേശ ആ മുറിയുടെ നടുവിൽ ഉണ്ടായിരുന്നു. അവർക്ക് ഭക്ഷണം അവിടെയായിരുന്നു ഒരുക്കിയിരുന്നത്. അവിടെ രണ്ട് കസേരകൾ ഉണ്ടായിരുന്നു. അതിന് പുറമെ പഴയകാലത്തെ ചട്ടപൊട്ടിയ പൊടിപിടിച്ച കുറച്ച് ചിത്രങ്ങളും ആ മുറിയിൽ തൂക്കിയിരുന്നു. ആ മുറിയിൽ വിലപിടിപ്പുള്ള മറ്റൊന്നുമില്ലായിരുന്നു. പക്ഷേ അത് മനോഹ

രമായി ഒരുക്കിയിരിക്കുന്നു. ആ ചിത്രങ്ങളിൽ പഴയകാല സ്പെയിൻ കലയുടെ ഒരു സ്പർശം ഫിലിപ്പ് ദർശിച്ചു. അപ്പോൾ അവിടേക്ക് തവിട്ടുനിറമാർന്ന മുടി രണ്ടായി പിന്നിയിട്ട പൊക്കമുള്ള ഒരു പെൺകുട്ടി കടന്നുവന്നു.

"അമ്മ പറയുന്നു, ഭക്ഷണം തയാറാണെന്നും, അവർ കാത്തിരിക്കുകയാണെന്നും, നിങ്ങൾ ഇരുന്നാൽ ഉടനെ കൊണ്ടുവന്ന് വെക്കാമെന്നും."

"വരൂ സാലീ, ശ്രീ കാരിക്ക് ഹസ്തദാനം ചെയ്യൂ." എന്നിട്ട് ഫിലിപ്പിന് നേരെതിരിഞ്ഞു. "ഇവൾക്ക് നീളമില്ലേ? ഇവളാണ് എന്റെ മൂത്ത കുട്ടി. സാലീ നിനക്ക് എത്ര വയസായി."

"അച്ഛാ, പതിനഞ്ച്, അടുത്ത ജൂണിൽ."

"ഞാൻ അവളെ മരിയ ഡെൽ സോൽ, എന്നാണ് പേര് വിളിച്ചത്. കാരണം അവളായിരുന്നു എന്റെ ആദ്യത്തെ കുട്ടി. ഞാനവളെ കാസ്റ്റിലിന്റെ സൂര്യന് സമർപ്പിച്ചതായിരുന്നു. പക്ഷേ, അമ്മ അവളെ സാലി എന്നാണ് വിളിക്കാറ്."

ആ പെൺകുട്ടി നാണത്തോടെ ചിരിച്ചു. അവൾക്ക് നിരയൊത്ത വെളുത്ത പല്ലുകൾ ഉണ്ടായിരുന്നു. അവളുടെ പ്രായത്തിനൊത്ത നീളവും ഭംഗിയും അവൾക്കുണ്ടായിരുന്നു. ചാരനിറമാർന്നതും സന്തോഷം തുടിക്കുന്നതുമായ കണ്ണുകളും വിശാലമായ നെറ്റിത്തടവും അവൾക്കുണ്ടായിരുന്നു. അവളുടെ കണ്ണുകൾ അരുണവർണമാർന്നതായിരുന്നു.

"പോയി അമ്മയോട് പറയൂ, വന്ന് ശ്രീ കാരിക്ക് കൈ കൊടുക്കാൻ."

"അമ്മ പറഞ്ഞത് ഭക്ഷണത്തിന് ശേഷം വരുമെന്നാണ്. അമ്മ ഇതുവരെയും കുളിച്ചിട്ടില്ല."

"എന്നാൽ ഞങ്ങൾ തന്നെ പോയി അവളെ കാണാം. ഫിലിപ്പ് യോക്ഷെയർ പുഡ്ഢിംഗ് കഴിക്കണമെങ്കിൽ അതിന് മുമ്പ് അതുണ്ടാക്കിയ ആൾക്ക് കൈ കൊടുക്കണം."

ഫിലിപ്പ് തന്റെ ആതിഥേയനൊപ്പം അടുക്കളയിലേക്ക് പോയി. അടുക്കള ചെറുതും കുറെയേറെ സാധനങ്ങൾ നിറഞ്ഞതുമായിരുന്നു. അവിടെനിന്നും എന്തെല്ലാമോ ശബ്ദങ്ങൾ കേൾക്കുന്നുണ്ടായിരുന്നു. പക്ഷേ അപരിചിതനെ കണ്ടതോടെ ആ ശബ്ദമെല്ലാം നിലച്ചു. അവിടെ ഒരു വലിയ മേശയ്ക്കുചുറ്റുമായി അതേനിയുടെ കുട്ടികളെല്ലാം ഭക്ഷണത്തിനായി ആകാംക്ഷയോടെ ഇരിക്കുന്നുണ്ടായിരുന്നു. അടുപ്പിനടുത്തായി നിന്ന് ഒരു സ്ത്രീ പാകമായ ഉരുളക്കിഴങ്ങ് വറുത്തത് കോരിയെടുക്കുന്നുണ്ടായിരുന്നു.

"ബെറ്റീ, ഇതാണ് ശ്രീ കാരി." അതേനി പറഞ്ഞു.

"അയാളെ ഇങ്ങോട്ടാണോ കൂട്ടിക്കൊണ്ടുവന്നത്? അയാളെന്ത് കരുതും" അവൾ ഒരു മുഷിഞ്ഞ മേലങ്കിയായിരുന്നു അണിഞ്ഞത്. അവളുടെ പരുത്തി വസ്ത്രത്തിന്റെ കൈകൾ കൈമുട്ടിന് മുകളിലായി തെരച്ചുവെച്ചിരിക്കുകയായിരുന്നു. മുടിയിൽ ചുരുട്ടുന്ന പിന്നുകൾ കുത്തിവെ

ച്ചിരുന്നു. ശ്രീമതി അതേനി ഒരു വലിയ സ്ത്രീയായിരുന്നു. അവളുടെ ഭർത്താവിനേക്കാൾ മൂന്നിഞ്ചോളം നീളവും ഉണ്ടായിരുന്നു. സുന്ദരിയും, ഭംഗിയാർന്ന നീലക്കണ്ണുകളിൽ കരുണാർദ്ര ഭാവമുള്ളവളുമായിരുന്നു. അവൾ മിടുക്കിയായ ഒരു കഥാപാത്രമായിരുന്നു. കടന്നുവന്ന വർഷങ്ങളും ഒൻപത് മക്കളെ ഗർഭം ധരിച്ചതുമെല്ലാം അവളെ തടിയുള്ളവളാക്കിമാറ്റി. നീലക്കണ്ണുകൾ ഇപ്പോൾ വിളറിയിരിക്കുന്നു. ചർമം പരുക്കനും ചുവന്നതുമായിരിക്കുന്നു. മുടിയുടെ നിറവും മങ്ങിയിരിക്കുന്നു. അവൾ നിവർന്നു നിന്നു. മേലങ്കിയിൽ കൈ തുടച്ചുകൊണ്ട് അത് അഴിച്ചുമാറ്റി.

"നിങ്ങൾക്ക് സ്വാഗതം" അവൾ പറഞ്ഞു. "നിങ്ങൾ അതേനിയോട് വളരെയേറെ ദയകാണിച്ചിരുന്നു ആശുപത്രിയിൽ വെച്ച് എന്ന് അതേനി പറഞ്ഞു."

"അടുത്തതായി ഞാൻ നിങ്ങൾക്ക് ഇവിടുത്തെ വളർത്തുമൃഗങ്ങളെ പരിചയപ്പെടുത്തിത്തരാം" അതേനി പറഞ്ഞു.

ചുരുണ്ട മുടിയോടുകൂടിയ ഒരു തടിച്ച പയ്യനെ ചൂണ്ടിക്കാട്ടിക്കൊണ്ട് അതേനി അതാണ് തോർപ്പ് എന്ന് പറഞ്ഞു. അവനാണ് എന്റെ മൂത്ത മകൻ, ഈ ചെറിയ എസ്റ്റേറ്റിന്റെ അവകാശിയും കുടുംബത്തിന്റെ ഉത്തരവാദിത്വം ഏറ്റെടുക്കേണ്ട ആളും. അടുത്തതാണ് അതെൽസ്റ്റൻ ഹാരോൾഡ്, എഡ്വാർഡ്." തന്റെ ചൂണ്ടുവിരൽകൊണ്ട് മറ്റ് മൂന്ന് ചെറിയ കുട്ടികളെയും ചൂണ്ടിക്കാട്ടി. അവരെല്ലാം റോസ് നിറമാർന്നതും പുഞ്ചിരിതൂകുന്നതും, ആരോഗ്യമുള്ളവരുമായിരുന്നു. എന്നിരുന്നാലും ഫിലിപ്പ് പുഞ്ചിരിച്ചുകൊണ്ട് അവരെ നോക്കിയപ്പോൾ അവർ നാണത്തോടെ തല താഴ്ത്തി തങ്ങളുടെ പാത്രങ്ങളിൽ നോക്കിയിരുന്നു. "അടുത്തതായി പെൺകുട്ടികളെ ക്രമത്തിൽ പരിചയപ്പെടുത്താം. മാരിയ ഡെൽ സോൽ."

"പുഡ്ഢിങ് മുഖി" കൊച്ചുകുട്ടികളിൽ ഒരാൾ പറഞ്ഞു.

"നല്ല നർമബോധം സന്ദർഭോചിതമായില്ലല്ലോടാ മകനേ, മാരിയ ഡി ലാസ് മെർസിഡസ്, മാരിയാ ഡി പിലാർ, മാരിയാ ഡി ലാകൺസെപ്ഷൻ, മാരിയാ ഡെൽ റൊസാരിയോ."

"ഞാൻ അവരെ സാലി, മോളി, കോണീ, റോസീ, ജയിൻ എന്നിങ്ങനെയാണ് വിളിക്കുന്നത്." ശ്രീമതി അതേനി പറഞ്ഞു. "ഇനി അതേനി നിങ്ങളുടെ മുറിയിലേക്ക് പോയ്ക്കോളൂ. ഞാൻ ഭക്ഷണം കുട്ടികളുടെ കൈവശം അവിടേക്ക് കൊടുത്തയക്കാം."

"പ്രിയതമേ ഞാനായിരുന്നു നിനക്ക് പേരിട്ടിരുന്നതെങ്കിൽ ഞാൻ നിന്നെ സോപ്പ് കുമിളകളുടെ മാരിയ എന്ന് പേരിടുമായിരുന്നു. നീ എപ്പോഴും ഈ വൃത്തികെട്ട വവ്വാലുകളെ സോപ്പ്കൊണ്ട് പീഡിപ്പിക്കുകയാണ്."

"കാരീ നിങ്ങൾ ആദ്യം പോയ്ക്കോളൂ, അല്ലെങ്കിൽ ഭക്ഷണം കഴിക്കാൻ ഒരിക്കലും അയാളെ അവിടെ ഇരുത്താൻ എനിക്ക് കഴിയാതെ വരും."

അതേനിയും ഫിലിപ്പും അടുത്തമുറിയിലെ വലിയ കസേരകളിൽ ചെന്നിരുന്നു. രണ്ട് പാത്രങ്ങളിലായി പോത്തിറച്ചിയും, യോർക്ക്ഷൈർ പുഡ്ഢിങ്ങും വറുത്ത ഉരുളക്കിഴങ്ങും, കാബേജും സാലി അവിടെ കൊണ്ടുവന്നുവെച്ചു. അതേനി കീശയിൽനിന്നും കുറച്ച് നാണയങ്ങളെ ടുത്ത് അവളെ ഒരു ജഗ്ഗ് ബിയർ വാങ്ങിക്കൊണ്ടുവരുവാൻ അയച്ചു.

"ഇവിടെ നിങ്ങൾ എനിക്കായി മേശയൊരുക്കിയിട്ടില്ലെന്നാണ് തോന്നുന്നത്. എനിക്ക് കുട്ടികളോടൊപ്പം ഇരുന്ന് ഭക്ഷണം കഴിക്കാനായിരുന്നു ഇഷ്ടം" ഫിലിപ്പ് പറഞ്ഞു.

"ഓ വേണ്ട, ഞാൻ എല്ലായ്പ്പോഴും തനിച്ചിരുന്നാണ് ഭക്ഷണം കഴിക്കാറ്. എനിക്ക് ഈ പുരാതന സമ്പ്രദായമാണ് ഇഷ്ടം. പുരുഷന്മാരോടൊപ്പം സ്ത്രീകൾ ഇരിക്കരുതെന്നാണ് ഞാൻ കരുതുന്നത്. അത് സംഭാഷണത്തെ നശിപ്പിക്കുമെന്നും ഞാൻ കരുതുന്നു. അത് അവർക്കും നല്ലതല്ല. അത് അവരുടെ തലയിൽ ആശയങ്ങൾ ജനിപ്പിക്കും. അവർക്ക് ആശയങ്ങൾ ലഭിച്ചുകഴിഞ്ഞാൽ അവർക്ക് വിശ്രമമുണ്ടാവില്ല."

അതിഥിയും ആതിഥേയനും നല്ല രുചിയോടെ ഭക്ഷണം കഴിച്ചു.

"നിങ്ങളെപ്പോഴെങ്കിലും ഇത്തരം യോർക്ക്ഷൈർ പുഡ്ഢിങ് കഴിച്ചിട്ടുണ്ടോ? എന്റെ ഭാര്യയെപ്പോലെ ഒരാൾക്കും ഇത് ഉണ്ടാക്കാനാവില്ല. ഒരു സൊസൈറ്റി ലേഡിയെ വിവാഹം കഴിക്കാതിരുന്നാലുള്ള ഗുണം അതാണ്. അവൾ അത്തരക്കാരിയല്ലെന്ന് നിങ്ങൾ ശ്രദ്ധിച്ചിട്ടുണ്ടാകുമല്ലോ? അതൊരു ശരിയല്ലാത്ത ചോദ്യമായിരുന്നു. എന്ത് മറുപടി പറയണമെന്ന് ഫിലിപ്പിനറിയില്ലായിരുന്നു.

അതേനി ചിരിച്ചു. അയാൾക്ക് സന്തോഷം വന്നാൽ അത്തരമൊരു ചിരി പതിവായിരുന്നു.

"അല്ല അവൾ അത്തരമൊരു സ്ത്രീയല്ല. അവളുടെ അച്ഛൻ ഒരു കർഷകനായിരുന്നു. അവൾ ജീവിതത്തിലൊരിക്കലും അത്തരം കാര്യത്തെപ്പറ്റി ബോധവതിയായിരുന്നില്ല. ഞങ്ങൾക്ക് പന്ത്രണ്ട് മക്കളുണ്ടായിരുന്നു. അതിൽ ഒൻപത് പേരും ജീവിച്ചിരിപ്പുണ്ട്. അവൾ നിറുത്താൻ സമയമായിരിക്കുന്നുവെന്ന് ഞാൻ പറയും, പക്ഷേ അവൾ ഒരു നിർബന്ധബുദ്ധിക്കാരിയായ സ്ത്രീയാണ്. അവൾ ഇപ്പോൾ അതുമായി മെരുങ്ങിക്കഴിഞ്ഞിരിക്കുന്നു. അവൾക്ക് ഇരുപത് മക്കളുണ്ടായാലേ അവൾക്ക് തൃപ്തിയാകൂ എന്നാണ് എനിക്ക് തോന്നുന്നത്."

ആ സമയത്ത് അവിടേക്ക് ബിയറുമായി സാലി കടന്നുവന്നു. അവൾ ഫിലിപ്പിനടുത്തിരിക്കുന്ന ഗ്ലാസിൽ നിറയെ ഒഴിച്ചതിന് ശേഷം മേശയുടെ മറ്റൊരു മൂലയിലുള്ള അതേനിയുടെ ഗ്ലാസിൽ ഒഴിക്കാനായി അയാളുടെ അടുത്തേക്ക് നീങ്ങി. അയാൾ അവളെ അയാളോട് ചേർത്തുപിടിച്ചു.

"ഇത്ര ചുറുചുറുക്കുള്ള പുഷ്ടിയുള്ള ഒരു പെൺകുട്ടിയെ നിങ്ങൾ എപ്പോഴെങ്കിലും കണ്ടിട്ടുണ്ടോ? അവൾക്ക് പതിനഞ്ച് വയസേയുള്ളൂ. പക്ഷേ, കണ്ടാൽ ഇരുപത് വയസ് തോന്നിക്കും. അവളുടെ കവിളുകൾ നോക്കൂ. അവളുടെ ജീവിതത്തിൽ ഒരു ദിവസം പോലും അവൾക്ക് അസു

ഖമൊന്നും പിടിപെട്ടിട്ടില്ല. അവളെ വിവാഹം കഴിക്കുന്നയാൾ ഭാഗ്യവാനായിരിക്കും അല്ലേ സാലീ?" സാലി ഇതെല്ലാം നേരിയ ചെറുപുഞ്ചിരിയുമായി അധികമൊന്നും താൽപ്പര്യം കാണിക്കാതെ, അച്ഛന്റെ പെരുമാറ്റം അറിയാവുന്നതുകൊണ്ട് വിനയത്തോടെ എങ്കിലും ആകർഷകമായ ഭാവത്തോടെ കേട്ടുനിന്നു.

"ഭക്ഷണം തണുപ്പിക്കേണ്ട അച്ഛാ" അവൾ പറഞ്ഞു. അതും പറഞ്ഞ് അവൾ അയാളുടെ കൈകളിൽനിന്നും വിട്ടുനിന്നു. "പുഡ്ഢിങ് കഴിക്കാറായാൽ നിങ്ങളെന്നെ വിളിച്ചോളൂ."

അവർ തനിച്ചായി, ബിയർ ജഗ്ഗ് എടുത്ത് അതേനി ഒറ്റവലിക്ക് കുടിച്ചു. "ഞാൻ പറയുന്നു, ഇംഗ്ലീഷ് ബിയറിനേക്കാൾ മികച്ചത് ഒന്നുമില്ലെന്ന്." ഇത്തരം കൊച്ചു സന്തോഷങ്ങൾക്ക് നമുക്ക് ദൈവത്തിന് നന്ദിപറയാം. പൊരിച്ച പോത്തിറച്ചിയും, പുഡ്ഢിങ്ങും നല്ല രുചിയുള്ള ഭക്ഷണം. അതിന് പുറമെ ബിയറും. ഒരിക്കൽ ഞാനൊരു പൊങ്ങച്ചക്കാരിയെ വിവാഹം കഴിച്ചിരുന്നു. ദൈവമേ ഒരിക്കലും അത്തരക്കാരെ വിവാഹം കഴിക്കരുതേ, എന്റെ കുട്ടീ."

ഫിലിപ്പ് ചിരിച്ചു. അത്തരം രംഗം കണ്ട് അവൻ സന്തോഷിച്ചു. രസികനായ ഒരു വ്യക്തി തന്റെ അസാധാരണമായ വസ്ത്രത്തിൽ അവിടെ മരം കൊണ്ട് തിരിച്ച മുറിയും, സ്പാനിഷ് ഫർണിച്ചറുകളും, ഇംഗ്ലീഷ് രീതികളും എല്ലാം ചേർന്നപ്പോൾ ഒരു പ്രത്യേകത.

"നീ ചിരിച്ചോളൂ നിന്നെക്കാൾ താഴെയുള്ളവരെ വിവാഹം കഴിക്കുന്നതിനെപ്പറ്റി നിനക്ക് ചിന്തിക്കാനേ കഴിയില്ല. നിനക്ക് ബുദ്ധിപരമായ തുല്യത പാലിക്കുന്ന ഒരു സ്ത്രീയെയാണ് വേണ്ടത്. നിന്റെ ചിന്തയിൽ മുഴുക്കെ നീയുമായി ചേരുന്ന ഒരാളെപ്പറ്റിയായിരിക്കും ആലോചന. അത്തരം ചിന്ത വിഡ്ഢിത്തമാണ് എന്റെ കുട്ടീ, ഒരു വ്യക്തിക്ക് ഒരിക്കലും തന്റെ ഭാര്യയുമായി രാഷ്ട്രീയം പറയേണ്ടതില്ല. വ്യത്യസ്ത പദ്ധതികളെപ്പറ്റി ഭാര്യയുമായി കൂടിയാലോചിക്കേണ്ടതില്ല. ഒരു മനുഷ്യന് ഭാര്യയെ ഭക്ഷണം പാകം ചെയ്യാനും മക്കളെ നോക്കാനുമേ ആവശ്യമുള്ളൂ. ഞാൻ രണ്ടും പരീക്ഷിച്ചതാണ്. അതിനാൽ എനിക്കറിയാം. നമുക്ക് പുഡ്ഢിങ് കഴിക്കാം."

അവൻ കൈ മുട്ടിയപ്പോൾ സാലി അവിടേക്ക് വന്നു. അവൾ പാത്രങ്ങൾ എടുക്കാൻ തുടങ്ങിയപ്പോൾ ഫിലിപ്പ് അവളെ സഹായിക്കാനൊരുങ്ങി പക്ഷേ അതേനി അവനെ തടഞ്ഞു.

"എന്റെ കുട്ടീ അവൾ തനിച്ച് ചെയ്യട്ടെ. നീ അതിലിടപെടുന്നത് അവൾക്ക് ഇഷ്ടമല്ല. ആണോ സാലീ, അവൾ ജോലി ചെയ്യുമ്പോൾ നിങ്ങൾ വെറുതെയിരിക്കുന്നത് മോശമാണെന്ന് അവൾ കരുതുകയുമില്ല. അവൾക്ക് ആരോടും ശത്രുതയുമില്ല, ഉണ്ടോ സാലീ?"

"ഇല്ലച്ഛാ" അവൾ മറുപടി പറഞ്ഞു.

"ഞാൻ എന്തിനെപ്പറ്റിയാണ് പറയുന്നതെന്ന് നിനക്ക് മനസിലായോ?"അതേനി കുലുങ്ങി ചിരിച്ചു. സാലി അവർക്കായി രണ്ട് പാത്രത്തിൽ പുഡ്ഢിങ് കൊണ്ടുവന്നു. അത് സമ്പുഷ്ടവും ക്രീമുള്ളതും രുചി

കരവുമായിരുന്നു. അതേനി തന്റെ പാത്രത്തിലുള്ളതിനെ ആവേശത്തോടെ കയറി ആക്രമിച്ചു. "ഈ വീട്ടിലെ ഒരു നിയമമെന്താണെന്ന് വെച്ചാൽ ഞായറാഴ്ചത്തെ ഭക്ഷണം ഒരു കാരണവശാലും മാറ്റം വരുത്തരുത്. അതൊരു ആചാരമാണ്. പൊരിച്ച പോത്തിറച്ചിയും, അരിയുടെ പുഡ്ഢിങ്ങും. കൊല്ലത്തിലെ അമ്പത് ഞായറാഴ്ചകളിലും അത് തന്നെയായിരിക്കണം. ഈസ്റ്ററിന്റെ ഞായറാഴ്ച ആട്ടിറച്ചിയും ഗ്രീൻപീസും, കൂടാതെ മൈക്കിൾ കൂട്ടപ്രാർഥനയ്ക്ക് താറാവിറച്ചി പൊരിച്ചതും ആപ്പിളിന്റെ സോസും. അതുവഴി ഞങ്ങളുടെ പൂർവികന്മാരുടെ പാരമ്പര്യം കാത്തുസൂക്ഷിക്കുകയാണ് ഞങ്ങൾ. സാലി വിവാഹിതയായാൽ ഞാൻ പഠിപ്പിച്ച പല നല്ല കാര്യങ്ങളും അവൾ മറന്നേക്കും. പക്ഷേ നിനക്ക് നന്മയും സന്തോഷവും വേണമെങ്കിൽ ഞായറാഴ്ചകളിൽ പൊരിച്ച പോത്തിറച്ചിയും അരിയുടെ പുഡ്ഢിങ്ങും കഴിക്കുകതന്നെ വേണമെന്ന കാര്യം നീ ഒരിക്കലും മറക്കരുത്."

"വെണ്ണ കഴിക്കാറാകുമ്പോൾ എന്നെ വിളിക്കൂ" സാലി നിർവികാരയായി പറഞ്ഞു

"നിങ്ങൾക്ക് ഹാൽസിയോണിന്റെ ഐതിഹ്യമെന്താണന്നറിയുമോ" അതേനി ചോദിച്ചു. ഒരു വിഷയത്തിൽനിന്നും മറ്റൊന്നിലേക്കുള്ള ധൃതി പിടിച്ചുള്ള അതേനിയുടെ മുന്നേറ്റവുമായി പൊരുത്തപ്പെട്ടുവരികയായിരുന്നു ഫിലിപ്പ്. "കടലിന് മുകളിലൂടെ പറക്കുന്ന പൊൻമാൻ തളർന്നാൽ അതിന്റെ ഇണ അവനെ അവളുടെ അടിയിലായി പിടിച്ച് അവളുടെ ശക്തമായ ചിറകുകൾകൊണ്ട് താങ്ങി പറന്ന് കടൽ താണ്ടുകയാണ് പതിവ്. ഒരു പുരുഷന് അവന്റെ ഭാര്യയിൽനിന്നും ലഭിക്കേണ്ടതും അതുതന്നെയാണ്. അതേ ഹാൽസിയോൺ. ഞാൻ എന്റെ ആദ്യഭാര്യയോടൊന്നിച്ച് മൂന്ന് വർഷം താമസിച്ചിരുന്നു. അവൾ ഒരു മാന്യസ്ത്രീയായിരുന്നു. അവൾക്ക് വർഷത്തിൽ ഒരു നല്ല വരുമാനം ഉണ്ടായിരുന്നു. കെൻസിങ്ടണിലുള്ള ഞങ്ങളുടെ മനോഹരമായ കൊച്ചു ഇഷ്ടിക വീട്ടിൽ വെച്ച് ഞങ്ങൾ ഹൃദ്യമായ ചെറുപാർട്ടികൾ നൽകുക പതിവായിരുന്നു. അവരെല്ലാം പറയാറുണ്ടായിരുന്നു അവൾ അഴകുള്ള സ്ത്രീയാണെന്ന്. ഞങ്ങളോടൊപ്പം വിരുന്നിൽ പങ്കെടുക്കാറുണ്ടായിരുന്ന വക്കീലന്മാരും, സാഹിത്യ പങ്കുകച്ചവടം നടത്തുന്നവരും വളർന്നുവരുന്ന രാഷ്ട്രീയക്കാരുമൊക്കെ അവൾ സുന്ദരിയാണെന്ന് പറയാറുണ്ടായിരുന്നു. സിൽക്കിന്റെ തൊപ്പിയും പുരോഹിതവസ്ത്രം പോലുള്ള കോട്ടും അണിയിച്ചായിരുന്നു അവളെന്നെ പള്ളിയിലേക്കയച്ചിരുന്നത്. അവളെന്നെ ശാസ്ത്രീയ സംഗീത സദസുകളിലും, ഞായറാഴ്ച ഉച്ചയ്ക്കുശേഷമുള്ള പ്രഭാഷണങ്ങളിലേക്കും കൂട്ടിക്കൊണ്ടുപോകുമായിരുന്നു. എട്ടരമണിക്ക് കൃത്യമായും പ്രാതൽ കഴിക്കണമായിരുന്നു ഇല്ലെങ്കിൽ കിട്ടുക തണുത്തതായിരിക്കും. അവൾ മികച്ച പുസ്തകങ്ങൾ വായിക്കുകയും നല്ല ചിത്രങ്ങളെ പ്രശംസിക്കുകയും, ശുദ്ധ സംഗീതം ആസ്വദിക്കുകയും ചെയ്തു. എന്റെ ദൈവമേ അവൾ എന്നെ എത്രമാത്രം ബോറടിപ്പിച്ചു എന്നറിയാമോ എന്നിരുന്നാലും അവൾ സുന്ദരിയായിരുന്നു. ഇരുപത് വർഷം മുമ്പ് അവൾ

ജീവിച്ചതുപോലെ ഇപ്പോഴും കെൻസിങ്ടണിലെ ചെറിയ ഇഷ്ടിക ഭവനത്തിൽ മോറിസിന്റെ പത്രങ്ങൾക്കിടയിലും വിസ്ലേർസിന്റെ വരകൾക്കിടയിലും പഴയതുപോലെ കൊച്ചു വിരുന്നുകൾ നൽകിയും അവൾ ഇപ്പോഴും ജീവിക്കുന്നു.

എന്തുകൊണ്ടാണ് പൊരുത്തമില്ലാത്ത ഈ ദമ്പതികൾ വേർപിരിഞ്ഞതെന്ന് ഫിലിപ്പ് ചോദിച്ചില്ല. പക്ഷേ അതേനി അതും പറഞ്ഞു. "ബെറ്റി എന്റെ ഭാര്യയല്ല. നിനക്കറിയാമോ. എന്റെ ഭാര്യ എന്നെ വിവാഹമോചനം നടത്തിയിട്ടില്ല. കുട്ടികളൊക്കെ തന്തയില്ലാത്തവരാണ്. ഇവറ്റകളോരോന്നും. അതുകൊണ്ട് അവർ ചീത്തയായി എന്നാണോ? കെൻസിങ്ടണിലെ കൊച്ചു ഇഷ്ടിക ഭവനത്തിലെ വേലക്കാരികളിലൊരാളായിരുന്നു ബെറ്റി. നാലോ അഞ്ചോ കൊല്ലം മുമ്പ് ഞാൻ നല്ലനിലയിലായിരുന്നപ്പോൾ, എനിക്ക് ഏഴ് കുട്ടികളുണ്ടായിരുന്നപ്പോൾ ഞാൻ എന്റെ ഭാര്യയെ സമീപിക്കുകയും എന്നെ സഹായിക്കാൻ ആവശ്യപ്പെടുകയും ചെയ്തു. ഞാൻ ബെറ്റിയെ ഉപേക്ഷിച്ച് മറ്റേതെങ്കിലും രാജ്യത്ത് പോയി ജീവിക്കുകയാണെങ്കിൽ അലവൻസ് നൽകാമെന്ന് അവൾ പറഞ്ഞു. ഞാൻ ബെറ്റിയെ ഉപേക്ഷിക്കുമെന്ന് നിങ്ങൾ കരുതുന്നുണ്ടോ. അതിന് പകരം ഞങ്ങൾ കുറച്ചുകാലം പട്ടിണികിടന്നു. എന്റെ ഭാര്യ പറഞ്ഞത് ഞാൻ അഴുക്ക്ചാൽ ഇഷ്ടപ്പെടുന്നു എന്നാണ്. ഞാൻ തരംതാണിട്ടുണ്ട്. ഞാൻ ജനങ്ങളുടെ ഇടയിലേക്ക് വന്നിട്ടുണ്ട്. ലിനൻ വ്യാപാരിയുടെ ഡ്രസ്സ് ഏജന്റായി ജോലിചെയ്ത് ആഴ്ചയിൽ മൂന്ന് പൗണ്ട് സമ്പാദിക്കുന്നുണ്ട് ഞാൻ. കെൻസിങ്ടണിലെ കൊച്ചു ഭവനത്തിലേക്കെത്തിയതിൽ ഞാൻ എല്ലാദിവസവും ദൈവത്തിന് നന്ദി പറയാറുമുണ്ട്."

സാലി പാലട കൊണ്ടുവരികയും അതേനി സംസാരം തുടർന്നുകൊണ്ടിരിക്കുകയും ചെയ്തു.

"ലോകത്ത് കുടുംബമുണ്ടാക്കാൻ പണം ആവശ്യമാണ് എന്ന് കരുതുന്നത് ഏറ്റവും വലിയ അബദ്ധമാണ്. നിങ്ങൾക്ക് അവരെ മാന്യന്മാരും മാന്യകളുമാക്കാനാണ് പണം ആവശ്യം. എനിക്കവരെ മാന്യന്മാരും മാന്യകളുമാക്കേണ്ട. ഒരു വർഷം കൊണ്ട് സാലി അവളുടെ ജീവിതവരുമാനം കണ്ടെത്തും. അവൾ ഒരു വസ്ത്ര നിർമാതാവായി പരിശീലനം നേടുകയാണ്. അല്ലേ? സാലീ, കുട്ടികൾ അവരുടെ രാജ്യത്തെ സേവിക്കാനൊരുങ്ങുകയാണ്. അവരെല്ലാം നേവിയിൽ ചേരണമെന്നാണ് എന്റെ താൽപ്പര്യം. അത് സന്തോഷവും ആരോഗ്യവും പ്രദാനം ചെയ്യുന്ന ഒരു ജീവിതമാണ്. നല്ല ഭക്ഷണവും നല്ല ശമ്പളവും അന്ത്യദിനങ്ങൾ ചെലവഴിക്കാൻ പെൻഷനും ലഭിക്കും."

ഫിലിപ്പ് അവന്റെ പൈപ്പ് കത്തിച്ചു. അതേനി അയാൾ തന്നെ തെരച്ച ഹവാന പുകയിലയുടെ സിഗരറ്റ് വലിച്ചു. സാലി അവിടെനിന്നും പോയി. ഫിലിപ്പിന് അവർ ഭക്ഷണം വിളമ്പിയെങ്കിലും അതോടൊപ്പം കുറേയേറെ ആത്മബന്ധത്തിന്റെ ചേരുവകളും കൂടെയായിരുന്നു വിളമ്പിയത്. നീളം കുറഞ്ഞ് തടിച്ച്, വിദേശിയെപ്പോലുള്ള ഭാവവുമായി, സംസാരത്തിലെ ഊന്നലുകളുമായി ഒരു അതിശയിപ്പിക്കുന്ന ജീവിത

ന്നെയായിരുന്നു. ഫിലിപ്പിനെ അയാളുടെ ചലനങ്ങൾ പല നിലയ്ക്കും ഇറ്റലിയിലെ തന്റെ സുഹൃത്തായിരുന്ന കോൺഷോയെ ഓർമപ്പെടുത്തി. അയാൾക്കും അതേ സ്വതന്ത്ര ചിന്തയായിരുന്നു. പക്ഷേ അയാൾക്ക് ഇയാളേക്കാൾ പെട്ടെന്ന് ക്ഷോഭിക്കുന്ന പ്രകൃതമായിരുന്നു. അവന്റെ മനസ്സ് പരുക്കനും സംഭാഷണം മറ്റുള്ളവരെ ആകർഷിക്കുന്നതുമായിരുന്നു. അതേനി അവന്റെ കുടുംബ പാരമ്പര്യത്തെപ്പറ്റി അഭിമാനം കൊണ്ടു. അയാൾ എലിസബത്തിന്റെ കാലത്തുള്ള കെട്ടിടങ്ങൾ ഫിലിപ്പിന് കാണിച്ചുകൊണ്ട് പറഞ്ഞു.

"അതേനിയൻ ഇവിടെ ഏഴ് നൂറ്റാണ്ട് താമസിച്ചിട്ടുണ്ട്. എന്റെ കുട്ടീ നീ അവിടുത്തെ പുകക്കുഴലും മച്ചും കണ്ടിരുന്നുവെങ്കിൽ."

അവിടെയുണ്ടായിരുന്ന ഒരു അലമാരയിൽനിന്നും അയാൾ കുടുംബ വൃക്ഷത്തിന്റെ ഒരു ഫോട്ടോ എടുത്തു. അത് ഒരു കൊച്ചുകുട്ടിയുടെ കൗതുകത്തോടെ ഫിലിപ്പിനെ കാണിച്ചു കൊടുത്തു. അത് തീർച്ചയായും നല്ലതായിരുന്നു.

"എങ്ങനെയാണ് ഞങ്ങളുടെ കുടുംബപേരുകൾ വരുന്നതെന്ന് നീ ശ്രദ്ധിച്ചിട്ടുണ്ടോ? തോർപ്പ് അതെൽസ്റ്റൺ, ഹാറോൾഡ്, എഡ്വാർഡ്. ഞാൻ അവയൊക്കെ എന്റെ ആൺകുട്ടികൾക്ക് നൽകി. പിന്നെ പെൺകുട്ടികൾക്ക് സ്പാനിഷ് പേരുകളും ഇട്ടു."

ഈ കഥയൊക്കെ വിശദീകരിക്കപ്പെട്ട കള്ളക്കഥകളാണെന്നും പ്രത്യേകിച്ച് ഒരു അടിസ്ഥാനമോ ലക്ഷ്യമോ ഇല്ലാതെ പറയുകയാണെന്നും ഫിലിപ്പിന് തോന്നി. അവയൊക്കെ കേൾവിക്കാരിൽ ഒരു മതിപ്പുളവാക്കാനും അവരെയൊന്നു അത്ഭുതപ്പെടുത്താനും വേണ്ടി മാത്രം പറയുന്നതാണ് എന്നുതോന്നി. അതേനി താൻ വിൻചെസ്റ്ററിൽ പഠിച്ചിരുന്നു എന്ന് പറഞ്ഞിട്ടുണ്ടായിരുന്നു. പക്ഷേ അയാളുടെ പെരുമാറ്റമോ, രീതികളോ അത്തരം ഒരു ഉന്നത പബ്ലിക് സ്കൂളിൽനിന്നും വിദ്യാഭ്യാസം നേടിയ ഒരാളുടേതിന് തുല്യമായിരുന്നില്ല. തന്റെ പൂർവികന്മാർക്ക് ഉണ്ടായിരുന്നുവെന്ന് അതേനി പറയുന്ന മഹത്തായ ബന്ധുത്വത്തെപ്പറ്റി ആലോചിച്ചപ്പോൾ ഫിലിപ്പിന് തോന്നിയത് അതേനി വിൻചെസ്റ്ററിലെ വ്യാപാരിയുടെയോ ലേലക്കാരന്റേയോ, ഖനിവ്യാപാരിയുടേയോ മകനായിരുന്നില്ല എന്നാണ്. അവരുമായി അയാൾക്കുള്ള ബന്ധം അത്തരം കുടുംബങ്ങളുടെ പേര് അയാൾ ഉപയോഗപ്പെടുത്തിയിരിക്കുന്നു എന്നത് മാത്രമാണ്.

ഈ സമയത്ത് വാതിലിൽ മുട്ടുന്ന ശബ്ദം കേൾക്കുകയും കുട്ടികളുടെ ഒരു സംഘം അകത്തേക്ക് വരികയും ചെയ്തു. ഇപ്പോൾ അവരൊക്കെ വൃത്തിയും വെടിപ്പും ഉള്ളവരായിരുന്നു. അവരുടെ മുഖങ്ങളിൽ സോപ്പുപയോഗിച്ചതിന്റെ തിളക്കവും മുടികൾക്ക് എണ്ണയിട്ടതിന്റെ ഒതുക്കവും ഉണ്ടായിരുന്നു. അവരൊക്കെ സാലിയോടൊന്നിച്ച് സൺഡേ ക്ലാസിന് ചർച്ചിൽ പോകാനൊരുങ്ങി വന്നതാണ്. അതെനി അവരോട് നാടകീയമായ രീതിയിൽ കുശലം പറയുമ്പോൾ അയാൾ എത്രമാത്രം അവരുമായി ഇഴുകിച്ചേർന്നിരിക്കുന്നുവെന്ന് നമുക്ക് അറിയാം. അവരുടെ

ആരോഗ്യത്തിലും, അവരുടെ സൗന്ദര്യത്തിലും അയാൾ എത്രമാത്രം അഭിമാനം കൊള്ളുന്നുവെന്ന് അയാളുടെ മുഖം വ്യക്തമാക്കിയിരുന്നു. അയാളുടെ സാന്നിധ്യത്തിൽ അവർ അൽപ്പം ലജ്ജിതരായിരുന്നു. അച്ഛൻ അവരെ പോകാനനുവദിച്ചപ്പോൾ അവരെല്ലാം പെട്ടെന്ന് വെളിയിലേക്ക് ഓടിയിറങ്ങി. അൽപ്പനിമിഷത്തിന് ശേഷം അതേനി കടന്നുവന്നു. അവളുടെ മുടി ചുരുട്ടുന്ന പിന്നിൽനിന്നും വേർപെടുത്തി മെടഞ്ഞിട്ടിരിക്കുകയാണ്. കറുത്ത ഒരു വസ്ത്രമാണ് ഇപ്പോൾ അവൾ ധരിച്ചിരിക്കുന്നത്. പൂക്കൾ ഉള്ള ഒരു തൊപ്പിയും അവൾ ധരിച്ചിട്ടുണ്ട്.

"അതേനീ ഞാൻ പള്ളിയിലേക്ക് പോകുകയാണ്" അവൾ പറഞ്ഞു

"നിങ്ങൾക്ക് ഒന്നും വേണ്ടതില്ലല്ലോ ഉണ്ടോ?"

"നിന്റെ പ്രാർഥന മാത്രം ബെറ്റീ."

"അവ നിങ്ങൾക്ക് കാര്യമായ പ്രയോജനം ചെയ്യില്ല. നിങ്ങൾ അതിൽനിന്നൊക്കെ വളരെ അകലെയാണ്." അവൾ പുഞ്ചിരിച്ചു എന്നിട്ട് ഫിലിപ്പിന് നേരെ തിരിഞ്ഞുകൊണ്ട് പറഞ്ഞു "എനിക്ക് അയാളെ പള്ളിയിലേക്ക് കൂട്ടാൻ പറ്റാറില്ല.അയാൾ ഒരു നിരീശ്വരവാദിയാണ്."

"റൂബെന്റെ രണ്ടാം ഭാര്യയെപ്പോലെ തോന്നുന്നില്ലേ അവളെ. അവൾക്ക് പതിനേഴാം നൂറ്റാണ്ടിലെ ആഭരണങ്ങൾ ചേരുന്നില്ലേ? അവളെ നോക്ക് അതുപോലുള്ളവരെയാണ് ഭാര്യയായി കിട്ടേണ്ടത്."

"നിങ്ങൾ എന്താണ് പറയുന്നതെന്ന് എനിക്ക് മനസിലാകുന്നില്ല അതേനി." ശ്രീമതി അതേനി പറഞ്ഞു. അതിനിടയിൽ അവൾ ധരിച്ചിരിക്കുന്ന കയ്യുറകൾക്ക് ബട്ടണിടാൻ അവൾക്ക് കഴിഞ്ഞു. പോകുന്നതിന് മുമ്പ് ഫിലിപ്പിന് നേരെ തിരിഞ്ഞ് സ്നേഹത്തോടെ, ആകർഷകമായ പുഞ്ചിരിയോടെ അവൾ ചോദിച്ചു;

"നിങ്ങൾ ചായയ്ക്ക് നിൽക്കും ഇല്ലേ? അതേനിക്ക് സംസാരിക്കാൻ ആരെയെങ്കിലും കിട്ടുന്നത് ഇഷ്ടമാണ്. അയാളെക്കാൾ സമർഥനായ ഒരാളെ പലപ്പോഴും ലഭിക്കാറില്ല."

"തീർച്ചയായും അയാൾ ചായയ്ക്കുണ്ടാകും" അതേനി പറഞ്ഞു. ഭാര്യ അവിടെനിന്നും പോയതിന് ശേഷം വീണ്ടും അയാൾ തുടർന്നു;

"കുട്ടികൾ സൺഡെ സ്കൂളിൽ പോകുന്നത് ഞാൻ ഇഷ്ടപ്പെടുന്നു, പിന്നെ ബെറ്റിയും. സ്ത്രീകൾ മതവിശ്വാസമുള്ളവരായിരിക്കണമെന്ന് ഞാൻ കരുതുന്നു. ഞാൻ മതത്തിൽ വിശ്വസിക്കുന്നില്ല. പക്ഷേ സ്ത്രീകളും കുട്ടികളും വിശ്വസിക്കണം."

വിശ്വാസകാര്യത്തിൽ പൂർണമായി മുഴുകാറുള്ള ഫിലിപ്പിന് ഇത്തരം ഒരു നിലപാട് അറിഞ്ഞപ്പോൾ അത്ഭുതപ്പെട്ടുപോയി.

"പക്ഷേ നിങ്ങൾ സത്യമല്ലെന്ന് വിശ്വസിക്കുന്ന കാര്യങ്ങൾ കുട്ടികളെ പഠിപ്പിക്കുന്നത് നിങ്ങൾക്ക് എങ്ങനെയാണ് ഉൾക്കൊള്ളാൻ കഴിയുക."

"അവ മനോഹരങ്ങളാണെങ്കിൽ സത്യമായിരിക്കണമെന്ന് ഞാൻ കരുതില്ല. വസ്തുക്കളൊക്കെ നിങ്ങളുടെ യുക്തിയുമായി സമരസപ്പെടുന്നതും സൗന്ദര്യാസ്വാദനക്ഷമതയെ പരിപോഷിപ്പിക്കുന്നതുമായിരി

ക്കണം. എനിക്കിഷ്ടം ബെറ്റി ഒരു റോമൻ കാത്തലിക് ആയി കാണുന്നതാണ്. കടലാസ് പൂക്കളുടെ ഒരു തലപ്പാവായി അവൾ മാറുന്നത് കാണാനാണെനിക്കിഷ്ടം. പക്ഷേ അവൾ ഒരു പ്രൊട്ടസ്റ്റന്റു കാരിയാണ്. കൂടാതെ മതമെന്നാൽ ഒരു ഗുണവിശേഷമാണ്. നിങ്ങൾക്ക് ദൈവചിന്തയുണ്ടെങ്കിൽ നിങ്ങൾ എന്തിലും വിശ്വസിക്കും. മറിച്ച് ദൈവചിന്തയില്ലെങ്കിൽ കാര്യങ്ങൾ എന്തുതന്നെയായാലും നിങ്ങൾ വിശ്വസിക്കാൻ തയാറാവില്ല. ഒരുപക്ഷേ സദാചാരത്തിന്റെ ഏറ്റവും നല്ല പാഠശാലയായിരിക്കും മതം. ഒരു അസുഖത്തിനായി കുടിക്കുന്ന മരുന്നുപോലെയാണ് മതം. അതിന് അതിന്റേതായ പ്രാമുഖ്യം ഇല്ലെങ്കിലും മറ്റുപലതിനും അത് പരിഹാരമാകുന്നു. നിങ്ങൾക്ക് മതം നഷ്ടപ്പെട്ടാലും അതുവഴി ലഭിച്ച സദാചാരപാഠങ്ങൾ നിലനിൽക്കും. ദൈവത്തോടുള്ള പ്രേമത്താൽ നന്മ പഠിക്കാനിടയാകുന്ന ഒരു വ്യക്തിയാണ് ഹെർബർട്ട് സ്പെൻസറുടെ രചനകളിൽ നിന്നും അറിവാർജിക്കുന്ന വ്യക്തിയെക്കാൾ ശ്രേഷ്ഠൻ."

ഇവയെല്ലാം ഫിലിപ്പിന്റെ ആശയങ്ങൾക്ക് വിപരീതമായിരുന്നു. അയാൾ ഇപ്പോഴും ക്രിസ്തുമതത്തെ കാണുന്നത് ഒഴിവാക്കപ്പെടേണ്ട ഒരു തരം താഴ്ത്തുന്ന ബന്ധമായിട്ടാണ്. അയാളുടെ ഉപബോധമനസിൽ അത് ടെർക്കാൻബറിയിലെ കത്തീഡ്രലിൽ നടത്തപ്പെടുന്ന മുഷിപ്പൻ ആചാരങ്ങളുടെയും, ബ്ലാക്സ്റ്റേബിളിലെ പള്ളിയിലെ നീണ്ട തണുപ്പൻ ബോറടിപ്പിക്കുന്ന മണിക്കൂറുകളുടെയും ആകെത്തുകയാണ്. ഒരു ബുദ്ധി പ്രവർത്തിക്കാത്ത ആളുടെ ജൽപ്പനമല്ലാതെ അതേനിയുടെ അഭിപ്രായങ്ങൾ മറ്റൊന്നുമല്ലെന്ന് ഫിലിപ്പിന് തോന്നി. ഒരു മറുപടി പറയാനായി ഫിലിപ്പ് ഒരുങ്ങുമ്പോൾ, താൻ പറയുന്നത് മാത്രം കേൾക്കുകയും കേൾക്കപ്പെടുകയും ചെയ്യുന്നതാണ് നല്ലതെന്ന് കരുതുന്ന അതേനി റോമൻ കാത്തലിക്ക് വിഭാഗത്തെപ്പറ്റിയാണ് അടുത്ത ആക്ഷേപം. അയാളെ സംബന്ധിച്ചിടത്തോളം ഇത് സ്പെയിനിന്റെ ഒഴിച്ചുകൂടാത്ത ഭാഗമാണ്. അയാളെ സംബന്ധിച്ചിടത്തോളം സ്പെയിൻ അയാൾക്ക് എന്തെല്ലാമോ ആണ്. കാരണം വിവാഹം കഴിച്ച നാളുകളിൽ അയാൾക്ക് അനുഭവിക്കേണ്ടിവന്ന ആചാരങ്ങളുടെ കെട്ടുപാടുകളിൽനിന്നും അകന്ന് നിൽക്കാൻ അയാൾ കണ്ടെത്തിയ ഉപാധിയായിരുന്നു അത്. നീണ്ട ആംഗ്യങ്ങളാലും ഉറച്ച ശബ്ദത്താലും, അയാൾ പറഞ്ഞ കാര്യങ്ങളെ ശ്രദ്ധേയമാക്കാൻ അയാൾക്കു കഴിഞ്ഞു. വിശാലമായ ഇരുണ്ട കൊട്ടത്തളങ്ങളാലും, അൾത്താരയുടെ ഭാഗങ്ങളുടെ വിശാലമായ സ്വർണാങ്കിതങ്ങളാലും, ലോഹപ്പണിത്തരങ്ങളാലും, മങ്ങിയ ശോഭയോടും സുഗന്ധപൂരിതമായ അന്തരീക്ഷത്താലും, അവിടത്തെ നിശ്ശബ്ദതയാലും സ്പെയിനിലെ കത്തീഡ്രലുകളെപ്പറ്റി അതേനി ഫിലിപ്പിനോട് വർണിച്ചുകൊണ്ടേയിരുന്നു. അതേനി പരാമർശിച്ച പേരുകളായ, അവില, ടെറഗോണ, സറഗോസ,സെഗോവിയ,കോർഡോവ തുടങ്ങിയവയൊക്കെ അയാളുടെ മനസിൽ പെരുമ്പറപോലെ മുഴങ്ങി. പഴയ സ്പാനിഷ് പട്ടണങ്ങളിലെ വലിയ ഗ്രാനൈറ്റ് ശേഖരങ്ങൾ അവന്റെ കൺമുന്നിൽ തെളിയുന്നതുപോലെതോന്നി.

"സെവിലേക്ക് പോകണമെന്ന് ഞാൻ എല്ലായ്പ്പോഴും ചിന്തിക്കാറുണ്ട്." സ്വാഭാവികമായ രീതിയിൽ അതേനി പറഞ്ഞു. അതേനി കസേരയിൽനിന്നും എഴുന്നേറ്റു എന്നിട്ട് ആ മുറിയിലുള്ള സ്പാനിഷ് വലിപ്പുപെട്ടിയുടെ അടുത്തേക്ക് നടന്നു. എന്നിട്ട് അതിന്റെ മനോഹരമായ വിജാഗിരിയുടെയും ആഡംബരപൂർണമായ പൂട്ടിനടുത്തേക്കും കുനിഞ്ഞു. എന്നിട്ട് ഒരു കൂട്ടം വലിപ്പുകൾ കാണിച്ചുകൊടുത്തു. അതിൽ നിന്നും ഒരു കൂട്ടം ഫോട്ടോഗ്രാഫുകൾ എടുത്തു.

"നിങ്ങൾക്ക് എൽ ഗ്രെസോയെ അറിയാമോ?" അയാൾ ചോദിച്ചു

"ഓ എനിക്കറിയാം പാരീസിലെ ഒരാൾക്ക് അയാളോട് അങ്ങേയറ്റം മതിപ്പുണ്ടായിരുന്നു."

"എൽ ഗ്രെസോ ടോലെഡോവിലെ ചിത്രകാരനായിരുന്നു. നിങ്ങൾക്ക് കാണിക്കാൻ ഞാൻ ആഗ്രഹിച്ച ഫോട്ടോഗ്രാഫ് ബെറ്റിക്ക് കണ്ടുപിടിക്കാൻ കഴിഞ്ഞിട്ടില്ല. അയാൾ ഇഷ്ടപ്പെട്ട ഒരു പട്ടണത്തിന്റെ ചിത്രം എൽ ഗ്രെസോ വരച്ചതാണിത്, ഇത് മറ്റേതൊരു ഫോട്ടോഗ്രാഫിനെക്കാളും സത്യസന്ധമാണ്. വന്ന് ഈ മേശയിലിരിക്കൂ" അതേനി ക്ഷണിച്ചു.

ഫിലിപ്പ് തന്റെ കസേര മുന്നോട്ട് വലിച്ചിട്ടു. അതേനി മേശമേൽ ഫോട്ടോഗ്രാഫുകൾ നിരത്തിവെച്ചു. അവൻ അവ ആകാംക്ഷയോടെ ഏറെനേരം, നിശ്ശബ്ദനായി നോക്കിയിരുന്നു. അടുത്ത ചിത്രത്തിനായി ഫിലിപ്പ് കൈ നിട്ടി. അതേനി അവ നൽകിക്കൊണ്ടിരുന്നു. അവ യാഥാർഥ്യ വാദമായിരുന്നില്ല. എന്നിരുന്നാലും അവയിൽ കുഴക്കുന്ന ഒരു യാഥാർഥ്യബോധം ഉണ്ടായിരുന്നു. അതേനി അവയെപ്പറ്റി ഉത്സാഹത്തോടും, വിവിധ പ്രയോഗങ്ങളോടും, വർണിച്ചുകൊണ്ടിരിക്കുകയായിരുന്നു. പക്ഷേ അയാൾ പറഞ്ഞതൊക്കെ ഫിലിപ്പ് അവ്യക്തമായി മാത്രമേ കേട്ടുള്ളൂ. അവൻ അത്ഭുതപ്പെട്ടിരിക്കുകയായിരുന്നു. അവൻ അങ്ങേയറ്റം പരവശനാക്കപ്പെട്ടിരിക്കുകയാണ്. ആ ചിത്രങ്ങൾ അയാളോട് എന്തോ സംവദിക്കുന്നതായും അതിന് എന്തൊക്കെയോ അർഥമുള്ളതായും അയാൾക്ക് തോന്നി. പക്ഷേ എന്താണ് അർഥമെന്ന് മാത്രം അയാൾക്ക് മനസിലായില്ല.

"ടോലെഡോയിലെ ആ ആകാശം ഞാൻ പലതവണ നോക്കിനിന്നിട്ടുണ്ട്." അതേനി പറഞ്ഞു. "എൽ ഗ്രെസോ ആ പട്ടണത്തിൽ വന്നിട്ടുണ്ടാവുക അത്തരം ഒരു രാത്രിയിലായിരിക്കുമെന്നാണ് എനിക്കുതോന്നുന്നത്. അയാൾക്ക് ഒരിക്കലും മോചനം നേടാൻ പറ്റാത്ത തരത്തിലുള്ള ഒരു മതിപ്പ് അയാളിൽ ആ രാത്രി ഉണ്ടാക്കിയിട്ടുണ്ടാകുമെന്നാണ് തോന്നുന്നത്."

ഫിലിപ്പ് ടൊലെഡോയുടെ ചിത്രങ്ങളിലേക്ക് തന്നെ തിരിച്ചുവന്നു. അവയുടെ കൂട്ടത്തിൽ ഏറ്റവും ശ്രദ്ധാകേന്ദ്രം അവയായിരുന്നുവെന്ന് അവൻ കരുതി. അയാൾക്ക് കണ്ണുകൾ അവയിൽനിന്നും എടുക്കുവാൻ തോന്നിയില്ല. ജീവിതത്തിലെ പുതിയ ഏതോ കണ്ടുപിടുത്തത്തിനൊരു

ങ്ങുകയാണ് താനെന്ന് അയാൾക്ക് തോന്നി. ഒരു സാഹസിക മനോഭാവം അയാളിൽ നിറഞ്ഞു. അവനിൽ ഇതുവരെ നിറഞ്ഞുനിന്നിരുന്ന പ്രേമമെന്ന വികാരത്തെപ്പറ്റി അവൻ ചിന്തിച്ചു. അയാൾ നോക്കിയ ചിത്രം നീളമുള്ള ഒന്നായിരുന്നു. അതിൽ ഒരു കുന്നിനുമുകളിലായി ധാരാളം വീടുകളുണ്ടായിരുന്നു. അതിന്റെ ഒരു മൂലയ്ക്കായി ഒരു കുട്ടി പട്ടണത്തിന്റെ രേഖാചിത്രം പിടിച്ചിട്ടുണ്ടായിരുന്നു. മറ്റൊരുഭാഗത്ത് ടാഗ്രസ് നദിയെ പ്രതിനിധീകരിക്കുന്ന ഒരു ചിത്രമുണ്ടായിരുന്നു. ഫിലിപ്പിന്റെ ചിന്തകൾക്ക് അനുയോജ്യമായ ഒരു ചിത്രമായിരുന്നു അത്. ആകാശത്ത് മാലാഖമാരാൽ വലയം ചെയ്യപ്പെട്ട കന്യാമറിയവും ഉണ്ടായിരുന്നു. ഫിലിപ്പ് ഒരു കാലത്ത് ജീവിക്കുകയും താൻ പിൻതുടരണമെന്ന് ആഗ്രഹിക്കുകയും ആരാധിക്കുകയും ചെയ്ത അതേ യാഥാർഥ്യവാദമായിരുന്നു ആ ചിത്രങ്ങളിൽ ഉണ്ടായിരുന്നത്. ആ പട്ടണത്തിലെ ആളുകൾ ആ ചിത്രം കണ്ടപ്പോൾ അതിൽനിന്നും തങ്ങളുടെ വീടുകൾ കണ്ടുപിടിച്ചുവെന്നും അത്രയും യാഥാർഥ്യത്തോടെയാണ് അവയിൽ ചിത്രീകരിച്ചതെന്നും അതേനി പറയുന്നത് അയാൾ കേട്ടു. അയാൾ കണ്ടത് തന്നെയാണ് ചിത്രകാരൻ വരച്ചത്. പക്ഷേ, അയാൾ വരക്കുമ്പോൾ കണ്ടത് തന്റെ മനസിന്റെ കണ്ണാടിയിലാണ്.

ഫിലിപ്പും അതേനിയും തമ്മിലുള്ള സംഭാഷണം കോണിപ്പടികളിലെ ഉച്ചത്തിൽ തടയപ്പെട്ടു. സൺഡെ സ്കൂളിൽനിന്നും മടങ്ങിവരുന്ന കുട്ടികൾക്ക് അകത്തുകയറാനായി അതേനി വാതിൽ തുറന്നുകൊടുത്തു. ചിരിയും അട്ടഹാസവുമായി അവർ അകത്തേക്ക് വന്നു. നിങ്ങളെന്താണ് പഠിച്ചതെന്ന് അയാൾ അവരോട് ചോദിച്ചു. ചായ തയാറാക്കുന്നതുവരെ കുട്ടികളെ കളിപ്പിക്കാൻ അമ്മ പറഞ്ഞിരിക്കുന്നുവെന്ന് പറയാനായി സാലി അവിടേക്ക് വന്നു. അതേനി അവർക്ക് ഹാൻസ് ആൻഡേഴ്സന്റെ കഥ പറഞ്ഞുകൊടുത്തു. അവർ നാണം കുണുങ്ങികളായ കുട്ടികളായിരുന്നില്ല. ഫിലിപ്പ് ഒഴിവാക്കപ്പെടേണ്ട വ്യക്തിയല്ല എന്ന നിഗമനത്തിൽ അവർ ഉടനെതന്നെ എത്തിച്ചേർന്നു. ജയിൻ വന്ന് അയാളുടെ അടുത്തായി നിൽക്കുകയും അൽപ്പസമയത്തിനുള്ളിൽ അയാളുടെ കാൽമുട്ടുകളിന്മേൽ കയറിയിരിക്കുകയും ചെയ്തു. ഇത്തരം ഒരു കുടുംബവൃത്തത്തിൽ ഫിലിപ്പ് എത്തിച്ചേരുന്നത് അവന്റെ വ്യക്തിജീവിതത്തിൽ ആദ്യമായിട്ടായിരുന്നു. അതേനിയുടെ കഥകൾകേട്ട് മിണ്ടാതിരിക്കുന്ന അവരെ കണ്ടപ്പോൾ അയാൾക്ക് ചിരിവന്നു. തനിക്ക് ആരംഭത്തിൽ അരക്കിറുക്കനായി തോന്നിയ ഈ ചങ്ങാതിയുടെ ജീവിതം അവന്റെ സ്വാഭാവികതകൊണ്ട് പൂർണമാണെന്നറിഞ്ഞപ്പോൾ ഫിലിപ്പിന് സന്തോഷം തോന്നി. സാലി ഒരിക്കൽക്കൂടെ അവിടേക്ക് വന്നു.

“അമ്മ ചോദിക്കുന്നു, ചായ കൊണ്ടുവരട്ടേയെന്ന്. കുട്ടികൾക്ക് ഞാൻ ചായ കൊടുക്കാം.” സാലി പറഞ്ഞു.

“അമ്മയോട് പറയൂ തന്റെ സാന്നിധ്യംകൊണ്ട് ഞങ്ങളെ സന്തോഷിപ്പിക്കാൻ അവൾ തയാറായാൽ ഞങ്ങൾ അഭിമാനിതരും ബഹുമാനി

തരുമാകുമെന്ന്" അതേനി പറഞ്ഞു. ആലങ്കാരിക പ്രയോഗമില്ലാതെ അതേനിക്ക് ഒന്നും പറയാനാവില്ല എന്നു ഫിലിപ്പിന് തോന്നിപ്പോയി.

വീട്ടിലുണ്ടാക്കുന്ന റൊട്ടിയും വെണ്ണയുടെ ഒരു കഷ്ണവും ഒരു ജാറിൽ സ്ട്രോബറി ജാമും ഒരു ട്രേയിൽ വെച്ച് അവിടേക്ക് സാലി തിരിച്ചുവന്നു. അവ മേശപ്പുറത്ത് വെക്കുമ്പോൾ അവളുടെ അച്ഛൻ അവളെ കളിയാക്കി. അവൾക്ക് പുറത്തുപോകാൻ സമയമായെന്ന് അയാൾ പറഞ്ഞു. അയാൾ ഫിലിപ്പിനോട് പറഞ്ഞത് അവൾക്ക് ആരാധകരുടെ ചോദ്യങ്ങൾക്ക് മറുപടി പറയുകയല്ലാതെ മറ്റുജോലികളൊന്നുമില്ല എന്നാണ്. അവരിൽ ചിലരൊക്കെ സൺഡെ സ്കൂളിൽ വെച്ച് അവളോട് കൊച്ചു വർത്തമാനം പറയാനും അവളോടൊപ്പം നടക്കാനും അവസരം കണ്ടെത്താറുണ്ടെന്നും അയാൾ പറഞ്ഞു.

"നിങ്ങൾ സംസാരിക്കൂ." ഒരു പതുങ്ങിയ ചിരിയോടെ അവൾ പറഞ്ഞു. "ഒരു തുന്നൽക്കാരന്റെ സഹായിയും മറ്റൊരാൾ ഒരു ഇലക്ട്രിക്കൽ എഞ്ചിനീയറുമൊക്കെ അവളോട് ചങ്ങാത്തം കൂടാൻ വന്നിട്ടുണ്ട്. അവൾ ഒരുമിച്ച് പാടാൻ വിസമ്മതിച്ചതിനാൽ ആ ഇലക്ട്രിക്കൽ എഞ്ചിനീയർ മദ്യപിക്കാൻ തുടങ്ങിയിട്ടുണ്ട്."

"നിങ്ങൾക്കുള്ള ചായ അമ്മ കൊണ്ടുവരുന്നുണ്ട് " സാലി പറഞ്ഞു.

"സാലി എന്നെ തെല്ലും ശ്രദ്ധിക്കാറില്ല." അവളെ സ്നേഹപൂർണമായ കണ്ണുകളോടെ നോക്കി, "യുദ്ധത്തോടും, വിപ്ലവത്തോടും, മറ്റെല്ലാ കാര്യങ്ങളോടും അവൾ തികഞ്ഞ നിസ്സംഗത പുലർത്തുന്നു. സത്യസന്ധനായ ഒരു വ്യക്തിക്ക് എത്രമാത്രം നല്ല ഒരു ഭാര്യയായിരിക്കും അവൾ." അതേനി പറഞ്ഞു. ശ്രീമതി അതെനി ചായയുമായി വന്നു. അതിനുശേഷം അവൾ റൊട്ടിയും വെണ്ണയും മുറിക്കാൻ തുടങ്ങി. ഒരു കുട്ടിയെ എന്നപോലെ അതേനിയെ പരിചരിക്കുന്നത് ഫിലിപ്പ് കൗതുകത്തോടെ നോക്കിയിരുന്നു. അവൾ റൊട്ടിയുടെ മുകളിൽ ജാം പുരട്ടുകയും അവന് തിന്നാൻ പാകത്തിലുള്ള ചെറിയ കഷ്ണങ്ങളായി മുറിച്ചുവെച്ച് കൊടുക്കുകയും ചെയ്തു. സൺഡെ സ്കൂളിൽ പോകുമ്പോൾ ധരിച്ചിരുന്ന തൊപ്പിയും, ഇറുകിയതുപോലെ തോന്നിച്ച കറുത്ത വസ്ത്രവും അഴിച്ചുമാറ്റി. വീട്ടിൽനിന്നും ധരിക്കുന്ന വസ്ത്രമാണ് ഇപ്പോൾ ധരിച്ചിരിക്കുന്നത്. അത്തരം വസ്ത്രത്തിൽ പണ്ട് തന്റെ കുട്ടിക്കാലത്ത് തനിക്ക് പരിചയമുണ്ടായിരുന്ന ചില കർഷകസ്ത്രീകളെപ്പോലെ തോന്നിച്ചു ശ്രീമതി അതേനി. പിന്നീട് അവളുടെ ശബ്ദം തനിക്ക് എന്തുകൊണ്ടാണ് പരിചിതമായി തോന്നിയതെന്ന് അവൻ തിരിച്ചറിഞ്ഞു. അവൾ ബ്ലാക്സ്റ്റേബ്ളിലെ ജനങ്ങളെപ്പോലെയായിരുന്നു സംസാരിച്ചിരുന്നത്.

"നിങ്ങളുടെ വീട് എവിടെയാണ് " അയാൾ അവളോട് ചോദിച്ചു.

"ഞാൻ കെൻടിഷിൽ നിന്നുള്ളവരാണ്. ഞാൻ ഫെർണിൽനിന്നുമാണ് വന്നത്."

"അതു തന്നെയാണ് ഞാനും വിചാരിച്ചത്. ബ്ലാക്സ്റ്റേബിളിലെ വികാരിയായിരുന്നു എന്റെ അമ്മാവൻ. അതിപ്പോൾ ഒരു പുതിയ കാര്യമാണ്."

ഞാൻ പള്ളിയിൽവെച്ച് നിനക്ക് ശ്രീ കാരിയുമായി വല്ല ബന്ധവുമുണ്ടോ എന്ന് ചിന്തിക്കുകയായിരുന്നു. ഞാൻ അയാളെ കണ്ടിട്ട് കുറെയേറെ കാലമായി. ബ്ലാക്സ്റ്റേബിൾ ചർച്ചിന്റെ മുകളിലുള്ള റോഹെലി തോട്ടത്തിലെ ശ്രീ ബാർക്കറാണ് എന്റെ ഒരു അകന്ന ബന്ധുവിനെ വിവാഹം കഴിച്ചത്. ഞാൻ ഒരു പെൺകുട്ടിയായിരുന്നപ്പോൾ അവിടെ പോവുക പതിവായിരുന്നു. അതിപ്പോൾ ഒരു രസകരമായ കാര്യമല്ലേ?"

അതിനുശേഷം അവൾ അവനെ ഒരു പുത്തൻതാൽപ്പര്യത്തോടെ നോക്കി. അവളുടെ മങ്ങിയ കണ്ണുകളിൽ ഒരു തിളക്കം ഉടലെടുത്തു. അയാൾക്ക് ഫെർണ് അറിയുമോ എന്ന് അവൾ ചോദിച്ചു. ബ്ലാക്സ്റ്റേബിളിൽനിന്നും പത്ത് മൈൽ അകലെയുള്ള ഒരു മനോഹര ഗ്രാമമായിരുന്നു ഫെർണ്. വിളവെടുപ്പോടനുബന്ധിച്ചുള്ള ചടങ്ങുകളിൽ പങ്കെടുക്കാൻ വികാരി ചിലപ്പോൾ ബ്ലാക്സ്റ്റേബിളിൽ വരാറുണ്ടായിരുന്നു. അയൽപക്കത്തുള്ള പല കൃഷിക്കാരെപ്പറ്റിയും അവൾ സംസാരിച്ചു. അവളുടെ യുവത്വം ചെലവഴിച്ച ആ ഗ്രാമപ്രദേശത്തെപ്പറ്റിയുള്ള ഓർമകൾ അയവിറക്കാൻ കഴിഞ്ഞതിൽ അവൾക്ക് സന്തോഷം തോന്നി. ഫിലിപ്പിനും അസാധാരണമായ സന്തോഷം തോന്നി.

ഫിലിപ്പ് അന്ന് രാത്രി പത്തുമണിയോടടുത്താണ് അവിടെനിന്നും പോയത്. എട്ടുമണിയായപ്പോഴേക്കും കുട്ടികൾവന്ന് ശുഭരാത്രി പറഞ്ഞ് ഫിലിപ്പിന്റെ കവിളിൽ മുത്തം നൽകി പിരിഞ്ഞു. സാലി അയാൾക്ക് കൈകൊടുക്കുക മാത്രം ചെയ്തു.

"രണ്ടുതവണ കണ്ടാലല്ലാതെ സാലി ആരെയും ചുംബിക്കാറില്ല" അതേനി പറഞ്ഞു

"എങ്കിൽ ഇനിയും ഇവിടേക്ക് വരാൻ നിങ്ങൾ ക്ഷണിക്കേണ്ടിയിരിക്കുന്നു" അത്രയും പറഞ്ഞ് അന്ന് അയാൾ അവിടെനിന്നും പിരിഞ്ഞു.

തൊട്ടടുത്ത ശനിയാഴ്ച ഫിലിപ്പിന് അതേനിയിൽ നിന്നും ഒരു കത്ത് കിട്ടി. അതിൽ ഞായറാഴ്ച അവരോടൊന്നിച്ച് ഉച്ച ഭക്ഷണം കഴിക്കാനായി വരുവാനുള്ള ക്ഷണമുണ്ടായിരുന്നു. ഫിലിപ്പ് വൈകുന്നേരത്തെ ചായ കുടിക്കാനെത്തുമെന്ന് മറുപടിയായി അറിയിച്ചു. അവർക്കുകൂടെ കഴിക്കാനായി ഒരു വലിയ കേക്കും വാങ്ങിയാണ് ഫിലിപ്പ് അവിടെ പോയത്.

വിദ്യാഭ്യാസകാലത്ത് ഫിലിപ്പ് അവിടെവെച്ച് ആദ്യമായി സൗഹൃദം സ്ഥാപിച്ചത് ഡൺഫോർഡുമായിട്ടാണ് കാരണം അവനെയായിരുന്നു ആ പഠനകാലത്തിന്റെ ആരംഭത്തിൽ ആദ്യം അവൻ കണ്ടുമുട്ടിയത്. ഡൺഫോർഡിന് ലണ്ടനിൽ മറ്റ് സുഹൃത്തുക്കളൊന്നുമില്ലായിരുന്നു. അവന് ശനിയാഴ്ച രാത്രികളിൽ തിയേറ്ററുകളിലോ സംഗീതശാലകളിലോ പോകുന്ന പതിവുണ്ടായിരുന്നു. അവർ പതിവായി ചായകുടിക്കാൻ പോയിരുന്നത് പാർലമെന്റ് സ്ട്രീറ്റിലായിരുന്നു, കാരണം അവിടെ ജോലിചെയ്യുന്ന ഒരു ചെറുപ്പക്കാരിയെ ഡൺഫോർഡ് ആരാധിച്ചിരുന്നു. ഫിലിപ്പിന് അവളിൽ കൗതുകമൊന്നും തോന്നിയില്ല. അവൾ നീണ്ട് മെലി

ഞ്ഞവളായിരുന്നു. ഒതുങ്ങിയ അരക്കെട്ടും, ആൺകുട്ടികളുടേതുപോലുള്ള മാറിടവുമായിരുന്നു. "പാരീസിൽ ആരും അവളെ ശ്രദ്ധിക്കില്ല" അവജ്ഞയോടെ ഫിലിപ്പ് പറഞ്ഞു.

'അവൾക്ക് മനോഹരമായ ഒരു മുഖമുണ്ട്" ഡൺഫോർഡ് പറഞ്ഞു

"മുഖത്തിൽ എന്തിരിക്കുന്നു."

ഡൺഫോർഡിന് സ്ത്രീകളുമായി ചങ്ങാത്തംകൂടി പരിചയമില്ലായിരുന്നു. അതിനാൽ ഫിലിപ്പിനോട് ഒന്ന് സംഭാഷണം തുടങ്ങിക്കൊടുക്കാനായി ആവശ്യപ്പെട്ടു. ഫിലിപ്പ് ഒന്ന് രണ്ട് കമന്റുകൾ പറഞ്ഞെങ്കിലും അവൾ ഒറ്റവാക്കിൽ മറുപടി ഒതുക്കി. അവർ ആൺകുട്ടികളാണെന്നും വിദ്യാർഥികളാണെന്നുമുള്ള കാര്യം അവൾ മനസിലാക്കിയിട്ടുണ്ടാവണം. ഡൺഫോർഡ് മറ്റൊരു കാര്യവും ശ്രദ്ധിച്ചിരുന്നു. അവളുടെ സേവനം ലഭ്യമാവാനായി അതേ സമയത്ത് മറ്റൊരു ജർമൻകാരൻ അവിടെ പതിവായി വരാറുണ്ട് എന്നത്. അവളുടെ പേര് മിൽഡ്രഡ് എന്നാണെന്ന് ഒരു ദിവസം ഡൺഫോർഡ് ഫിലിപ്പിനോട് പറഞ്ഞു. ഒരു ദിവസം ജർമൻകാരൻ അവിടെ ഇല്ലാത്തപ്പോൾ ഫിലിപ്പ് പറഞ്ഞു:

"ഇന്ന് നിന്റെ സുഹൃത്ത് വന്നിട്ടില്ലെന്ന് തോന്നുന്നു."

"നീ എന്താണ് ഉദ്ദേശിക്കുന്നതെന്ന് എനിക്ക് മനസിലാകുന്നില്ല" അവൾ പറഞ്ഞു.

"ഞാനുദ്ദേശിച്ചത് പതിവായി ഇവിടെ കാണാറുള്ള ജർമൻകാരനെയാണ്. അയാൾ നിന്നെ ഉപേക്ഷിച്ച് വല്ലവരുമായും ചങ്ങാത്തം കൂടിയോ."

"ചിലർക്ക് അവരുടെ കാര്യം മാത്രം നോക്കുന്നതായിരിക്കും നല്ലത്." അവൾ അതും പറഞ്ഞ് അവിടെനിന്നും പോയി.

"മര്യാദയില്ലാത്തവൾ ഇനി ഞാൻ ഇങ്ങോട്ടില്ല"ഫിലിപ്പ് ഡൺഫോർഡിനോട് പറഞ്ഞു. എങ്കിലും തന്റെ അഭിമാനത്തെ അവൾ ചോദ്യം ചെയ്തതായി ഫിലിപ്പിന് തോന്നി. അവളുടെ ശബ്ദത്തിന്റെ ആ ഭാവം അവന് തീരെ സഹിച്ചില്ല. അവന് നല്ല വെറുപ്പ് തോന്നിയെങ്കിലും അവൻ നിശ്ശബ്ദനായി. ഒന്നും സംഭവിക്കാത്തതു പോലെ ഡൺഫോർഡിനെയും കൂട്ടി അവിടെനിന്നും ഇറങ്ങി. അവന് അവളെ മനസിൽനിന്നും മായ്ച്ചുകളയാൻ ഒത്തില്ല. വിളർച്ച ബാധിച്ചപോലുള്ള ഒരു കൊച്ചു ഹോട്ടൽ ജോലിക്കാരിയെപ്പറ്റി ചിന്തിക്കുന്നത് അസംബന്ധമാണെന്ന് അവന് അറിയാതെയല്ല. അവളുടെ മനസിൽ തന്നെപ്പറ്റിയുള്ള മോശം അഭിപ്രായം മാറ്റുന്നതിനായി തുടർച്ചയായി അവിടെത്തന്നെ ചായ കുടിക്കുവാൻ പോകണമെന്ന് തീരുമാനിച്ചു. അവൻ അവിടെ ചെല്ലുകയും അവളെ കണ്ടപ്പോൾ ശുഭസായാഹ്നം നേരുകയും ചെയ്തു. അവളും തിരിച്ചു പറഞ്ഞു. പിറ്റേദിവസം അവൻ കയറിച്ചെല്ലുമ്പോൾ അവൻ പറയാതെതന്നെ അവൾ തന്നെ അഭിവാദ്യം ചെയ്യുമോ എന്ന് അവൻ പരീക്ഷിച്ചു. പക്ഷേ, അത് ഉണ്ടായില്ല. അങ്ങനെ അവൻ വീണ്ടും അവിടെത്തന്നെ വന്ന് ചായകുടിക്കൽ പതിവാക്കി. അതിനിട

യിൽ ഒരു ദിവസം അവൾ പറഞ്ഞു; "അന്നത്തെ സംഭവത്തിനുശേഷം നീ വരില്ലെന്നായിരുന്നു ഞാൻ കരുതിയത്."

"എനിക്ക് വ്യക്തികളുടെ സൗഹൃദം നശിപ്പിക്കുന്നത് ഇഷ്ടമല്ല" അവൻ പറഞ്ഞു

ആളുകളൊഴിഞ്ഞപ്പോൾ അവൾ ഒരു മൂലയിൽ മാറിയിരുന്നു. ഒരു നോവലെറ്റ് വായിക്കാനെടുത്തു. അപ്പോഴത്തെ അവളുടെ ഭാവങ്ങൾ നിരീക്ഷിച്ചപ്പോൾ അവളുടെ മുഖത്തിന് ചന്തമുള്ളതായും പൂർണതയുള്ളതായും അവന് തോന്നി. അവൾ പുസ്തകത്തിലേക്ക് കുനിഞ്ഞിരുന്ന് വായിക്കുന്നതിന്റെ ഒരു രേഖാചിത്രം അവന്റെ കീശയിലുള്ള ഒരു അരഷീറ്റ് പേപ്പറിൽ വരച്ച് അവൾക്ക് നൽകി. പിറ്റേദിവസം അവൻ അവിടെ വന്നപ്പോൾ അവൾ പറഞ്ഞു

"നിങ്ങൾ വരയ്ക്കുമെന്ന് എനിക്കറിയില്ലായിരുന്നു."

"ഞാൻ പാരീസിൽ രണ്ട് വർഷം കലാവിദ്യാർഥിയായിരുന്നു " അവൻ പറഞ്ഞു. അവൾ ആ ചിത്രം അവിടത്തെ മാനേജർക്കും മറ്റുള്ളവർക്കുമൊക്കെ കാണിച്ചുവെന്നും അവർക്കെല്ലാം ഇഷ്ടപ്പെട്ടുവെന്നും അവരൊക്കെ അവനെക്കൊണ്ട് വരപ്പിക്കാൻ കാത്തിരിക്കുന്നുവെന്നും വരക്കാൻ തുടങ്ങിയാൽ എല്ലാവരുടെ ചിത്രവും വരക്കേണ്ടിവരുമെന്നും അവൾ പറഞ്ഞു. കൂടെവരാറുള്ള ഡൺഫോർഡിനെപ്പറ്റി അന്വേഷിച്ചപ്പോൾ അവന് വേറെ കാമുകിയുണ്ടെന്നും അവളെ കാണാൻ പോയിരിക്കുകയാണെന്നും ഫിലിപ്പ് പറഞ്ഞു.

തൊട്ടടുത്ത ദിവസം അവൻ അവിടെ ചെന്നപ്പോൾ ആദ്യം കാണാറുള്ള ജർമൻകാരനുമായി അവൾ സംസാരിച്ചിരിക്കുന്നതാണ് കണ്ടത്. അവന് ക്രോധം വരികയും അവളുടെ ശ്രദ്ധനേടാനായി ശ്രമിക്കുകയും ചെയ്തു. അവൾ അവന്റെ ഓർഡർ എടുക്കുകയും അവൻ ആവശ്യപ്പെട്ട ഭക്ഷണസാധനം എത്തിച്ചുകൊടുക്കുകയും ചെയ്തു.

ദിവസങ്ങൾ കടന്നുപോയി. ജർമൻകാരനെ അങ്ങോട്ട് കാണാതായി. ഒരു ദിവസം ഫിലിപ്പ് റസ്റ്റോറണ്ടിൽ ചെന്നപ്പോൾ അവർതമ്മിൽ പഴയതുപോലെ അഭിവാദ്യങ്ങളർപ്പിക്കുകയും സംസാരിക്കുകയും ചെയ്തു. ആയിടെ ഒരു ഹാസ്യസംഗീത ശിൽപ്പം അവിടത്തെ തിയേറ്ററിൽ പ്രദർശിപ്പിക്കുന്നുണ്ടായിരുന്നു. അത് കാണാൻ അവൾക്ക് താൽപ്പര്യമുണ്ടാകുമെന്ന് അവന് തോന്നി. അവൻ അതിനായി അവളെ ക്ഷണിച്ചു. വിരോധമില്ലെന്ന് അവൾ പറയുകയും വിക്ടോറിയ സ്റ്റേഷനിലെ രണ്ടാംതരം പ്ലാറ്റ്ഫോമിൽ വെച്ച് കാണാമെന്ന് പറഞ്ഞ് പിരിയുകയും ചെയ്തു.

നിശ്ചയിച്ചതിലും അരമണിക്കൂർ നേരത്തെ ഫിലിപ്പ് അവിടെയെത്തി. അവൻ കുറേനേരം കാത്തിരുന്നെങ്കിലും മിൽഡ്രെഡിനെ കണ്ടില്ല. അവസാനം അവൻ അവിടെ നിന്നും എഴുന്നേറ്റ് മറ്റുള്ള കാത്തിരിപ്പ് മുറികളിൽ ചെന്നുനോക്കി. അതിലൊന്നിൽ അവളിരിക്കുന്നുണ്ടായിരുന്നു. അവൾ കാത്തിരുന്ന് മുഷിഞ്ഞെന്നും തിരിച്ച് വീട്ടിൽ പോകാനൊരു

ങ്ങുകയായിരുന്നുവെന്നും പറഞ്ഞു. ഫിലിപ്പ്, അവൾ രണ്ടാംതരം പ്ലാറ്റ്ഫോമിലെ കാത്തിരിപ്പ് മുറിയിലാണ് ഇരിക്കുക എന്ന് പറഞ്ഞതായി ഓർമിപ്പിച്ചപ്പോൾ താൻ അത്തരത്തിലൊന്നും പറഞ്ഞില്ലെന്നും ഒന്നാം തരം തന്നെ ഉണ്ടാകുമ്പോൾ എന്തിനാണ് രണ്ടാംതരത്തിൽ കാത്തിരിക്കുന്നതെന്നും അവൾ ചോദിച്ചു. തനിക്ക് അബദ്ധമൊന്നും പറ്റിയിട്ടില്ലെന്നറിയാമെങ്കിലും ഫിലിപ്പ് മൗനം പാലിച്ചു. അവർ ഒരു ഹോട്ടലിൽക്കയറി ഭക്ഷണം കഴിച്ചു. അവൻ ചില വിഷയങ്ങളെപ്പറ്റിയും സംസാരിക്കാൻ ശ്രമിച്ചെങ്കിലും മറുപടി പലപ്പോഴും അവൾ മൂളലിലോ ഒറ്റവാക്കിലോ ഒതുക്കി. ഭക്ഷണത്തിന് ശേഷം അവർ തിയേറ്ററിൽ ചെന്ന് ഹാസ്യസംഗീത ശിൽപ്പം കണ്ടു. ഫിലിപ്പിന് അതിലെ ഹാസ്യങ്ങളും പാരഡികളും അരോചകമായി തോന്നി. ഫ്രാൻസിലാണെങ്കിൽ എത്രയോ മനോഹരമായി അവർ ഇതേ വിഷയം ചെയ്യുമായിരുന്നുവെന്ന് അവൻ കരുതി. മിൽഡ്രിസ് ആ ഹാസ്യപരിപാടി അങ്ങേയറ്റം ആസ്വദിക്കുന്നതാണ് അവന് കാണാൻകഴിഞ്ഞത്. അവൾ നെറ്റിത്തടങ്ങൾ വേദനിക്കുന്നത് വരെ ഇളകിച്ചിരിച്ചും കൈയടിച്ചും ആസ്വദിക്കുന്നത് കണ്ടു. അവൾ അത് ഏഴുതവണ കണ്ടെന്നും ഇനിയുമൊരു ഏഴുതവണ കാണാൻ താൽപ്പര്യമുണ്ടെന്നും അറിയിച്ചു.

അവൻ അവളെ അവളുടെ വീടിനടുത്തുള്ള റോഡ് വരെ അനുഗമിക്കുകയും അവൾ അവിടെവെച്ച് ശുഭരാത്രി പറഞ്ഞ് പിരിഞ്ഞ് അയൽക്കാരുടെ കാഴ്ചയിൽ ഫിലിപ്പിനെ പെടുത്താതിരിക്കാൻ ശ്രദ്ധിക്കുകയും ചെയ്തു. പിറ്റേദിവസം അവൾ റസ്റ്റോറണ്ടിലേക്ക് വരുന്ന വഴിയിൽ അവൻ കാത്തുനിൽക്കുകയും ഒരുമിച്ച് നടക്കുന്നത് ഇഷ്ടമാണോ എന്ന് ചോദിക്കുകയും ചെയ്തെങ്കിലും അവൾ ഒഴിഞ്ഞുമാറി നടക്കുകയാണ് ചെയ്തത്. അന്ന് വൈകുന്നേരം റസ്റ്റോറണ്ടിൽ നിന്നും ചായ കുടിച്ച് പോകുമ്പോൾ രാത്രി അവളോടൊപ്പം റെയിൽവേ സ്റ്റേഷനിൽ വരെ അവൻ വരുന്നുണ്ടെന്ന് അറിയിക്കുകയും കട അടച്ച് അവൾ പോകുമ്പോൾ അവളെ അനുഗമിക്കുകയും ചെയ്തു. അവന്റെ സമയം നഷ്ടപ്പെടില്ലേ എന്ന് അവൾ ചോദിച്ചപ്പോൾ അവൾക്കുവേണ്ടിയുള്ള സമയനഷ്ടം അവൻ പ്രശ്നമാക്കുന്നില്ല എന്നായിരുന്നു അവന്റെ മറുപടി. ആ വർഷത്തെ ശരീരഘടനാ ശാസ്ത്രവിഷയപരീക്ഷയിൽ പരാജയമായിരുന്നു ഫലം. അതിനെപ്പറ്റി അവൻ ഗൗരവമായി ചിന്തിച്ചില്ല. അവന് ചിന്തിക്കാൻ മറ്റ് വിഷയങ്ങൾ ഉണ്ടായിരുന്നു. അവന്റെ മനസിൽ മിൽഡ്രഡുമൊന്നിച്ച് ഭക്ഷണം കഴിക്കുന്നതും നാടകം കാണുന്നതുമായ ചിത്രങ്ങൾ നിറഞ്ഞു നിന്നു. പക്ഷേ, അവന് അവളുടെ മനസ്സ് വായിക്കാൻ മാത്രം കഴിഞ്ഞില്ല.

ഒരു ദിവസം അവൾ പറഞ്ഞു; "എനിക്ക് വയസ്സ് ഇരുപത്തിനാല് ആയി, ഞാൻ ഒരു കുടുംബം കെട്ടിപ്പടുക്കുന്നതിനെപ്പറ്റി ചിന്തിക്കുകയാണ്."

"അത് അനിവാര്യമാണ്" ഫിലിപ്പ് പറഞ്ഞു

"എമിലിന് ഞങ്ങളുടെ വിവാഹം റജിസ്റ്റർ ഓഫീസിൽ വെച്ച് നടത്തുന്നതാണ് ഇഷ്ടം." മിൽഡ്രിഡ് ഇത്രയും പറഞ്ഞപ്പോൾ ഫിലിപ്പ് എന്ത് മറുപടി പറയണമെന്നറിയാതെ തരിച്ചിരുന്നുപോയി. അവൻ തല കുലുക്കുകയും, ചുണ്ടുകളിൽ ചിരി വരുത്താൻ പാടുപെടുകയും ചെയ്തുകൊണ്ട് അവിടെ നിന്നും താമസസ്ഥലത്തേക്ക് തിരിച്ചു.

മുപ്പത്തിരണ്ട്

അന്ന് രാത്രി അവൻ ഉറങ്ങാൻ കിടന്നെങ്കിലും അവന് ഉറക്കം വന്നില്ല. അവൻ മിൽഡ്രഡിനെപ്പറ്റി ചിന്തിച്ചു. അവൻ അവളെപ്പറ്റി ചിന്തിക്കാതിരിക്കാൻ ശ്രമിച്ചെങ്കിലും അവന് കഴിഞ്ഞില്ല. അവൾ വിവാഹിതയാവേണ്ടതാണ്. അവളുടെ കാഴ്ചപ്പാടിൽനിന്ന് നോക്കിയാൽ തന്നെ വിവാഹം കഴിക്കുന്നതിൽ അവൾ അർഥമൊന്നും കാണുന്നില്ല. നേരം വെളുത്തപ്പോൾ അവനെഴുന്നേറ്റ് കുളിച്ച് ഡ്രസ് മാറി, പ്രാതൽ കഴിച്ച്, ലോകത്തിന്റെ തിരക്കിനൊപ്പം ചേർന്നു. അന്ന് രാവിലെ പ്രഭാഷണം കേൾക്കാൻ ക്ലാസിലിരുന്നു. അവന്റെ സുഹൃത്ത് അവനെ കാണാൻ വരുന്നതായി എഴുതിയതിനാൽ അവനെ സ്വീകരിക്കാൻ റെയിൽവേസ്റ്റേഷനിൽ പോയി, സുഹൃത്ത് വന്നിറങ്ങിയപ്പോൾ അവർ തമ്മിൽ ഫ്രാൻസിലെ കാര്യങ്ങളെപ്പറ്റി സംസാരിച്ചു. അവന്റെ സുഹൃത്തായ ഹാവാർഡിന്റെ സന്ദർശനം അവനെ വലിയൊരളവോളം നിരാശയിൽനിന്നും മോചനം നേടാൻ സഹായിച്ചു. ഫിലിപ്പ് നന്നായി പഠിച്ച് ഒന്നാം സംയുക്ത പരീക്ഷയിലെ മൂന്ന് വിഷയങ്ങൾ എഴുതുകയും അവയിൽ വിജയിക്കുകയും ചെയ്തു. ഹാവാർഡ് വന്ന് കുറച്ച് ദിവസങ്ങൾക്ക് ശേഷം അവന്റെ സുഹൃത്തായിരുന്ന ലാസൺ അവിടേക്ക് വന്നു. അങ്ങനെ അവന്റെ ജീവിതത്തിലെ സന്തോഷം കുറേശ്ശെയായി തിരിച്ചുവരുവാൻ തുടങ്ങി. ലാസൺ തന്റെ മോഡലായി ശ്രീമതി നെസ്ബിറ്റിനെ കണ്ടെത്തി. അവളുടെ ക്രിസ്ത്യൻ പേര് നോറ എന്നായിരുന്നു. അവൾക്ക് ഒരു മകളുണ്ടായിരുന്നു. അവൾ ചെറിയ നോവലെറ്റുകൾ എഴുതിയാണ് അവൾക്കുള്ള വരുമാനം കണ്ടെത്തിയത്. അവൾ മനോഹരമായി സംസാരിക്കുകയും മറ്റുള്ളവരോട് ഹൃദ്യമായി പെരുമാറുകയും ചെയ്തു. അത് കൂടാതെ വിവിധതരം ജോലികൾ വൃത്തിയോടെ ചെയ്ത് ജീവിക്കാനാവശ്യമായ പണം കണ്ടെത്തി. അല്ലലില്ലാതെ ജീവിക്കാൻ അവൾക്കറിയാമായിരുന്നു.

അവളുടെ വേഗതയാണ് ഫിലിപ്പിനെ അവളിലേക്കടുപ്പിച്ചത്. അവൾ ഇപ്പോൾ ഭർത്താവിൽനിന്നും അകന്ന് ജീവിക്കുകയാണ്. ഫിലിപ്പ് അവളെപ്പറ്റി മനസിലാക്കുകയും അവളോടൊപ്പം വൈകുന്നേരങ്ങളിൽ ചായ കുടിക്കാൻ സമയം കണ്ടെത്തുകയും ചെയ്തു. ഒരു ദിവസം ഫിലിപ്പ് മിൽഡ്രഡുമായുള്ള അവന്റെ അനുഭവങ്ങൾ നോറയോട് പറഞ്ഞു.

"നീ അതിൽനിന്നും വിട്ടുനിൽക്കുന്നതാണ് നല്ലത്." അവൾ ഉപദേശിച്ചു. ഫിലിപ്പ് അത്ഭുതത്തോടെ അവളുടെ കണ്ണുകളിലേക്ക് നോക്കി

യിരുന്നു. ആ കണ്ണുകളിൽ അവനെ വശീകരിക്കുന്ന തരത്തിലുള്ള എന്തോ ഒരു ഭാവമുണ്ടെന്ന് അവന് തോന്നി. അവന്റെ ഹൃദയം തരളിതമാവുകയും കണ്ണുകൾ നിറയുകയും ചെയ്തു.

"നോറ നിനക്ക് എന്നെ ഇഷ്ടമല്ലേ" അവൻ അവിശ്വസനീയതയോടെ ആരാഞ്ഞു. "നീ കള്ളച്ചെക്കൻ, അത്തരം ചോദ്യങ്ങളൊന്നും ചോദിക്കേണ്ട." അവൻ അവളുടെ സമീപത്തേക്ക് നീങ്ങുകയും അവന്റെ കൈകൾകൊണ്ട് അവളെ ചുറ്റിപ്പിടിക്കുകയും ചുംബിക്കുകയും ചെയ്തു. അവൾ ചിരിക്കുകയും അവന്റെ ആലിംഗനത്തിന് അനുകൂലമായി മൗനമായിനിൽക്കുകയും ചെയ്തു. പിന്നീട് അവൻ കൈകൾ അയച്ച് അവളിൽ നിന്നും വിട്ടുനിന്നു. എന്നിട്ട് ചോദിച്ചു.

"നിനക്ക് എന്നോട് വെറുപ്പില്ലല്ലേ? ഉണ്ടോ?"

"ഇല്ല" അവൾ മറുപടി പറഞ്ഞു. സന്തോഷം എന്താണെന്ന് അവൾ അനുഭവിക്കുന്നതായി അവന് തോന്നി. ഒരു ഭാര്യയിൽനിന്നും പ്രതീക്ഷിക്കുന്നതൊക്കെ അവൾക്ക് നൽകാൻ കഴിയുമെന്ന് അവൻ വിശ്വസിച്ചു. കൂടാതെ അവൾക്ക് അവന്റെ സ്വാതന്ത്ര്യത്തെ നിലനിർത്താനും, നല്ലൊരു സുഹൃത്തായിരിക്കാനും കഴിയുമെന്ന് അവൻ കരുതി. അവന് സ്വയം ഒരു നിയന്ത്രണം തോന്നി. അവന്റെ പരീക്ഷകൾ അടുക്കുകയായിരുന്നു. അവനോടൊപ്പം നോറയും അവന്റെ പഠനകാര്യങ്ങൾ ശ്രദ്ധിച്ചു. പരീക്ഷയ്ക്കുശേഷം രണ്ട് മാസത്തോളം ഒഴിവു കാലം ലഭിക്കുകയും ഫിലിപ്പ് ബ്ലാക്സ്റ്റേബിളിലെ അമ്മാവന്റെ അടുത്തേക്ക് പോകാൻ തീരുമാനിക്കുകയും ചെയ്തു.

മുപ്പത്തിമൂന്ന്

ബ്ലാക്സ്റ്റേബിളിൽ ചെലവഴിച്ച രണ്ട് മാസത്തിനിടയിൽ നോറ അവന് പതിവായി കത്തെഴുതി. ദൈനംദിന ജീവിതത്തിലെ കൊച്ചുകാര്യങ്ങൾ പോലും വളരെ വിശദമായി നർമോക്തിയോടെ എഴുതി അറിയിച്ചുകൊണ്ടിരുന്നു. ഒക്ടോബറിന്റെ തുടക്കത്തിൽ രണ്ടാം സംയുക്ത പരീക്ഷ എഴുതാനായുള്ള പഠനങ്ങൾക്കായി ഫിലിപ്പ് ലണ്ടനിലേക്ക് തിരിച്ചുവന്നു. അതിനുശേഷം മെഡിക്കൽ വിദ്യാർഥികൾ ഔട്ട് പേഷ്യന്റിനെ പരിശോധിക്കുന്നതിന്റെ ചുമതലയുള്ള ആളായി മാറുമായിരുന്നു. കൂടാതെ അവന് കൂടുതലായി പുസ്തകങ്ങളുമായും സ്ത്രീ പുരുഷന്മാരുമായും ബന്ധപ്പെട്ട് പ്രവർത്തിക്കേണ്ടതുണ്ടായിരുന്നു. ഫിലിപ്പ് ഇതിനെല്ലാമിടയിൽ ദിവസവും നോറയെ കണ്ടു.

ഒരു ദിവസം ഫിലിപ്പ് കിടക്കയിൽനിന്നും എഴുന്നേറ്റ് വരാൻ നേരം തലചുറ്റുന്നതായി തോന്നുകയും അവിടെത്തന്നെ വീണ്ടും കിടക്കുകയും ചെയ്തു. അവൻ വീട്ടുടമസ്ഥയെ വിളിച്ച് സുഖമില്ലാത്ത കാര്യം അറിയിച്ചു. അയാളെ പരിശോധനയ്ക്കായി ഗ്രിഫിത്ത് അവിടെ വന്നു. അയാൾ ശരീരത്തിന്റെ താപനില പരിശോധിക്കുകയും വിശ്രമിക്കാൻ ഉപദേശി

ക്കുകയും ചെയ്തു. അതിനുശേഷം അവൻപോയി ഡോ.ഡീക്കോണിനെയും കൂട്ടിവന്നു. അയാൾ അവനോട് ഹോസ്പിറ്റലിൽ പോയി ചികിത്സിക്കുന്നതിനെപ്പറ്റി ചോദിച്ചു. അത് ഫിലിപ്പിന് ഇഷ്ടമായിരുന്നില്ല. മറ്റൊരു ചുറ്റുപാടിൽ മറ്റുള്ളവരുടെ ശ്രദ്ധയിൽ കിടക്കേണ്ടിവരുന്നത് അവന് ചിന്തിക്കാൻ പോലും കഴിയുമായിരുന്നില്ല.

"ഞാൻ അവനെ നോക്കാം" പെട്ടെന്ന് ഗ്രിഫിത്ത് മറുപടി പറഞ്ഞു. ഡോക്ടർ ഫിലിപ്പിനെ പരിശോധിച്ച് തിരിച്ചുപോയപ്പോൾ അവൻ അയാളോടൊപ്പം ചെന്ന് മരുന്ന് വാങ്ങിവരികയും ഒരു ഡോസ് അപ്പോൾത്തന്നെ ഫിലിപ്പിന് നൽകുകയും ചെയ്തു. അതിന് ശേഷം പരിപൂർണ വിശ്രമം ഉപദേശിച്ച് അവിടെനിന്നും പോയി. ഇത് വൈകുന്നേരവും അടുത്തദിവസങ്ങളിലും ആവർത്തിച്ചു.

നോറയും ഇതേ ശ്രദ്ധ അവന്റെ കാര്യത്തിൽ കാണിച്ചു. ഗ്രിഫിത്തിന് ഫിലിപ്പിന്റെ അതേ പ്രായമായിരുന്നു. എങ്കിലും അവന്റെ പ്രവർത്തനങ്ങളിലെ സൂക്ഷ്മതയും മാതൃത്വപരമായ ശ്രദ്ധയും ഫിലിപ്പ് വല്ലാതെ ഇഷ്ടപ്പെട്ടു. അവൻ ബുദ്ധിയുള്ള പരോപകാരിയായ ഒരു വ്യക്തിയായിരുന്നു. അവന്റെ ഏറ്റവും വലിയ സവിശേഷത അവൻ പ്രകടിപ്പിക്കുന്ന ഊർജസ്വലതയും അത് മറ്റുള്ളവരിലേക്ക് സന്നിവേശിപ്പിക്കാനുള്ള കഴിവുമാണ്. ഫിലിപ്പിന് ഇത്തരം കാര്യങ്ങളൊക്കെ അന്യമായിരുന്നു. ഫിലിപ്പിന്റെ കൊച്ചുമുറിയിലിരുന്ന് അവനെ പരിചരിക്കുന്നത് ഗ്രിഫിത്തിന് സന്തോഷമുള്ള കാര്യമായി തോന്നി. ഹാവാർഡിന് അവനെ ഇഷ്ടപ്പെടാൻ പറ്റിയില്ല. പക്ഷേ ലാസൺ അവനെ അവന്റെ ചിത്രത്തിന് പാത്രമാക്കി. അവർക്ക് വ്യക്തതയില്ലാത്ത പല കാര്യങ്ങളെപ്പറ്റിയും അവർ ചർച്ച ചെയ്യാറുണ്ടായിരുന്നു. അവർ പുതുതായി പരിചയപ്പെട്ട മകാലിസ്റ്റർ എന്ന ആൾ സ്റ്റോക് ബ്രോക്കറാണെന്നറിഞ്ഞപ്പോൾ അവർ സന്തോഷിച്ചു. അടുത്തിടെ ഒരു ഷെയർ വാങ്ങി സൂക്ഷിക്കാത്തതിനാൽ തനിക്ക് നഷ്ടമായ വലിയൊരു സൗഭാഗ്യത്തെപ്പറ്റി അയാൾ അവരോട് പറഞ്ഞു. തനിക്ക് സ്വന്തമായി കുറച്ച് പണമുണ്ടാക്കാൻ പറ്റിയിരുന്നെങ്കിലെന്ന് അപ്പോഴാണ് ഫിലിപ്പ് ചിന്തിക്കാൻ തുടങ്ങിയത്. അങ്ങനെയെങ്കിൽ ശൈത്യകാലത്ത് നോറയ്ക്ക് വളരെ അത്യാവശ്യമായ ഒരു രോമക്കുപ്പായം വാങ്ങി നൽകാമായിരുന്നുവെന്ന് അവൻ ചിന്തിച്ചു. കാരണം അവളുടെ സാന്നിധ്യം അവന്റെ ജീവിതത്തിൽ വളരെയേറെ മാറ്റങ്ങൾ ഉണ്ടാക്കുകയും സന്തോഷം നൽകുകയും ചെയ്തിരിക്കുന്നു.

ഒരു ദിവസം ആശുപത്രിയിൽ നിന്നും കുളിക്കാനും വസ്ത്രം മാറാനുമായി അവൻ റൂമിൽ വന്നപ്പോൾ വീട്ടുടമസ്ഥ അവനുവേണ്ടി വാതിൽ തുറന്നുകൊടുത്തുകൊണ്ട് പറഞ്ഞു:

"നിങ്ങളെ കാണാനായി ഒരു സ്ത്രീ കാത്തിരിക്കുന്നുണ്ട്."

"എന്നെയോ!" ഫിലിപ്പ് ആശ്ചര്യപ്പെട്ടു

അയാൾ ആശ്ചര്യപ്പെട്ടു. അത് നോറയാകാനേ സാധ്യതയുള്ളൂ. അവൾ എന്തിനായിരിക്കും അവിടെ വന്നതെന്ന് എത്ര ആലോചിച്ചിട്ടും അവന് മനസിലായില്ല.

"ഞാൻ അവളെ അകത്ത് കയറിയിരിക്കാൻ അനുവദിച്ചു. അവൾ നിങ്ങളെ കാണാതെ അസ്വസ്ഥയാകുന്നതായി തോന്നി. ഞാൻ അവളോട് കാത്തിരിക്കാൻ പറഞ്ഞു." വീട്ടുടമസ്ഥ പറഞ്ഞു.

വീട്ടുടമസ്ഥയുടെ വിശദീകരണത്തിനിടയിൽ വാതിൽ തള്ളിത്തുറന്ന് അവൻ അകത്ത് കടന്നു. അവൻ ആകെ വിഷമത്തിലായി. അത് മിൽഡ്രിസ് ആയിരുന്നു. അവൾ ഇരിക്കുകയായിരുന്നു. അവനെ കണ്ടപ്പോൾ എഴുന്നേറ്റ് നിന്നു. അവൾ അവനടുത്തേക്ക് വരുകയോ സംസാരിക്കുകയോ ചെയ്തില്ല. താൻ എന്താണ് പറയുന്നത് എന്നുപോലും മനസിലാകാത്ത വിധം അസ്വസ്ഥനായിരുന്നു അവൻ.

"നിനക്ക് എന്താണ് വേണ്ടത്?" അവൻ ചോദിച്ചു

അവൾ ഒന്നും പറയാതെ കരയാൻ ആരംഭിച്ചു. എന്താണ് ചെയ്യേണ്ടതെന്നറിയാതെ ഫിലിപ്പ് വിഷമിച്ചു. അവിടെ നിന്നും ഇറങ്ങിപ്പോയാലോ എന്ന ഒരു തോന്നലുണ്ടായി അവന്.

"നിന്നെ ഇനി ഒരിക്കലും കാണാനിടവരരുതെന്നാണ് ഞാൻ ആഗ്രഹിച്ചിരുന്നത് " അവസാനം അവൻ പറഞ്ഞു.

"മരിച്ചിരുന്നെങ്കിലെന്നാണ് ഞാൻ ആഗ്രഹിച്ചത് " അവൾ മോങ്ങി. അവൾ നിൽക്കുന്നിടത്തുതന്നെ തുടരാൻ അനുവദിച്ചു ഫിലിപ്പ് അവളെ. അവന് ചെറിയ തോതിൽ വിറയൽ അനുഭവപ്പെട്ടു. അവൻ അവളെ നോക്കി. എന്നിട്ട് നിരാശനായി ചോദിച്ചു;

"എന്താ നിന്റെ പ്രശ്നം" അവൻ ചോദിച്ചു

"എമിൽ–എന്നെ വിട്ട് പോയിരിക്കുന്നു."

ഫിലിപ്പിന്റെ ഹൃദയം മുറിവേറ്റു. അവൻ അവളെ അങ്ങേയറ്റം സ്നേഹിച്ചിരുന്നുവെന്ന് അവനറിയാമായിരുന്നു. അവൻ അവളെ സ്നേഹിക്കുന്നത് അവസാനിപ്പിച്ചിരുന്നില്ല. അവൾ അവന്റെ മുന്നിൽ വിനയത്തോടും അനുകൂലമായും നിൽക്കുകയാണ്. അവളെ കൈകളാൽ വരിഞ്ഞ് കണ്ണീരണിഞ്ഞ മുഖം ചുംബനം കൊണ്ട് മൂടാൻ അവൻ ആഗ്രഹിച്ചു. എത്രകാലമായി തമ്മിൽ വേർപിരിഞ്ഞിട്ട്. എങ്ങനെയാണ് ഈ വേർപാട് താൻ സഹിച്ചുതീർത്തതെന്നും അവന് മനസിലായില്ല.

"നീ ഇരിക്കൂ, ഞാൻ നിനക്ക് കുടിക്കാൻ തരാം."

അവൻ ഞെരിപ്പോടിനടുത്തായി കസേര വലിച്ചിട്ടു. അവൾ അതിൽ ഇരുന്നു. അവൻ അവൾക്കായി വിസ്കിയും സോഡയും കലർത്തിക്കൊടുത്തു. തേങ്ങിക്കൊണ്ട് അവൾ അത് കുടിച്ചു. വിഷാദം കലർന്ന കണ്ണുകളോടെ അവൾ ഫിലിപ്പിനെ നോക്കി. അവയ്ക്കടിയിലായി നീണ്ട കറുത്ത വരകൾ ഉണ്ടായിരുന്നു. അവളെ അവസാനം കണ്ടതിനെക്കാൾ മെലിഞ്ഞു. വിളറിയുമിരിക്കുന്നതായി അവനുതോന്നി.

"നീ ചോദിച്ചപ്പോൾ എനിക്ക് നിന്നെ വിവാഹം ചെയ്താൽ മതിയായിരുന്നു" അവൾ പറഞ്ഞു.

ഈയൊരു അഭിപ്രായ പ്രകടനം തന്റെ ഹൃദയത്തെ അലിയിക്കുന്നത് എന്തുകൊണ്ടാണെന്ന് ഫിലിപ്പിന് മനസിലായില്ല. അവന് അവളിൽനിന്നും അകന്ന് നിൽക്കാൻ കഴിഞ്ഞില്ല. അവൻ അതിനായി ഏറെ

പരിശ്രമിച്ചെങ്കിലും അവന്റെ കൈകൾ അവളുടെ ചുമലിൽ വെച്ചുകൊണ്ട് അവൻ പറഞ്ഞു;

"നീ ഇത്തരം വിഷമത്തിലായതിൽ എനിക്ക് അതിയായ ദു:ഖമുണ്ട്" അവൾ തന്റെ തല അവന്റെ മാറിൽ ചായ്ച്ച് ഉച്ചത്തിൽ കരഞ്ഞു. അവളുടെ തൊപ്പി അവൾ എടുത്തുമാറ്റി. അത്തരത്തിൽ അവൾക്ക് കരയാൻ കഴിയുമെന്ന് ഒരിക്കൽപ്പോലും അവൻ കരുതിയിരുന്നില്ല. അവൻ അവളെ വീണ്ടും വീണ്ടും ചുംബിച്ചു. അത് അവളെ തെല്ല് സമാധാനിപ്പിച്ചതായി തോന്നിച്ചു.

"നീ എല്ലായ്പ്പോഴും എന്നോട് കരുണ കാണിച്ചിട്ടുണ്ട്. അതിനാലാണ് ഞാൻ ഇങ്ങോട്ട് പോരാൻ തീരുമാനിച്ചത്" അവൾ പറഞ്ഞു.

"എന്താണ് സംഭവിച്ചതെന്ന് എന്നോട് പറയൂ" അവൻ ആവശ്യപ്പെട്ടു.

"ഓ, എനിക്ക് വയ്യ, എനിക്ക് വയ്യ" അവന്റെ കൈകളിൽനിന്നും മോചനം നേടിക്കൊണ്ട് അവൾ ഉച്ചത്തിൽ പറഞ്ഞു

"എന്നോട് പറയാൻ പറ്റാത്തതായി നിനക്ക് ഒന്നുമില്ലെന്ന് നിനക്കറിയില്ലേ ? ഒന്നിനും ഞാൻ നിന്നെ ഒരിക്കലും കുറ്റം പറയില്ല." അവൻ ആവർത്തിച്ചു. അവൾ തന്റെ കഥ തേങ്ങലിനിടയിൽ കുറെശ്ശെ കുറെശ്ശെയായി പറഞ്ഞു.

"കഴിഞ്ഞ തിങ്കളാഴ്ച അവൻ ബെർമിങ്ഹാമിലേക്ക് പോയതാണ്. ചൊവ്വാഴ്ച തിരിച്ചുവരുമെന്ന് എന്നോട് ഉറപ്പുപറഞ്ഞതുമാണ്. പക്ഷേ അവൻ ഇതുവരെ വന്നില്ല. ഞാൻ അവന് കത്തയച്ചെങ്കിലും അവൻ മറുപടി അയച്ചില്ല. ഞാൻ അവനെ അന്വേഷിച്ച് ചെന്നാൽ നിയമപരമായി നേരിടുമെന്നാണ് പറഞ്ഞിരിക്കുന്നത്."

"അത് അസംബന്ധമാണ്, ഒരു പുരുഷനും തന്റെ ഭാര്യയോട് അങ്ങനെ പെരുമാറരുത്. നിങ്ങൾ തമ്മിൽ വല്ല വഴക്കും ഉണ്ടായിരുന്നോ?" ഫിലിപ്പ് അവളോട് ചോദിച്ചു

തലേ ദിവസം ഒരു വഴക്കുണ്ടായിരുന്നുവെന്ന് അവൾ സമ്മതിച്ചു.

"ഒരു കാര്യം ചെയ്യാം. എന്റെ അച്ഛന്റെ നിയമപരമായ കാര്യങ്ങൾ നോക്കിനടത്തിയ ഒരു വക്കീലുണ്ട്, അയാൾക്ക് ഞാനൊരു കത്തുതരാം." ഫിലിപ്പ് അവളോട് പറഞ്ഞു. കൂടാതെ ചെലവിലേക്കായി തലേദിവസം മാറിയ ചെക്കിൽനിന്നും കുറച്ച് പണവും അവൾക്ക് നൽകി. പോകാൻ നേരം അവൾ ചോദിച്ചു; "നിങ്ങൾക്ക് എന്നോട് ഇപ്പോഴും പ്രേമമുണ്ടോ?"

"മുമ്പത്തേത് പോലെതന്നെ." അവൻ പറഞ്ഞു. അവൾ ചുണ്ടുകൾ ക്രമപ്പെടുത്തി. അവൻ അവളുടെ ചുണ്ടുകളിൽ ചുംബിച്ചു.

അവൾ അവിടെനിന്നും പോയി. ഏതാണ്ട് രണ്ട് മണിക്കൂറോളം അവൾ അവിടെ ചെലവഴിച്ചിരുന്നു. അവന് അങ്ങേയറ്റം സന്തോഷം തോന്നി. ഈ സമയമൊന്നും അവൻ നോറയെപ്പറ്റി ഓർത്തിരുന്നില്ല. കുറച്ചുകഴിഞ്ഞപ്പോൾ അവന് ഒരു ടെലഗ്രാം കിട്ടി. വല്ല പ്രശ്നവുമുണ്ടോ എന്ന് നോറയുടെ അന്വേഷണമായിരുന്നു അത്. അവൻ തിരിച്ച് ഒരു

ടെലഗ്രാം ചെയ്തു. ക്ഷമിക്കണം, എഴുന്നേൽക്കാൻ പറ്റിയില്ല, ഫിലിപ്പ്. അവൻ അവളെപ്പറ്റി അൽപ്പനിമിഷം ചിന്തിച്ചു. അടുത്ത ദിവസവും അവൻ ഒരു ടെലഗ്രാം ചെയ്തു. ക്ഷമിക്കണം വരാൻ പറ്റില്ല. എഴുതും. അന്ന് വൈകുന്നേരം നാലുമണിക്ക് വരുമെന്ന് മിൽഡ്രിഡ് പറഞ്ഞിരുന്നു. അവൾ കൃത്യസമയത്ത് തന്നെ എത്തി. അവൻ വക്കീലിന്റെ കാര്യം ചോദിച്ചു. അവൾ ഒഴിഞ്ഞുമാറുകയാണ് ചെയ്തത്. നിക്സന്റെ കൂടെ അവൾ പോയി എന്നല്ലാതെ അവർതമ്മിൽ വിവാഹിതരായിരുന്നില്ല. നിക്സണ് ഭാര്യയും മൂന്ന് കുട്ടികളുമുണ്ടായിരുന്നു. അവൾക്ക് അമ്മായിയുടെ അടുത്തോ മറ്റൊരിടത്തോ പോകാനില്ലെന്നും അതിനാലാണ് ഇവിടെ വന്നതെന്നും അവൾ പറഞ്ഞു. പക്ഷേ, ഇന്നത്തെ അവസ്ഥയിൽ അവളോട് സഹതപിക്കുകയല്ലാതെ പ്രേമിക്കാനോ ഒരുമിച്ച് താമസിക്കാനോ ഫിലിപ്പ് തയാറായില്ല. അവളുടെ കൈവശമുള്ള പണത്തെപ്പറ്റി ചോദിച്ചപ്പോൾ തലേ ദിവസം ഫിലിപ്പ് കൊടുത്ത പണത്തിൽ അൽപ്പം മിച്ചമുണ്ടെന്നാണ് പറഞ്ഞത്. അതുകൊണ്ട് അവൾക്ക് മുൻപ് താമസിച്ച വാടകയിനത്തിലുള്ള കടം വീട്ടണമെന്നും ഒരു ജോലി തരപ്പെടുത്തുന്നതുവരെ നിലനിന്നു പോകണമെന്നും അവൾ പറഞ്ഞു. അവൾ ഗർഭിണിയാണെന്നും മാർച്ചോടെ പ്രസവമുണ്ടാകുമെന്നും അറിഞ്ഞപ്പോൾ ഫിലിപ്പിന് എന്തെന്നില്ലാത്ത വിഷമം തോന്നി. അവളെ അകലത്തുള്ള പാർപ്പിടത്തിൽ നിന്നും അവിടെ അടുത്തുള്ള ഒരു ചെറിയ വാടകമുറിയിലേക്ക് താമസിപ്പിക്കാൻ തീരുമാനിച്ചു അവൻ.

മുപ്പത്തിനാല്

അടുത്ത ദിവസം ഫിലിപ്പ് നോറയെ കാണാൻ ചെന്നു. അവനെ കണ്ടപ്പോൾ അവൾ ആഹ്ലാദചിത്തയായി. എവിടെയായിരുന്നുവെന്നും എന്തുകൊണ്ടാണ് വന്ന് കാണാതിരുന്നതെന്നും അവൾ ചോദിച്ചു. അവൾ അവനെ കാണാതിരുന്നത് അവൾ ഒരു പുതിയ പ്രസാധകരുമായി ചേർന്ന് ഒരു നോവലെറ്റ് എഴുതുന്ന തിരക്കിലായിരുന്നതിനാലാണെന്നും അത് വഴി അവൾക്ക് അൽപ്പം പൈസ കൂടുതൽ കിട്ടുമെന്നും അവൾ അറിയിച്ചു.

അവളുടെ കണ്ണുകളിൽ വല്ല വിഷാദവും ഒളിഞ്ഞിരിക്കുന്നുണ്ടോ എന്നറിയാനായി അവൻ ഒളികണ്ണിട്ട് നോക്കി. അവനെ കണ്ടതിനാൽ അവൾ അതീവ സന്തുഷ്ടയായി കാണപ്പെട്ടു. അവളോട് നടന്ന കാര്യങ്ങൾ പറയാതിരിക്കാൻ അവന് കഴിഞ്ഞില്ല. അവനായി അവൾ ബ്രഡ് വാട്ടിയെടുത്ത് കൊണ്ടുവന്ന്, എന്നിട്ട് ഒരു കൊച്ചുകുട്ടിക്കെന്നപോലെ മുറിച്ച് തീറ്റിച്ചു. അതിനുശേഷം മറ്റ് വിശേഷങ്ങൾ ആരാഞ്ഞു. മിൽഡ്രിസിനുവേണ്ടി എന്ത് ചെയ്തെന്നും അവളെ ഇനി എന്താണ് ചെയ്യാൻ ഉദ്ദേശിക്കുന്നതെന്നും അവൾ ചോദിച്ചു. അന്വേഷണങ്ങൾക്കിടയിലും സ്നേഹപ്രകടനങ്ങൾ തുടർന്നുകൊണ്ടിരുന്നു. അവളെ ചുംബിക്കാനായി

അവൾ ഫിലിപ്പിനെ നിർബന്ധിച്ചു. എന്നിട്ട് അവനെ ഒരു കസേരയിൽ ഇരുത്തി മടിയിൽ കയറിയിരുന്നു. അവന് വേദന തോന്നുമെന്ന് കരുതി ചാടിയിറങ്ങി. അവൻ പോകാനായി എഴുന്നേറ്റു.

"നമുക്ക് നാളെ വീണ്ടും കാണാം" അവൾ പറഞ്ഞു.

അവൻ നാളെ മിൽഡ്രിഡിനെ താമസസ്ഥലം മാറുന്ന കാര്യത്തിൽ സഹായിക്കാൻ തീരുമാനിച്ചിരുന്നെങ്കിലും അത് അവളോട് പറയാൻ അവൻ ഭയപ്പെട്ടു. നാളെ ഒരു ടെലഗ്രാം അയയ്ക്കാമെന്ന് കരുതി അവൻ. അതിനുശേഷം അവൻ അവിടെനിന്നും ഇറങ്ങി. അടുത്ത പ്രഭാതത്തിലാണ് മിൽഡ്രിസ് ആ മുറി കണ്ടത്. അവളെ അവൻ അവിടേക്ക് കൂട്ടിവരികയായിരുന്നു. വഴിക്ക് വാഹനത്തിൽ ഫിലിപ്പ് നോറ. വഴിക്ക് വെച്ച് അവിചാരിതമായി കാണാതിരിക്കാനായി ഒതുങ്ങിയിരിക്കുകയായിരുന്നു. മിൽഡ്രിസിന് അവളുടെ ഡ്രസുകളും അത്യാവശ്യസാധനങ്ങളുമൊക്കെയായി രണ്ട് തകരപ്പെട്ടി നിറയെ സാധനങ്ങളുണ്ടായിരുന്നു വാഹനത്തിൽ കയറ്റാൻ. അവൻ മിൽഡ്രിഡുമായി യാത്രചെയ്യുന്നതിൽ സന്തുഷ്ടനായിരുന്നു. അവിടെയെത്തിയതിൽ പിന്നെ സാധനങ്ങളൊക്കെ ഒരുക്കിവെക്കുന്നതിലും അവൾക്ക് ഇത്തരം ഒരു താവളമൊരുക്കാൻ കഴിഞ്ഞതിലും അവൻ സന്തോഷിച്ചു.

"നീ എന്നെ സ്നേഹത്താൽ നശിപ്പിക്കും " അവന്റെ വിരലുകൾക്കിടയിലൂടെ വിരലോടിച്ചുകൊണ്ട് അവൾ പറഞ്ഞു. അവളുടെ കൈവശം മണ്ണിന്റെ പൂപ്പാത്രങ്ങൾ ഉണ്ടായിരുന്നു. അവൻ അതിലേക്ക് പൂക്കൾ വാങ്ങിക്കൊടുക്കാമെന്നേറ്റു. അവൻ അവളുടെ കൈകൾ കവർന്ന് ചുംബിച്ചു. ഞാൻ വെളിയിലൊന്നും പോകാനുദ്ദേശിക്കുന്നില്ലെന്നും വസ്ത്രം മാറ്റി ഒരു ഗൗൺ അണിയാമെന്നാണ് തോന്നുന്നത് എന്നും പറഞ്ഞ് അവനെ ഒരു സ്ത്രീയെന്നപോലെ കരുതി അവളുടെ വസ്ത്രത്തിന്റെ പിറകിലെ ഹുക്ക് അഴിക്കാനായി അവനുനേരെ തിരിഞ്ഞുനിന്നു. വിറയാർന്ന കൈകളാലെ അവൻ വസ്ത്രത്തിന്റെ പിറകിലെ ഹുക്കുകൾ കൊളുത്തിൽനിന്നും വേർപെടുത്തി.

"ഞാൻ റസ്റ്റോറണ്ടിൽ വന്ന ആ ദിവസം ഇത്തരമൊരു പ്രവൃത്തി നിനക്കായി ചെയ്യുമെന്ന് ഞാൻ ഒരിക്കലും കരുതിയിട്ടില്ല." അവൻ വിവശനായി പറഞ്ഞു. "ആരെങ്കിലുമൊരാൾ ഇത് ചെയ്യണം." അവൾ ഉത്തരം പറഞ്ഞു.

അവൾക്കായി ചായയൊരുക്കി. അവളെ സോഫയിൽ കിടക്കാനനുവദിച്ച് തനിക്ക് വളരെ പ്രധാനപ്പെട്ട ഒരു കാര്യത്തിന് പോകാനുണ്ടെന്ന് പറഞ്ഞ് അവൻ അവിടെനിന്നും ഇറങ്ങി. അന്ന് വൈകുന്നേരം നോറയുടെ അടുത്തെത്താമെന്ന് അവൻ ഉറപ്പ് പറഞ്ഞിരുന്നു. അതുകൊണ്ട് അവളുടെ അടുത്തുചെന്ന് വിവരമന്വേഷിച്ച് പെട്ടെന്ന് തിരിച്ചെത്തണമെന്നുറപ്പിച്ച് അവൻ അവിടെനിന്നും പുറപ്പെട്ടു. അവന് വളരെയേറെ തിരക്കുണ്ടെന്നും ഉടനെ മടങ്ങണമെന്നും പറഞ്ഞപ്പോൾ നോറയുടെ മുഖമിരുണ്ടു.

"എന്തേ? എന്താണ് ഇത്ര വലിയ തിരക്ക്." അവൾ ചോദിച്ചു. അവന് എന്ത് പറയണമെന്ന് അറിയാതെയായി. മിൽഡ്രിഡിനെ അപരിചിതമായ

സ്ഥലത്ത് ഒറ്റയ്ക്ക് നിർത്തുന്നതിൽ അവന് ഉൽക്കണ്ഠയുണ്ടായിരുന്നു. നോറയ്ക്കാണെങ്കിൽ അന്ന് രാത്രി അവളോടൊപ്പം ഡിന്നറിന് ഫിലിപ്പ് കൂടെ ഉണ്ടാവണമെന്ന നിർബന്ധവും. അവസാനം അവൻ നോറയുടെ അടുത്തുനിന്നും സമ്മതം വാങ്ങി മറ്റുകാര്യങ്ങളൊന്നും അവളെ അറിയിക്കാതെ അവിടെനിന്ന് മടങ്ങി.

അവൻ വഴിക്കുവെച്ച് ഗ്രിഫിത്തിനെ കണ്ടു. സംസാരിച്ച കൂട്ടത്തിൽ അവൻ അകപ്പെട്ട ധർമസങ്കടത്തെപ്പറ്റി പറഞ്ഞു.

"ഒരു സ്ത്രീയുമായി ഒരു പ്രേമബന്ധത്തിലേർപ്പെടുക എന്നാൽ വളരെ എളുപ്പമുള്ള കാര്യമാണ്, പക്ഷേ അതിൽനിന്നും ഒഴിവാക്കി കിട്ടുക എന്നതാണ് ഏറെ ബുദ്ധിമുട്ട്. " അവന്റെ അഭിപ്രായം പറഞ്ഞു. ഫിലിപ്പ് തന്റെ പ്രവൃത്തികളിൽ വ്യാപൃതനാവുകയും തന്റെ മുന്നിലുള്ള പ്രതിസന്ധി അധികമാരുമായും ചർച്ചചെയ്യാതെ ഒരു വിധം ഭംഗിയായി കൈകാര്യം ചെയ്തുപോരുകയും ചെയ്തു. ഇടയ്ക്കൊക്കെ അവന് നോറയുടെ ടെലഗ്രാമും കത്തുകളും കിട്ടിക്കൊണ്ടിരുന്നു. അതിലെ പ്രധാന ആവശ്യം അവന്റെ സാന്നിധ്യമായിരുന്നു. കാത്തിരിപ്പിന്റെ മുഷിച്ചിൽ അനുഭവിക്കാതിരിക്കാൻ അവൻ അതിനനുസരിച്ച് അവിടെ ഓടിയെത്തി. ഇല്ലാത്ത തിരക്ക് അഭിനയിച്ച് തിരിച്ചുപോന്നു. മിൽഡ്രിഡിന് അത്തരം ആഗ്രഹങ്ങളും ആവശ്യങ്ങളുമില്ലെങ്കിലും അവളെ തനിച്ചാക്കി വിട്ടുനിൽക്കാൻ അവന്റെ അഭിമാന ബോധവും അവളോടുള്ള അടങ്ങാത്ത അനുരാഗവും അവനെ സമ്മതിച്ചില്ല.

മാസങ്ങൾ കടന്നുപോയി. മിൽഡ്രിഡിനെ അവൻ വീട്ടുടമസ്ഥയുടെ നിർദേശപ്രകാരം ഒരു ലേഡീ ഡോക്ടറെ കാണിച്ചു. അവിടെ ഫീസ് അൽപ്പം കൂടുതലാണെങ്കിലും അതുകൊണ്ട് അതിന്റേതായ ഗുണം ഉണ്ടാകുമെന്ന് അവൻ അനുമാനിച്ചു. മിൽഡ്രിഡ് പണത്തെപ്പറ്റി ഓർമിപ്പിക്കുമ്പോൾ അവൻ അതിനെ പ്രതിരോധിച്ചു. അവൾക്കുവേണ്ടി പണം ചെലവഴിക്കുന്നതിൽ അവന് ഒരു സ്വകാര്യ അഭിമാനം തന്നെയുണ്ടായിരുന്നു. അങ്ങനെ അവൾ ഒരു കുഞ്ഞിന് ജന്മം നൽകി.

മുപ്പത്തിയഞ്ച്

മൂന്നാഴ്ചയ്ക്ക് ശേഷം മിൽഡ്രിഡ് ബ്രിഗ്ടണിലേക്ക് പോകുന്നതാണ് ഫിലിപ്പ് കണ്ടത്. അവിടെ അവളുടെ ഭർത്താവുമൊന്നിച്ച് താമസിച്ചതിനടുത്തായി ഒരു താമസസ്ഥലം കണ്ടെത്താനും, കുട്ടിയെ സംരക്ഷിക്കാൻ തയാറുള്ളവരുടെ കൈകളിലേൽപ്പിച്ച് പണം നൽകാനും പഴയ കമ്പനിയിലെ ഏതെങ്കിലുമൊരു റസ്റ്റോറണ്ടിൽ ജോലി കണ്ടെത്താനും തീരുമാനിച്ചായിരുന്നു അവൾ പുറപ്പെടാൻ തയാറായത്. പക്ഷേ, ഫിലിപ്പിന് കുട്ടിയെ എവിടെയെങ്കിലും വളർത്താൻ ഏൽപ്പിക്കുന്നതിനോട് തെല്ലും യോജിക്കാനായില്ല കാരണം അത്തരം സ്ഥലങ്ങളിൽ ചിലത് പണം മാത്രം ലക്ഷ്യമാക്കി കുഞ്ഞുങ്ങളോട് മോശമായി പെരുമാറാറുണ്ടെന്ന് അവൻ മനസിലാക്കിയിരുന്നു. അതിന്റെ പേരിൽ ഫിലിപ്പ് അവളോട് സംസാരിച്ചപ്പോൾ അവൾ പറഞ്ഞു;

"കുട്ടിയുടെ പിതാവ് നിങ്ങളാണെന്നപോലെ സംസാരിച്ച് വേണ്ടാത്ത പ്രശ്നങ്ങളൊന്നും ഉണ്ടാക്കേണ്ട."

കുട്ടിയെ മക്കളില്ലാത്ത വല്ലവരെയും ഏൽപ്പിക്കണമെന്നും അവരുടെ അടുത്ത് മറ്റു കുട്ടികളൊന്നും ഉണ്ടാവരുതെന്നും അവൻ പറഞ്ഞു. ട്രെയിൻ പുറപ്പെടാൻ നേരം അവൻ മിൽഡ്രിഡിനെ ചുംബിച്ചു. നീ നിന്റെ പരീക്ഷകളിൽ ശ്രദ്ധിക്കണമെന്ന് അവൾ പറഞ്ഞു.

പരീക്ഷകളിൽ ശ്രദ്ധിക്കണമെന്ന ആവശ്യം മുമ്പത്തേക്കാൾ ഗൗരവമായി അവനും തോന്നി. പണത്തിന്റെ ആവശ്യം കൂടുകയും കൈവശമുള്ള ശേഖരം കുറയുകയും ചെയ്തപ്പോൾ ഇനിയും പഠിപ്പിനായി കൂടുതൽ കാലവും പണവും ചെലവാക്കാൻ പറ്റില്ലെന്ന് അവൻ ചിന്തിച്ചുറച്ചു. അതിനാലും അവൾ മടങ്ങി വരികയാണെങ്കിൽ അവൾക്ക് പറയാനുള്ളത് പുച്ഛത്തോടെ പറയുന്ന അവളുടെ രീതിയോടുള്ള പ്രതിഷേധത്താലും നന്നായി പഠിച്ച് മറ്റ് പല കുട്ടികളും ചില വിഷയങ്ങളിൽ തോറ്റെങ്കിലും അവൻ വിജയിക്കുക തന്നെ ചെയ്തു.

റൂമിൽ തിരിച്ചെത്തിയപ്പോൾ മിൽഡ്രിഡിന്റെ ഒരു കത്ത് ഫിലിപ്പ് കണ്ടു. ബ്രിഗ്ടണിൽ ഒരാഴ്ചകൂടെ തങ്ങുന്നതാണ് നല്ലതെന്ന് എഴുതിയിരുന്നു അതിൽ. കുട്ടിയെ നോക്കാൻ ഒരു സ്ത്രീയെ കണ്ടെത്തിയെന്നും ആഴ്ചയിൽ അവൾക്ക് ഏഴ് ഷില്ലിങ് നൽകണമെന്നും അവൾ അറിയിച്ചു. ഫിലിപ്പിനോട് പണം ആവശ്യപ്പെടുന്നത് അവൾ ഇഷ്ടപ്പെട്ടില്ല. ഫിലിപ്പിന് അവളുടെ കത്ത് വർധിച്ച നിരാശയാണ് പരീക്ഷയ്ക്ക് ശേഷമുള്ള നല്ല മാനസികാവസ്ഥയിൽ സമ്മാനിച്ചത്.

"ഞാൻ അവളെ സ്നേഹിച്ചതിന്റെ നാലിലൊന്ന് അവൾ എന്നെ സ്നേഹിച്ചിരുന്നെങ്കിൽ അവൾക്ക് എന്നെ പിരിഞ്ഞ് അധിക ദിവസം നിൽക്കുന്നതിനെപ്പറ്റി ചിന്തിക്കാൻ കഴിയുമായിരുന്നില്ല" അവൻ നെടുവീർപ്പിട്ടു.

അടുത്ത ദിവസം അവൻ മറുപടി എഴുതി. അവൾക്ക് അൽപ്പം പണവും അയച്ചുകൊടുത്തു. അതിൽ അടുത്ത വാരാന്ത്യത്തിൽ അവൻ അവളെ കാത്തിരിക്കുമെന്ന് എഴുതിയിരുന്നു. അങ്ങനെ ഞായറാഴ്ച അവൾ തിരികെ വന്നു.

"നിനക്ക് എന്നെ കാണുന്നതിഷ്ടമാണോ?" ഹൃദയത്തിൽ പ്രേമം അലതല്ലിക്കൊണ്ടിരിക്കുന്ന അവസ്ഥയിൽ അവൻ ചോദിച്ചു.

"തീർച്ചയായും എനിക്കിഷ്ടമാണ് നീയത് ചോദിക്കേണ്ടതില്ല."

അതിനിടയിൽ ഗ്രിഫിത്ത് അവൾക്ക് സ്നേഹാന്വേഷണം അറിയിച്ചിട്ടുണ്ടെന്ന് ഫിലിപ്പ് പറഞ്ഞു. അവരുടെ സ്വകാര്യ സംഭാഷണത്തിൽ ഗ്രിഫിത്തിനെ ഉൾപ്പെടുത്തിയതുകൊണ്ടെന്നോണം അവൾ ആ സംഭാഷണം ദീർഘിപ്പിച്ചില്ല. അവൻ ഗ്രിഫിത്ത് അവനോട് രഹസ്യമായിരിക്കണമെന്ന് പറഞ്ഞ് വെളിപ്പെടുത്തിയ പല സാഹസിക കാര്യങ്ങളും അവളോട് പറഞ്ഞിട്ടുണ്ടായിരുന്നു. അവനെ രോഗശയ്യയിൽ പരിചരിച്ചതിനാലും ഹൃദ്യമായ പെരുമാറ്റത്തിനാലും അവന് മിൽഗ്രിഡിനെ ഗ്രിഫിത്തുമായി പരചയപ്പെടുത്തണമെന്ന് തോന്നി.

മിൽഡ്രിഡ് ആഴ്ചയിലൊരു ദിവസം വരുകയും തിരിച്ചുപോവുകയും ചെയ്യുന്നതിനിടയിൽ ഒരു ദിവസം ഉച്ചഭക്ഷണത്തിന് ഫിലിപ്പ് ഗ്രിഫിത്തിനെയും ക്ഷണിച്ചു. അവന്റെ സംസാരവും ചേഷ്ടകളും മിൽഡ്രിഡിന് വളരെ ഇഷ്ടപ്പെട്ടു. തന്റെ ഭാര്യ നിരുപദ്രവകരമായ രീതിയിൽ മറ്റുള്ളവരുമായി കൊഞ്ചുന്നത് കാണുന്നതിഷ്ടപ്പെടുന്ന ഭർത്താവിനെപ്പോലെ ഫിലിപ്പ് അവിടെ മാറിയിരുന്നു. കുറച്ചു കഴിഞ്ഞപ്പോൾ ഫിലിപ്പ് ചിന്തിക്കാൻ തുടങ്ങി. തന്റെ സാന്നിധ്യത്തിൽ വാക്കുകൾക്ക് പിശുക്ക് കാണിക്കുന്ന മിൽഡ്രിഡ് ഇപ്പോൾ വാക്കുകൾ സരസമായി മൊഴിഞ്ഞ് നിമിഷങ്ങളെ സന്തോഷപൂർണമാക്കുകയാണ്. അവന് അസ്വസ്ഥത അനുഭവപ്പെട്ടു. അന്ന് രാത്രി അവൻ നന്നായി മദ്യപിച്ചു.

ഭക്ഷണത്തിനുശേഷം അവർ ഒരു സംഗീതശാലയിലേക്ക് പോയി. മിൽഡ്രിഡ് അവരുടെ രണ്ടുപേരുടേയും നടുവിലായി ഇരുന്ന് ബോധപൂർവം കൈ ഗ്രിഫിത്തിന് നൽകി. ഫിലിപ്പിന് ഒരു മനോവിഷമം തോന്നി. അവന് സംശയവും ക്രോധവും പുച്ഛവും ഒക്കെ തോന്നിയെങ്കിലും അവൻ അതെല്ലാം മറച്ചുവെച്ചു. അവൻ സ്വയം ശിക്ഷിക്കാനുള്ള വ്യഗ്രതയിൽ അവരെ തനിച്ചാക്കി അവിടെനിന്നും മാറിനിൽക്കാനും അവിടെ നടക്കുന്നത് കാണാനും ആഗ്രഹിച്ചു. തനിക്ക് വല്ലതും കുടിക്കണമെന്ന് പറഞ്ഞ് അവിടെനിന്നും എഴുന്നേറ്റുപോയി ബാൽക്കണിയിലെ ഒരു വെന്റിലേഷനിൽ കൂടെ അവിടേക്ക് ഒളിച്ചുനോക്കി. അവർ സ്ക്രീനിലേക്ക് നോക്കുന്നത് നിർത്തി പരസ്പരം പുഞ്ചിരിക്കുകയായിരുന്നു. അവന്റെ അസാന്നിധ്യത്തിൽ അവർ പരസ്പരം ആഹ്ലാദിക്കുന്നതാണ് അവൻ കണ്ടത്. അവൻ തിരിച്ചുചെന്നപ്പോൾ അസ്വസ്ഥതയുടെ ഒരംശം മിൽഡ്രിസിന്റെ മിഴികളിൽ അവൻ കണ്ടു.

"നീ സ്വർഗത്തിലെ കട്ടുറുമ്പായല്ലോ" അവൻ തിരിച്ചുവന്നപ്പോൾ ഗ്രിഫിത്ത് തമാശരൂപേണ പറഞ്ഞു. മടക്കയാത്രയിൽ അവരൊന്നിച്ച് ഒരു കൊച്ചു വാഹനത്തിൽ യാത്രചെയ്തെങ്കിലും ഫിലിപ്പ് ഒന്നും മിണ്ടിയില്ല. അവളെ വീട്ടിലാക്കി മടങ്ങുമ്പോൾ ഫിലിപ്പ് ഗ്രിഫിത്തിനോട് ചോദിച്ചു:

"നീ മിൽഡ്രിഡുമായി പ്രേമത്തിലാണോ?"

"ഞാനോ?" ഇതാണോ ഇന്ന് വൈകുന്നേരത്തെ ഏറ്റവും വലിയ ഫലിതം. ഇല്ല സുഹൃത്തേ തിർച്ചയായും ഇല്ല."

"നിനക്ക് വേറെയും ധാരാളം സ്ത്രീകളെ കിട്ടും, അവളെ എന്നിൽ നിന്നും എടുക്കരുത്. അത് എന്റെ മൊത്തം ജീവിതമാണ് ഞാൻ തകർന്നുപോകും." അവൻ തേങ്ങിപ്പോയി.

"നിനക്കെന്നെ വിശ്വസിക്കാം എന്റെ ഭാഗത്ത് നിന്ന് ഒന്നുമുണ്ടാവില്ല." ഗ്രിഫിത്ത് പറഞ്ഞു.

അടുത്ത ദിവസങ്ങളിൽ തന്റെ സാന്നിധ്യത്താൽ മിൽഡ്രിഡിനെ കൂടുതൽ ബോറടിപ്പിക്കാതിരിക്കാൻ ഫിലിപ്പ് ശ്രദ്ധിച്ചു. ഒരു ദിവസം അവൻ അവളോട് ചോദിച്ചു, "നീ ഗ്രിഫിത്തിനോട് വല്ലാതെ കൊഞ്ചിക്കുഴയുന്നത് കണ്ടല്ലോ."

"എനിക്കവനോട് പ്രേമമാണെന്ന് ഞാൻ നിന്നോട് പറഞ്ഞിരുന്നില്ലേ" അവൾ പറഞ്ഞു.

"പക്ഷേ അവന് നിന്നോട് പ്രേമമില്ലെന്നാണ് അവൻ പറഞ്ഞത്."

പക്ഷേ തലേ ദിവസം അവൾക്ക് ഗ്രിഫിത്തിൽ നിന്നും ലഭിച്ച ഒരു കത്ത് അവൾ കാണിച്ചുകൊടുത്തു. അതിൽ അവളോടൊപ്പം ഭക്ഷണം കഴിക്കാനുള്ള താൽപ്പര്യത്തെപ്പറ്റി എഴുതിയിരുന്നു.

"അവൻ പൂമ്പാറ്റയെപ്പോലെയാണ്. നീ അവനെ ശ്രദ്ധിക്കണം. അവനെ ഇവിടേക്ക് കൂട്ടിക്കൊണ്ടുവന്ന ഞാൻ ഒരു വിഡ്ഢിയാണ്. അവൻ ചുറുചുറുക്കുള്ളവനാണ്. ഞാനാണ് വിഡ്ഢി." ഫിലിപ്പ് പറഞ്ഞുകൊണ്ടിരുന്നു.

"എനിക്കൊന്നുമറിയില്ല, നിങ്ങൾക്ക് നിങ്ങളുടേതായ ലോകത്ത് ജീവിക്കാം. ഞാൻ എന്ത് ചെയ്യണമെന്നാണ് നിങ്ങൾ കരുതുന്നത്" അവൾ ചോദിച്ചു. മിൽഡ്രിഡ് അവനെ അനുസരിക്കാൻ ഒരുക്കമായിരുന്നില്ല. അവൾക്ക് ഗ്രിഫിത്തിനോടൊപ്പം ഭക്ഷണം കഴിച്ചേ മതിയാകൂ എന്ന വാശിയായിരുന്നു. അതായിരുന്നു അവളുടെ ശീലവും. അവൾ ഫിലിപ്പിനോട് തോന്നിയ നീരസം തെല്ലും മറച്ചുവെക്കാതെ അനിഷ്ടം മുഴുവൻ വെട്ടിത്തുറന്ന് പറയുകയും ആശ്രയത്വം ഉണ്ടായത് ദാരിദ്ര്യത്തിലാണെന്ന് വെളിവാക്കുകയും ഗ്രിഫിത്തിന്റെ സംരക്ഷണമുണ്ടാകുമെന്ന് പ്രത്യാശിക്കുകയും ചെയ്തു.

അന്ന് രാത്രി ഫിലിപ്പ് മെഡിക്കൽ കോളേജിന്റെ വായനാമുറിയിൽ ഏറെനേരം പല പത്രങ്ങളും വായിച്ച് ചെലവഴിച്ചു. സ്വയം ഒരു വിഡ്ഢിയാവേണ്ടിവന്നതിൽ വളരെയേറെ വിഷമിച്ചു. മുറിയിലെത്തി വാതിലടച്ച് കട്ടിലിൽ കയറി കണ്ണടച്ചു കിടന്നു.

അടുത്ത ദിവസം രാവിലെ വാതിലിൽ മുട്ടുന്ന ശബ്ദം കേട്ട് ഫിലിപ്പ് ചെന്ന് വാതിൽ തുറന്നപ്പോൾ മുന്നിലായി മിൽഡ്രിഡ് നിൽക്കുന്നു. അവൻ വരുന്നത് കണ്ടിട്ടും അവൾ അവിടെനിന്നും ചലിച്ചില്ല. തന്റെ വികൃതിക്ക് ശിക്ഷ കിട്ടിയ പട്ടിക്കുട്ടിയെപ്പോലെ തന്റെ യജമാനനുമായി ചങ്ങാത്തം കൂടാൻ ഒതുങ്ങി പതുങ്ങി നിന്നു അവൾ.

"ഞാൻ കഴിഞ്ഞ ദിവസം ഗ്രിഫിത്തുമൊത്ത് ഭക്ഷണം കഴിച്ചു" അവൾ പറഞ്ഞു. ശനിയാഴ്ച ഞാൻ നിന്നോടൊപ്പം വരണമെങ്കിൽ ഞാൻ വരാം."

അത് കേട്ടപ്പോൾ അവന്റെ അതുവരെയുള്ള കോപമെല്ലാം അലിഞ്ഞില്ലാതായി.

അവൾ തുടർന്നു, "നീ നല്ലൊരു സുഹൃത്താണെന്ന് അവൻ പറഞ്ഞിരുന്നു. അവന് മൂക്കോളം കടങ്ങളുണ്ടെന്നും അവന് തന്നെ സംരക്ഷിക്കാനാവില്ലെന്നും, നീ നേരെചൊവ്വെ ജിവിക്കുന്ന ഒരു മാന്യനാണെന്നും നീ പലപ്പോഴും അവനെപ്പോലും സാമ്പത്തികമായി സഹായിച്ചിട്ടുണ്ടെന്നും അതിനാൽ അവനെ വെറുതെ വിടണമെന്നും പറഞ്ഞു." ഇത്രയൊക്കെ ക്ഷമിക്കുകയും സൗകര്യങ്ങൾ ചെയ്തുകൊടുക്കുകയും ചെയ്തിട്ടും ഒരു ദിവസം ആരെയും അറിയിക്കാതെ റൂമിലുള്ള സാധനങ്ങളെല്ലാം എടുത്ത് മിൽഡ്രിസ് അവിടെനിന്നും പോയി.

ഫിലിപ്പിന് അത് വളരെയേറെ പ്രയാസമുണ്ടാക്കി. അവൾക്ക് അൽപ്പം പോലും സഹതാപമോ സ്നേഹമോ, മര്യാദയോ ഉണ്ടായിരുന്നില്ല. അവളോടുള്ള അനുരാഗത്തെ മറികടക്കാൻ ആവില്ലെന്ന് അവൻ കരുതി. പക്ഷേ സമയമെല്ലാം പരിഹരിക്കുമെന്ന് പിന്നീടവൻ ചിന്തിച്ചു. അവൻ അമ്മാവന് ടെലഗ്രാം ചെയ്യുകയും ബ്ലാക്സ്റ്റേബിളിലേക്ക് മടങ്ങിപ്പോവുകയും ചെയ്തു. പോകുമ്പോൾ അവന് കുറേയേറെ മനപ്രയാസങ്ങൾ നൽകി ആ മുറി ഒഴിവാക്കാനും തീരുമാനിച്ചു. കുറെദിവസം അവൻ അമ്മാവനോടൊപ്പം പുരോഹിത ഗൃഹത്തിൽ താമസിച്ചു. അവിടെയുള്ള മുറികളിൽ നല്ലത് തന്നെയാണ് അവന് കൊടുക്കാറ്. അവിടെ നിന്ന് നോക്കിയാൽ പുൽമേടുകളും അതിനു പിറകിലായുള്ള കുന്നിൻചെരുവുകളും മറ്റുമടങ്ങുന്ന ഹൃദ്യമായ കാഴ്ച അവന്റെ മനസിന്റെ സ്വസ്ഥത തിരിച്ചുപിടിക്കുന്നതിൽ അവനെ വളരെയേറെ സഹായിച്ചു.

മുപ്പത്തിയാറ്

പഠനത്തിന്റെ അടുത്ത ഘട്ടത്തിന്റെ ആരംഭത്തിന് രണ്ട് ദിവസം മുമ്പ് തന്നെ ഫിലിപ്പ് ലണ്ടനിൽ എത്തി. അവൻ മുറിക്കായി നോക്കിനടന്ന് ഒന്ന് കണ്ടുപിടിച്ചു. അവന്റെ കൈവശം കരുതിയ പുസ്തകങ്ങളും മരസാധനങ്ങളും അവനതിൽ ഒതുക്കി. ഒരു മുറി അടുക്കളയുടെ ആവശ്യത്തിനായി മാറ്റിവെച്ചു. അവിടെ താമസിച്ചതിനുശേഷം അവന്റെ പാരീസിൽ വെച്ചുള്ള സുഹൃത്തുക്കളായ ലാസണേയും ഹാവാർഡിനേയും അവൻ മുറിയിലേക്ക് ക്ഷണിച്ചു. അന്ന് രാത്രി അവർ ഒരു കുപ്പി വിസ്കിയുമായി അവിടെയെത്തി. സംഭാഷണത്തിനിടയിൽ അവന്റെ മറ്റൊരു കൂട്ടുകാരനിൽനിന്നും അവന് പരിചയപ്പെടാൻ കഴിഞ്ഞ നോറാനെസ്ബിറ്റിനെപ്പറ്റി അവർ പറയുകയുണ്ടായി. “ഫിലിപ്പിന്റെ വിശേഷങ്ങൾ അവൾ അന്വേഷിച്ചിട്ടുണ്ടായിരുന്നു” ലാസൺ പറഞ്ഞു.

ഇടയ്ക്കൊക്കെ ഫിലിപ്പ് നോറയെപ്പറ്റി ചിന്തിച്ചിട്ടുണ്ടായിരുന്നു. അവൾ വളരെ ഹൃദ്യമായി അവനോട് പെരുമാറിയെങ്കിലും അവൻ അവളോട് ദുർമുഖം കാണിക്കുകയാണുണ്ടായത്. അന്ന് രാത്രി അവർ രണ്ട് പേരും പിരിഞ്ഞതിന് ശേഷം ഫിലിപ്പ് അവർ നൽകിയ സുഖകരമായ നിമിഷങ്ങളെ ഓർത്ത് കിടന്നു. പിന്നീട് ഇത്രയും നാൾ അനുഭവിച്ച ദുരന്തചിത്രങ്ങളും അവന്റെ മനസിന്റെ തിരശ്ശീലയിൽ തെളിഞ്ഞുവന്നു. അതെല്ലാം തുടച്ചുമാറ്റി ഇനിയുള്ള ദിനങ്ങൾ സന്തോഷപ്രദമാക്കാൻ അവനുറച്ചു. പക്ഷേ അടുത്ത ദിവസം ചായയുടെ നേരത്ത് നോറ വീട്ടിലുണ്ടാകുമെന്ന് അവനുറപ്പുള്ള സമയത്ത് അതിലെ കടന്നുപോകുമ്പോൾ അവൻ അവളുടെ വീടിന്റെ വാതിലിൽ മുട്ടി. അവൾക്ക് തന്നോട് ക്ഷമിക്കാൻ പറ്റുമോ? അവൻ ചിന്തിച്ചു. വാതിൽ തുറന്ന് ഒരു ആയ വന്നു. അവൻ അവളോട് പറഞ്ഞു “നോറയോട് കാരിയെ കാണാൻ ഇഷ്ടമുണ്ടോ എന്ന് ചോദിക്കാമോ?”

അൽപ്പസമയത്തിന് ശേഷം അവൾ ഫിലിപ്പിനെ മുകളിൽ നോറയുടെ മുറിക്ക് മുന്നിലെത്തിച്ചു.

"അകത്തേക്ക് വരൂ," പരിചിതമായ ഹൃദ്യമായ ഒരു ശബ്ദം അവൻ കേട്ടു. അവൻ അകത്തേക്ക് പ്രവേശിച്ചപ്പോൾ അവൾ മുന്നോട്ടുവന്ന് കൈപിടിച്ച് കുലുക്കി കഴിഞ്ഞ ദിവസം പിരിഞ്ഞവരെപ്പോലെ സ്വീകരിച്ചു. അടുത്തായി ഒരാൾ നിൽക്കുന്നുണ്ടായിരുന്നു. അവൾ പരിചയപ്പെടുത്തി. "ശ്രീ കാരി – ശ്രീ കിങ്സ്ഫോർഡ്."

ഇതിന് മുമ്പ് അവൻ ആ പേര് കേട്ടിരുന്നില്ല.

"ആരാണ് കിങ്സ്ഫോർഡ്" ഫിലിപ്പ് ചോദിച്ചു.

"ഞാൻ വിവാഹം കഴിക്കാൻ പോകുന്ന വ്യക്തിയാണ്" അവൾ പറഞ്ഞു. എന്ത് പറയണമെന്നറിയാതെ ഫിലിപ്പ് കുറച്ചുനേരം കൂടെ അവിടെ ഇരുന്നു. അതിനുശേഷം അവിടെനിന്നിറങ്ങി സാവകാശം തന്റെ റൂമിന് നേരെ നടന്നു. അവൻ നിരാശനായിരുന്നു. ദൈവം തന്നോട് വളരെ പ്രായോഗികമായ ഒരു തമാശ കാണിച്ചിരിക്കുന്നു. നിർദാക്ഷിണ്യം അവൻ അവനെത്തന്നെ ചിരിച്ച് പരിഹസിച്ചു. അവനവന്റെ തന്നെ അസംബന്ധമോർത്ത് ഊറിച്ചിരിക്കുക എന്നത് ഒരു നല്ല ശീലമല്ലെങ്കിലും ആ പഠനകാലത്തിന്റെ അവസാനത്തോടെ ഫിലിപ്പിന് പുറത്തുനിന്ന് വരുന്ന രോഗികളെ നോക്കുന്ന ചുമതല കിട്ടി. പിന്നീട് സർജറി മുറിയിലെ രോഗികളെ പരിചരിക്കുന്ന ആളായി. ഫിലിപ്പ് ജീവിതത്തിൽ മൂല്യങ്ങൾ ഉയർത്തിപ്പിടിക്കാൻ പരമാവധി ശ്രമിച്ചു. ജോലിക്കിടയിലും അത് നിലനിർത്താൻ ആഗ്രഹിച്ചു.

ഒരു ഞായറാഴ്ച പട്ടണത്തിൽ പ്രദർശനം നടത്തുന്ന പിക്കാഡലി സർക്കസ് കാണാനായി ഫിലിപ്പ് പുറപ്പെട്ടു. അവിടേക്കുള്ള ബസ് വന്നപ്പോൾ അതിൽ ആൾത്തിരക്കായിരുന്നു. അതിനാൽ അടുത്ത ബസ് വരുന്നതുവരെ കാത്തിരിക്കാനായി അവൻ തീരുമാനിച്ചു. പെട്ടെന്ന് അവന്റെ ഹൃദയം നിശ്ചലമായതുപോലെ അവനുതോന്നി. അവൻ മിൽഡ്രിഡിനെ കണ്ടു. ആഴ്ചകളായി അവളെപ്പറ്റി ചിന്തിച്ചിരുന്നില്ല. ഷാഫ്റ്റ്സ്ബറി തെരുവിന്റെ മൂലയിൽനിന്നും മുറിച്ചുകടന്നതായിരുന്നു അവൾ. റോഡ് മുറിച്ചുകടക്കാനുള്ള അവസരം കാത്ത് മറ്റൊന്നും ശ്രദ്ധിക്കാതെ അവൾ കുറച്ചുസമയം അവിടെ നിന്നു. പിന്നീട് റോഡ് മുറിച്ചുകടന്ന് മുന്നോട്ട് നീങ്ങി. ഫിലിപ്പിന് സ്വയം നിയന്ത്രിക്കാൻ പറ്റിയില്ല. അവനും അവളുടെ പിന്നാലെ നടന്നു. അൽപ്പം മുന്നോട്ട് നടന്ന അവൾ തടിച്ച് കുറിയ ഒരു മനുഷ്യനെ കടന്നുപോവുകയും അയാളെ തിരിഞ്ഞുനോക്കി ലാസ്യഭാവത്തിൽ ചിരിക്കുകയും അവർ ഒരുമിച്ച് നടന്നുനീങ്ങുകയും ചെയ്തു. അവൾ വന്ന സ്ഥലവും അവളെ കണ്ട നേരവും അപരിചിതനൊത്ത് അവൾ കാണിച്ച ചേഷ്ടകളിൽ നിന്നും അവളുടെ ഇപ്പോഴത്തെ ജീവിതരീതി എന്താണെന്ന് അയാൾ ഊഹിച്ചു. അവളെ പിൻതുടർന്ന് അവൻ അവളുടെ കൈ തൊട്ടു.

"മിൽഡ്രിഡ്" അവൻ വിളിച്ചു

അവൾ ഞെട്ടിപ്പോയി, അവൾ ഒന്നും മിണ്ടാതെ അവനിൽനിന്നും ഒഴിഞ്ഞുമാറാൻ ശ്രമിച്ചു. അവൻ നിർബന്ധിച്ചെങ്കിലും ഒന്നും സംസാരിക്കാൻ അവൾ തയാറായില്ല. അവൻ വീണ്ടും വീണ്ടും നിർബന്ധിച്ചപ്പോൾ അവൾ സംസാരിക്കാൻ തയാറായി. ഇത്തരമൊരു ജീവിത സാഹചര്യത്തിൽ നിന്നും മാറിനിൽക്കാൻ അവളെ ഫിലിപ്പ് നിർബന്ധിച്ചു. ആവശ്യമാണെങ്കിൽ തന്റെ വീട്ടിലെ ഒരു മുറി ഒഴിഞ്ഞുകിടക്കുന്നുണ്ടെന്നും അവിടെ തനിക്ക് ഭക്ഷണമൊരുക്കി കഴിയാമെന്നും അങ്ങനെയായാൽ ഇപ്പോഴത്തെ വേലക്കാരിയെ പറഞ്ഞുവിടാമെന്നും അവൻ പറഞ്ഞു. അവസാനം അടുത്ത ദിവസം വരാമെന്ന് അവൾ സമ്മതിച്ചു. അപ്രകാരം അവൾ വരികയും അവനോടൊപ്പം അടുത്തമുറിയിൽ താമസിക്കുകയും ചെയ്തു. ഫിലിപ്പ് കുട്ടിയുടെ കാര്യത്തിലൊക്കെ കാര്യമായ ശ്രദ്ധ ചെലുത്തിപ്പോന്നു. പക്ഷേ അവളെ മനസിൽനിന്നും പൂർണമായും മാറ്റി നിറുത്തി. അവളെപ്പറ്റി ചിന്തിക്കുമ്പോൾ അവന് എമിലിനെയും ഗ്രാഫിത്തിനെയും ഓർമ വരികയും അതൊരു വിരോധമായി മാറുകയും ചെയ്യാൻ തുടങ്ങി. അവൾ കുറച്ച് നാളുകൾക്ക് ശേഷം അവനോട് അടുക്കാൻ ശ്രമിച്ചെങ്കിലും അവന്റെ സാമിപ്യം ആഗ്രഹിച്ചെങ്കിലും അവൻ ഒഴിഞ്ഞുമാറി. ഒരു രാത്രി അൽപ്പം കൂടുതലായി മദ്യപിച്ച് പോയതിനാൽ മുറിയിൽ കയറിവരാൻ ബുദ്ധിമുട്ടിയപ്പോൾ അടുത്തമുറിയിൽ രാത്രികാല വസ്ത്രത്തിലായിരുന്ന അവൾ വന്ന് സഹായിച്ചു. അന്ന് അവൾ അവന്റെ മടിയിലിരിക്കുകയും ചുണ്ടുകളിൽ ചുംബിക്കുകയും ചെയ്തെങ്കിലും അവനിൽ ഒരു മാറ്റവും ഉണ്ടായില്ല എന്നുമാത്രമല്ല ശക്തിപൂർവം അവളെ അവിടെനിന്ന് മാറ്റി ആവശ്യമുള്ളിടത്തോളം കാലം ഇന്നത്തെ നിലയിൽ അവിടെ താമസിക്കാമെന്ന് ഓർമപ്പെടുത്തി.

ഫിലിപ്പിന് പണത്തിന്റെ ആവശ്യം കൂടിക്കൂടി വന്നു. പരീക്ഷാസംബന്ധമായ കാര്യങ്ങൾക്കും മറ്റ് ഗാർഹിക ആവശ്യങ്ങൾക്കുമായി പണം കണ്ടെത്തേണ്ടി വന്നു. മിൽഡ്രിഡിനെ പഴയതുപോലെ ജോലിക്കയയ്ക്കുന്നതിനോട് അയാൾ യോജിച്ചില്ല. അവൻ കണ്ട ഏക മാർഗം സ്റ്റോക് എക്സ്ചേഞ്ചിൽ ഷെയറുകളിൽ പണം നിക്ഷേപിക്കുക എന്നതായിരുന്നു. മക്കാലിസ്റ്റർ എന്ന ഒരു സുഹൃത്ത് ആ കാര്യത്തിൽ അയാളെ ഉപദേശിക്കുകയും അയാൾ കുറച്ചധികം ഷെയറുകൾ വാങ്ങാൻ തീരുമാനിക്കുകയും ചെയ്തു. പക്ഷേ രാജ്യത്തെ അക്കാലത്തെ ചില സാഹചര്യങ്ങളുടെ ഫലമായി ഷെയറുകളുടെ വില ഇടിയുകയും ഫിലിപ്പിന് വലിയ സാമ്പത്തിക നഷ്ടം ഉണ്ടാവുകയും ചെയ്തു. കൂടാതെ ഫിലിപ്പിൽനിന്നുണ്ടായ പെരുമാറ്റം ഇഷ്ടപ്പെടാതെ മിൽഡ്രിഡ് അവിടെനിന്നും എവിടേക്കോ ഒളിച്ചുപോവുകയും ചെയ്തു.

ഫിലിപ്പ് ചെലവുകുറഞ്ഞ ഒരു മുറിയിലേക്ക് താമസം മാറുകയും ഭക്ഷണം രണ്ടുനേരമാക്കി കുറക്കുകയും ചെയ്ത് ചെലവ് കുറക്കാൻ തീരുമാനിച്ചു. അവൻ ചിലരോട് പണം കടം ചോദിക്കാൻ ആഗ്രഹിച്ചെങ്കിലും നിരസിക്കപ്പെടുമോ എന്ന ഭയത്താൽ അതിന് തയാറായില്ല. ഒരാ

ളിൽനിന്ന് പണം ചോദിച്ചു വാങ്ങിയെങ്കിലും കൊടുക്കാൻ നേരത്ത് അയാൾ ഒരാഴ്ചയ്ക്കുള്ളിൽ മടക്കിക്കൊടുക്കണമെന്ന് ഓർമപ്പെടുത്തിയതിനാൽ ഒരാഴ്ചയ്ക്കുള്ളിലെന്നല്ല രണ്ടാഴ്ചക്കുള്ളിൽ പോലും മടക്കിക്കൊടുക്കാനാവില്ലെന്നറിയാവുന്നതിനാൽ രണ്ട് ദിവസത്തിനുള്ളിൽത്തന്നെ അത് തിരിച്ചുകൊടുത്തു. അവൻ എത്തിപ്പെട്ട സാഹചര്യം അവന്റെ ഇത്രയും കാലത്തെ ജീവിതത്തിനിടയ്ക്ക് ഒരിക്കൽപ്പോലും അവൻ നേരിട്ടിട്ടില്ലാത്തതായിരുന്നു. എന്തെങ്കിലും ഒരു ജോലിചെയ്ത് വല്ലതും സമ്പാദിക്കാൻ അവൻ ആഗ്രഹിച്ചു. അവന്റെ പഠനം പൂർത്തിയാക്കിയിരുന്നെങ്കിൽ എവിടെയെങ്കിലും ഒരു ജോലി കണ്ടെത്താമായിരുന്നു. പല വൈദ്യശാസ്ത്ര പ്രസിദ്ധീകരണങ്ങളുടെയും ജോലിഒഴിവ് കോളം അവൻ വായിച്ചു. അവന്റെ മുടന്തും അവന് നാല് വർഷത്തെ പഠനം മാത്രമെയുള്ളൂ എന്നതും ഒരു ജോലികിട്ടുന്നതിൽ അവന് തടസ്സമായി. പിന്നീട് ആരെങ്കിലും സഹായിയായി ഒരാളെ തേടുന്നുണ്ടോ എന്നായി അന്വേഷണം. അതും വിജയിച്ചില്ല. ഒന്നോ രണ്ടോ തവണ ആത്മഹത്യ ചെയ്താലോ എന്ന ചിന്ത അവന്റെ മനസിനെ മഥിച്ചു. അവൻ തന്റെ അമ്മാവന് പഠന ആവശ്യങ്ങൾക്ക് എന്നും പറഞ്ഞ് കുറച്ച് പണം ആവശ്യപ്പെട്ടുകൊണ്ട് കത്തെഴുതിയെങ്കിലും അതിനു മറുപടി കണ്ടില്ല.

അവൻ വീട്ടുടമയ്ക്ക് വാടക കൊടുക്കേണ്ട ദിവസമായിരുന്നു ശനിയാഴ്ച. ആ ആഴ്ചയിൽ എന്തെങ്കിലുമൊക്കെ സംഭവിക്കുമെന്ന് അവൻ പ്രതീക്ഷിച്ചിരുന്നു. സ്വർണനാണയങ്ങളും കൊക്കയും കൊളുത്തുമെല്ലാം വിറ്റ് തീർന്ന് കുറച്ച് ചെമ്പ് നാണയങ്ങൾ മാത്രമേ അവന്റെ കൈവശമുണ്ടായിരുന്നുള്ളൂ. അത് വിറ്റാലും വാടക കൊടുത്ത് വീട്ടാൻ ഒക്കില്ല. അവളോട് പറയാനുണ്ടായിരുന്ന ഏക കാര്യം അന്ന് പണം തരാൻ പറ്റില്ല എന്നത് മാത്രമായിരുന്നു. അന്ന് രാത്രി അവൻ റൂമിന് വെളിയിൽ തങ്ങി. രാത്രി വളരെ നീണ്ടതായും വളരെ തണുപ്പുള്ളതായും അവന് തോന്നി. തനിക്ക് ഏറ്റവും നല്ലതെന്ന് തോന്നുന്നതാണ് അവൻ ഇതുവരെ ചെയ്തത്. പക്ഷേ, എല്ലാം മോശമായി വന്നിരിക്കുകയാണ്. അവനെക്കൊണ്ട് കഴിയുന്ന തരത്തിൽ അവൻ ആളുകളെ സഹായിച്ചിട്ടുണ്ട്. മറ്റാരെക്കാളും സ്വാർഥമോഹങ്ങൾക്കടിമപ്പെടാതിരിക്കാൻ ശ്രമിച്ചിട്ടുണ്ട്. നേരം പുലർന്നപ്പോൾ അവൻ അവിടെനിന്നും എഴുന്നേറ്റ് നടന്നു. പുഴ വളരെ ശാന്തമായി ഒഴുകുന്നതായി തോന്നി. എവിടെയെങ്കിലും വെള്ളം കുടിക്കുന്ന സൗകര്യം കണ്ടിരുന്നെങ്കിൽ വെള്ളം കുടിക്കണമെന്ന് കരുതി. കാരണം അവന് നന്നായി ദാഹിക്കുന്നുണ്ടായിരുന്നു. കൂടാതെ കൈയും മുഖവും കഴുകണമെന്നും അവൻ ആഗ്രഹിച്ചു. അത്തരത്തിൽ ആഗ്രഹിച്ചുകൊണ്ട് നടക്കുന്നതിനിടയിൽ കണ്ട തോട്ടത്തിൽ കുറച്ചു നേരം ഇരുന്നു. ക്ഷീണം കാരണം ഒന്ന് ചാഞ്ഞുകിടന്നു. അവൻ അവിടെക്കിടന്ന് നന്നായി ഉറങ്ങിപ്പോയി. ഉറങ്ങി എഴുന്നേറ്റപ്പോൾ നട്ടുച്ചയായിരിക്കുന്നു. അവിടെയിരുന്ന് അവൻ തന്റെ അമ്മാവനെപ്പറ്റി ഓർത്തുപോയി. അങ്ങനെ

വെള്ളം കുടിച്ചും സിഗരറ്റ് വലിച്ചും രണ്ട് ദിവസം അവൻ തോട്ടത്തിൽ ചെലവഴിച്ചു. അവന്റെ ദൃഷ്ടിയിൽപ്പെട്ട ഒരു പത്രത്താളിൽ കണ്ട ഫർണിച്ചർ ഷോപ്പിലെ അസിസ്റ്റന്റിന്റെ ജോലിക്ക് അവൻ കൂടിക്കാഴ്ചയ്ക്ക് പോകാൻ തയാറായി. വസ്ത്രം നേരെയാക്കി മുടിയൊതുക്കി അവൻ അവിടെ ചെന്നു. വ്യത്യസ്ത പ്രായത്തിൽ പെട്ട കുറച്ചുപേർ അവിടെ കൂടിക്കാഴ്ചയ്ക്കായി മുമ്പേ എത്തിയിരുന്നു. അവനും അവരുടെ കൂട്ടത്തിൽ കൂടി. അടുത്തുനിന്ന ആൾ അവനോട് ജോലിയിൽ മുൻപരിചയം വല്ലതുമുണ്ടോ എന്ന് ചോദിച്ചു.

"ഇത്തരം ഷോപ്പിൽ നിന്ന പരിചയമില്ല" എന്ന് ഫിലിപ്പ് പറഞ്ഞു

ഇത്തരം ജോലിയിൽ മുൻപരിചയമില്ലാത്തതിനാൽ അവിടെനിന്നും മടങ്ങേണ്ടിവന്നു. ആ പേപ്പർ കൈവശം വെച്ചതിനാൽ അതിൽക്കണ്ട മറ്റൊരു പരസ്യപ്രകാരം ഷോപ്പ് അന്വേഷിച്ച് ചെന്നപ്പോൾ അവിടെ ഒരാളെ ജോലിക്ക് നിറുത്തിയതായി കണ്ടു. അന്ന് ഭക്ഷണം വല്ലതും കഴിക്കണമെങ്കിൽ ലാസൺ ഭക്ഷണം കഴിക്കാൻ പോകുന്നതിന് മുമ്പ് അവന്റെ സ്റ്റുഡിയോവിൽ എത്തിച്ചേരേണ്ട അവസ്ഥയാണ് വന്നുചേർന്നിരിക്കുന്നത്. അവൻ അവിടെയെത്തി അവനോട് കുറച്ച് പണം കടം ചോദിച്ചു. ചോദിച്ചതിന്റെ പകുതിയേ കിട്ടിയുള്ളൂ. എങ്കിലും അത് വലിയ ഉപകാരമായി എന്ന് കരുതി അതും വാങ്ങി അവിടെനിന്ന് മടങ്ങി. മറ്റുള്ളവർ ചോദിക്കുന്ന ചോദ്യങ്ങൾക്ക് മറുപടിപറയാൻ മടിച്ച് അവൻ ഹോസ്പിറ്റലിൽ പോകാതായി. മുന്നറിയിപ്പില്ലാതെ പഠനത്തിൽനിന്ന് വിട്ട് നിൽക്കുന്ന ആദ്യ വിദ്യാർഥിയൊന്നുമല്ല താനെന്ന് സ്വയം സമാധാനിച്ചു. പൊതു ലൈബ്രറിയിൽ ഇരുന്ന് പത്രങ്ങൾ ഒന്നൊന്നായി വായിച്ചു തീർത്തു. കുറച്ചുകഴിഞ്ഞപ്പോൾ അക്ഷരങ്ങൾക്കും വാർത്തകൾക്കും തന്നിലൊരു സ്വാധീനവുമില്ലെന്ന് അവൻ തിരിച്ചറിഞ്ഞു. അതിനുശേഷം ഗ്രീൻ പാർക്കിൽ ചെന്ന് പുല്ലിൽ മലർന്നുകിടന്നു. ഒരു അപകടം സംഭവിച്ചിരുന്നെങ്കിൽ ആഴ്ചകളോളം ആശുപത്രിയിൽ കിടക്കാമായിരുന്നു എന്ന് പോലും അവൻ ചിന്തിച്ചു. അവിടെ കിടക്കുമ്പോൾ അവന്റെ മനസിൽ പൊലീസിനെപ്പറ്റിയുള്ള ഭയം ഉണ്ടായിരുന്നു. അപ്രകാരം അവൻ കുറെ ദിവസങ്ങൾ ചെലവഴിച്ചു.

അഭിമാനബോധം കൊണ്ട് അവൻ പോകാതിരുന്ന അവന്റെ സുഹൃത്തായ അതേനിയുടെ അടുത്ത് പോകാനും ആ കുടുംബത്തോടൊപ്പം ഉച്ചഭക്ഷണം കഴിക്കാനും അവൻ തീരുമാനിച്ചു. അതേനിയോട് അവൻ ഷെയറിൽ വന്ന നഷ്ടത്തെപ്പറ്റിയും പണത്തിന്റെ ആവശ്യത്തെപ്പറ്റിയും അതിനായി താൽക്കാലികമായ ഒരു ജോലിയെപ്പറ്റിയും പറഞ്ഞപ്പോൾ അയാൾ അവനെ ഒരു സ്റ്റോറുടമയെ പരിചയപ്പെടുത്തുകയും അവിടെ ജോലി ശരിപ്പെടുത്തിക്കൊടുക്കുകയും ചെയ്തു. അന്ന് പകലത്തെ ജോലി ആറരയായപ്പോഴാണ് തീർന്നത്. ജോലിക്കാർക്കുള്ള പാർപ്പിടം എവിടെയാണെന്ന് അയാൾക്ക് കാണിച്ചുകൊടുത്തു. ജീവിതം ഒരു വിധം സന്തോഷമായി നീങ്ങിത്തുടങ്ങി. ആഴ്ചയിലൊരിക്കൽ ജോലിക്കാരൊക്കെ ഒത്തുകൂടി സാമൂഹ്യ സായാഹ്നം ആഘോഷിക്കുകയും അതിൽ

ഓരോരുത്തരും ഓരോരോ പരിപാടികൾ അവതരിപ്പിക്കുകയും മാസത്തിലൊരിക്കൽ ശമ്പളം കൊടുത്ത് ജോലിക്കാരെയൊക്കെ സ്ഥാപനത്തോട് കൂറുള്ളവരാക്കി മാറ്റുകയും അതുവഴി വളരെ നല്ല ഒരു ജോലി അന്തരീക്ഷം സൃഷ്ടിക്കുകയും ചെയ്തു. ഫിലിപ്പ് ദാരിദ്ര്യത്തിൽനിന്നും കുറെശ്ശെയായി വിടുതൽ നേടി.

മുപ്പത്തിയേഴ്

ജീവിതത്തിൽ കടുത്ത യാഥാർഥ്യങ്ങളിൽ നിന്നും ഞെരുക്കങ്ങളിൽ നിന്നും മോചനം നേടാൻ അവിടത്തെ ജോലി അവനെ സഹായിച്ചു. ജീവിതത്തിൽ തന്റെ കൈയിൽ നിന്നും ഒഴുകിപ്പോയതിനെപ്പറ്റി അവൻ ചിന്തിച്ചുപോയി. ഇനി ഒരുമിച്ചൊരു പണം കിട്ടാൻ സാധ്യതയുള്ളത് തന്റെ അമ്മാവന്റെ മരണശേഷമാണെന്നുള്ള കാര്യവും അവൻ ഓർത്തു. അങ്ങനെയാണെങ്കിൽ അവന് കുറെ പണം കിട്ടുമെന്നും അതുകൊണ്ട് മെഡിക്കൽ പഠനം പൂർത്തിയാക്കാമെന്നും അവനുറച്ചു. അതിനായി അമ്മാവന്റെ മരണത്തിനായിപ്പോലും അവൻ ആശിച്ചു. അയാൾ എത്രകാലം കൂടെ ജിവിക്കുമെന്നവൻ വെറുതെ കണക്കുകൂട്ടിനോക്കി. അയാൾക്ക് ഇപ്പോൾ എഴുപത് വയസായിരിക്കുന്നു. അയാൾക്ക് ബ്രോങ്കൈറ്റിസിന്റെ അസുഖവുമുണ്ട്. അതിനാൽ എല്ലാ ശൈത്യകാലത്തും ശക്തമായ ചുമയുണ്ടാവാറുണ്ട്. വാർധക്യകാലത്തെ ബ്രോങ്കൈറ്റിന്റെ സ്ഥിതിയെപ്പറ്റി അവൻ വൈദ്യശാസ്ത്രഗ്രന്ഥങ്ങളിൽ എഴുതിയതിനെപ്പറ്റി ആവർത്തിച്ച് വായിച്ചുനോക്കി. ഒരു നല്ല ശൈത്യകാലം ഒത്തുകിട്ടിയാൽ തന്നെ വൃദ്ധൻ മരണപ്പെട്ടേക്കാമെന്ന് അവന് തോന്നി. അവൻ ആത്മാർഥമായും അതിശൈത്യത്തിനും മഴയ്ക്കുമായി ആഗ്രഹിച്ചു. അമ്മാവന് ഉഷ്ണകാലവും പ്രയാസമേറിയതായിരുന്നു എന്ന കാര്യം അവൻ ഓർമിച്ചു. ഏത് ദിവസവും ദുഖത്തിൽ പൊതിഞ്ഞ സന്തോഷമുൾക്കൊള്ളുന്ന ഒരു ടെലഗ്രാം വന്നേക്കാമെന്ന് അവൻ പ്രതീക്ഷിച്ചു. അത്തരമൊരു കത്ത് വരികയാണെങ്കിൽ താൻ എന്ത് ചെയ്യുമെന്ന് അവൻ കണക്കുകൂട്ടി. പെട്ടെന്ന് തന്നെ ജോലി ഉപേക്ഷിക്കും മുൻകൂട്ടി വിവരം അറിയിക്കുകയൊന്നുമില്ല. പെട്ടിയൊതുക്കി കൂടെയുള്ളവരോട് ഒരക്ഷരം പറയാതെ അവിടെനിന്നും സ്ഥലം വിടും. എന്നിട്ട് നേരെ ആശുപത്രിയിലേക്ക് മടങ്ങും.

ഞാൻ കാര്യമായി വല്ലതും മറന്നിട്ടുണ്ടാകുമോ? അവൻ സ്വയം ചോദിച്ചു. ആറ് മാസം കൊണ്ട് താൻ അതൊക്കെ പഠിച്ചെടുക്കും. സൂതികാ ശാസ്ത്രവും വൈദ്യവും ശസ്ത്രക്രിയയും താൻ പഠിക്കും. അതിനിടയിൽ അമ്മാവന്റെ സ്വത്തുക്കൾ പള്ളിക്കോ ഇടവകക്കോ എഴുതിവെച്ചേക്കുമോ എന്ന ഭയപ്പെടുത്തുന്ന ചിന്തയും അവന്റെ മനസിലുണ്ടായി.

ആ ചിന്ത ഫിലിപ്പിനെ ഏറെ അസ്വസ്ഥനാക്കി. അയാൾക്ക് അത്ര മാത്രം ക്രൂരനാവാൻ കഴിയില്ല. ഒരാൾക്ക് ആശയില്ലെങ്കിൽ അയാൾ ഭയപ്പെടേണ്ടതില്ല. അഥവാ അയാൾ അങ്ങനെ ചെയ്യുകയാണെങ്കിൽ ആത്മഹത്യയല്ലാതെ മറ്റ് മാർഗമില്ലെന്നും അതിനായി വേദനയറിയാത്ത എന്ത് മരുന്നാണ് ലഭിക്കുകയെന്നും, അത് എവിടെനിന്നാണ് ലഭിക്കുകയെന്നും അവൻ ചിന്തിച്ചു. ജോലിയും ചിന്തയുമായി ദിവസങ്ങൾ കടന്നുപോയി. ഇടയ്ക്കെന്നോ പരിചിതമായ ഒരു കത്ത് പഴയ അഡ്രസിൽ വന്നതറിഞ്ഞ് ചെന്നുനോക്കിയപ്പോൾ അത് മിൽഡ്രിഡിന്റേതായിരുന്നു. അവളോടുള്ള കോപത്താൽ അത് കീറിനുറുക്കി പുഴയിലൊഴുക്കി. എങ്കിലും അവളെയും കുട്ടിയെയും പറ്റി അറിയാനുള്ള ഉൽക്കണ്ഠ അവന്റെ മനസിനെ മഥിച്ചു. അഡ്രസിൽ പറഞ്ഞ സ്ഥലം കണ്ടുപിടിച്ച് അവിടെ എത്തിയപ്പോൾ അവൾ തൊണ്ടയ്ക്ക് കാര്യമായ ഏതോ അസുഖവുമായി ഇടുങ്ങിയ ഒരു മുറിയിൽ വൃത്തിഹീനമായ ചുറ്റുപാടിൽ കാര്യമായ ചികിൽസയൊന്നുമില്ലാതെ കിടക്കുന്നതാണ് കണ്ടത്. കത്തിൽ താൻ അന്വേഷിക്കുന്നത് പണത്തിന് വേണ്ടിയല്ലെന്നും സൂചിപ്പിച്ചിരുന്നു. ഇപ്പോൾ ഒരു വൈദ്യവിദ്യാർഥി എന്ന നിലയ്ക്കുള്ള അവന്റെ അറിവായിരുന്നു അവൾക്കാവശ്യം. അവൾ ഹോസ്പിറ്റലിൽ പോകാൻ മടിച്ചിരുന്നു. അവൻ അവളെ പരിശോധിച്ച് ആവശ്യമായ മരുന്നുകൾ എഴുതിക്കൊടുത്തു. ഒരുമിച്ച് ഭക്ഷണം കഴിച്ച് ഒരു ഡോസ് മരുന്നും കഴിപ്പിച്ചു. അവിടെനിന്നും തിരിച്ചിറങ്ങി. അവളുടെ ജീവിതസാഹചര്യങ്ങൾ മനസിലാക്കാനായി സ്വന്തം താമസസ്ഥലത്തേക്ക് പോകാതെ അടുത്ത തെരുവിന്റെ ഒരു മൂലയിലായി കാത്തിരുന്നു. മരുന്ന് കഴിച്ച് ക്ഷീണം മാറി തലപൊക്കാമെന്നായപ്പോൾ രാത്രികാല തെരുവിന്റെ ആകർഷകമാകുന്ന വസ്ത്രവും ധരിച്ച് അവൾ അവിടെനിന്ന് ഇറങ്ങുന്നതും അടുത്ത ഹോട്ടലിന് നേരെ നടക്കുന്നതും കണ്ടു. ഇത് അവനെ അങ്ങേയറ്റം ബുദ്ധിമുട്ടിക്കുകയും അവൻ ചെന്ന് അവളുടെ കൈ പിടിക്കുകയും ചെയ്തു. തന്റെ അപഥ സഞ്ചാരം കണ്ടുപിടിക്കപ്പെട്ടതിന്റെ വിഷമത്തിൽ അവൾ അവനുമായി അവിടെവെച്ച് കലഹിച്ചു. തന്റെ മാന്യതയ്ക്ക് അൽപ്പം പോലും അംഗീകാരം അവളുടെ ഭാഗത്തുനിന്ന് ലഭിക്കില്ല എന്ന് തിരിച്ചറിഞ്ഞ ഫിലിപ്പ് അവളെ അവളുടെ പാട്ടിന് വിട്ട് അവിടെനിന്നും ഒരിക്കൽക്കൂടെ വിഡ്ഢിയായി തിരിച്ചുനടന്നു. അവളുടെ കുട്ടി ഒരു വർഷം മുമ്പ് മരണപ്പെട്ടിരുന്നെന്നും അവൻ മനസിലാക്കി. തന്റെ മനസിന്റെ തരളിത ഭാവത്തെ പഴിച്ചുകൊണ്ട് ഫിലിപ്പ് തന്റെ ജോലികളിൽ വ്യാപൃതനായി. ഗോവണി കയറി മുകളിലേക്ക് വരുന്ന ഉപഭോക്താക്കളെ സ്റ്റോറിന്റെ വിവിധ ഭാഗങ്ങളിലേക്ക് അവരുടെ ആവശ്യങ്ങൾ ചോദിച്ചറിഞ്ഞ് വഴി പറഞ്ഞ് കൊടുക്കുന്ന ജോലി അവൻ തുടർന്നുകൊണ്ടിരുന്നു. ഇടയ്ക്കൊക്കെ കാലിന്റെ അടിഭാഗത്തുനിന്നും വേദനയുണ്ടാകുമെങ്കിലും ഒരു ജോലി തരപ്പെട്ടു വരുന്നതുവരെ താൻ അനുഭവിച്ച കഷ്ടപ്പാടുകളെക്കുറിച്ചോർക്കുമ്പോൾ അതെല്ലാം നിസ്സാരമാണ് എന്ന് കരുതി അവൻ

സഹിച്ചു. കൂടാതെ മറ്റേതെങ്കിലും ഓഫീസിലേക്ക് പത്രത്തിൽ പരസ്യം കൊടുക്കുമ്പോൾ അതിനോട് പ്രതികരിച്ച് വന്നെത്തുന്ന തൊഴിലില്ലാത്തവരുടെ എണ്ണം കാണുമ്പോൾ ഈ ജോലി ഒഴിവാക്കിയാലുള്ള തന്റെ അവസ്ഥ എന്തായിരിക്കുമെന്ന് അവൻ ഓർക്കും. അപ്പോൾ അത്തരം അശുഭചിന്തകൾ മനസിൽ നിന്ന് താനെ ഓടിയൊളിക്കും.

മുപ്പത്തിയെട്ട്

ആ വർഷത്തെ ക്രിസ്തുമസ് വ്യാഴാഴ്ചയായതിനാൽ കട ഏതാണ്ട് നാല് ദിവസത്തോളം അടഞ്ഞു കിടന്നു. ഫിലിപ്പ് ആ അവധിക്ക് ബ്ലാക്സ്റ്റേബിളിലേക്ക് പോകാൻ തീരുമാനിച്ചു. അവൻ പുരോഹിത ഗൃഹത്തിലെത്തിയപ്പോൾ അമ്മാവൻ വളരെ ക്ഷീണിതനായി കാണപ്പെട്ടു. അദ്ദേഹത്തെ ബൈബിൾ ചൊല്ലിക്കേൾപ്പിക്കാനും മറ്റുമായി ഇപ്പോഴത്തെ വികാരി അവിടെ വരുകയും അദ്ദേഹം മരണത്തെ വളരെയധികം ഭയപ്പെടുന്നതായും കാണപ്പെട്ടു. മരണം അനശ്വരതയിലേക്കുള്ള യാത്രയാണെന്ന് വിശ്വസിച്ച പുരോഹിതന് അനശ്വരത ഇഷ്ടമല്ലേ എന്ന് പോലും ഫിലിപ്പിന് തോന്നിപ്പോയി. അവസാനം ഒരു പുലർകാലത്ത്, പക്ഷികൾ ചിലയ്ക്കാൻ ആരംഭിച്ച നേരത്ത്, അമ്മാവൻ അവന്റെ പേര് വിളിക്കുന്നത് അവൻ കേട്ടു. അവൻ അദ്ദേഹത്തിന്റെ മുറിയിലേക്ക് ചെന്നു. അവിടെ അയാൾ കട്ടിലിൽ ചാരികിടന്ന് വേദനയനുഭവിക്കുന്നത് പോലെ തോന്നി. നെറ്റിയിൽ വിയർപ്പുകണങ്ങളുണ്ടായിരുന്നു. ഫിലിപ്പ് വളരെ ജിജ്ഞാസയോടെ അമ്മാവനെ നോക്കി നിന്നു. അവൻ ഒരുമരണം നേരിൽ കാണുകയാണോ എന്ന് തോന്നിപ്പോയി. അബോധാവസ്ഥയിലേക്ക് വഴുതിവീഴുന്ന ഒരു വ്യക്തിയിൽ മനുഷ്യന്റേതായ വികാരവിക്ഷുബ്ധതകളൊന്നുമില്ലാതെ നിശ്ശബ്ദം ആരോടോ പോരടിക്കുന്നതായി അവന് തോന്നി. ചിലപ്പോൾ ഒരു മർമശബ്ദം തുറന്നുവെച്ച വായിൽ നിന്നു വന്നതുപോലെ തോന്നിച്ചു. പെട്ടെന്ന് ഒരു ചിലമ്പിച്ച പോലുള്ള ശബ്ദം കേട്ടു. അത് അങ്ങേയറ്റം ഭയപ്പെടുത്തുന്നതായിരുന്നു. അയാളുടെ കാൽപ്പാദം തൊട്ട് ഒരു ചലനം ദർശിച്ചതുപോലെ തോന്നി. ആ പ്രായം ചെന്ന മനുഷ്യൻ മരിക്കുകയായിരുന്നു. ഒരു യന്ത്രത്തിന്റെ പ്രവർത്തനം നിലച്ചിരിക്കുന്നു. സംസ്കാര ചടങ്ങുകൾക്ക് ശേഷം ഒസ്യത്ത് എഴുതി ഏൽപ്പിച്ചിരുന്ന ജോഷ്യഗ്രേവ്സ് ഫിലിപ്പിനെ വിളിച്ചു കാര്യങ്ങൾ വിശദീകരിച്ചു. അദ്ദേഹത്തിന്റെ പേരിലുള്ള പണവും ഷെയറുകളും ഭദ്രമായി ഫിലിപ്പിനെ ഏൽപ്പിച്ചു. അതിനുശേഷം ഒരു ഉപദേശവും നൽകി:

"ജനങ്ങൾക്ക് തിന്നുകയും കുടിക്കുകയും ആഹ്ലാദിക്കുകയും വേണം, ജനങ്ങൾ അത്യാവശ്യമെന്ന് കരുതുന്ന കാര്യങ്ങളിൽ മാത്രം പണം ചെലവഴിച്ചാൽ നീ സുരക്ഷിതനായിരിക്കും."

കുറച്ച് ദിവസങ്ങൾക്കുശേഷം അവൻ ലണ്ടനിലേക്ക് മടങ്ങി. രണ്ട് വർഷത്തോളം നീണ്ട അലച്ചിലിനൊടുവിൽ സെന്റ് ലൂക്ക് ഹോസ്പിറ്റ

ലിന്റെ പ്രധാന മുറിയിലേക്ക് കയറി. സെക്രട്ടറി അവനെക്കണ്ടപ്പോൾ കാര്യങ്ങൾ അന്വേഷിച്ചു. കൂടുതൽ വിശദീകരിക്കാതെ കൂടുതൽ ചോദ്യങ്ങൾ നേരിടാതെ ഒരു വിധം അവൻ അവിടെ നിന്നും തലയൂരി. അവന് ആദ്യം എഴുതേണ്ടിയിരുന്ന പരീക്ഷ സൂതികാശാസ്ത്രത്തിന്റേതായിരുന്നു. കൂടാതെ സ്ത്രീ രോഗങ്ങളെപ്പറ്റിയും ഉള്ള പരീക്ഷയും എഴുതണമായിരുന്നു. അതിനാവശ്യമായ ഒരുക്കങ്ങൾ ചെയ്ത് വളരെ ഗൗരവമായി പ്രായോഗിക പരീക്ഷയെയും മറ്റു പരീക്ഷകളെയും നേരിട്ടു. അവന്റെ ഹൃദയം നിറഞ്ഞു. ഇനിമുതൽ ഒരു പുതിയ ജീവിതം തുടങ്ങാമെന്ന് അവൻ ആഗ്രഹിച്ചു. തന്റെ ഭൂതകാലത്തെ തെറ്റിൽ നിന്നും പോരായ്മകളിൽനിന്നും ബലഹീനതകളിൽനിന്നും മോചിതമായ ഒരു പുതിയ ജീവിതം. ഒഴുകിക്കൊണ്ടിരിക്കുന്ന നദി ഒരു പ്രതീകമെന്നോണം എല്ലാം കഴിഞ്ഞുപോയി എന്ന് ഓർമപ്പെടുത്തി.

തന്റെ അമ്മാവന്റെ വീടും സ്ഥലവും ലേലം ചെയ്യാനായി ഒരു ദിവസം ഫിലിപ്പ് ബ്ലാക്സ്റ്റേബ്ളിയിലേക്ക് പോയി. അവിടെ നിന്നും ടെർക്കാൻബറിയിലെ തന്റെ പഴയ വിദ്യാലയം കാണണമെന്ന് തോന്നിയതിനാൽ അവൻ അങ്ങോട്ടുപോയി. അവിടത്തെ ചുറ്റുപാടുകളിൽ പുതിയ വിദ്യാർഥികളുടെ ഇടയിൽ ഒരു അപരിചിതനെപ്പോലെ നടക്കുമ്പോൾ ആരോ അവന്റെ ഉള്ളിലെ ഓർമകളെ തൊട്ടുണർത്തുന്നതായി തോന്നി. അതത്ര സുഖമുള്ളതായിരുന്നില്ലെങ്കിലും.

തന്റെ ആഗമന ഉദ്ദേശ്യം പൂർത്തിയാക്കിയതിന് ശേഷം ഫിലിപ്പ് ലണ്ടനിലേക്ക് തിരിച്ചു. തന്റെ ജീവിതത്തിൽ ഏറെ പ്രയാസമേറിയ കാലം ബന്ധുക്കൾ നഷ്ടപ്പെട്ടപ്പോൾ അല്ലെന്നും ജോലിയും വരുമാനവും ഇല്ലാതായ കാലമാണെന്നും യാത്രക്കിടയിൽ അവൻ വിലയിരുത്തി.

പരീക്ഷകളിലൊക്കെ മോശമല്ലാത്ത വിജയം നേടി പുറത്തിറങ്ങിയ ഫിലിപ്പിനെ ആഗസ്റ്റ് മാസം അവസാനത്തോടെ അതിന്റെ ജില്ലാതലത്തിലുള്ള ആശുപത്രിയിലേക്ക് വിട്ടു. ഫിലിപ്പ് അറുപത്തിരണ്ടോളം കേസുകൾ കൈകാര്യം ചെയ്യുകയും ക്ഷീണിതനായി കാണപ്പെടുകയും ചെയ്തു. കുറച്ചു ദിവസങ്ങൾക്കുശേഷം ഒക്ടോബറോടെ ആശുപത്രിയിൽ കിടക്കാതെ ചികിത്സ തേടുന്ന രോഗികളുടെ ചികിത്സയ്ക്ക് നിയോഗിക്കപ്പെട്ടു. അവനിപ്പോൾ മുപ്പത് വയസിനടുത്തിരിക്കുകയാണ്.

കുറച്ച് ദിവസങ്ങൾക്കുശേഷം ഫിലിപ്പിന് അവിടത്തെ ഒരു ആശുപത്രിയിൽ ജോലി ലഭിച്ചു. അവൻ അതിനടുത്ത് ലളിതമായ ഒരു താമസസ്ഥലം തരപ്പെടുത്തി. അടുത്ത ദിവസം തന്നെ തന്റെ ജോലി ഏറ്റെടുത്തു. അവൻ തന്റെ ജീവിതത്തിലൂടെ കടന്നുപോയ വിവിധ കഥാപാത്രങ്ങളെപ്പറ്റി ഓർത്തു. അവസാനം ഫിലിപ്പ് ഒരു നിഗമനത്തിലെത്തി. അവന്റെ മനസിലൂടെ ദിവ്യമായ ഒരു സഹാനുഭൂതി കടന്നുപോയി. അന്ധമായ വിധിയുടെ നിസ്സഹായരായ ഉപകരണങ്ങൾ മാത്രമായിരുന്നു അവരൊക്കെ. തന്നോട് ചെയ്ത ചതിക്ക് അവന് ഗ്രിഫിത്തിനോട് ക്ഷമിക്കാൻ കഴിഞ്ഞു. അതുപോലെ താനനുഭവിച്ച ആത്മസംഘർഷത്തിന് മിൽഡ്രിഡിനോടും.

"ഏറ്റവും അനുയോജ്യമായ കാര്യം മനുഷ്യന്റെ ഏറ്റവും നല്ലവശം മാത്രം സ്വീകരിക്കുക എന്നതും തെറ്റുകൾ ക്ഷമിക്കുക എന്നതുമാണ്." തന്റെ ജീവിതപാഠം അവൻ ഇങ്ങനെ മനസിൽ കുറിച്ചു.

"അവർ ചെയ്യുന്നതെന്തെന്ന് അവരറിയുന്നില്ല. അവരോട് പൊറുക്കേണമേ."

മുപ്പത്തിയൊൻപത്

സെന്റ് ലൂക്ക് മെഡിക്കൽ കോളേജിലെ അവസാന വർഷങ്ങളിൽ ഫിലിപ്പ് ആത്മാർഥമായി പഠന പ്രവർത്തനങ്ങളിൽ ഏർപ്പെട്ടിരുന്നു. തന്റെ മനസ്സ് സ്വസ്ഥമായിരിക്കുകയും ചെലവുകൾ നേരിടാൻ ആവശ്യത്തിന് പണമുണ്ടാവുകയും ചെയ്യുക എന്നത് വളരെ സൗകര്യ പ്രദമായ ഒരു കാര്യമാണെന്ന് അവൻ മനസിലാക്കി. ചില ആളുകൾ പണത്തെപ്പറ്റി നിസ്സാരമായി പറയുന്നത് അവൻ കേട്ടിരുന്നു. അവർ പണമില്ലാതെ ജീവിത ആവശ്യങ്ങൾ നിറവേറ്റാൻ പ്രാപ്തരാകുന്നതെങ്ങനെയെന്ന് അവൻ ആശ്ചര്യപ്പെട്ടിട്ടുണ്ട്. അവൻ വ്യക്തമായി മനസിലാക്കിയ ഒരു കാര്യം പണം ഇല്ലാതെ വന്നാൽ ഒരു മനുഷ്യൻ നിസ്സാരനാണ് എന്ന താണ്. അവന്റെ സൗകര്യങ്ങൾ അന്വേഷിക്കാനോ അവനാവശ്യമായവ ഒരുക്കിക്കൊടുക്കാനോ ഒരാളെയും കാണില്ല. തനിക്കാവശ്യമായ വസ്തുക്കൾ നേടിയെടുക്കാനായി തെക്കും വടക്കും യാതൊരു സങ്കോചവുമില്ലാതെ ജീവിത സൗകര്യങ്ങളുടെ പിന്നാലെ അവൻ അലയേണ്ടിവരും. പണമുള്ളവന്റെ പിന്നാലെ ജീവിത സൗകര്യങ്ങൾ ഒരുക്കി വ്യക്തികളും പ്രസ്ഥാനങ്ങളും കൂടും. പണത്തിന്റെ അഭാവം ലോകത്തെപ്പറ്റിയുള്ള അവന്റെ കാഴ്ചപ്പാടിൽ മാറ്റം വരുത്തുകയും വ്യത്യസ്തമായ ഒരു വീക്ഷണകോണിലൂടെ ജീവിതത്തെ നോക്കിക്കാണാനും പ്രേരിപ്പിക്കും. നിങ്ങൾ പണത്തിന് പ്രാധാന്യം കൊടുത്തു ജീവിക്കാൻ തുടങ്ങിയാൽ പണത്തിന് വിചിത്രമായ ഒരു പ്രാധാന്യം കൈവരും. അതിനെ അർഹമായ സ്ഥാനം നൽകി കൈകാര്യം ചെയ്യാനുള്ള വ്യക്തിപരമായ പ്രാപ്തി നിങ്ങൾക്ക് ആവശ്യമാണ്. തന്റെ ജീവിതത്തിന്റെ രണ്ട് ഘട്ടങ്ങളെപ്പറ്റി അവൻ ചിന്തിച്ചുപോയി. ജീവിതത്തിൽ പണത്തിന്റെ പ്രയാസങ്ങൾ അറിയാതെ ഒരു മേഖലയിൽനിന്നും മറ്റൊന്നിലേക്ക് സങ്കോചം കൂടാതെ മുന്നേറിക്കൊണ്ടിരുന്ന തന്റെ പഠന കാലത്തിന്റെ ആദ്യഘട്ടം. അമ്മാവന്റെയും അമ്മായിയുടെയും ആഗ്രഹങ്ങൾക്ക് ജീവിതത്തിൽ അൽപ്പം പോലും പ്രാധാന്യം കൊടുക്കാതെ തന്റെ ഇച്ഛകൾക്കും സ്വപ്നങ്ങൾക്കും പ്രാധാന്യം നൽകി. ചിത്രകാരനാകാൻ വേണ്ടിയുള്ള യാത്ര ജീവിത പ്രശ്നങ്ങളെ പച്ചയായി നേരിടാൻ മടിച്ച് വ്യക്തമായ നിലപാടെടുക്കാതെ ആടിയുലഞ്ഞ മനസുമായി ദൈനം ദിന പ്രശ്നങ്ങളുടെ നേരെ കാറ്റത്തെ അപ്പൂപ്പൻ താടിപോലെ പാറിനടന്ന പഠനകാലം. അന്ന് ജീവിതത്തിൽ ശാശ്വതമെന്നോ താൽക്കാലികമെന്നോ ചിന്തയില്ലാതെ ഉണ്ടാക്കി എ

ടുത്ത വ്യക്തിബന്ധങ്ങൾ. അതുണ്ടാക്കിയ ജീവിതപ്രശ്നങ്ങൾ എല്ലാം അവൻ ഓർമിച്ചെടുത്തു. പണത്തിന് ദൗർലഭ്യം വന്നപ്പോൾ ജിവിതത്തിന്റെ രണ്ടറ്റങ്ങൾ കൂട്ടിമുട്ടിക്കാൻ വേണ്ടി ചെയ്യേണ്ടിവന്ന ജോലി, അത് നൽകിയ മാനസികസംഘർഷം. എല്ലാം ഒരു വലിയ സ്ക്രീനിലെന്ന പോലെ അവന്റെ മനസിലൂടെ കടന്നുപോയി. തന്റെ ജീവിത പ്രതിസന്ധികളിൽ അവൻ ആശ്വാസം തേടിയത് അതേനിസ് കുടുംബത്തോടൊപ്പമാണ്. മാന്യമായ ജീവിതം നയിച്ച തനിക്ക് ജീവിതത്തിലുണ്ടായ തിരിച്ചടികൾ മനസിലാക്കാനും സാന്ത്വനമരുളാനും തയാറായ കുടുംബത്തെപ്പറ്റി അവൻ നന്ദിയോടെ സ്മരിച്ചു.

അവരോട് കൂടുമ്പോളൊഴികെ മറ്റെല്ലായ്പ്പോഴും ആ കാലങ്ങളിൽ അവന്റെ കൂട്ട് ഏകാന്തതയായിരുന്നു. ആ ഏകാന്തതയിലും അവൻ തനിച്ചായിരുന്നില്ല. അവന്റെ കഴിഞ്ഞകാല ജീവിതത്തിലെ കഥാപാത്രങ്ങൾ അവന്റെ മനസിന്റെ അകത്തളങ്ങളിൽ കൂട്ടിനെത്തിയിരുന്നു. പിന്നീട് അവിടെ കൂട്ടായി വന്നുചേർന്നത് ഭാവിയെപ്പറ്റിയുള്ള ചിന്തകളും അതിൽ വന്നണയുന്ന കഥാപാത്രങ്ങളുമായിരുന്നു. അവന്റെ ചിന്തകളിൽ പഴയ കൂട്ടുകാർ ചിലപ്പോഴൊക്കെ വന്ന് നിറയാൻ തുടങ്ങി. പക്ഷേ ഒരിക്കലും അവരെ കാണാനുള്ള ഒരു ശ്രമം അവൻ നടത്തുകയുണ്ടായില്ല. അവൻ ഇടയ്ക്ക് ചില പ്രത്യേക കഥാപാത്രങ്ങളായിരുന്ന നോറ നെസ്ബിനെപ്പറ്റി ചിന്തിച്ചു. അവൾ ഇപ്പോൾ എവിടെയായിരിക്കും. അവളിപ്പോൾ നോറ നെസ്ബിറ്റ് ആയിരിക്കില്ല. നോറ മറ്റ് വല്ലവനുമായിരിക്കും. അവൾ വിവാഹം കഴിക്കാൻ പോവുകയായിരുന്നുവെന്ന് പറഞ്ഞ വ്യക്തിയുടെ പേര് ഓർമിക്കാൻ പറ്റിയില്ല. അന്ന് അവൾ അത് പറഞ്ഞപ്പോൾ തന്റെ ചിന്തയിൽ ഒരു മങ്ങൽ വീണിരുന്നുവല്ലോ? തന്റെ അലസത തന്റെ തീരുമാനമെടുക്കാനുള്ള കാലതാമസം, തന്റെ ആടിക്കളിക്കുന്ന മനസ്സ് എല്ലാം ഒരു വിചാരണയ്ക്ക് ഹാജരാക്കപ്പെട്ടതുപോലെ അവനുതോന്നി. ആ നിമിഷം അവളെപ്പറ്റി അറിയണമെന്ന് ആഗ്രഹമുണ്ടായി അവന്. തന്റെ ദുഖങ്ങൾ ഇറക്കിവെക്കാൻ മാത്രം പ്രാപ്തിയുള്ള ഒരു വലിയ മനസിന്റെ ഉടമയും തന്നെ ലക്ഷ്യത്തിലേക്ക് നയിക്കണമെന്ന ചിന്തയുള്ളവളുമായിരുന്നു അവൾ. ഒരു ദിവസം രാത്രി പതിനൊന്ന് മണിയോടടുത്ത് പിക്കാഡെല്ലിയിലൂടെ ലാസൺ നടക്കുന്നത് ഫിലിപ്പ് കണ്ടു. അവൻ ഒരു സായാഹ്ന വേഷത്തിലായിരുന്നു. അവൻ ഏതോ തിയേറ്ററിൽനിന്നും വരികയാണെന്ന് തോന്നി. അവനെ കണ്ടപ്പോൾ ഫിലിപ്പ് അവനുമായി മുഖാമുഖം കാണാതിരിക്കാനായി തെരുവിന്റെ ഓരത്തുള്ള ഒരു പീടികയുടെ വശത്തേക്ക് മാറിനിന്നു. അവരുടെ സൗഹൃദം പുതുക്കിയിട്ട് ഏതാണ്ട് രണ്ട് വർഷത്തോളമായിരിക്കുന്നു. ഇനി അത് പുതുക്കാനും തന്റെ മനസിലെ കലയുടെ അംശങ്ങളെ പൊടിതട്ടിയെടുക്കാനും മനസ്സ് അസ്വസ്ഥമാക്കാനും, ആ കാലത്തെ കൂട്ടുകെട്ടിലെ വ്യക്തികളെപ്പറ്റി അറിയാ

നുമൊന്നും അവൻ താൽപ്പര്യം പ്രകടിപ്പിച്ചില്ല. കാരണം അത് ഇപ്പോഴുള്ള തന്റെ മാനസിക സന്തോഷത്തെ തകർക്കുമെന്നും അവൻ ഭയപ്പെട്ടു. അവർക്ക് രണ്ടുപേർക്കും പൊതുവായ ഒരു വിഷയവും ഇപ്പോൾ സംസാരിക്കാനില്ല എന്നതും ഈ മാറിനിൽക്കലിന് കാരണമായിരുന്നു. അവന് കലയിലുള്ള കൗതുകം കുറയാൻ മറ്റൊരു കാരണം കൂടിയുണ്ട്. അത് തികച്ചും വ്യക്ത്യാധിഷ്ഠിതവുമാണ്. അവൻ കുട്ടിയായിരുന്നതിനേക്കാൾ കൂടുതലായി സൗന്ദര്യബോധം ജീവിതത്തിൽ ഇപ്പോഴാണ് പ്രകടിപ്പിക്കുന്നത്. അവൻ സൗന്ദര്യം കണ്ടെത്തുന്നത് പ്രകൃതിയിലെ അലസമായി ചിതറിക്കിടക്കുന്ന ദൈവത്തിന്റെ മനോഹരമായ കയ്യൊപ്പുകളിൽ ആവശ്യത്തിന് സമയവും സൗകര്യവും ഉള്ളവരോ അതല്ല സൗകര്യവും സമയവും അവയിൽനിന്ന് കണ്ടെത്താൻ ശ്രമിക്കുന്നവരേപ്പോലെയോ അല്ല. മറിച്ച് ജീവിതത്തിന്റെ വിവിധ പ്രതിസന്ധികളിൽ പെട്ടുഴലുന്നവരുടെ വ്യഗ്രതകളുടെ വിവിധ പ്രതിഫലനങ്ങളിൽ നിന്നാണ് എന്ന് മാത്രമാണുള്ള വ്യത്യാസം. അവൻ കൈകാര്യം ചെയ്യുന്ന അഥവാ കണ്ടെടുക്കുന്ന പദാർഥങ്ങൾ വാക്കുകളെയും വരകളെയും ബിംബങ്ങളെയും അപ്രസക്തമാക്കുന്ന തരത്തിലുള്ളവയുമായിരുന്നു. അവ നഗ്നമായ ജീവിത യാഥാർഥ്യങ്ങളുടെ നേർക്കാഴ്ചകളായിരുന്നു. ലാസൺ അവന്റെ വഴിയിൽ മുന്നേറി. ഫിലിപ്പ് അവനേയും കടന്ന് അവന്റെ വഴിയും പിന്നിട്ടു. അവൻ വികസിപ്പിച്ചെടുക്കാൻ ശ്രമിക്കുന്ന കലാസങ്കേതത്തോടുള്ള ആഭിമുഖ്യത്താൽ ഉണ്ടാക്കിയെടുത്ത ഒരു കൂട്ടായ്മയായിരുന്നു അവനുമായുള്ള സൗഹൃദം. അവന്റെ മനസിൽ ഒരു ചിത്രകാരന് തെല്ലും സ്ഥാനമില്ലെന്നതിന്റെ തെളിവായിരുന്നു ഈ ഒളിച്ചു മാറിനിൽക്കൽ.

ചിലപ്പോൾ ഫിലിപ്പ് മിൽഡ്രിഡിനെപ്പറ്റി ചിന്തിച്ചു. അവളെ കാണാൻ സാധ്യതയുള്ള വഴികളിൽനിന്നും അവൻ മന:പൂർവം ഒഴിഞ്ഞുമാറി നടന്നു. പക്ഷേ സാന്ദർഭികമായി ചില ചിന്തകൾ അല്ലെങ്കിൽ ഒരുപക്ഷേ ആകാംക്ഷ, അതുമല്ലെങ്കിൽ എന്താണെന്ന് വേർതിരിച്ചറിയാൻ പറ്റാത്ത ഒരു ഗഹനമായ വികാരം അവനെ പിക്കാഡെല്ലിയുടെയും റീഗന്റ് വീഥിയിലൂടെയും അവൾ വരാൻ സാധ്യതയുള്ള സമയങ്ങളിൽ അവനെ നടത്തിച്ചു. അവളെ കാണാൻ അവൻ ആഗ്രഹിച്ചുവോ അതല്ല അവളെ കാണുന്നത് അവൻ ഭയപ്പെട്ടോ എന്ന് അവനുതന്നെ അറിയില്ലായിരുന്നു. ഒരു ദിവസം അവളുടേതിന് സമാനമായ ഒരു പിറകുവശം അവൻ കണ്ടു. ഒരു നിമിഷത്തേക്ക് അത് അവളാണെന്ന് അവൻ കരുതി. അത് അവന് വേർതിരിച്ചറിയാൻ പറ്റാത്ത ഒരു അനുഭൂതി നൽകി. അസാധാരണമായ കഠിനമായ ഒരു വിഷയമായിരുന്നു അവന്റെ മനസിന് അത് നൽകിയത്. അതിൽ ഭയത്തിന്റെയും അവജ്ഞയുടെയും അംശമുണ്ടായിരുന്നു. അവൻ മുന്നോട്ട് കുതിച്ച് ചെന്നപ്പോൾ അവന് മനസിലായി അത് മറ്റാരോ ആയിരുന്നുവെന്ന്. അപ്പോൾ അവനുണ്ടായ വികാരം ആശ്വാസമായിരുന്നോ നിരാശയായിരുന്നോ എന്ന് അവന് തന്നെ തിരിച്ചറിയാത്തതായിരുന്നു.

നാൽപ്പത്

ഇതിനിടയിൽ ഡോർസെഷയറിൽ ഒരു ആശുപത്രിയിൽ പകരക്കാരനായി ജോലി ഏറ്റെടുക്കുന്നതായി ഫിലിപ്പ് അതേനി കുടുംബത്തിന് കത്തെഴുതി. കുറച്ച് ദിവസത്തിനുള്ളിൽത്തന്നെ അവന് മറുപടിയും ലഭിച്ചു. കത്തിൽ അവൻ മനോഹരമായ കയ്യക്ഷരത്തിൽ ഔപചാരികതയുടെ അകമ്പടിയോടെ അഭിമാനപൂർവമായ വിശേഷണങ്ങളോടെയാണ് കാര്യങ്ങൾ അവതരിപ്പിച്ചത്. മറുപടിയായി അതേനി കെൻടിഷ് ഹോപിലുള്ള അവന്റെ കുടുംബത്തോടൊപ്പം ഫിലിപ്പ് താമസിക്കണമെന്ന തന്റെ ആഗ്രഹവും വെളിപ്പെടുത്തി. കൂടാതെ ഫിലിപ്പ് സ്വഭാവത്തിലെയും പെരുമാറ്റത്തിലെയും നല്ല വശങ്ങളെപ്പറ്റി പ്രകീർത്തിക്കാനും അതേനി മറന്നില്ല. അതിന് മറുപടി അവിടെ എത്തിയിട്ട് തന്റെ തിരക്കൊഴിയുന്ന ആദ്യദിവസം തന്നെ അവരുടെ കുടുംബത്തിലെത്തുമെന്ന് ഫിലിപ്പ് അവർക്ക് ഉറപ്പു നൽകി. താനെറ്റ് ദ്വീപിലല്ല താൻ ജനിച്ചതെങ്കിലും അവിടവുമായി ഫിലിപ്പിന് വല്ലാത്തൊരു മാനസിക അടുപ്പം ഉണ്ടായിരുന്നു.

നാല് ആഴ്ചകൾ നീണ്ടുനിന്ന അവന്റെ ഫാർണലിയിലെ ജോലി പെട്ടെന്ന് തന്നെ അവസാനിച്ചതായി അവനുതോന്നി. ആ താഴ്വാരത്തിന്നടുത്തായി ഒരു പുതിയ പട്ടണം ഉയർന്നുവരുന്നുണ്ടായിരുന്നു. അവ ഇഷ്ടികകൾകൊണ്ട് നിർമിക്കുന്നതായിരുന്നു. അതിനിടയിൽ പ്രദേശത്ത് ഭക്ഷണ വിതരണത്തിനായി ഒരു ഹോട്ടലും തുറന്നിട്ടുണ്ടായിരുന്നു. പക്ഷേ, ഫിലിപ്പ് ഒരിക്കൽപ്പോലും അവിടേക്ക് പോയിട്ടില്ല. താഴത്തായി തുറമുഖത്തിനടുത്ത്, കഴിഞ്ഞ നൂറ്റാണ്ടിലെ അവശേഷിപ്പുകളായ കൊച്ചു കൽ വീടുകൾ ആശ്ചര്യകരമായ ഒരു കാഴ്ചയൊരുക്കിക്കൊണ്ട് ഉയർന്നു നിന്നിരുന്നു. വെള്ളത്തിന് തൊട്ടുകൊണ്ട് ചെത്തിമിനുക്കിയ തോട്ടത്തോട് കൂടിയ കൊച്ചു വീടുകൾ കാണാമായിരുന്നു. അതിൽ ഉദ്യോഗങ്ങളിൽനിന്നും വിരമിച്ച ക്യാപ്റ്റൻമാരും കടലിനെ ആശ്രയിച്ച് ജീവിതായോധനം നടത്തിക്കൊണ്ടിരുന്നവരുടെ അമ്മമാരും ഭാര്യമാരും കുട്ടികളും അധിവസിച്ചുപോന്നു. ബ്ലാക്സ്റ്റേബിളിലെ തുറമുഖത്ത് കാണാമായിരുന്ന മുക്കുവ കുടിലുകളിൽ നിന്നും, കൂലിപ്പണിക്കാരുടെ കാഴ്ചകളിൽ നിന്നും വ്യത്യസ്തമായിരുന്നു അവിടെ കണ്ട കാഴ്ച. തുറമുഖങ്ങളിൽ സ്പെയിനിൽ നിന്നും ലെവന്റിൽ നിന്നുമുള്ള ചരക്കു കപ്പലുകൾ വന്നെത്താറുണ്ടായിരുന്നു. അവിടെ നിന്നപ്പോൾ അവന് കിഴക്കൻ രാജ്യങ്ങൾ സന്ദർശിക്കണമെന്ന തന്റെ മോഹങ്ങൾക്ക് ഒരിക്കൽക്കൂടെ ചിറക് മുളപ്പിക്കണമെന്ന തോന്നലുണ്ടായി.

ഒരു ദിവസം വൈകുന്നേരം ഫിലിപ്പ് അവിടത്തെ ജോലി അവസാനിപ്പിക്കാൻ തീരുമാനിച്ച ആ കാലത്ത്, അഥവാ അവിടെ എത്തിയിട്ട് ഒരു മാസമാകുന്നതിനടുത്ത്, ഒരു പെൺകുട്ടി അയാൾ ജോലിചെയ്യുന്ന ആശുപത്രിയിൽ വന്നെത്തി. അപ്പോൾ അവിടെ ജോലിയിലുണ്ടായിരുന്ന പഴയ ഡോക്ടറും ഫിലിപ്പും രോഗികളെ പരിശോധിച്ചു കൊണ്ടിരിക്കു

കയായിരുന്നു. നഗ്നപാദയായ മുഷിഞ്ഞ വസ്ത്രം ധരിച്ച ഒരു പെൺകുട്ടിയായിരുന്നു അത്. ഫിലിപ്പ് വാതിൽ തുറന്ന് അവളോട് വരാൻ പറഞ്ഞു.

"സർ, ദയവായി നിങ്ങൾ ശ്രീമതി ഫ്ലെച്ചറുടെ വീട്ടിലേക്ക് ഒന്ന് വരാമോ?" അവൾ കെഞ്ചിക്കൊണ്ട് ചോദിച്ചു.

"ശ്രീമതി ഫ്ലച്ചറിന് എന്താണ് പറ്റിയത്?" അവിടെ അതുവരെ ജോലിയിലുണ്ടായിരുന്ന ഡോക്ടർ സൗത്ത് അവളോട് ഉച്ചത്തിൽ ചോദിച്ചു.

കുട്ടി അയാളെ അൽപ്പം പോലും ശ്രദ്ധിച്ചില്ല. അവൾ ഫിലിപ്പിന് നേരെ നോക്കിക്കൊണ്ട് വീണ്ടും പ്രയാസത്തോടെ ആവർത്തിച്ചു.

"സർ, ദയവായി വരൂ, അവിടെ കൊച്ചുകുട്ടികൾക്ക് ഒരു അപകടം പിണഞ്ഞിരിക്കുന്നു താങ്കൾ തന്നെ ഒന്ന് വരണം."

"ഞാൻ വരുന്നുവെന്ന് ശ്രീമതി ഫ്ലെച്ചറിനോട് പറയൂ" ഡോക്ടർ സൗത്ത് അവളോട് പറഞ്ഞു.

ആ പെൺകുട്ടി അത് കേട്ടപ്പോൾ അൽപ്പം വിസമ്മതം പ്രകടിപ്പിച്ചു. എന്നിട്ട് അഴുക്കുപറ്റിയ കൈകൾ നീട്ടിക്കൊണ്ട് ഫിലിപ്പിനെത്തന്നെ നോക്കി.

"എന്താണ് കുട്ടീ പ്രശ്നം" ഫിലിപ്പ് ചിരിച്ചുകൊണ്ട് അവളോട് ചോദിച്ചു. സാർ, ദയവുണ്ടാവണം, ശ്രീമതി ഫ്ലെച്ചർ പറഞ്ഞിരിക്കുന്നത് പുതുതായി വന്ന ഡോക്ടറെയും കൂട്ടി ചെല്ലാനാണ്." അവൾ പറഞ്ഞു നിറുത്തി.

ഡിസ്പെൻസറിയിൽ ഒരു ശബ്ദം കേൾക്കുകയും ഉറച്ച കാലടികളോടെ ഡോക്ടർ സൗത്ത് ഇടനാഴിയിലേക്ക് വരുകയും ചെയ്തു.

"ശ്രീമതി ഫ്ലെച്ചറിന് എന്താ ഞാൻ മതിയാവില്ലേ? അവൾ ജനിച്ച അന്നുതൊട്ടേ ഞാനാണ് അവളെ ചികിൽസിക്കാറ്. അവളുടെ വൃത്തികെട്ട ചെറുക്കനെ നോക്കാൻ ഞാൻ മതിയാവാതെ വന്നത് എന്നുമുതലാണ്?" അയാൾ ക്ഷോഭത്തോടെ ചോദിച്ചു.

കരച്ചിലിന്റെ വക്കോളമെത്തിയ ആ പെൺകുട്ടി വിഷമത്തോടെ ഫിലിപ്പിനെ നോക്കി. അവൾ ഒന്നും പറയാൻ നിൽക്കാതെ അവിടെ നിന്നും ഓടിപ്പോയി. പ്രായം ചെന്ന ഡോക്ടർ സൗത്ത് അങ്ങേയറ്റം വിഷമിക്കുന്നതായി ഫിലിപ്പിന് തോന്നി.

"നിങ്ങൾ വളരെ ക്ഷീണിച്ചതായി തോന്നുന്നു. ഐവിലാനിലേക്കുള്ള ദൂരം താണ്ടാൻ താങ്കൾക്ക് പറ്റുമെന്ന് തോന്നുന്നില്ല." ഡോ. സൗത്തിനെ ആശ്വസിപ്പിക്കാനായി ഫിലിപ്പ് പറഞ്ഞു.

ഡോ. സൗത്ത് ചെറുതായൊന്ന് ശബ്ദം പുറപ്പെടുവിച്ചു

"രണ്ടു കാലുണ്ടായിട്ടും ഒരുവന് അവിടെ എത്താനും ചികിൽസിക്കാനും പ്രയാസമാണ്. പിന്നെയല്ലേ ഒറ്റക്കാലുള്ള ഇവൻ." തന്റെ വിദ്വേഷം ഫിലിപ്പിന് നേരെയുള്ള ഒരു ഒളിയമ്പായി അയാൾ തൊടുത്തു വിട്ടു.

ഫിലിപ്പ് ഇത് കേട്ടപ്പോൾ ചുവന്ന് തുടുക്കുകയും ഒരു നിമിഷം നിശ്ശബ്ദനായി നിൽക്കുകയും ചെയ്തു.

"ഞാൻ പോകണമെന്ന് താങ്കൾ ആഗ്രഹിക്കുന്നുണ്ടോ? അതല്ല താങ്കൾ തന്നെ പോകുന്നോ?" ഫിലിപ്പ് അവസാനമായി ചോദിച്ചു

"ഞാൻ പോകുന്നതുകൊണ്ട് എന്ത് ഗുണമാണുള്ളത്? അവൾക്ക് തന്നെയാണ് ആവശ്യം."

തൊപ്പിയും എടുത്തണിഞ്ഞ് ഫിലിപ്പ് രോഗിയെ കാണാൻ പുറപ്പെട്ടു അയാൾ മടങ്ങി വരുമ്പോൾ എട്ട് മണിയായിട്ടുണ്ടായിരുന്നു. ഞെരിപ്പോടിന് നേരെ തിരിഞ്ഞ് തീൻ മുറിയിൽ ഇരിക്കുകയായിരുന്നു ഡോക്ടർ സൗത്ത്.

"നീ വല്ലാതെ വൈകിയിരിക്കുന്നു" അയാൾ പറഞ്ഞു.

"ക്ഷമിക്കണം നിങ്ങൾ എന്തേ ഭക്ഷണം കഴിക്കാതിരുന്നത്?"

"എനിക്കു തോന്നി നിന്നെ കാത്തിരിക്കണമെന്ന്. നീ ഈ സമയമത്രയും ശ്രീമതി ഫ്ലെച്ചറിന്റെ വീട്ടിലായിരുന്നോ?" അയാൾ ചോദിച്ചു.

"അല്ല സന്ധ്യയാകുമ്പോഴേക്കും ഞാൻ പരിശോധന മതിയാക്കിയിരുന്നു. പിന്നീട് ഇവിടെ എത്താനാണ് ഇത്രയും സമയമെടുത്തത്. കൂടാതെ ഞാൻ സൂര്യാസ്തമയം നോക്കിനിന്നു."

ഡോ. സൗത്ത് മറുപടിയൊന്നും പറഞ്ഞില്ല വേലക്കാരൻ ചെറു കടൽ മത്സ്യം പൊരിച്ചത് കൊണ്ടുവന്നു. ഫിലിപ്പിന് അത് വളരെ സ്വാദുള്ളതായി തോന്നി. കാരണം അവന് നല്ലവണ്ണം വിശക്കുന്നുണ്ടായിരുന്നു. പെട്ടെന്ന് ഡോ. സൗത്ത് ഒരുചോദ്യം ചോദിച്ചു

"നീ എന്തിനാണ് അസ്തമയം നോക്കിനിന്നത്?"

"കാരണം ഞാൻ വളരെ സന്തോഷവാനാണ്" അവൻ മറുപടി പറഞ്ഞു.

ഡോ. സൗത്ത് അവനെ നോക്കി. അവർ രണ്ടുപേരും ഒരുമിച്ച് അത്താഴം കഴിച്ചു. അതിനുശേഷം അയാൾ അവനോട് ചോദിച്ചു;

"ഞാൻ നിന്റെ വൈകല്യമുള്ള കാലിനെപ്പറ്റി പറഞ്ഞത് നിന്നെ വേദനിപ്പിച്ചോ?"

"പ്രത്യക്ഷമായോ പരോക്ഷമായോ ജനങ്ങൾ എപ്പോഴും പറയാറുണ്ട് എന്റെ കാര്യത്തിൽ അവർക്ക് ദേഷ്യം വരുമ്പോൾ പ്രത്യേകിച്ചും." ഫിലിപ്പ് മറുപടി പറഞ്ഞു.

"അത് നിന്റെ ദൗർബല്യമാണെന്ന് അവർക്ക് അറിയാമെന്ന് തോന്നുന്നു"

"അത് കണ്ടുപിടിക്കാൻ കഴിഞ്ഞതിൽ താങ്കൾ സന്തോഷിക്കുന്നുണ്ടോ?"

ഡോക്ടർ മറുപടിയൊന്നും പറഞ്ഞില്ല. തമ്മിൽ നോക്കിക്കൊണ്ട് അവർ കുറച്ചുനേരം അവിടെയിരുന്നു. അതിനുശേഷം ഡോ. സൗത്ത് ഫിലിപ്പിനെ അത്ഭുതപ്പെടുത്തുക തന്നെ ചെയ്തു.

"നിനക്കിവിടെ താമസിച്ച് നിന്റെ കാലിന്റെ അസ്ഥികളുടെ വൈകല്യത്തെ എന്തുകൊണ്ട് പരിഹരിക്കാൻ എന്നെ അനുവദിച്ചുകൂടാ?" ഡോ. സൗത്ത് ചോദിച്ചു.

"അങ്ങയുടെ വലിയ മനസിന് നന്ദി. അടുത്ത ശരത്കാലത്തിൽ മറ്റൊരു ആശുപത്രിയിൽ നിയമനം ലഭിക്കുമെന്ന് ഞാൻ പ്രതീക്ഷിക്കു

ന്നു. അത് എനിക്ക് ഏറെ ഗുണം ചെയ്യും. അതിനാൽ താങ്കളുടെ ഈ നിർദേശം അനുസരിക്കാൻ എനിക്ക് ഇപ്പോൾ സാധ്യമല്ലാത്ത ഒരു അവസ്ഥയാണുള്ളത്."

"പക്ഷേ ഞാൻ താങ്കൾക്ക് എന്റെ ആശുപത്രിയിൽ ഒരു പങ്കാളിത്തം നൽകിയാലോ?" പെട്ടെന്ന് ഡോ. സൗത്ത് ചോദിച്ചു

"എന്തുകൊണ്ട് " ഫിലിപ്പ് ആശ്ചര്യത്തോടെ ചോദിച്ചു.

''കാരണം ഇവിടെയുള്ളവർ താങ്കളെ ഇഷ്ടപ്പെടുന്നതായി തോന്നുന്നു."

"അത് മാത്രമായിരിക്കും കാരണമെന്ന് എനിക്ക് തോന്നുന്നില്ല" ഫിലിപ്പ് പറഞ്ഞു

"നാൽപ്പത് വർഷമായി ഇവിടെ പ്രാക്ടീസ് നടത്തുന്ന എന്നെക്കാൾ എന്റെ അസിസ്റ്റന്റിനെ ജനങ്ങൾ ഇഷ്ടപ്പെടാൻ തുടങ്ങിയാൽ ഞാൻ അയാൾക്ക് പങ്കാളിത്തം കൊടുക്കുന്നതിൽ എന്താണ് തെറ്റ്. അല്ലെങ്കിൽ അവൻ മറ്റൊരു ക്ലിനിക് തുടങ്ങുന്നതുകൊണ്ടുള്ള പ്രയാസം ഞാൻ അനുഭവിക്കേണ്ടി വരില്ലേ ? ഇവിടുത്തെ പരിശോധനയിൽ നിന്നും വർഷത്തിൽ നല്ലൊരു തുക എനിക്ക് ലഭിക്കാറുണ്ട്. അതിന്റെ അടിസ്ഥാനത്തിൽ താങ്കളുടെ പങ്ക് എത്രയാണെന്ന് നമുക്ക് തീരുമാനിക്കാം. അത് താങ്കൾക്ക് കുറെശ്ശെയായി തവണകളായി തന്ന് തീർക്കാം. പിന്നീട് എന്റെ കാലശേഷം നിനക്ക് ഇതിന്റെ അവകാശിയായി തുടരാം. ഒന്നോ രണ്ടോ വർഷം കൂടുമ്പോൾ ഓരോ ആശുപത്രിയുടെ വാതിലിൽ ജോലിക്കായി മുട്ടുന്നതിനേക്കാൾ നല്ലത് ഇതാണെന്നാണ് എനിക്ക് തോന്നുന്നത്. സ്വന്തമായി നടത്താവുന്നിടത്തോളം നടത്തിയിട്ട് നിങ്ങൾക്ക് വേണമെങ്കിൽ സഹായികളെയും നിയമിക്കാം."

മിക്ക ആളുകളും അവരുടെ ജോലിക്കിടയിൽ ചാടിവീഴാവുന്ന ഒരു അവസരമാണിതെന്ന് ഫിലിപ്പ് ചിന്തിച്ചു.

"നിങ്ങൾ എന്നോട് ക്ഷമിക്കണം, എനിക്ക് പങ്കാളിയാവാൻ സാധ്യമല്ല. വർഷങ്ങളായി ഞാൻ ലക്ഷ്യം വെച്ചുപോരുന്നത് മറ്റു പലതുമാണ്. അതെല്ലാം ഇതിന്റെ നടത്തിപ്പിനായി ബലി കഴിക്കാൻ എനിക്ക് സാധ്യമല്ല. ഒരിടത്തുതന്നെ തുടർച്ചയായി നിൽക്കണമെന്ന ആഗ്രഹവും എനിക്കില്ല. കാണാത്ത അറിയാത്ത നാടുകൾ തേടിയുള്ള യാത്രയാണ് എനിക്ക് ജീവിതം. " ഫിലിപ്പ് പറഞ്ഞു നിറുത്തി.

എന്റെ ഇവിടത്തെ താൽക്കാലിക നിയമനം കഴിഞ്ഞാൽ സ്പെയിനിലേക്ക് പോകാനാണ് ഫിലിപ്പ് ഉദ്ദേശിച്ചത്. അവിടെ കുറെ മാസങ്ങൾ ചെലവഴിക്കണമെന്ന് അവൻ ആഗ്രഹിച്ചു. അവന്റെ മനസിലെ കാൽപ്പനിക ഭൂമിയിലൂടെ അലസഗമനം നടത്താനും അതിന് ശേഷം അവിടെ നിന്ന് കപ്പൽ മാർഗം കിഴക്കൻ രാജ്യങ്ങളിലേക്ക് പോകാനും അവൻ തീരുമാനിച്ചിരുന്നു. അവന്റെ മുന്നിൽ സമയവും ജീവിതവും നീണ്ട് പരന്ന് കിടക്കുന്നതായി അവനുതോന്നി.

ഇഷ്ടപ്പെടുകയാണെങ്കിൽ, വർഷങ്ങളോളം, മറ്റാരുടെയും ഇടപെടലില്ലാതെ, മറ്റാരെയും ഗൗനിക്കാതെ, അവിടെ അലഞ്ഞുതിരിയാം. അപരിചിതമായ വ്യക്തികൾക്കിടിയിൽ, അപരിചിതനായി അപരിചിത വഴികളിലൂടെ ജീവിതം നോക്കിക്കണ്ട്, തൊട്ടറിഞ്ഞ്, നടക്കാം. അവൻ എന്താണ് തേടുന്നതെന്നോ അതുകൊണ്ടുള്ള നേട്ടമെന്തെന്നോ അവന് ഒരു ഊഹവുമില്ലായിരുന്നു. എന്നിരുന്നാലും ജീവിതത്തെപ്പറ്റി പുതുതായി എന്തൊക്കെയോ മനസിലാക്കാനുണ്ട് എന്ന ഒരു തോന്നൽ അവനിലുണ്ടായി. കൂടുതൽ കൂടുതൽ നിഗൂഢമായിക്കൊണ്ടിരിക്കുന്ന ജീവിതത്തിന്റെ നിഗൂഢതകളെ അനാവരണം ചെയ്യാൻ അത് തന്നെ സഹായിക്കുമെന്ന് അവൻ വിശ്വസിച്ചു. ഒന്നും കണ്ടെത്തിയില്ലെങ്കിൽ തന്റെ ഹൃദയത്തിന്റെ അടിത്തട്ടിൽ ഉറഞ്ഞുകൂടുന്ന വിഷാദാത്മകതയെ ഇല്ലാതാക്കാൻ ഇത്തരം ഒരു യാത്ര സഹായിക്കുമെന്ന് അവൻ കണക്കുകൂട്ടി. പക്ഷെ ഡോ. സൗത്ത് നൽകുന്നത് വളരെയേറെ മര്യാദയോടുകൂടിയ ഒരു വാഗ്ദാനമാണെന്ന് അവന് അറിയാമായിരുന്നു. വ്യക്തമായ ഒരു കാരണവുമില്ലാതെ ഇത്തരം ഒരു വാഗ്ദാനം നിരസിക്കുക എന്നത് നന്ദിപൂർവമായ പ്രവൃത്തിയല്ലാ എന്നും അവൻ തിരിച്ചറിഞ്ഞു. അതിനാൽ തന്റെ മനസിൽ ഇത്രയും ആവേശമായിരിക്കുന്ന ഈ ഒരു ചിന്തയെപ്പറ്റി അവൻ ഡോ. സൗത്തിനെ ബോധ്യപ്പെടുത്തി.

ഡോ. സൗത്ത് ശാന്തനായി എല്ലാം കേട്ടിരുന്നു. അയാളുടെ പ്രായം ചെന്ന കണ്ണുകളിൽ തീക്ഷ്ണമായ ഒരു നോട്ടം ഫിലിപ്പ് കണ്ടു. തന്നോട് ഈ അവസരം ഉപയോഗപ്പെടുത്താൻ നിർബന്ധം പിടിക്കാതിരിക്കുന്നത് അയാളുടെ ഭാഗത്തുനിന്നുള്ള ദയയായി അവനുതോന്നി. ഔദാര്യം പലപ്പോഴും ഒഴിവാക്കപ്പെടാൻ പറ്റാത്ത തരത്തിലാണ് വന്നെത്താറ്. ഫിലിപ്പ് പറഞ്ഞ കാരണങ്ങൾ ഡോ. സൗത്തിന് ബോധ്യപ്പെട്ടതായി തോന്നി. ഇതിനിടയിൽ ഡോ. സൗത്ത് അയാളുടെ യൗവനത്തെപ്പറ്റി പരാമർശിച്ചു. അയാൾ റോയൽ നേവിയിലായിരുന്നുവെന്നും, അതിനാലാണ് ഫാർണലിയിൽ ആശുപത്രി തുടങ്ങാൻ തീരുമാനിച്ചതെന്നും അറിയിച്ചു. തന്റെ ജീവിതത്തിലെ പസിഫിക്കിലെ പഴയ ദിനങ്ങളെപ്പറ്റിയും ചൈനയിൽ അയാൾ ഏർപ്പെട്ട സാഹസിക പ്രവർത്തനങ്ങളെപ്പറ്റിയും അയാൾ അനുസ്മരിച്ചു. അയാൾ കോറൽ ദ്വീപുകളിൽ ചെന്നെത്തിയിരുന്നുവെന്നും ഓർമിപ്പിച്ചു. അയാളുടെ സംസാരത്തിൽ ആകൃഷ്ടനായി ഫിലിപ്പ് അനങ്ങാതെ ഇരുന്നു.

കുറെശ്ശെയായി ഡോ. സൗത്ത് തന്റെ കഥ ഫിലിപ്പിനോട് പറഞ്ഞു തുടങ്ങി. അയാൾ ഒരു വിധുരനായിരുന്നു. അയാളുടെ ഭാര്യ മുപ്പത് വർഷങ്ങൾക്ക് മുമ്പ് മരണപ്പെട്ടിട്ടുണ്ടായിരുന്നു. അയാളുടെ മകൾ റൊഡേഷ്യയിലെ ഒരു കർഷകനെയാണ് വിവാഹം കഴിച്ചത്. അയാൾ അവനുമായി കലഹിച്ചത് കാരണം അവൾ പത്ത് വർഷത്തോളമായി ഇംഗ്ലണ്ടിലേക്ക് വന്നിട്ട്. അവിടെ ഇത്രയും കാലമായി അയാൾക്ക് ഭാര്യയോ മക്കളോ ഇല്ലാത്തത് പോലെയാണ് അയാൾ ജീവിച്ചത്. അയാൾ തികച്ചും

ഏകാകിയായിരുന്നു. തനിക്ക് ചുറ്റുപാടിനോടുള്ള അടുപ്പമില്ലായ്മ കാണിക്കാനായി അയാൾ അറിഞ്ഞുകൊണ്ടുണ്ടാക്കിയെടുത്ത ഒരു ആവരണമായിരുന്നു ആ പരുക്കൻ സ്വഭാവവിശേഷം. അയാളുടെ വാർധക്യകാലത്തുള്ള ഏകാന്തമായ ഈ അവസ്ഥ ഫിലിപ്പിൽ വളരെയേറെ അസ്വസ്ഥത ജനിപ്പിച്ചു. മരണം മാത്രമാണ് ഏകാന്തതയിൽ അയാൾ അനുഭവിക്കുന്ന ഈ മാനസിക വ്യഥയ്ക്ക് പരിഹാരമെന്ന് അവൻ കരുതി. അയാളുടെ ദുരന്ത വഴികൾ ഭാര്യയുടെ മരണവും, അതുവഴി അനുഭവിക്കുന്ന ഏകാന്തതയും സ്വന്തം ഇഷ്ടപ്രകാരം മകളുടെ ഭാവിവരനെ കണ്ടെത്തലും അതിലുള്ള അയാളുടെ ആകുലതയും അതിന്റെ പേരിലുള്ള കലഹവും അതിൽ മകളുടെ പക്ഷം ചേരലും ഒറ്റപ്പെടൽ പൂർണമാകലുമെല്ലാം – ഫിലിപ്പ് തന്റെ മനസിലൂടെ ഒന്ന് ഓടിച്ചുനോക്കി. ആദ്യം അത് അവനിൽ വെറുപ്പുളവാക്കി. പിന്നീട് അയാളെപ്പറ്റി ചിന്തിച്ചപ്പോൾ തന്നെ ആകർഷിക്കുന്ന എന്തോ ഒന്ന് അയാളിൽ ഉണ്ടായിരുന്നു എന്ന് അവൻ തിരിച്ചറിഞ്ഞു. ഫിലിപ്പ് അയാളെ ബോറടിപ്പിച്ചില്ല. ഒന്നോ രണ്ടോ തവണ അവൻ അയാളുടെ ചുമലിൽ കൈവെച്ചു. അയാളുടെ മകൾ ഇംഗ്ലണ്ടിലേക്ക് പോയതിന് ശേഷം അയാൾക്ക് ലഭിക്കുന്ന ഏതോ സാന്ത്വനസ്പർശം പോലെ തോന്നിച്ചു അത്.

ഫിലിപ്പിന് അവിടെനിന്നും പോകാൻ സമയമായപ്പോൾ ഡോ. സൗത്ത് അവനെ റെയിൽവേസ്റ്റേഷൻ വരെ അനുഗമിച്ചു. അയാൾ അങ്ങേയറ്റം നിരാശനായത് പോലെ കാണപ്പെട്ടു.

"ഞാൻ ഇവിടെ ചെലവഴിച്ച നാളുകൾ ഒരിക്കലും മറക്കില്ല. നിങ്ങൾ എന്നോട് അങ്ങേയറ്റം ദയ കാണിച്ചു." ഫിലിപ്പ് പറഞ്ഞു

"പോകുന്നതിൽ നിങ്ങൾ വളരെ സന്തോഷവാനാണെന്ന് തോന്നുന്നു."

ഇവിടെ തങ്ങിയ നാളുകൾ ഞാൻ നന്നായി ആസ്വദിച്ചു. എന്നെങ്കിലും മനസ്സ് മാറിയാൽ തന്റെ വാഗ്ദാനം നിലവിലുണ്ടാകുമെന്ന് ഡോ. സൗത്ത് അവനെ ഓർമിപ്പിച്ചു.

നാൽപ്പത്തിയൊന്ന്

സന്ധ്യയോടടുത്താണ് ഫിലിപ്പ് ഫെർനെയിൽ എത്തിയത്. അത് ശ്രീമതി അതേനിയുടെ ജന്മനാടായിരുന്നു. ഹോപ്ഫീൽഡിൽ ചെന്ന് അവിടെ വരുന്നവരെ കൂട്ടിക്കൊണ്ടു വരുക എന്നത് ചെറുപ്പം തൊട്ടേ അവൾക്ക് പരിചിതമായ പ്രവൃത്തിയായിരുന്നു. അതിനാൽ ഫിലിപ്പിനെ സ്വീകരിക്കാൻ അവളും ഭർത്താവും കുട്ടികളും അവിടെ എത്തിയിരുന്നു. അവിടത്തെ മറ്റ് കുടുംബങ്ങളെപ്പോലെ ഒഴിവുകാലത്ത് മറ്റ് സ്ഥലങ്ങൾ സന്ദർശിക്കാനായി ചെറിയ ചെറിയ തുക മാസാമാസം മാറ്റിവെക്കുന്ന ശീലം അവർക്കുമുണ്ടായിരുന്നു. അവരുടെ ജോലി ഭാരമുള്ളതായിരുന്നില്ല. അവർ ഒരുമിച്ചാണ് ജോലികൾ ചെയ്തിരുന്നത്. തുറസ്സായ സ്ഥലത്ത് വെച്ചുള്ള ഇത്തരം ജോലികൾ കുട്ടികൾ അടക്കമുള്ളവർക്ക്

ആഹ്ലാദകരമായിരുന്നു. ഇത്തരം ധാന്യങ്ങളുടെ ശേഖരണത്തിനായി പോകുന്നതിനിടയിലാണ് ചെറുപ്പക്കാർ അവരുടെ ജീവിത പങ്കാളികളെ പലപ്പോഴും കണ്ടെത്താറ്. അവിടെ പുറത്തുനിന്നും ആളുകൾ വരുന്നതിനെ ഭയത്തോടെയാണ് അവർ കണ്ടിരുന്നത്. അവരുടെ ഇടയിലെ ഉന്നതകുലർ ഇത്തരം വിദേശികളുമായി ചങ്ങാത്തം കൂടുന്നത് ഇഷ്ടപ്പെട്ടിരുന്നില്ല.

ഫിലിപ്പിനെ കൂട്ടിക്കൊണ്ടുവരാനായി അതേനി വാടകയ്ക്ക് വാഹനം കൊടുക്കുന്ന സ്ഥലത്ത് നിന്നും ഒരു വണ്ടി വാടകയ്ക്കെടുത്തതായിരുന്നു. ഹോപ്ഫീൽഡിൽ നിന്നും അവിടെയെത്താൻ നാനൂറ് മീറ്റർ ദൂരമേ ഉണ്ടായിരുന്നുള്ളൂ. എങ്കിലും ബാഗുമൊക്കെയായി ഇത്രയും ദൂരം സന്ധ്യനേരത്ത് നടക്കുന്ന പ്രയാസം ഒഴിവാക്കാനാണ് അപ്രകാരം ചെയ്തത്. അവർ ബാഗ് വീടിനടുത്ത് വെച്ച് അവരുടെ വീടുകളുള്ള പുൽമേട്ടിലേക്ക് നടന്നു. അവർക്ക് താമസിക്കാനായി അവിടെ ഒരുക്കിയ കൊച്ചുവീടുകൾക്ക് അധികം വലിപ്പമൊന്നുമുണ്ടായിരുന്നില്ല. അവിടെ കുടുംബത്തിന് ഒന്നിച്ചിരുന്ന് തണുപ്പകറ്റാനായി തീകൂട്ടാനാവശ്യമായ വിറകുകൾ ശേഖരിച്ച് വെച്ചിരുന്നു. അതേനി കുടുംബത്തിലെ കുട്ടികളുടെ മുഖം കടൽക്കാറ്റിനാലും സൂര്യനാലും വയലറ്റ് നിറമാക്കപ്പെട്ടിരുന്നു. ശ്രീമതി അതേനി മാത്രം അൽപ്പം വ്യത്യസ്തമായി കാണപ്പെട്ടു. പട്ടണത്തിൽ അധികകാലം താമസിച്ചെങ്കിലും അവളിൽ കാര്യമായ മാറ്റമൊന്നും വരുത്തിയിരുന്നില്ല അവിടത്തെ കാലാവസ്ഥ. കൂടാതെ പട്ടണത്തിൽ നിന്നും അവളുടെ ഇപ്പോഴത്തെ ചുറ്റുപാടിലെത്തിയപ്പോൾ അവൾ തികച്ചും ഒരു നാടൻ സ്ത്രീയായി മാറിയിരിക്കുകയാണ്. അവൾ ഉപ്പിട്ടുണക്കിയ പന്നിയിറച്ചി വേവിക്കുകയാണെങ്കിലും കുട്ടികളുടെ പ്രവൃത്തികൾ ശ്രദ്ധിക്കുന്നുമുണ്ടായിരുന്നു. ഫിലിപ്പിനെ കണ്ടപ്പോൾ ഓടിവന്ന് കൈകുലുക്കാനും ഹൃദ്യമായി പുഞ്ചിരിക്കാനും അതിനിടയിൽ അവൾ സമയം കണ്ടെത്തി. ഗ്രാമപ്രദേശത്തിന്റെ ഹൃദ്യതയിൽ അവൾ സന്തോഷിച്ചു.

"പട്ടണത്തിൽ ജീവിക്കുമ്പോൾ നല്ല വായുവിനും വെളിച്ചത്തിനും വേണ്ടി ദാഹിക്കുകയായിരുന്നു. അത് ജീവിതമല്ല. അതൊരു നീണ്ട ജയിൽവാസമാണ്. നമുക്ക് അവിടെയുള്ളതെല്ലാം വിറ്റ് ഗ്രാമപ്രദേശത്ത് ഒരു തോട്ടം വാങ്ങാം." ശ്രീമതി അതേനി ഭർത്താവിനോട് പറഞ്ഞു. അവളുടെ മകളായ ജയിൻ അവിടെ എത്തി. അച്ഛനിന്ന് അലസനായിരിക്കുകയാണ്. അവൾ പരാതി പറഞ്ഞു. കഴിഞ്ഞ ദിവസത്തെ അത്ര ധാന്യങ്ങൾ ഇന്ന് ശേഖരിച്ചിട്ടില്ലെന്നും അതിനാൽ ബീർ കമ്പനികൾ അതിന് നിറം കൊടുക്കാനുപയോഗിക്കുന്ന ധാന്യങ്ങൾക്ക് ക്ഷാമം നേരിട്ടാൽ നമ്മളെ പറയുമെന്നും അവൾ ഓർമിപ്പിച്ചു. അപ്പോൾ നാളെ ഞാൻ നന്നായി ജോലിചെയ്യുമെന്നും , കൂടുതൽ ഹോപ്പുകൾ ശേഖരിക്കുമെന്നും അയാൾ പറഞ്ഞു.

ശ്രീമതി അതേനി ഭക്ഷണം തയാറായെന്നും വന്ന് കഴിക്കാനുമായി എല്ലാവരെയും വിളിച്ചു.

അതിനിടയിൽ അവൾ സാലിയെ അന്വേഷിച്ചു.

"ഞാനിവിടെയുണ്ട്, അമ്മേ," അവൾ മറുപടി പറഞ്ഞു.

അവർ കുടിലിൽ നിന്നും പുറത്തേക്ക് വന്നു. കത്തിക്കൊണ്ടിരിക്കുന്ന വിറകിൽനിന്നുള്ള ജ്വാലകൾ അവളുടെ മുഖത്ത് സ്വർണവർണം പൂശി. വർഷങ്ങൾക്ക് മുമ്പ് ഫിലിപ്പ് അവളെ ഫ്രോക്ക് ധരിച്ച് നടക്കുന്ന പ്രായ ത്തിൽ കണ്ടതാണ്. ഇന്ന് അവൾ ഒരു വസ്ത്ര നിർമാതാവാണ്. കൂടാതെ അവൾ ധരിച്ചിരിക്കുന്ന പുള്ളികളുള്ള വസ്ത്രത്തിൽ അവൾ ഏറെ വശ്യ യായി കാണപ്പെട്ടു. അതിന്റെ കൈകൾ തെരച്ച് വെച്ചതിനാൽ അവളുടെ ആരോഗ്യം തുടിക്കുന്ന കൈകൾ കാണാമായിരുന്നു. അവളും സൂര്യപ്ര കാശത്താൽ തവിട്ടു നിറമായിട്ടുണ്ടായിരുന്നു.

അവൾക്ക് കൈ കൊടുത്തുകൊണ്ട് ഫിലിപ്പ് പറഞ്ഞു; "നീ ഒരു കെട്ടുകഥയിലെ പാൽക്കാരിയെപ്പോലെ തോന്നിക്കുന്നു."

"അവൾ ഇവിടെ ഹോപ് പാടത്തെ സുന്ദരിയാണ്" അതേനി പറ ഞ്ഞു. "ഇവിടുത്തെ ജന്മിയുടെ മകൻ കാണുകയാണെങ്കിൽ അവൻ നിന്നെ കെട്ടിക്കൊണ്ടുപോകും. പിന്നെ നിനക്ക് ജാക്ക് റോബിൻസണിനെ കെട്ടാൻ പറ്റില്ല."

"പക്ഷേ ഇവിടുത്തെ ജന്മിക്ക് മകനില്ലല്ലോ അച്ഛാ!" അവൾ പറ ഞ്ഞു. അവൾ ഇരിക്കാനായി ഒരു സ്ഥലം നോക്കി. ഫിലിപ്പ് അവനരികി ലായി അവൾക്ക് ഇരിക്കാൻ സ്ഥലം കണ്ടെത്തി. വിറകിന്റെ ജ്വാല മുഖ ത്തടിച്ചപ്പോൾ അവളെക്കാണാൻ വളരെ ചന്തമുള്ളതായി തോന്നി. അവൾ ഏതോ ഗ്രാമ്യ ദേവതയെപ്പോലെ തോന്നിച്ചു. പഴയ ഹെറിക് പ്രകീർത്തിച്ച സുന്ദരികളും ശക്തകളുമായ ഗ്രാമീണ കന്യകളെപ്പോലെ അവൾ മാറി. അത്താഴം ലളിതമായിരുന്നു. റൊട്ടിയും വെണ്ണയും പൊരിച്ച ഉപ്പിട്ടൊണക്കിയ പന്നിയിറച്ചിയും കുട്ടികൾക്ക് കുടിക്കാൻ ചായയും, അതേനിക്കും ഭാര്യക്കും ഫിലിപ്പിനും കുടിക്കാൻ ബീറും. തിരക്കുപി ടിച്ച് തിന്നുകൊണ്ടിരിക്കുന്ന അതേനി അതിനിടയിൽ ഭക്ഷണത്തെ പ്രശം സിക്കുന്നുമുണ്ടായിരുന്നു.

"അതേനി, ഒരു കാര്യം നിങ്ങളെപ്പറ്റി നല്ലത് പറയാതിരിക്കാൻ പറ്റി ല്ല. നിങ്ങൾ ഭക്ഷണം ഇഷ്ടപ്പെടുകയും അതിനെപ്പറ്റി നല്ലത് പറയുകയും ചെയ്യുന്നു എന്നതാണത്." അതേനിയുടെ ഭാര്യ പറഞ്ഞു.

ഫിലിപ്പിന് വളരെ സൗകര്യം തോന്നി. അവൻ തീനാളങ്ങളിൽ നോക്കിയിരുന്നു. അവിടെ ആളുകൾ കൂടിയിരിക്കുന്നതും, രാത്രിയിൽ തീ നാളങ്ങളുടെ ഭംഗിയും, ആ പുൽമേടിന്നന്ത്യത്തിലായി നീളമുള്ള മരങ്ങളും, ആകാശത്ത് നക്ഷത്രങ്ങളുമൊക്കെയായി ആ രാത്രി വളരെ ആഹ്ലാദകരമായി അവനുതോന്നി. കുട്ടികൾ കലപില കൂട്ടുകയും പൊട്ടി ച്ചിരിക്കുകയും ചെയ്തു. അതേനി അതിനിടയിൽ ഒരു കൊച്ചുകുട്ടിയെ അവന്റെ വിദ്യകൾ കൊണ്ട് അലറിപ്പിച്ചുകൊണ്ടിരുന്നു.

"ഇവിടെ എത്തിയാൽ അതേനി ഇങ്ങനെയാണ്. പട്ടണത്തിൽ ജീവിതപ്രശ്നങ്ങൾക്കിടിയിൽ പെട്ടുഴലുന്നപോലെയല്ല, അയാൾ ഇവി ടെ. അയാൾ കുട്ടികളുടെ കൂട്ടത്തിൽ ഒരാളാവുകയാണ്." അതേനി ഭർത്താവിനെപ്പറ്റി പറഞ്ഞു.

സാലി എല്ലാം കേട്ട് നിശ്ശബ്ദയായി ഇരുന്നു. പക്ഷേ, ഫിലിപ്പിന്റെ ആവശ്യങ്ങളെ നിശ്ശബ്ദം കണ്ടറിഞ്ഞ് അവ എത്തിച്ചുകൊടുക്കുന്നതിൽ അവൾ ശ്രദ്ധ പതിപ്പിച്ചു. അത് അവനെ ആകർഷിച്ചു. അവന്റെ സമീപം അവൾ ഉണ്ടാവുക എന്നത് തന്നെ സന്തോഷദായകമായിരുന്നു. ഇടയ്ക്കിടെ അവളുടെ ആരോഗ്യം തുടിക്കുന്ന മുഖത്ത് ഒളി കണ്ണിട്ട് നോക്കാനും അവൻ മറന്നില്ല. ഒരുതവണ അവൻ അവളുടെ കണ്ണുകളിൽനോക്കിയപ്പോൾ കണ്ണുകൾ തമ്മിലിടയുകയും അവൾ ചിരിക്കുകയും ചെയ്തു. അവർ ഭക്ഷണം കഴിച്ച് കഴിഞ്ഞപ്പോൾ ജയിനിനേയും ഒരു സഹോദരനെയും പുൽമേടിന് താഴെയായി ഒഴുകിക്കൊണ്ടിരുന്ന അരുവിയിലേക്ക് പാത്രങ്ങൾ കഴുകാനായി വെള്ളം എടുത്തുകൊണ്ടുവരാൻ അയച്ചു.

"കുട്ടികളെ നിങ്ങളുടെ അമ്മാവൻ ഫിലിപ്പിന് എവിടെയാണ് കിടക്കേണ്ടതെന്ന് കാണിച്ചുകൊടുക്കൂ. അതിന് ശേഷം നിങ്ങളും കിടന്നുകൊള്ളൂ." ശ്രീമതി അതേനി പറഞ്ഞു.

കൊച്ചു കൈകൾ ഫിലിപ്പിനെ വന്ന് പിടിച്ചു. എന്നിട്ട് അവർ കുടുലിന് നേരെ അയാളെ വലിച്ചു. അയാൾ അകത്തേക്ക് കയറി. മുറിയിൽ ചുമരുകൾക്കടുത്തായി ഓരോ കിടക്കകളും ഒരു തകരപ്പെട്ടിയുമല്ലാതെ മറ്റൊന്നുമില്ലായിരുന്നു. അത്തരത്തിൽ മൂന്നെണ്ണമുണ്ടായിരുന്നു. അതേനി അവിടെവന്ന് അഭിമാനപൂർവം അവ കാട്ടിക്കൊടുത്തു.

"അതാണ് ഉറങ്ങാനുള്ള വസ്തു" അവൻ പറഞ്ഞു. "നിങ്ങളുടെ സ്പ്രിങ്ങിന്റെ കിടക്കയൊന്നും ഇവിടെയില്ല. ഇതിൽ കിടന്നാൽ കിട്ടുന്ന പോലെ സുഖകരമായ ഉറക്കം മറ്റൊരിടത്തും എനിക്ക് ലഭിക്കാറില്ല. എനിക്ക് നിങ്ങളോട് സഹതാപമുണ്ട്."

"ഞങ്ങൾ അഞ്ചേമുക്കാലിനാണ് പ്രാതൽ കഴിക്കുന്നത്. ആറ് മണിക്ക് ഞങ്ങൾ ജോലിക്ക് പുറപ്പെടും. നിങ്ങൾ അത്രനേരത്തെ എഴുന്നേൽക്കണമെന്നില്ല." ശ്രീമതി അതേനി അത്രയും പറഞ്ഞപ്പോഴേക്കും അവളുടെ ഭർത്താവ് തടഞ്ഞു. എന്നിട്ട് പറഞ്ഞു;

"തീർച്ചയായും അയാളും നേരത്തെ എഴുന്നേൽക്കണം, എന്നിട്ട് അയാളുടെ ജോലി ചെയ്യണം. നമ്മളെപ്പോലെ അയാൾക്കും ഭക്ഷണത്തിനും താമസത്തിനുമുള്ള വക സമ്പാദിക്കണം. ജോലിയില്ലെങ്കിൽ ഭക്ഷണമില്ല എന്റെ കുട്ടീ."

"കുട്ടികൾ രാവിലെ എഴുന്നേറ്റ് കുളിക്കാൻ പോകും. അവർ നിങ്ങളെ വിളിക്കും" അതേനി പറഞ്ഞു.

പിറ്റേ ദിവസം കാലത്ത് നല്ല ഉറക്കത്തിൽനിന്നും കുട്ടികളുടെ ശബ്ദം കേട്ട് ഫിലിപ്പ് ഉണർന്നു. കുട്ടികൾ അയാളുടെ കിടക്കയിൽ കയറി തലകുത്തിമറിയുകയായിരുന്നു. ഒരു കോട്ടെടുത്തിട്ട് അയാളും അവരോടൊപ്പം പുറത്തേക്കിറങ്ങി. പ്രഭാതം പൊട്ടിവിടർന്നിട്ടേയുണ്ടായിരുന്നുള്ളൂ. രാത്രിയുടെ ഒരംശം ഇപ്പോഴും അന്തരീക്ഷത്തിൽ തങ്ങിനിൽക്കുന്നുണ്ടായിരുന്നു. ആകാശം മേഘരഹിതമായിരുന്നു. സൂര്യൻ മഞ്ഞനിറമായി ജ്വലിച്ചുവരുന്നുണ്ടായിരുന്നു.

കോന്നിയുടെ കൈയും പിടിച്ച് സാലി, അവളുടെ കൈയിൽ ഒരു തൂവാലയും കുളിക്കാനുള്ള വസ്ത്രവുമായി റോഡിന്റെ നടുവിലായി നിൽക്കുന്നുണ്ടായിരുന്നു. തന്റെ പതിഞ്ഞ ഹൃദ്യമായ പുഞ്ചിരിയാൽ അവൾ ഫിലിപ്പിനെ അഭിവാദ്യം ചെയ്തു. അവളുടെ പല്ലുകൾ ചെറുതും നിരയൊത്തതും വളരെ വെളുത്തതുമാണെന്ന് അവൻ ശ്രദ്ധിച്ചു. അവ എന്തുകൊണ്ട് തന്റെ ശ്രദ്ധയിൽ ഇതുവരെ പെട്ടില്ല എന്ന് അവൻ അത്ഭുതപ്പെട്ടു.

"ഞാൻ നിങ്ങൾ ഉറങ്ങിക്കൊള്ളട്ടെ എന്ന് കരുതിയതാണ്. പക്ഷേ അവർക്ക് നിങ്ങളെ ഉണർത്തിയേ മതിയാവുകയുള്ളൂ എന്നായിരുന്നു. നിങ്ങൾ വരേണ്ടതില്ലെന്നാണ് ഞാൻ പറഞ്ഞത്." സാലി പറഞ്ഞു.

അവർ റോഡ് കടന്ന് ചതുപ്പ്പ്രദേശത്തിനടുത്തുള്ള വഴിയിലൂടെ നടന്നു. ആ വഴി ഒരു മൈലോളം പോയാലേ കടപ്പുറത്തെത്തുകയുള്ളൂ. വെള്ളം തണുത്തതും ചാരനിറമാർന്നതുമായിരുന്നു. അത് കണ്ടപ്പോഴേ ഫിലിപ്പിന് വിറയൽ അനുഭവപ്പെട്ടു. പക്ഷേ മറ്റുള്ളവർ വസ്ത്രം വലിച്ചുകീറി അലറിക്കൊണ്ട് വെള്ളത്തിലേക്ക് ചാടി. കുറച്ചുനേരത്തിന് ശേഷം ഫിലിപ്പും വെള്ളത്തിലേക്ക് എടുത്തു ചാടി. ബാല്യത്തിലെ തന്റെ ഏക വിനോദമായ നീന്തലിലുള്ള പ്രാവിണ്യം മുഴുവൻ അയാൾ കുട്ടികൾക്ക് മുന്നിൽ പ്രദർശിപ്പിച്ചു.

"നിങ്ങൾ ഈ കുട്ടികളെക്കാൾ വികൃതിയാണ്." തന്റെ പതിഞ്ഞ ശബ്ദത്തിൽ അവൾ സ്നേഹപൂർവം ഫിലിപ്പിനോട് പറഞ്ഞു.

അവർ കുളികഴിഞ്ഞ് തിരിച്ചുനടന്നു. സാലി അവളുടെ തിളക്കമാർന്ന മുടി ഒരു ചുമലിലൂടെ മുന്നിലേക്കിട്ടും ഒരു കയ്യിൽ വെയിൽ കൊള്ളാതിരിക്കാനുപയോഗിക്കുന്ന തൊപ്പി പിടിച്ചും മുന്നിൽ നടന്നു. അവർ അവിടെ എത്തിയപ്പോൾ ശ്രീമതി അതേനി ഹോപ്തോട്ടത്തിലേക്ക് പുറപ്പെട്ടിട്ടുണ്ടായിരുന്നു. അതേനി പഴയ ഒരു ട്രൗസറും ധരിച്ച് ഷർട്ടിടാതെ ഒരു ജാക്കറ്റും ധരിച്ച് കിപ്പർ മത്സ്യത്തെ കൊള്ളിയിൽ കുത്തി വേവിച്ചെടുക്കുകയായിരുന്നു. അവൻ വളരെ സന്തോഷവാനായിരുന്നു. കുട്ടികളുടെ കൂട്ടം നടന്നുവരുന്നത് കണ്ടപ്പോൾ ഷേക്സ്പിയറുടെ *മാക്ബത്ത്* എന്ന നാടകത്തിലെ പ്രേതങ്ങളുടെ സംഘഗാനം പാടാൻ തുടങ്ങി.

"നിങ്ങൾ പ്രാതൽ കഴിക്കാൻ വൈകിവന്നാൽ അമ്മ വഴക്കുപറയും" അൽപ്പസമയത്തിനുള്ളിൽ ഹാരോൾഡും ജാനും ഓരോ കഷണം റൊട്ടിയുടെ വെള്ളയുമായി ഹോപ്തോട്ടത്തിലേക്ക് കയറിപ്പോയി. അവരായിരുന്നു പോകാൻ ബാക്കിയുണ്ടായിരുന്നവർ. ഒരു ഹോപ്തോട്ടവും അതിനോടനുബന്ധമായുള്ള കൊച്ചു കുടിലും ഫിലിപ്പിന്റെ ബാല്യകാല സ്മരണകളിലെ നിറംമങ്ങാതെ നിൽക്കുന്ന ഏടുകളാണ്. അത്തരം ഒരു മാനസികാവസ്ഥയിലാണ് തെല്ലും അപരിചിതത്വമില്ലാതെ അവൻ സാലിയുടെ കൂടെ ഹോപ് തോട്ടത്തിലേക്ക് നടന്നത്. സൂര്യൻ തിളക്കമാർന്നതായി മാറുകയും തോട്ടത്തിൽ നിഴൽ വീഴുകയും ചെയ്തു. ഹോപുകൾ മഞ്ഞനിറമാർന്നതായിരുന്നു. അവന് അവ സിസിലിലെ കവികൾ വർണിച്ചപോലെ ഊതവണ്ണമായ മുന്തിരിപോലെ തോന്നിച്ചു. അവർ നടന്നു നീങ്ങിക്കൊണ്ടിരിക്കേ ഫിലിപ്പിന് വളരെയധികം സന്തോഷം

തോന്നി. ഹോപിന്റെ മണത്തെയും കടന്നുകൊണ്ട് കെന്റിഷ് മണ്ണിന്റെ ഒരു ഹൃദ്യമായ മണം അവനനുഭവിച്ചറിഞ്ഞു. ആ അവസരത്തിൽ അതെൽസ്റ്റാൻ ഉച്ചത്തിൽ പാടാൻ തുടങ്ങി.

"നീയൊന്ന് മിണ്ടാതിരിക്കുന്നുണ്ടോ? ഇല്ലെങ്കിൽ ഇവിടെ ഇടിയെടുക്കും" സാലി അവനോട് പറഞ്ഞു.

അൽപ്പസമയത്തിനുള്ളിൽ അവർ മറ്റുള്ളവർ ഹോപുകൾ പെറുക്കുന്നതിനടുത്തെത്തി. അവരൊക്കെ കഠിനമായി ജോലി ചെയ്യുകയായിരുന്നു. അവരൊക്കെ അതിനിടയിൽ സംസാരിക്കുന്നുമുണ്ടായിരുന്നു. അവർ കസേരകളിലും സ്റ്റൂളുകളിലും പെട്ടികളിന്മേലും ഇരുന്നു. അരികിലായി അവരുടെ കോട്ടകളും വെച്ചു. അവരുടെ കൂട്ടത്തിൽ ധാരാളം കുട്ടികളുമുണ്ടായിരുന്നു. കുട്ടികൾ കുറച്ച് പെറുക്കുകയും കൂടുതൽ കളിക്കുകയും ചെയ്തു. സ്ത്രീകൾ ധൃതിയിൽ ജോലിചെയ്തു. അവർ ചെറുപ്പത്തിലേ ഇത് പെറുക്കുന്നവരായിരുന്നു. അവർക്ക് വളരെ വേഗം പെറുക്കാൻ കഴിയുമായിരുന്നു. അവർ കൂടുതൽ പെറുക്കുന്നതിനെപ്പറ്റി വീരവാദം പറഞ്ഞെങ്കിലും അവർക്ക് ഇപ്പോൾ കിട്ടുന്ന കൂലിയെപ്പറ്റി അവർ ആക്ഷേപം പറഞ്ഞു. മുൻകാലങ്ങളിൽ നന്നായി പെറുക്കുന്ന ഒരാൾക്ക് സീസൺ കഴിഞ്ഞാലും ബാക്കിയുള്ള മാസങ്ങളിൽ ജീവിക്കാനാവശ്യമായത് സമ്പാദിക്കാൻ കഴിയുമായിരുന്നു. പക്ഷേ, ഇപ്പോൾ ഇതുകൊണ്ട് കാര്യമായ നേട്ടമൊന്നുമില്ല.

നാൽപ്പത്തിരണ്ട്

ഇത്തരത്തിൽ ഹോപ് പെറുക്കുന്നവരെ പത്ത് പേരടങ്ങുന്ന ഒരു കൂട്ടമാക്കി അത് ഒരു വലിയ പെട്ടിയിൽ ശേഖരിക്കുകയാണ് പതിവ്, അതിൽ കുട്ടികളുടെ ചെറിയ പെട്ടികൾ എണ്ണത്തിലെടുക്കാറില്ല. ഒരു ദിവസം തന്റെ തന്നെ കുടുംബത്തിന്റെ വകയായി ഇത്തരം ഒരു കമ്പനി സ്ഥാപിക്കുന്നതിനെപ്പറ്റി അതേനി ഉച്ചത്തിൽ സ്വയം പുകഴ്ത്തി സംസാരിക്കുകയുണ്ടായി. ഓരോ കമ്പനിക്കും ഒരു പെട്ടി സൂക്ഷിപ്പുകാരൻ ഉണ്ടാകും. അയാളുടെ ജോലി അവർക്കാവശ്യമായ പെട്ടികൾ എത്തിച്ചുകൊടുക്കുക എന്നതാണ്. ഒരു പെട്ടിക്ക് ഏഴടിയോളം ഉയരം കാണും. അത് മരം കൊണ്ടുള്ള ചട്ടയുടെ മുകളിൽ ചാക്ക് പൊതിഞ്ഞ് ഉണ്ടാക്കിയതായിരുന്നു. അവ ഇതിന്റെ നിരകൾക്കിടയിൽ ഇടയ്ക്കിടെ വെച്ചത് കാണാമായിരുന്നു. അത്തരം ഒരു അവസ്ഥയെപ്പറ്റിയും അതിൽ ഹോപ് ശേഖരിക്കുന്നതിനെപ്പറ്റിയുമായിരുന്നു ഹോപ് പറഞ്ഞത്. ഫിലിപ്പ് ഇതെല്ലാം കേട്ടുകൊണ്ട് ഒരക്ഷരം മിണ്ടാതെ ഇത്തരം ഒരു കൂട്ടായ്മയിൽ എത്തിപ്പെടാനും അവരുടെ ഒത്തുചേരലിന്റെ മാധുര്യം ആസ്വദിക്കാനുമായി അവരുടെ കൂടെ കൂടിയിരിക്കുകയാണ്. അതേനി കാര്യമായി ജോലിചെയ്തില്ലെങ്കിലും മറ്റുള്ളവരെ ജോലിചെയ്യുവാൻ പ്രോൽസാഹിപ്പിച്ചുകൊണ്ടിരുന്നു. അയാൾ ഇടയ്ക്കിടെ ശ്രീമതി അതേനിയുടെ അടുത്തേക്ക് പോവുകയും സിഗരറ്റ് കത്തിച്ച് വലിക്കുകയും

ചെയ്തു. കൊണ്ടിരുന്നു. ശ്രീമതി അതേനി അരമണിക്കൂറായി വേഗത്തിൽ ജോലിചെയ്തുകൊണ്ടിരുന്നിട്ട്. അവളുടെ കൈവശമുള്ള കൊട്ടയിലെ ഹോപുകൾ പെട്ടിയിൽ കൊണ്ടുപോയി മുട്ടി. അതിനിടയിൽ അതേനി ഇന്നയാൾ മറ്റാരെക്കാളും പെറുക്കുമെന്ന് പറഞ്ഞു. പക്ഷേ അയാളുടെ ഓർമയിൽ ആ കൂട്ടത്തിൽ ഏറ്റവും കൂടുതൽ പെറുക്കിയിരുന്നത് അയാളുടെ അമ്മയായിരുന്നു. അതൊക്കെ കേട്ടുകൊണ്ടിരുന്ന ഫിലിപ്പിന് ആ കഥ ആ രംഗത്തിന് വളരെ നന്നായി ചേരുന്നുണ്ടെന്ന് തോന്നി. ആകാശം നീലനിറമായി. ഈ നീലാകാശം ഗ്രീസിലേതിനേക്കാൾ മനോഹരമായിരിക്കുന്നു എന്ന് അയാൾക്ക് തോന്നി. ഇംഗ്ലണ്ടിന്റെ ഈ മനോഹാരിതയ്ക്ക് അവൻ നന്ദിയുള്ളവനായിരുന്നു. ഈ സമയത്ത് അതേനി അവിടെ എത്തുകയും അവൾ ഫിലിപ്പിന്റെ പ്രവൃത്തിയെ അഭിനന്ദിക്കുകയും ചെയ്തു.

ഫിലിപ്പിന് സ്വന്തമായി ഒരു കൊട്ടയില്ലായിരുന്നു. അതിനാൽ അവൻ പെറുക്കുന്ന ഹോപുകൾ സാലിയുടെ കൊട്ടയിൽ ഇട്ടു. ചെറിയ തന്നെ സഹായിക്കാതെ തന്റെ മൂത്തവളായ സാലിയെ സഹായിക്കുന്നത് കണ്ടപ്പോൾ അത് മോശമാണെന്ന് ജെയിന് തോന്നി. സാലിയുടെ കൊട്ട നിറഞ്ഞാൽ അയാൾ തനിക്ക് പെറുക്കിത്തരുമെന്ന് അവൾ അയാളെക്കൊണ്ട് ഉറപ്പ് നൽകിച്ചു. സാലി ഏതാണ്ട് അവളുടെ അമ്മയുടെ വേഗത്തിൽ ഹേവ് പെറുക്കുമായിരുന്നു.

"ഇങ്ങനെ ചെയ്താൽ തുന്നുമ്പോൾ നിന്റെ കൈ വേദനിക്കില്ലേ?" ഫിലിപ്പ് ചോദിച്ചു.

"ഓ ഇല്ല, ഇതിന് ലോലമായ കൈകളാണ് ആവശ്യം. അതിനാലാണ് സ്ത്രീകൾക്ക് പുരുഷന്മാരെക്കാളധികം പെറുക്കാൻ കഴിയുന്നത്. പലവിധ ജോലികളും ചെയ്ത് നിങ്ങളുടെ കൈ കരുത്തുള്ളതായി മാറിയാൽ നിങ്ങൾക്കും ഇത് എളുപ്പമുള്ളതാകും." സാലി മറുപടി പറഞ്ഞു.

അവളുടെ ചടുലമായ നീക്കങ്ങൾ കാണുന്നത് അവൻ ഇഷ്ടപ്പെട്ടു. അതേപോലെ മാതൃത്വപരമായ ഒരു സ്നേഹവായ്പോടെ അവനെ ഇടയ്ക്കിടെ നോക്കി. അവളുടെ നോട്ടം കൗതുകകരവും വശ്യവുമായിരുന്നു. തുടക്കത്തിൽ അവന്റെ നോട്ടം സൂത്രത്തിലായിരുന്നു. അതിനാൽ അവൾ അവനെ നോക്കി ചിരിച്ചു. എങ്ങനെ ഒരു നിരയിലുള്ളത് മുഴുവൻ ശേഖരിച്ചെടുക്കാമെന്ന് കാണിക്കാനായി അവൾ കുനിഞ്ഞപ്പോൾ അവരുടെ കൈകൾതമ്മിൽ തൊട്ടു. അവൾ ചുവന്ന് തുടുക്കുന്നത് കണ്ടപ്പോൾ ഫിലിപ്പ് അതിശയപ്പെട്ടു. അവൾ ഒരു സ്ത്രീയായെന്ന് കരുതുവാൻ അവനെന്തോ ഒരു മടിപോലെ. കാരണം വളരെ ചെറുപ്പത്തിൽ തന്നെ അവൻ അവളെക്കണ്ട് പരിചയപ്പെട്ടുപോരുന്നതാണ്. അവളെ ഒരു കുട്ടിയായും കരുതാൻ അവന് കഴിയുന്നില്ല. എന്നിരുന്നാലും അവളുടെ ആരാധകരുടെ എണ്ണം അവൾ ഇന്നൊരു കുട്ടിയല്ല എന്ന കാര്യം വ്യക്തമാക്കി.

എട്ട് മണിയായപ്പോൾ കാഹളം മുഴങ്ങുന്നതുപോലെ പ്രാതലിനായുള്ള ഒരു വിളികേട്ടു. ശ്രീമതി അതേനിയായിരുന്നു വിളിച്ചത്. അവ

രെല്ലാം അത് ആസ്വദിച്ച് കഴിച്ചു. അവരൊക്കെ വീണ്ടും ജോലിക്ക് പോവുകയും പന്ത്രണ്ട് മണിവരെ ജോലി തുടരുകയും ചെയ്തു. പിന്നിട് ഉച്ചഭക്ഷണത്തിനായി കാഹളം വീണ്ടും മുഴങ്ങി. ഇടയ്ക്കിടെ പെട്ടിയിലെ വസ്തുവിന്റെ കണക്കെടുക്കുന്ന ആൾ കണക്കുസൂക്ഷിപ്പുകാരനുമായി അവിടെവന്നു. അതെനി മടങ്ങിവരികയും ഓരോരുത്തരും ശേഖരിച്ചതിന്റെ കണക്കുകൾ അറിയാവുന്ന രീതിയിൽ പറയുകയും ചെയ്തു. തന്റെ നഖത്തിന്റെ ഭംഗിയെപ്പറ്റി അയാൾ ഫിലിപ്പിനോട് വർണിച്ചു. കുറച്ചുനേരം കൂടി ചുറ്റിയടിച്ച് തളർന്നപ്പോൾ അയാൾ ഫിലിപ്പിനോട് കലയെപ്പറ്റിയും സാഹിത്യത്തെപ്പറ്റിയുമുള്ള ചർച്ചയിൽ വ്യാപൃതനായി. തന്റെ അടുത്തിരുന്ന് ജോലിചെയ്യുന്ന സാലിയെ ഫിലിപ്പ് ഇടയ്ക്കിടെ വീക്ഷിക്കുന്നുണ്ടായിരുന്നു. അവളുടെ മേൽമുണ്ടിൽ വിയർപ്പുകണങ്ങൾ പൊടിഞ്ഞു തുടങ്ങിയിരുന്നു. അവൾ വിടരാൻ വെമ്പുന്ന ഒരു റോസാപ്പൂവിനെപ്പോലെ തോന്നിച്ചു ഫിലിപ്പിന്റെ മനസിൽ.

ഫിലിപ്പ് ക്ഷീണിതനാണെങ്കിലും സന്തോഷവാനായിരുന്നു. അത്താഴത്തിന് ശേഷം ഒരു കസേരയിൽ നടുനിവർന്നിരുന്ന് പൈപ്പ് വലിച്ചു. പുറത്തേക്ക് നോക്കിയിരുന്നു. സാലി വളരെ തിരക്കിലായിരുന്നു. അവൾ ഇടയ്ക്കിടെ കുടിലിൽനിന്നും വെളിയിലേക്ക് പോയും വന്നുമിരുന്നു. അവൻ അശ്രദ്ധനായി അവളുടെ ചലനങ്ങൾ വീക്ഷിച്ചുകൊണ്ടിരുന്നു. അവളുടെ നടത്തം അവനെ ആകർഷിച്ചു. അത് അത്രമാത്രം മഹത്വമുള്ളതല്ലെങ്കിലും ഒരു ലാളിത്യവും ദൃശ്യഭംഗിയും അതിനുണ്ടായിരുന്നു. കുറച്ചു കഴിഞ്ഞപ്പോൾ അതേനി, സാലിയെ വിളിക്കുകയും ശ്രീമതി ബ്ലാക്കിനടുത്ത് നിന്നും അൽപ്പം ചായപ്പൊടി വാങ്ങിക്കൊണ്ടുവരുവാൻ പറയുകയും ചെയ്തു. ശ്രീമതി ബ്ലാക്കിന്റെ കുടിൽ അവിടെ നിന്നും അരമൈൽ അകലെയായിരുന്നു. സാലി പോകാനായൊരുങ്ങി വെളിയിൽ വന്നു.

"ഞാൻ നിന്റെകൂടെ വരണോ?" അവൻ ചോദിച്ചു.

"നിങ്ങൾ ബുദ്ധിമുട്ടേണ്ട. എനിക്ക് തനിച്ച് പോകാൻ ഭയമൊന്നുമില്ല."

"നിനക്ക് ഭയമുണ്ടെന്ന് ഞാൻ കരുതുന്നില്ല. കിടക്കാറായിരിക്കുന്നു, കാലൊന്ന് നിവർത്താം എന്ന് മാത്രമേ ഞാൻ കരുതിയുള്ളൂ." സാലി മറുപടിയൊന്നും പറഞ്ഞില്ല. അവർ ഒരുമിച്ച് പുറപ്പെട്ടു. റോഡിൽ വെളിച്ചമുണ്ടായിരുന്നു. എങ്കിലും വിജനമായിരുന്നു. ആ വേനൽക്കാല രാത്രിയിൽ വഴിയിൽ ഒരു ശബ്ദവുമില്ലായിരുന്നു. അവർ അധികമൊന്നും സംസാരിച്ചില്ല.

"ഇപ്പോഴും ചൂടുണ്ട്, അല്ലേ?" ഫിലിപ്പ് ചോദിച്ചു

"ഇത് ഈ വർഷത്തെ ഏറ്റവും നല്ല സമയമാണെന്നാണ് എനിക്ക് തോന്നുന്നത്." അവൾ മറുപടി പറഞ്ഞു. യാത്രയ്ക്കിടയിൽ രണ്ടുപേർ നിശ്ശബ്ദരായി അടുത്തിരിക്കുന്നത് അവർ കണ്ടു. "അവർ നമ്മളെയും കമിതാക്കളായി കരുതും അല്ലേ?" ഫിലിപ്പ് ചോദിച്ചു

അവർ മുന്നിലായുള്ള ശ്രീമതി ബ്ലാക്കിന്റെ കുടിലിലെ വെളിച്ചം കണ്ടു. "ഞാൻ കടയടയ്ക്കാൻ പോവുകയായിരുന്നു. സമയം ഒൻപതായിരിക്കുന്നു. നീ എന്തേ വൈകിയത്?" അവൾ ചോദിച്ചു.

അതും വാങ്ങി അവർ തിരിച്ചുനടന്നു. ഇടയ്ക്കൊക്കെ ഏതോ പക്ഷിയുടെ ശബ്ദം രാത്രിയുടെ നിശ്ശബ്ദതയെ ഭഞ്ജിച്ചുകൊണ്ട് കേട്ടുകൊണ്ടിരുന്നു.

"നിങ്ങൾ നിശ്ശബ്ദനായി നിൽക്കുകയാണെങ്കിൽ കുയിലിന്റെ ശബ്ദം കേൾക്കാം" സാലി പറഞ്ഞു.

അവർ കാതോർത്തുനിന്നു. കടൽത്തിര വന്നടുക്കുന്ന പോലുള്ള ശബ്ദം കേട്ടതായി അവർക്കുതോന്നി. അവർ തിരിച്ചുപോകുമ്പോഴും കമിതാക്കൾ അവിടെയുണ്ടായിരുന്നു. ഇപ്പോൾ അവർ സംസാരിക്കുന്നില്ല. അടുത്തടുത്തായി ഇരിക്കുന്നുമില്ല. അവർ പരസ്പരം ഒരാൾ മറ്റൊരാളുടെ കൈകളാൽ ബന്ധിതരായിരിക്കുകയായിരുന്നു. പുരുഷന്റെ ചുണ്ടുകൾ പെൺകുട്ടിയുടെ ചുണ്ടുകളോട് ചേർന്നിരിക്കുകയായിരുന്നു.

"അവർ തിരക്കിലാണെന്ന് തോന്നുന്നു " സാലി പറഞ്ഞു

അവർ ഒരു വളവ് തിരിഞ്ഞു. ചൂടുള്ള ഒരു കാറ്റ് അവരുടെ മുഖങ്ങളിൽ വന്നു തട്ടി. ഭൂമി അതിന്റെ പുതുമ നൽകിയതുപോലെ തോന്നി.. ആ രാത്രിയിൽ എന്താണെന്നറിയാത്ത, തികച്ചും അസാധാരണമായ എന്തോ ഒന്ന് അവിടെ തങ്ങി നിൽക്കുന്നതായി അവർക്ക് തോന്നി. ആ നിശ്ശബ്ദത പെട്ടെന്ന് അർഥപൂർണമായി മാറിയതായി തോന്നി. അസാധാരണമായ എന്തോ ഒരു വികാരം ഫിലിപ്പിന്റെ ഹൃദയത്തിൽ ഉടലെടുത്തു. അത് ഹൃദയത്തിൽ നിറയുന്നതായും ഹൃദയത്തെ ആർദ്രമാക്കുന്നതായും അവനുതോന്നി. അവന് സന്തോഷവും ആകാംക്ഷയും പ്രതീക്ഷയും അനുഭവപ്പെട്ടു. ജെസിക്കയും ലോറൻസോയും പിറുപിറുക്കുന്ന ഭാവസാന്ദ്രമായ ഈരടികൾ അവന്റെ ഉള്ളിൽ നിറഞ്ഞു. പക്ഷേ അവരുടെ ജാടയാൽ അവർ രണ്ടുപേരും അവരുടെ വികാരങ്ങളെ കഴിയാവുന്നത്ര മറച്ചുവെച്ചു. അവന്റെ ഇന്ദ്രിയങ്ങളെ ഇത്രമാത്രം ത്രസിപ്പിക്കാൻ ആ അന്തരീക്ഷത്തിൽ എന്താണ് ഉള്ളതെന്ന് ഫിലിപ്പിന് മനസിലായില്ല. ഭൂമിയിലെ ശബ്ദങ്ങളും സുഗന്ധങ്ങളും കഴിയുന്നത്ര ആസ്വദിക്കാൻ കഴിയുന്ന ശുദ്ധമായ ആത്മാവായിരിക്കാം തന്റേതെന്ന് അവൻ വിചാരിച്ചു. അവന് ഇതിന് മുമ്പൊരിക്കലും സൗന്ദര്യത്തോട് അടങ്ങാത്ത അഭിവാഞ്ഛ തോന്നിയിട്ടില്ല. സംസാരത്താൽ ആ നിമിഷത്തിന്റെ മനോഹാരിത സാലി നഷ്ടപ്പെടുത്തുമോ എന്ന് അവൻ ഭയപ്പെട്ടു. പക്ഷേ ഈ യാത്രയിലുടനീളം അവൾ ഒരു വാക്കും പറഞ്ഞില്ല. അവന് അവളുടെ സംസാരത്തിന്റെ മാധുര്യം നുണയണമെന്നും ആഗ്രഹം തോന്നി. അതിൽ ലോലമായ സമ്പുഷ്ടത ഗ്രാമ്യനിശയുടെ തന്നെ ശബ്ദമായി അവന് തോന്നി.

അവൾക്ക് തന്റെ കുടുലിൽ പ്രവേശിക്കാൻ പാടത്തിന്റെ ഒരു ഭാഗത്തുള്ള ഗേറ്റ് തുറക്കണമായിരുന്നു. ഫിലിപ്പ് വേഗത്തിൽച്ചെന്ന് ഗേറ്റ് തുറന്നുകൊടുത്തു.

"ശരി, ഇവിടെവെച്ച് ശുഭരാത്രി പറഞ്ഞ് പിരിയാം" അവൻ പറഞ്ഞു.

"എന്നോടൊപ്പം ഈ വഴി മൊത്തം വന്നതിന് നന്ദി." അവൾ പറഞ്ഞു.

അവൾ തന്റെ കൈ അവനുനേരെ നീട്ടി. കൈ കവർന്നുകൊണ്ട് അവൻ പറഞ്ഞു

"നീ വളരെ നല്ലവളാണെങ്കിൽ ഈ കുടുംബത്തിലെ മറ്റുള്ളവരെപ്പോലെ നീ എന്നെ ചുംബിച്ചുകൊണ്ട് ശുഭരാത്രി പറയും."

"എനിക്ക് പ്രശ്നമല്ല " അവൾ പറഞ്ഞു.

ഫിലിപ്പ് തമാശരൂപേണയാണ് അത്രയും പറഞ്ഞത്. അവന് അവളെ ചുംബിക്കണമായിരുന്നു, കാരണം അവന് അവളുടെ സാന്നിധ്യം സന്തോഷം നൽകിയിരിക്കുന്നു. കൂടാതെ അവൻ അവളെ ഇഷ്ടപ്പെട്ടിരുന്നു. അതിനെല്ലാം പുറമെ രാത്രി വളരെ മനോഹരമായിരുന്നു.

"എന്നാൽ ശുഭരാത്രി" ഒരു ചിരിയോടെ അവളെ തന്നിലേക്ക് വലിച്ചടുപ്പിച്ചുകൊണ്ട് അവൻ പറഞ്ഞു.

അവൾ അവളുടെ ചുണ്ടുകൾ അവന് നൽകി. അവ ഊഷ്മളവും തുടുത്തതും ലോലവുമായിരുന്നു. അവൻ അവളുടെ ചുണ്ടുകളിൽ കുറച്ചുനേരം ചുംബിച്ചുകൊണ്ടുനിന്നു. അവ മനോഹരമായ ഒരു പുഷ്പം പോലെയായിരുന്നു. പിന്നീട് എന്തുകൊണ്ടെന്നോ എങ്ങനെയെന്നോ അറിയാതെ അവൻ അവളെ വാരിപ്പുണർന്നു. അവൾ ശാന്തയായി അവന് വഴങ്ങി. അവളുടെ ശരീരം ഉറച്ചതും ശക്തിയുള്ളതുമായിരുന്നു. അവളുടെ ഹൃദയമിടിപ്പ് അവന് കേൾക്കാമായിരുന്നു. അവന് ബോധം നശിച്ചതുപോലെയായി. ഏതോ ഒരു വെള്ളത്തിന്റെ കുത്തൊഴുക്കിൽ പെട്ടതുപോലെ അവന്റെ ഇന്ദ്രിയങ്ങൾ അവനെ വഞ്ചിച്ചു. അവൻ അവളെ കുറ്റിച്ചെടികളുടെ മറവിലുള്ള ഇരുണ്ട ഭാഗത്തേക്ക് കൂട്ടിക്കൊണ്ടുപോയി.

നാൽപ്പത്തിമൂന്ന്

ഫിലിപ്പ് ഒരു വിറകുതടിപോലെ കിടന്നുറങ്ങി. എഴുന്നേറ്റത് കുട്ടികളുടെ ബഹളം കേട്ടുകൊണ്ടായിരുന്നു. ഹാറോൾഡ് വന്ന് ഒരു തൂവലെടുത്ത് മുഖത്ത് ഇക്കിളിയാക്കുന്നുമുണ്ടായിരുന്നു. തെളിഞ്ഞ ഒരു സന്തോഷം അവന്റെ മുഖത്തും ഹൃദയത്തിലുമുണ്ടായിരുന്നു. അവൻ ഉറക്കം കൊണ്ട് ആലസ്യപ്പെട്ടതുപോലെ തോന്നി.

"മടിയന്മാരെ വരൂ" ജയിൻ വിളിച്ചു. "നിങ്ങൾ പെട്ടെന്ന് വന്നില്ലെങ്കിൽ നിങ്ങളെ കാത്തിരിക്കാൻ പറ്റില്ലെന്നാണ് സാലി പറയുന്നത്."

കഴിഞ്ഞ രാത്രിയിൽ എന്താണ് സംഭവിച്ചതെന്ന് അവൻ ഓർമിച്ചു. അവന് അങ്ങേയറ്റം വിഷമം തോന്നി. കിടക്കയിൽനിന്നും പാതി എഴുന്നേറ്റ് അവൻ മടിച്ചിരുന്നു. എങ്ങനെയാണ് സാലിയെ അഭിമുഖീകരിക്കുക എന്നതായിരുന്നു അവന്റെ ചിന്ത. താൻ കഴിഞ്ഞ രാത്രിയിൽ ചെയ്ത പ്രവൃത്തിയിൽ അവൻ അങ്ങേയറ്റം ഖേദിച്ചു. ഇന്നത്തെ പ്രഭാതത്തിൽ അവൾ എന്തായിരിക്കും തന്നെ കണ്ടാൽ പറയുക. അവൻ അവളെ കാണുന്നത് ഭയപ്പെട്ടു. താനെങ്ങനെയാണ് ഇത്തരത്തിൽ ഒരു വിഡ്ഢിയായിപ്പോയതെന്ന് അവൻ സ്വയം ചോദിച്ചു. പക്ഷേ കുട്ടികൾ അവന് ചിന്തിക്കാനോ ഇരിക്കാനോ സമയം നൽകിയില്ല. എഡ്വാർഡ് അവന്റെ കുളിവസ്ത്രവും ടവ്വലും എടുത്തു. അതെൽസ്റ്റൺ കിടക്കവിരി വലിച്ചുമാറ്റി. മൂന്ന് മിനുട്ടിനുള്ളിൽ അവരെല്ലാം റോഡിലെത്തി. സാലി

അവനൊരു പുഞ്ചിരി സമ്മാനിച്ചു. അത് മുമ്പെന്നത്തേതുപോലെ മധുരവും നിഷ്കളങ്കവുമായിരുന്നു.

അവളുടെ പെരുമാറ്റത്തിൽ മാറ്റത്തിന്റെ കണികപോലുമില്ലായിരുന്നു. അവനെ കാണുമ്പോൾ അവൾ ലജ്ജിതയാകുമെന്ന് അവൻ കരുതി. അല്ലെങ്കിൽ തെല്ല് അടുപ്പക്കൂടുതൽ. പക്ഷേ ഒന്നും ഉണ്ടായില്ല. അവൾ തികച്ചും മുമ്പത്തേതുപോലെ തന്നെയായിരുന്നു. അവരെല്ലാം ഒരുമിച്ച് കടപ്പുറത്തേക്ക് നടന്നു. അവർ സംസാരിക്കുകയും ചിരിക്കുകയും ചെയ്തുകൊണ്ടിരുന്നു. സാലി തികച്ചും ശാന്തയായിരുന്നു. അവളെ ആ നിലയ്ക്കല്ലാതെ ഒരിക്കലും അവൻ കണ്ടിട്ടില്ല. അവൾ അവനുമായി സംഭാഷണത്തിലേർപ്പെടുവാൻ പരിശ്രമിക്കുകയോ ഒഴിവാക്കുകയോ ചെയ്തില്ല. ഫിലിപ്പാണ് ആകെ പരിഭ്രാന്തനായത്. തൊട്ടുമുമ്പിലത്തെ രാത്രിയിലെ സംഭവം അവളിൽ ചില മാറ്റങ്ങൾക്ക് കാരണമാകുമെന്ന് അവൻ പ്രതീക്ഷിച്ചിരുന്നു. പക്ഷേ ഒന്നും സംഭവിക്കാത്തതുപോലെയായിരുന്നു അവളുടെ പെരുമാറ്റം. അത് ഒരു സ്വപ്നം പോലെയായിരുന്നു. ആ സംഭവം അവൾ മറക്കാൻ ആഗ്രഹിക്കുന്നുണ്ടാകുമോ? അസാധാരണമായ സാഹചര്യങ്ങളാൽ സംഭവിച്ച ഒരു കാര്യമായി കണക്കാക്കി അവൾ അതിനെ അവളുടെ ബോധതലത്തിൽനിന്നും മാറ്റിയിട്ടുണ്ടായിരിക്കാം. അവൾ അത്തരം ഒരു സന്ദർഭത്തെ പ്രായത്തിലും കവിഞ്ഞ പക്വതയോടെ ഇങ്ങനെയായിരിക്കും കൈകാര്യം ചെയ്യുന്നത്. പക്ഷേ അവന്റെ മുന്നിൽ അവൾ ഒരു പ്രഹേളികയായി അവശേഷിച്ചു.

അവൻ കുട്ടികൾക്കുമുമ്പിൽ തവളച്ചാട്ടം കളിച്ചുകാണിച്ചുകൊടുത്തു. അവരെല്ലാം കൂടി വെള്ളത്തിൽക്കിടന്ന് ബഹളം വെച്ച് സമയം ചെലവഴിച്ചു. സാലി അവരെയെല്ലാം ശ്രദ്ധിക്കുന്നുണ്ടായിരുന്നു. അവർ അകലേക്ക് നീന്തിപ്പോകുമ്പോൾ അവൾ അവരെ വിളിക്കുന്നുണ്ടായിരുന്നു. അവൾ മുന്നോട്ടും പിറകോട്ടുമായും മലർന്ന് കിടന്നും നീന്തി. കുട്ടികൾ മറ്റുള്ളവരുടെ ചുമലിൽ കയറിയും മലക്കം മറിഞ്ഞും കളിച്ചു. അവൾ കുറച്ച് കഴിഞ്ഞ് കുളിച്ച് ശരീരം തുടക്കാൻ തുടങ്ങി. പിന്നീട് ഓരോരുത്തരെയായി വിളിച്ച് കുളി മതിയാക്കാൻ പറഞ്ഞു. ഫിലിപ്പ് മാത്രം വെള്ളത്തിൽ അവശേഷിച്ചു. അവൻ നന്നായൊന്ന് നീന്താൻ തീരുമാനിച്ചു. അവൻ കടലിന്റെ ആഴങ്ങളിലേക്ക് നീന്തിപ്പോകാൻ ഒരുങ്ങി.

അവളുടെ നിയന്ത്രണത്തിലുള്ള ഒരു കൊച്ചുകുട്ടിയെ എന്നപോലെ അവൾ അവനെ വിളിച്ചു. അവൾ ഫിലിപ്പിനെ ശാസിക്കാൻ തുടങ്ങി.

"അത്ര അകലത്തിൽ പോകേണ്ട ഒരു ആവശ്യവും നിങ്ങൾക്കില്ല. ചുണ്ടെല്ലാം നീല നിറമായിട്ടുണ്ട്. പല്ലുകൾ പിറുപിറുക്കുന്നുണ്ട്, കയറിവരൂ."

"ശരി ഞാൻ വരാം" ഫിലിപ്പ് പറഞ്ഞു.

അവൾ മുമ്പ് ഇത്തരത്തിൽ അവനോട് പറഞ്ഞിട്ടില്ല. ഇത് അവന്റെ മേൽ എന്തോ അവകാശം ലഭിച്ചതുപോലെയായിരുന്നു. കൂടാതെ ശ്രദ്ധ ആവശ്യമുള്ള ഒരു കുട്ടിയെപ്പോലെ അവൾ അവനെ നോക്കി. അൽപ്പ നിമിഷങ്ങൾക്കുള്ളിൽ അവർ ഡ്രസ് മാറ്റി തിരിച്ചു നടക്കാൻ തുടങ്ങി. സാലി അവന്റെ കൈകൾ നോക്കി.

"നോക്ക് അവ നീല നിറമായിരിക്കുന്നു." അവൾ പറഞ്ഞു.

"ഓ അത് പ്രശ്നമല്ല. അത് രക്തഓട്ടത്തിന്റെ പ്രശ്നമാണ്. അത് ഞാൻ ഒരു മിനുട്ടുകൊണ്ട് ചുവപ്പാക്കിത്തരാം" ഫിലിപ്പ് പറഞ്ഞു.

"അവ ഇങ്ങോട്ട് തരൂ" അവൾ പറഞ്ഞു.

അവന്റെ കൈകൾ തന്റെ കൈകളിൽ ചേർത്ത് പിടിച്ച് തിരുമ്മി അവൾ. ആദ്യം വലത്തേ കൈയും പിന്നീട് ഇടത്തേതും. നീല നിറം മായുന്നതുവരെ അത് തുടർന്നു. പിലിപ്പിനെ ഇത് അങ്ങേയറ്റം സ്പർശിച്ചു. അവൻ അവളെത്തന്നെ നോക്കിയിരുന്നു. കുട്ടികൾ അടുത്തുള്ളത് കാരണം അവന് അവളോട് ഒന്നും പറയാൻ കഴിഞ്ഞില്ല. അവൻ അവളുടെ നേരെ നോക്കാനും ഭയപ്പെട്ടു. കണ്ണുകൾ പരസ്പരം നോക്കാതിരുന്നതല്ല. അവ എന്തുകൊണ്ടോ പരസ്പരം നോക്കാൻ ഭയന്നതായിരുന്നു. അന്ന് പകൽ സമയത്തും അവർതമ്മിൽ വല്ല അടുപ്പവും പ്രത്യേകമായി ഉള്ളതിന്റെ യാതൊരു ലാഞ്ചനയും ഉണ്ടായിരുന്നില്ല. ഒരുപക്ഷേ അവൾ പതിവിലും കൂടുതൽ സംസാരിച്ചിരിക്കാം ഇന്ന്. അവരെല്ലാം ഹോപ് പാടത്ത് ഒരുമിച്ചിരിക്കുമ്പോൾ ഫിലിപ്പ് വെള്ളത്തിൽനിന്നും കയറിവരാതെ എത്രമാത്രം വികൃതിത്തരങ്ങളാണ് കളിച്ചതെന്നും അതിനാൽ അവന് നീലനിറമായെന്നും അമ്മയോട് കുറ്റപ്പെടുത്തുന്ന തരത്തിൽ പറഞ്ഞു. തലേദിവസത്തെ സംഭവം അവളുടെ മനസിൽ അവന്റെ കാര്യത്തിൽ കുറച്ചുകൂടെ ശ്രദ്ധ കൈക്കൊള്ളാൻ മാത്രമാണ് പര്യാപ്തമായതെന്ന് അവൻ തിരിച്ചറിഞ്ഞു. അവനെയും തന്റെ സഹോദരനെയും സഹോദരിയെയും അമ്മയുടെ സ്ഥാനത്ത് നിന്ന് നോക്കുന്നതുപോലെ നോക്കി സംരക്ഷിക്കുക എന്ന മന:സ്ഥിതിയാണ് ഇപ്പോൾ അവൾക്കുള്ളത്.

വൈകുന്നേരമായപ്പോൾ അവൻ അവളോടൊപ്പം ഒത്തുകൂടി. അവൾ അത്താഴം ഒരുക്കുകയായിരുന്നു. ഫിലിപ്പ് അടുപ്പിനടുത്തായി പുല്ലിൽ ഇരിക്കുകയായിരുന്നു. ശ്രീമതി അതേനി ചില സാധനങ്ങൾ വാങ്ങാനായി വില്ലേജിനടുത്തുള്ള പട്ടണത്തിൽ പോയിരുന്നു. കുട്ടികൾ അവരുടേതായ വിവിധ ആവശ്യങ്ങൾക്കായി എവിടെയോ ഒക്കെ ആയിരുന്നു. ഫിലിപ്പ് സംസാരിക്കാൻ മടിച്ചു. അവൻ വളരെ ഉൽക്കണ്ഠാകുലനായിരുന്നു. സാലി അവളുടെ പ്രവൃത്തിയിൽ അങ്ങേയറ്റം ശ്രദ്ധയോടെ വ്യാപൃതയായിരുന്നു. അവിടെ തളം കെട്ടിനിന്ന നിശ്ശബ്ദത രണ്ടുപേരും ഇഷ്ടപ്പെടുന്നതായിത്തോന്നി. എങ്ങനെ ഈ നിശ്ശബ്ദതയെ തകർത്തുകൊണ്ട് സംഭാഷണം തുടങ്ങുമെന്ന് അവനറിയില്ലായിരുന്നു. അവളോട് സംസാരിച്ചാലല്ലാതെ സാലി സംസാരിക്കുമായിരുന്നില്ല. അല്ലെങ്കിലും അവൾക്ക് പ്രത്യേകിച്ചൊന്നും പറയാനില്ലായിരുന്നു. അവസാനം ഈ നിശ്ശബ്ദത അധികനേരം സഹിക്കാൻ കഴിയാതെ ഫിലിപ്പ് ചോദിച്ചു;

"നിനക്ക് എന്നോട് ദേഷ്യമില്ലേ, സാലീ?"

അവൾ കണ്ണുകൾ ഉയർത്തി പ്രത്യേക ഭാവമാറ്റമൊന്നുമില്ലാതെ അവനെ നോക്കി.

"എനിക്കോ? ഇല്ല. ഞാൻ എന്തിന് ദേഷ്യപ്പെടണം."

അവൻ പിന്നെ ഒന്നും ചോദിച്ചില്ല. അവൾ പാത്രത്തിന്റെ മൂടിയെടുത്ത് അതിലേക്ക് അടുപ്പിലെ പാത്രത്തിൽനിന്നും എന്തോ ഒഴിച്ചു. അന്തരീക്ഷത്തിൽ സുഖമുള്ള ഒരു മണം പരന്നു. അവൾ ഒരിക്കൽക്കൂടി അവനെ നോക്കി.

"എനിക്ക് എല്ലായ്പ്പോഴും നിങ്ങളെ ഇഷ്ടമായിരുന്നു," അവൾ പറഞ്ഞു.

അവന്റെ ഹൃദയം ത്രസിച്ചു. രക്തം കവിൾത്തടങ്ങളിലേക്ക് പ്രവഹിക്കുന്നതായി അവനറിഞ്ഞു. അവൻ ഒന്ന് ചിരിച്ചു.

"അതെനിക്കറിയില്ലായിരുന്നു."

"അതിന് കാരണം നിങ്ങൾ നിസ്സാരനാണ് എന്നതാണ്,"

"നീ എന്തുകൊണ്ടാണ് എന്നെ ഇഷ്ടപ്പെട്ടതെന്നെനിക്കറിയില്ല."

"എനിക്കും, നിങ്ങൾ മുമ്പൊരിക്കൽ ഞങ്ങളുടെ വീട്ടിൽ വന്ന അന്നു മുതൽ നിങ്ങളോട് എനിക്ക് ഇഷ്ടം തോന്നിയിരുന്നു."

ഫിലിപ്പിന് ഒന്നും പറയാനില്ലായിരുന്നു. സന്തോഷത്തിന്റേതായ തിരിച്ചറിയാനാവാത്ത ഒരു വികാരത്താൽ അവന്റെ ഹൃദയം മിടിച്ചു.

"ആ പിള്ളേര് എവിടെ പോയിരിക്കുകയാണ്. അവർ വന്നിരുന്നെങ്കിൽ അത്താഴം കഴിക്കാമായിരുന്നല്ലോ" അവൾ പറഞ്ഞു.

"ഞാൻ പോയി നോക്കണോ അവരെ" ഫിലിപ്പ് ചോദിച്ചു

"നോക്കുന്നതുകൊണ്ട് പ്രശ്നമൊന്നുമില്ല. നല്ല കാര്യമാണ്. അമ്മ വരുന്നുണ്ട്" അവൾ പറഞ്ഞു

"ഇന്ന് രാത്രി കുട്ടികൾ ഉറങ്ങിയാൽ എന്നോടൊപ്പം നടക്കാൻ വരാമോ?"

"വരാം, നീ കാത്തിരിക്കൂ. എന്റെ പണികൾ ഒതുങ്ങിയാൽ ഞാൻ വരാം."

നക്ഷത്രങ്ങൾക്ക് ചുവട്ടിൽ, പുൽമേടയിൽ, വിളഞ്ഞുനിൽക്കുന്ന ബ്ലാക്ക്ബെറികൾ ഉള്ള കുറ്റിച്ചെടികൾക്കടുത്ത് ഭൂമിയുടെ ഗന്ധമേറ്റ് നിശ്ചലവും ലോലവുമായ കാറ്റേറ്റ് ഫിലിപ്പ് കാത്തിരുന്നു. അവന്റെ ഹൃദയം ഭ്രാന്തമായി മിടിച്ചുകൊണ്ടിരുന്നു. തനിക്കെന്താണ് സംഭവിച്ചതെന്ന് അവന് മനസിലായില്ല. അനുരാഗം അതിന്റെ എല്ലാവിധ ആവേശത്തോടുംകൂടി അവനെ ചുറ്റിവരിഞ്ഞിരിക്കുകയാണ്. പക്ഷേ, ഇത്തരം ഒരു ഭാവപ്രകടനമോ വികാരതീവ്രതയോ സാലിയിൽ കാണാൻ കഴിഞ്ഞില്ല. പക്ഷേ തന്നോടുള്ള ഏത് തരം വികാരത്താലായിരിക്കും അവൾ അവളെത്തന്നെ തനിക്ക് സമർപ്പിച്ചതെന്ന് അവന് തെല്ലും മനസിലായില്ല. പക്ഷേ അത് തന്നോടുള്ള അനുരാഗം മാത്രമാണ്. അവൾ അവളുടെ കസിനായ പീറ്റൻ ഗന്നിനോട് പ്രേമം കാണിച്ചിരുന്നെങ്കിൽ പ്രശ്നമില്ലായിരുന്നു. അവൾ തന്നിലെന്താണ് കണ്ടതെന്ന് അവൻ ആശ്ചര്യപ്പെട്ടു. അവൻ പ്രേമമാണെന്ന് തിരിച്ചറിഞ്ഞ അതേ നിലയിലുള്ള പ്രേമം യഥാർഥത്തിൽ അവൾക്ക് തന്നോടുണ്ടോ? അവളുടെ ആത്മാർഥതയിൽ അവന് അഭിമാനം തോന്നി. അവളുടെ ഹൃദയത്തിൽ ഏറെ നന്മയുള്ളതിനാൽ അമ്മയുടെയും സോദരിയുടെയും കാമുകിയുടെയും സ്നേഹം അവൾ തനിക്ക് നൽകുന്നുണ്ട്.

അവൻ റോഡിൽ ഒരു കാലൊച്ച കേട്ടു. ഇരുട്ടിൽ നിന്നൊരു രൂപം നടന്നടുക്കുന്നത് കാണുകയും ചെയ്തു.

"സാലി" അവൻ മന്ത്രിച്ചു.

അവൾ അവിടെ നിന്നു. എന്നിട്ട് അവൻ നിൽക്കുന്ന വേലിപ്പടർപ്പിന്നടുത്തേക്ക് ചെന്നു. അവളോടൊപ്പം ഗ്രാമപ്രദേശത്തിന്റെ ഹൃദ്യവും, സ്വച്ഛവുമായ പരിമളവും വന്നുചേർന്നു. പുത്തൻ വൈക്കോലിന്റെയും പുതുതായി വിളഞ്ഞ ഹോപിന്റെയും പുതുനാമ്പിന്റെ സുഗന്ധം അവളോടൊപ്പം അവിടേക്ക് വന്നു. അവളുടെ ചുണ്ടുകൾ മൃദുവും, വിടർന്നതും, മനോഹരവുമായിരുന്നു. സുന്ദരവും ശക്തവുമായ അവൾ അവന്റെ കൈകളിൽ ഭദ്രമായിരുന്നു.

"തേനും പാലും" അവൻ പറഞ്ഞു "നീ തേനും പാലും പോലെയാണ്." അവൻ അവളുടെ കണ്ണുകളിൽ ചുംബിച്ചു. ആദ്യം ഇടത്തേതിൽ പിന്നെ വലത്തേതിൽ. ശക്തവും ദൃഢമായതുമായ അവളുടെ കൈകൾ മുട്ടുവരെ നഗ്നമായിരുന്നു. അവൻ തന്റെ കൈകൾ അതിന് മുകളിൽ വെച്ച് തന്റെ കൈയുമായി അതിന്റെ ഭംഗി താരതമ്യം ചെയ്തു. അത് ഇരുട്ടിലും തിളങ്ങുന്നതായി തോന്നി. റൂബൻ വരച്ചതുപോലുള്ള മനോഹരമായ ചർമമായിരുന്നു അവൾക്ക്. അത് സുതാര്യവും ഭംഗിയുള്ളതുമായിരുന്നു. അതിന്റെ ഒരു ഭാഗത്തായി മനോഹരമായ സ്വർണരോമങ്ങൾ ഉണ്ടായിരുന്നു. അത് ഒരു സാക്സൺ ദേവതയുടെ കൈപോലെ തോന്നിച്ചു. "നിനക്ക് എങ്ങനെയാണ് എന്നെപ്പറ്റി ചിന്തിക്കാൻ തോന്നുന്നത്. " ഫിലിപ്പ് ചോദിച്ചു. "ഞാൻ മുടന്തനായ അപ്രസക്തനായ ഒരു സാധാരണ മനുഷ്യനല്ലേ."

"നിങ്ങൾ ഒരു പ്രായം ചെന്ന നിസ്സാരനാകുന്നു. അതാണ് നിങ്ങൾ." അവൾ മറുപടി പറഞ്ഞു.

നാൽപ്പത്തിനാല്

ഹോപുകൾ പെറുക്കിക്കഴിഞ്ഞപ്പോൾ, സെന്റ് ലൂക്ക് ആശുപത്രിയിലെ അസിസ്റ്റന്റ് ഹൗസ് ഫിസിഷ്യൻ എന്ന നിയമന ഉത്തരവും കീശയിലിട്ട് ഫിലിപ്പ് അതേനി കുടുംബത്തോടൊപ്പം ലണ്ടനിൽ തിരിച്ചെത്തി. അവിടെ അവൻ സൗകര്യപ്രദവും ലളിതവുമായ ഒരു മുറി കണ്ടെത്തി. എന്നിട്ട് തന്റെ ജോലിയിൽ പ്രവേശിച്ചു. ജോലി താൽപ്പര്യകരവും വ്യത്യസ്തതയാർന്നതുമായിരുന്നു. ഓരോ ദിവസവും പുതിയതായി ഓരോന്നു പഠിച്ചു. അവന് അതിന്റെയൊക്കെ പരിണിത ഫലത്തെപ്പറ്റിയും അറിയാമായിരുന്നു. അവന് അവിടെവെച്ച് കൂടുതൽ സമയം സാലിയെ കാണാനും സാധിച്ചു. അവന് ജീവിതം വളരെയേറെ സന്തോഷപൂർണമായി തോന്നി. അവൻ ആറ് മണിയാകുമ്പോഴേക്കും സ്വതന്ത്രനാകുമായിരുന്നു. ചില ദിവസങ്ങളിൽ കാണിച്ച് മരുന്ന് വാങ്ങിപ്പോകുന്ന രോഗികളുണ്ടെങ്കിൽ മാത്രം അൽപ്പം വൈകുമായിരുന്നു. അതിനുശേഷം സാലി വരുന്ന വഴിയിൽ നിന്നും അവളെ കാണാനായി അവൾ ജോലി

ചെയ്യുന്ന കടയുടെ സമീപം പോകുമായിരുന്നു. അവിടെ ധാരാളം യുവാക്കൾ ഇരിക്കാറുണ്ടായിരുന്നു. അവർ ആ വ്യാപാരകേന്ദ്രത്തിന്റെ എതിർദിശയിലായി ഇരുന്ന് തമാശകൾ പറയുകയും പൊട്ടിച്ചിരിക്കുകയും അതിലേ പോകുന്നവരുടെ ശ്രദ്ധയാകർഷിക്കാൻ ശ്രമിക്കുകയും ചെയ്തുപോന്നു. സാധാരണ ഗ്രാമപ്രദേശത്തെ പെൺകുട്ടികളിൽ നിന്നും സാലി അവളുടെ കറുത്ത വസ്ത്രത്തിൽ വ്യത്യസ്തയായി കാണപ്പെട്ടു. അവൾ കടയിൽ നിന്നും ഇറങ്ങി വേഗത്തിൽ നടന്നു. പക്ഷേ അരികിലായി ഫിലിപ്പിനെ കണ്ടപ്പോൾ അവളുടെ നടത്തത്തിന്റെ വേഗത കുറഞ്ഞു. അവൾ അവനെ അവളുടെ മന്ദസ്മിതം കൊണ്ട് അഭിവാദ്യം ചെയ്തു. അവർ ഒരുമിച്ച് തിരക്കുപിടിച്ച വീഥിയിലൂടെ നടന്നു. അവൻ ആശുപത്രിയിലെ തന്റെ ജോലിയെപ്പറ്റി അവളോട് പറഞ്ഞു. അവൾ അന്ന് തന്റെ കടയിൽ എന്താണ് ചെയ്തത് എന്നതിനെപ്പറ്റി അവനോടും പറഞ്ഞു. അവളുടെ കൂടെ ജോലിചെയ്യുന്ന പെൺകുട്ടികളുടെ പേരുകൾ അവൻ ചോദിച്ചു. അവളുടെ കാര്യങ്ങൾ പറയുന്ന രീതി വളരെ വ്യത്യസ്തവും സൂക്ഷ്മവുമായിരുന്നു. പക്ഷേ അതിൽപ്പോലും ഫിലിപ്പ് ചിരിക്കാനുള്ള വക കണ്ടെത്തുമായിരുന്നു. അപ്പോൾ അവൾ അവനെ നോക്കും. അവളുടെ സംഭാഷണത്തിലെ നർമോക്തി എന്താണെന്ന് അവൾക്കറിയണമെന്ന് ആഗ്രഹിക്കുന്നു എന്ന് അറിയിക്കാനായിരുന്നു ആ നോട്ടം. അവർ പരസ്പരം കണ്ടുകഴിഞ്ഞാൽ ഹസ്തദാനം ചെയ്യുകയും സ്വാഭാവികമായ രീതിയിൽ പിരിയുകുയും ചെയ്തു.

ഒരിക്കൽ ഫിലിപ്പ് അവന്റെ മുറിയിൽ ചെന്ന് ഒരു ചായ കുടിക്കാനായി അവളെ ക്ഷണിച്ചു. പക്ഷേ അവൾ നിരസിച്ചു.

“ഇല്ല. ഞാൻ വരില്ല. അത് തമാശയായി തോന്നുന്നു. ” അവൾ പറഞ്ഞു.

അവരുടെ ഇടയിൽ പ്രേമത്തിന്റെ ഒരു വാക്കുപോലും ഒരിക്കലും പറയപ്പെട്ടില്ല. അത്തരം യാത്രകളിലെ സൗഹൃദം മാത്രമായിരുന്നു അവൾ ആഗ്രഹിച്ചിരുന്നത് എന്നുതോന്നി. എന്നിരുന്നാലും അവൾ തന്നോടൊപ്പം നടക്കുന്നതിൽ സന്തുഷ്ടയാണ് എന്നതിൽ അവന് സന്തോഷം തോന്നി. അവൾ അവനെ ആരംഭത്തിലെ അവളുടെ പ്രവൃത്തി കൊണ്ട് അത്ഭുതപ്പെടുത്തുകതന്നെ ചെയ്തു. അവന് അവളുടെ സ്വഭാവം മനസിലാക്കുവാനേ കഴിഞ്ഞില്ല. അവന് മനസിലായിടത്തോളംകൊണ്ടു തന്നെ അവൻ അവളോട് കൂടുതലായി അടുക്കുകയാണുണ്ടായത്. അവൾ മിടുക്കിയും ആത്മനിയന്ത്രണമുള്ളവളുമായിരുന്നു. അവളിൽ വശ്യമായ ഒരു സത്യസന്ധതയുണ്ടായിരുന്നു. ഏതൊരു സാഹചര്യത്തിലും അവളെ ആശ്രയിക്കാമെന്ന തോന്നൽ അവൾ സൃഷ്ടിച്ചു.

ഒരിക്കൽ അവൻ അവളോട് പറഞ്ഞു; “നീ എല്ലാംകൊണ്ടും വളരെ നല്ലവളാണ്.”

“എനിക്ക് തോന്നുന്നത് ഞാൻ എല്ലാവരെയും പോലെ ഒരുവളാണെന്നാണ് ” അവൾ മറുപടി പറഞ്ഞു.

അവൻ അവളെ പ്രേമിക്കുന്നില്ല എന്ന് അവന് അറിയാമായിരുന്നു. അവന്റേത് മഹത്തരമായ ഒരു അനുരാഗമായിരുന്നു. അവൻ അവളുടെ

സാന്നിധ്യം ഇഷ്ടപ്പെട്ടു. അത് അങ്ങേയറ്റം ആശ്വാസപ്രദമായിരുന്നു. അവളോട് പത്തൊൻപത് വയസുള്ള ഒരു പെൺകുട്ടിയോട് തോന്നുന്ന പ്രത്യേകതരം താൽപ്പര്യമായിരുന്നു. അവൻ അവളെ ബഹുമാനിച്ചു. അവളുടെ മനോഹരമായ രൂപഭംഗിയെയും ആരോഗ്യത്തെയും അവൻ ആരാധിച്ചു. അവൻ ഒന്നുമല്ലെന്ന് അവളുടെ സാന്നിധ്യം തോന്നിച്ചു.

നാൽപ്പത്തിയഞ്ച്

പിന്നീട് ഒരു ദിവസം ലണ്ടനിലേക്ക് തിരിച്ചുവന്നിട്ട് മൂന്നാഴ്ചകൾ കഴിഞ്ഞപ്പോൾ, അവർ ഒരുമിച്ച് നടക്കുമ്പോൾ അവൾ പതിവില്ലാത്ത വിധം നിശ്ശബ്ദയായിരിക്കുന്നതായി ഫിലിപ്പ് ശ്രദ്ധിച്ചു. അവളുടെ കൺപുരികത്തിനടുത്തായി ഒരു നേരിയ വര പ്രത്യക്ഷപ്പെട്ടതുപോലെ തോന്നിക്കുകയും അവിടങ്ങളിൽ ചുളിവുകൾ വരുന്നുണ്ടോ എന്ന് അവൻ സംശയിക്കുകയും ചെയ്തു.

"സാലീ എന്താണ് പ്രശ്നം, " അവൻ ചോദിച്ചു

അവൾ അവനെ നോക്കിയില്ല. അവൾ ആകെ വിഷമിക്കുന്നതായി തോന്നി.

"എനിക്കറിയില്ല." അവൾ പറഞ്ഞു. അവൾ എന്താണ് അർഥമാക്കുന്നതെന്ന് പെട്ടെന്ന് അവന് മനസിലായി. അവന്റെ ഹൃദയം വേഗത്തിൽ മിടിച്ചു. ആ ദുഃഖഛരായ അവന്റെ കവിളുകളിലും പടരുന്നതായി അവനറിഞ്ഞു.

"നീ എന്താണ് അർഥമാക്കുന്നത്? നീ ഭയപ്പെടുന്നത്.....?" അവൻ നിറുത്തി. അവന് തുടരാൻ കഴിഞ്ഞില്ല. അത്തരത്തിലെന്തെങ്കിലും സംഭവിക്കുമെന്ന ചിന്ത ഇതുവരെയും അവന്റെ മനസിലില്ലായിരുന്നു. അവളുടെ അധരങ്ങൾ വിറയ്ക്കുന്നതായി അവൻ കണ്ടു. അവൾ കരയാതിരിക്കാൻ പാടുപെടുകയായിരുന്നു.

"എനിക്കിനിയും ഉറപ്പായിട്ടില്ല. ഒരുപക്ഷേ ഒന്നുമില്ലായിരിക്കാം." ചാൻസറി വീഥിയുടെ ഒരു മൂലയിൽ എത്തുന്നതുവരെ അവർ നിശ്ശബ്ദരായി നടന്നു. അവിടെ വെച്ചാണ് അവൻ അവളെ പിരിയാറ് പതിവ്. അവൾ അവന് നേരെ കൈനീട്ടി എന്നിട്ട് പുഞ്ചിരിച്ചു.

"ഇതിനെപ്പറ്റി ഓർത്ത് വിഷമിക്കേണ്ട. ഒന്നും സംഭവിക്കില്ലെന്ന് പ്രതീക്ഷിക്കാം."

തലയിൽ പലവിധ അസ്വസ്ഥചിന്തകളുമായി അവൻ നടന്നു. താൻ എന്തൊരു വിഡ്ഢിയായി മാറിയിരിക്കുകയാണ്. അതായിരുന്നു അവന്റെ മനസിലെ ആദ്യത്തെ ചിന്ത. താൻ നിന്ദ്യനായ പരിഹാസ്യനായ ഒരു വിഡ്ഢിയായി മാറിയിരിക്കുന്നതായി അവന്റെ മനസ്സ് മന്ത്രിച്ചുകൊണ്ടിരുന്നു. അവൻ സ്വയം ശപിച്ചു. എന്തുകൊണ്ടാണ് ഇത്തരം ഒരു കുഴപ്പത്തിൽ താൻ ചെന്ന് ചാടിയത്. ഒരു ജീഗ്സോ പസ്സിലെ കൂട്ടിയോജിപ്പിക്കാനായി മുറിക്കപ്പെട്ട ചിത്രക്കഷണങ്ങളെപ്പോലെ അവന്റെ മനസിൽ ഉത്തരം കിട്ടാത്ത കുറെയേറെ ചോദ്യങ്ങൾ തലങ്ങും വിലങ്ങും നിറ

ഞ്ഞുനിന്നു. ഇനി എന്താണ് ചെയ്യാനുദ്ദേശിക്കുന്നതെന്ന് അവൻ സ്വയം ചോദിച്ചു. താൻ ഇത്രയും കാലം ആശിച്ചതൊക്കെ കൈയെത്തുന്ന അകലത്തിൽ വന്നെത്തിയ ഒരു സമയമായിരുന്നു ഇത്. പക്ഷേ തന്റെ മുൻവിചാരമില്ലാത്ത പ്രവൃത്തികാരണം അതെല്ലാം തകിടം മറിയുന്ന അവസ്ഥയാണ് വന്നെത്തിയിരിക്കുന്നത്. തന്റെ ഭാവിജീവിതം സ്വസ്ഥതയാർന്നതായിരിക്കാനായി, അലച്ചിലും അല്ലലും അവസാനിപ്പിക്കാനായി പഠനം പൂർത്തിയാക്കിയതും, വിദേശയാത്രകളൊക്കെ നടത്തി അതിനോടുള്ള താൽപ്പര്യം അവസാനിപ്പിക്കാനും ഒരുങ്ങിയ സന്ദർഭത്തിലാണ് ഇത്തരം ഒരു കൂടിക്കാഴ്ചയും അതുണ്ടാക്കുന്ന നൂലാമാലകളും. മുൻകാലങ്ങളിൽ ഭാവിയെപ്പറ്റി ഇത്ര ഗൗരവമായൊന്നും ചിന്തിച്ചിട്ടുണ്ടായിരുന്നില്ല. പക്ഷേ എന്റെ ലക്ഷ്യം വളരെ സമീപസ്ഥമായിരിക്കുന്ന അവസ്ഥയിൽ ഇത്തരം ഒരു പ്രേരണയെ വേണ്ടെന്ന് വയ്ക്കാമായിരുന്നു. ആദ്യമായി സ്പെയിനിലേക്ക് പോകണമെന്ന ഒരാഗ്രഹം തന്റെ മനസിലുണ്ട്. ആ രാജ്യത്തിന് മറ്റൊരു രാജ്യത്തിനും നൽകാനാകാത്തൊരു സന്ദേശം തനിക്ക് നൽകാനുണ്ടെന്ന് അവൻ വിശ്വസിച്ചു. അവിടത്തെ മനോഹരമായ പഴയ കാല പട്ടണങ്ങൾ താൻ കുട്ടിക്കാലത്ത് കളിച്ചുനടന്ന പട്ടണങ്ങൾ പോലെ അവനറിയാം. കോർഡോലയും സെവില്ലെയും ടൊളെഡോയും ലിയോണും ടാഗോണയും ബർഗോസുമെല്ലാം അവന് ഹൃദിസ്ഥമാണ്. സ്പെയിനിലെ മഹാന്മാരായ ചിത്രകാരന്മാർ അവന്റെ ആത്മാവിന്റെ ചിത്രകാരന്മാരാണ്. അത്തരം സൃഷ്ടികളുടെ മുന്നിൽനിന്ന് ചിത്രരചനയിലേർപ്പെടുമ്പോൾ മറ്റൊരു രാജ്യത്തിൽ നിന്നുള്ള ചിത്രങ്ങളുടെ മുന്നിൽനിന്ന് ചിത്രരചനയിൽ ഏർപ്പെടുമ്പോൾ കിട്ടാത്ത ഒരു അത്യാഹ്ലാദം അവൻ അനുഭവിക്കാറുണ്ടായിരുന്നു. അവിടത്തെ പ്രശസ്തരായ കവികളുടെ രചനകൾ അവൻ വായിക്കാറുണ്ട്. അവരൊക്കെ തങ്ങളുടെ ഭാവനയ്ക്ക് പ്രചോദനങ്ങൾ കണ്ടെത്തിയത് മഹത്തായ ഇതിഹാസങ്ങളിൽ നിന്നായിരുന്നില്ല. മറിച്ച് മനോഹരമായ സ്പെയിനിലെ ഭൂപ്രദേശങ്ങളിൽ നിന്നായിരുന്നു. ഏതാനും ചില മാസങ്ങൾ കൂടി കഴിഞ്ഞാൽ അവയൊക്കെ സ്വന്തം കണ്ണുകൾ കൊണ്ട് കാണാനും കാതുകൾ കൊണ്ട് കേൾക്കാനും സാധ്യമാകും എന്ന ശുഭചിന്തയിലായിരുന്നു അവൻ. അറിയപ്പെടാത്ത ആരൊക്കെയായി കൂട്ടുകൂടേണ്ടിവരുമെന്ന് വ്യക്തമായി അറിയില്ലെങ്കിലും അത്തരം ഒരു ഒത്തുചേരൽ, അഥവാ സൗഹൃദം അവന്റെ മുന്നോട്ടുള്ള യാത്രയിൽ സന്തോഷവും കരുത്തും നൽകുമെന്ന് അവൻ കരുതി.

ഇതൊക്കെ ഒരു തുടക്കം മാത്രമായിരുന്നു. സ്വന്തം കപ്പലുകളിൽ സർജന്മാരെ നിയമിക്കുന്ന പല കമ്പനികൾക്കും അയാൾ കത്തെഴുതുകയുണ്ടായി. അവയുടെ യാത്രാവഴികൾ ഏതെല്ലാമാണെന്നും അവർ നൽകുന്ന സൗകര്യങ്ങൾ എന്തെല്ലാമാണെന്നും അവരുടെ ദോഷവശങ്ങൾ എന്തെല്ലാമാണെന്നും അതിൽ ജോലിനോക്കിയ ആൾക്കാരിൽനിന്നും അയാൾ മനസിലാക്കിയിരുന്നു. ഓറിയന്റിനെയും പി, ഏൻറ് ഒ, വിനെയും അവൻ മാറ്റിവെച്ചു. കാരണം അവർ നൽകുന്ന ജീവിത സൗകര്യങ്ങൾ പരിമിതമായിരുന്നു. കൂടാതെ മെഡിക്കൽ ഓഫീസർക്ക്

കൂടുതൽ സ്വാതന്ത്ര്യമൊന്നും ആ കമ്പനിയിൽ നൽകിയിരുന്നില്ല. അവയിലൊക്കെ ഭക്ഷണ താമസസൗകര്യങ്ങളും പരിമിതമായിരുന്നു. കൂടാതെ ലണ്ടനിൽനിന്നുള്ള ഡിഗ്രിയുള്ള ഒരാൾക്ക് എളുപ്പത്തിൽ അവ ലഭ്യമായിരുന്നു. ഇത്തരം കപ്പലുകൾ നങ്കൂരമിടാറുള്ള തുറമുഖങ്ങൾ ഫിലിപ്പിന് അറിയാമായിരന്നു. അവയിലെ വ്യത്യസ്തവും നിഗൂഢവുമായ ജീവിതമായിരുന്നു ഫിലിപ്പിനെ ആകർഷിച്ചിരുന്നത്. ജീവിതം അതായിരുന്നു അവന് വേണ്ടിയിരുന്നത്. അവസാനം അവൻ ജീവിതവുമായി അടുത്ത സമ്പർക്കത്തിലെത്താൻ പോവുകയാണ്. കൂടാതെ ഒരുപക്ഷേ ടോക്കിയോവിലോ ഷാങ്ഗായിലോ അതുമല്ലെങ്കിൽ മറ്റേതെങ്കിലും കപ്പലിൽ കയറി സൗത്ത് പസിഫിക്കിലെ ദ്വീപുകളിലോ അവൻ എത്തിച്ചേർന്നേക്കാം. എവിടെയായാലും ഒരു ഡോക്ടർ വളരെ ഉപകാരമുള്ള വ്യക്തിയാണ്. അവിടെനിന്നും ബർമയിലേക്കോ, സുമാത്രയിലേക്കോ അല്ലെങ്കിൽ ബോർണേലിയോയിലേക്കോ സന്ദർശനം നടത്താൻ സാധിച്ചേക്കാം. അവൻ ഇപ്പോഴും ചെറുപ്പമാണ്. ആവശ്യത്തിന് സമയം ഇനിയും മുന്നോട്ടുണ്ട്. അവനാണെങ്കിൽ ഇംഗ്ലണ്ടിൽ സുഹൃത്തുക്കളോ ബന്ധങ്ങളോ ഇല്ല. അവന് ലോകത്ത് അങ്ങോളമിങ്ങോളം വർഷങ്ങളോളം യാത്രചെയ്യാം. അതുവഴി ജീവിതത്തിന്റെ സൗന്ദര്യവും ആശ്ചര്യവും വൈവിധ്യവും പഠിക്കുകയുമാവാം.

അതിനിടയിലാണ് ഈ പ്രശ്നം വന്നിരിക്കുന്നത്. സാലി തെറ്റിദ്ധരിച്ചിരിക്കുകയാവാം എന്ന സാധ്യത അവൻ മാറ്റിവെച്ചു. അവൾ പറഞ്ഞിരിക്കുന്നത് അങ്ങേയറ്റം ശരിയായിരിക്കുമെന്ന് അവൻ ഉറപ്പിച്ചു. പ്രത്യേകിച്ചും അത് അങ്ങനെയാണ് സംഭവിക്കാറ്. പ്രകൃതി അവളെ കുട്ടികളുടെ അമ്മയാവാൻ വേണ്ടിയാണ് സംവിധാനിച്ചിരിക്കുന്നത്. അവൻ എന്താണ് ഇനി ചെയ്യേണ്ടതെന്ന് അവന് നിശ്ചയമുണ്ടായിരുന്നു. തന്റെ വഴിയിൽ തലനാരിഴയ്ക്ക് കാര്യങ്ങൾ ഇനി വഴുതിപ്പോകാൻ പാടില്ല എന്ന് അവൻ തീരുമാനിച്ചു. അവൻ ഗ്രിഫിത്തിനെപ്പറ്റി ചിന്തിച്ചു. ചെറുപ്പക്കാരുടെ ചെവിയിൽ എത്തിയാൽ ഇത്തരം ഒരു വാർത്തയെ അവർ എത്രമാത്രം നിസ്സംഗതയോടെയായിരിക്കും സ്വീകരിക്കുക എന്ന് അവൻ ചിന്തിച്ചു. അവളുടെ പ്രശ്നങ്ങളെയും പ്രയാസങ്ങളെയും തന്മയത്വത്തോടെ കൈകാര്യം ചെയ്യുവാൻ അവൻ തീരുമാനിച്ചു. ഇത്തരത്തിൽ വല്ലതും സംഭവിച്ചിട്ടുണ്ടെങ്കിൽ അത് തികച്ചും അനിവാര്യമായിരുന്നു എന്ന് അവൻ അവനോട് തന്നെ പറഞ്ഞു പഠിപ്പിച്ചു. സാലിയേയാണ് തന്നെക്കാൾ അതിന് കുറ്റപ്പെടുത്തപ്പെടേണ്ടതെന്ന് അവൻ തിരിച്ചറിഞ്ഞു. ലോകം എന്തെന്നറിയുന്ന ഒരു പെണ്ണാണവൾ. അവൾക്ക് ജീവിതത്തിന്റെ എല്ലാവശങ്ങളെയും അറിയാം. എന്നിട്ടും കണ്ണ് തുറന്നുകൊണ്ടാണ് ഈ ആപത്ത് അവൾ സ്വീകരിച്ചിരിക്കുന്നത്. തന്റെ ജീവിതത്തിന്റെ മുന്നോട്ടുള്ള പ്രയാണത്തെ ഇത്തരം ഒരു സംഭവങ്ങളാലും തടസപ്പെടുത്തുവാൻ താൻ അനുവദിക്കില്ല. ജീവിതത്തിന്റെ ക്ഷണഭംഗുരതയെപ്പറ്റി വ്യക്തമായി അറിയുന്ന ഒരാളാണ് താൻ. അതുകൊണ്ടുതന്നെ അതിൽ നിന്നും പൂർണമായും സന്തോഷം കണ്ടെത്തുക തന്നെ ചെയ്യുക എന്നതാണ് തന്റെ നയം. സാലിക്കുവേണ്ടി തന്നെക്കൊണ്ട് ചെയ്യാൻ കഴിയുന്ന

തൊക്കെ താൻ ചെയ്തുകൊടുക്കും. ആവശ്യമാണെങ്കിൽ നല്ലൊരു തുക അവൾക്കായി നൽകാൻ തന്നെക്കൊണ്ട് ഇന്ന് സാധ്യമാണ്. ഒരു കരുത്തനായ വ്യക്തി തന്റെ ലക്ഷ്യത്തിൽ നിന്നും ഒരിക്കലും പിൻതിരിയാൻ പാടില്ല.

ഫിലിപ്പ് ഇതെല്ലാം സ്വയം പറയുകയായിരുന്നു. അവന് അങ്ങനെയൊന്നും ചെയ്യാൻ കഴിയില്ലെന്ന് അവനറിയാമായിരുന്നു. അവന് കഴിയില്ല അത് അവനറിയാം. കാരണം അതാണ് ഫിലിപ്പ്.

"അത്രയും നാശം പിടിച്ച ദുർബലനാണ് ഞാൻ." നിരാശയോടെ അവൻ പിറുപിറുത്തു.

അവൾ അവനെ വിശ്വസിക്കുകയും അവനോട് ദയകാണിക്കുകയും ചെയ്തിട്ടുണ്ട്. ഭീതിദമായ ഒരു പ്രവൃത്തി ഒരു നിലയ്ക്കും അവന് ചെയ്യാൻ സാധിക്കില്ല. അവൾ നശിച്ചവളാണെന്ന് കരുതിക്കൊണ്ട് താൻ യാത്രപുറപ്പെട്ടാൽ ആ യാത്രയിൽ ഒരിക്കലും തനിക്ക് മനഃസമാധാനം ലഭിക്കുകയില്ല. കൂടാതെ അവളുടെ അച്ഛനും അമ്മയും ഉണ്ട്. അവർ അവനെ വളരെ നല്ല നിലയ്ക്കാണ് ഇതുവരെയും പരിഗണിച്ചത്. അവരോട് നന്ദികേട് കാണിക്കുക എന്നത് ഒരിക്കലും സാധ്യമല്ല. സാധ്യമായ ഏക പോംവഴി സാലിയെ കഴിയുന്നത്ര പെട്ടെന്ന് വിവാഹം കഴിക്കുക എന്നതാണ്. അവൻ ഈ കാര്യം ഡോക്ടർ സൗത്തിനെ എഴുതിയറിയിക്കുവാൻ തീരുമാനിച്ചു. കൂടാതെ അദ്ദേഹത്തിന്റെ വാഗ്ദാനത്തെപ്പറ്റി ഓർമപ്പെടുത്താനും തീരുമാനിച്ചു. അവിടെയാകുമ്പോൾ തന്റെ ശാരീരിക വൈകല്യമോ ഭാര്യയുടെ നാടൻശീലങ്ങളോ ഒന്നും പ്രശ്നമാകുന്നുമില്ല. അവളെ തന്റെ ഭാര്യ എന്ന നിലയ്ക്ക് ചിന്തിച്ചപ്പോൾ അസാധാരണമായ ഒരു വികാരം അവനിൽ ഉളവായി. കൂടാതെ തന്റേതായ ഒരു കുട്ടി അവളിൽ വളരുന്നു എന്ന ചിന്ത ഒരു പ്രത്യേക വികാരം തന്നെ സൃഷ്ടിച്ചു. ഡോ. സൗത്ത് തന്നെ സ്വീകരിക്കുമെന്ന കാര്യത്തിൽ അവന് തെല്ലും സംശയമുണ്ടായിരുന്നില്ല. ആ മുക്കുവഗ്രാമത്തിൽ അവൻ സാലിയോടൊന്നിച്ച് ജീവിക്കുന്നതിനെപ്പറ്റിയുള്ള ചിത്രങ്ങൾ അവൻ മനസിൽ കണ്ടു. കടലിന്നഭിമുഖമായി അവർ ഒരു കൊച്ചുവീട് വെക്കും. എന്നിട്ട് തനിക്കറിയാത്ത തീരങ്ങളിലേക്ക് പോകുന്ന കരുത്തുറ്റ കപ്പലുകളെ അയാൾ നോക്കിയിരിക്കും. അതായിരിക്കും ഒരുപക്ഷേ ബുദ്ധിപരമായ നീക്കം. സമയത്തിന്റെയും കാലത്തിന്റെയും രണ്ടു മണ്ഡലങ്ങളെ ഭാവനകൊണ്ട് കൂട്ടിയിണക്കാൻ കഴിവുള്ള ഒരു വ്യക്തിക്ക് ജീവിതത്തിന്റെ യാഥാർഥ്യങ്ങൾ പ്രശ്നമായി തോന്നാറില്ലെന്ന് ക്രോൺഷാ പറഞ്ഞിട്ടുണ്ട്. അത് സത്യവുമായിരുന്നു. നിങ്ങളുടെ സ്നേഹം നിലനിൽക്കുന്നിടത്തോളം കാലം അവൾ പരിശുദ്ധയായിരിക്കും.

തന്റെ ഉന്നതമായ പ്രതീക്ഷകളായിരിക്കും അവൾക്കുള്ള തന്റെ വിവാഹസമ്മാനം. ആത്മത്യാഗവും! അത്തരം ഒരു പ്രവൃത്തിയുടെ സൗന്ദര്യത്തെ ഓർത്ത് ഫിലിപ്പ് ഉന്മത്തനായി. അവന് ഒന്നും വായിക്കാനായില്ല. അവന്റെ മുറിയിൽനിന്നും തെരുവിലേക്കിറങ്ങിയതുപോലെ തോന്നി അവന്. അവിടെ അവൻ അങ്ങോട്ടുമിങ്ങോട്ടും നടക്കുന്നതായി തോന്നി. അവന്റെ ഹൃദയം സന്തോഷം കൊണ്ട് നിറഞ്ഞു. തന്റെ ക്ഷമ നശിക്കു

ന്നതായി തോന്നി. താൻ ഈ വിവരം അവളോട് പറയുമ്പോൾ അവൾക്കുണ്ടാകുന്ന സന്തോഷം നേരിൽ കാണാൻ അവൻ ആഗ്രഹിച്ചു. ഇപ്പോൾ സമയം ഇത്ര വൈകിയിട്ടില്ലായിരുന്നുവെങ്കിൽ അവളെക്കാണാൻ അവൻ ഇപ്പോൾത്തന്നെ പോകുമായിരുന്നു. സൗകര്യപ്രദമായ സ്വീകരണമുറിയിൽ സാലിയോടൊന്നിച്ച് അവൻ ഇരിക്കുന്നത് അവൻ കണ്ടു. ആ മുറിയിലെ കർട്ടനുകൾ വകഞ്ഞുമാറ്റിയതിനാൽ അവർക്ക് കടലിലെ തിരകൾ നോക്കിയിരിക്കാം. അവൻ പുസ്തകം വായിക്കുകയാണെങ്കിൽ അവൾക്ക് അവളുടെ പ്രവൃത്തികളിൽ വ്യാപൃതയാകാം. അവിടെ ഷേഡ് വെച്ചിരിക്കുന്ന വിളക്കിന്റെ വെളിച്ചത്തിൽ അവൾ കൂടുതൽ സുന്ദരിയായി തോന്നിക്കും. വളരുന്ന കുട്ടിയെപ്പറ്റി അവർ സംസാരിക്കും. അപ്പോൾ അവൾ തന്നെ തിരിഞ്ഞുനോക്കുമ്പോൾ അവയിൽ സ്നേഹത്തിന്റെ പ്രകാശം ദർശിക്കാം. കൂടാതെ അയാളുടെ രോഗികളായ മുക്കുവരും അവരുടെ ഭാര്യമാരും അവരോട് അങ്ങേയറ്റത്തെ അടുപ്പം കാണിക്കും. അവരുടെ ലളിതമായ ജീവിതരീതി കണ്ട് മറ്റുള്ളവർ ആനന്ദിക്കും. പക്ഷേ അൽപ്പസമയത്തിനുള്ളിൽ അയാളുടെ ചിന്ത അവരുടെ കുട്ടിയെ കേന്ദ്രീകരിച്ചായി മാറി. ഇപ്പോൾത്തന്നെ അതിനോട് അങ്ങേയറ്റത്തെ ഒരു അടുപ്പം അയാൾക്ക് തോന്നിത്തുടങ്ങിയിരിക്കുന്നു. അവന്റെ കൊച്ച് പാദങ്ങളിൽ തന്റെ കൈകൊണ്ട് തലോടുന്നതായി അവൻ കരുതി. അവ സുന്ദരമായിരിക്കുമെന്ന് അവന് അറിയാമായിരുന്നു. അവന്റെ സമ്പന്നവും വൈവിധ്യവുമായ ജീവിതത്തിനായി എല്ലാം ചെയ്യുമെന്ന് അവൻ ഉറപ്പിച്ചു. അതിനായുള്ള ശ്രമങ്ങൾ തനിക്ക് ഒരു നിലയ്ക്കും പ്രയാസമുള്ളതായിരിക്കില്ലെന്ന് അവൻ ഉറപ്പിച്ചു.

തന്റെ ജീവിതം ഇത്രമാത്രം ദുഷ്കരമാക്കിയ വൈകല്യത്തെ അവൻ സർവാത്മനാ സ്വീകരിച്ചു. അത് തന്റെ സ്വഭാവത്തെ ക്രമപ്പെടുത്തിയിട്ടുണ്ടെന്ന് അവനറിയാം. പക്ഷേ അതേ വൈകല്യം തനിക്ക് വ്യക്ത്യാധിഷ്ഠിതമായി കാര്യങ്ങൾ കാണാനുള്ള കഴിവുണ്ടാക്കിത്തരികയും അത് തനിക്ക് ഗുണം ചെയ്യുകയും ചെയ്തിട്ടുണ്ട്. അങ്ങനെയല്ലായിരുന്നെങ്കിൽ അവന് സൗന്ദര്യത്തെ ആസ്വദിക്കാനുള്ള കഴിവും കലയോടും സാഹിത്യത്തോടുമുള്ള താൽപ്പര്യവും ജീവിതത്തെ വിവിധ കോണുകളിലൂടെ നോക്കിക്കാണാനുള്ള കഴിവും ഉണ്ടാകുമായിരുന്നില്ല. അവനിൽ പതിവായി ചൊരിഞ്ഞുകൊണ്ടിരുന്ന ആക്ഷേപവും പരിഹാസവും അവന്റെ മനസിനെ അന്തർമുഖത്വത്തിലേക്ക് നയിക്കുകയും അവനിൽ വന്നു ചേർന്ന പൂക്കളുടെ സുഗന്ധം വാടാതിരിക്കാൻ ശ്രമിക്കാൻ പ്രാപ്തനാക്കുകയും ചെയ്തു. അതുവഴി അവൻ മനസിലാക്കിയത് സാധാരണത്വം എന്നത് ലോകത്തിലെ ഏറ്റവും അപൂർവമായ ഒരു വസ്തുവാണ് എന്നതാണ്. ഓരോരുത്തർക്കും ഓരോ പോരായ്മയുണ്ടായിരിക്കും. ഒന്നുകിൽ ശരീരത്തിന്റേത് അല്ലെങ്കിൽ മനസിന്റേത്. അവന് ഇതുവരെ അറിയാനിടയായ ആളുകളെപ്പറ്റി അവൻ ചിന്തിച്ചു. (ലോകം മൊത്തം ഒരു രോഗാലയമായാണ് അവനുതോന്നിയത്, അതിന് ലയമോ യുക്തിയോ ഇല്ല) അവൻ ഒരു നീണ്ട ജാഥ കണ്ടു. അതിൽ ശരീരത്തിനോ മനസിനോ വൈകല്യം ബാധിച്ചവർ, അതല്ലെങ്കിൽ ശരീരത്തിന് അസുഖം ബാധിച്ച

വർ, അല്ലെങ്കിൽ ഹൃദയമോ ശ്വാസകോശമോ ദുർബ്ബലമായവർ, ചിലർ ആത്മാവിന് രോഗബാധിതർ, നിശ്ചയദാർഢ്യമില്ലാത്തവർ, അതുമല്ലെങ്കിൽ മദ്യത്തിന് ആസക്തിയുള്ളവർ, അങ്ങനെ എല്ലാമുള്ളവർ ആ ജാഥയിൽ അണിനിരക്കുന്നു. ആ അവസരത്തിൽ ഫിലിപ്പിന് അവരോട് ദിവ്യമായ ഒരടുപ്പം തോന്നി. അന്ധനായ വിധിയുടെ നിസ്സഹായരായ ഉപകരണങ്ങളാണവർ. അവരോട് ക്ഷമിക്കാൻ അയാൾ ദൈവത്തോട് പ്രാർഥിച്ചു.

ശനിയാഴ്ച നാഷണൽ ഗാലറിയിൽ വെച്ച് കാണാമെന്ന് അവൻ സാലിയുമായി ഏർപ്പാടാക്കിയിരുന്നു. കടയിൽനിന്നും ഒഴിവായാലുടനെ അവിടെയെത്താമെന്നും ഒരുമിച്ച് ഭക്ഷണം കഴിക്കാമെന്നും അവർ തീരുമാനിച്ചിരുന്നു. അവളെ കണ്ടിട്ട് രണ്ടുദിവസം കഴിഞ്ഞിരിക്കുന്നു. അവളെ കാണാതിരിക്കാൻ വയ്യെന്ന സ്ഥിതിയിലാണുള്ളത്. അവളോട് എന്ത് എങ്ങനെ പറയണമെന്ന് അവൻ പരിശീലിച്ചിരുന്നു. ഇപ്പോൾ അവന്റെ ക്ഷമയില്ലായ്മ അതിന്റെ മൂർധന്യത്തിലെത്തിയിരിക്കുകയാണ്. അവൻ ഡോ. സൗത്തിന് കത്തെഴുതിയിട്ടുണ്ടായിരുന്നു. അയാളിൽ നിന്നും ലഭിച്ച മറുപടിയും അവന്റെ കീശയിലുണ്ടായിരുന്നു.

"വിഡ്ഢീ! നീ എപ്പോഴാണ് വരിക" എന്നായിരുന്നു ഡോ. സൗത്തിന്റെ മറുപടി. ഫിലിപ്പ് പാർലമെന്റ് റോഡിലൂടെ നടന്നു. അന്ന് ഒരു നല്ല ദിവസമായിരുന്നു. തിളങ്ങിനിന്ന സൂര്യൻ തെരുവിൽ പ്രകാശത്തെ നൃത്തം ചവിട്ടിച്ചു. അവൻ ട്രഫൽഗർ ചതുരം മുറിച്ചുകടന്നു. പെട്ടെന്ന് തന്റെ ഹൃദയം ശരീരത്തിൽ ഒരു തരം ചലനം ഉണ്ടാക്കി. അവൻ തന്റെ മുന്നിലായി ഒരു സ്ത്രീയെ കണ്ടു. അവൻ അത് മിൽഡ്രിഡ് ആണെന്നു കരുതി. അവളുടെ നടത്തത്തിന്റെ സവിശേഷതയായ കാല് വലിച്ചുകൊണ്ടുള്ള നടത്തം പോലെയാണ് അവളും നടന്നത്. കൂടുതലായി ഒന്നും ചിന്തിക്കാതെ അവളോടൊപ്പമെത്താനായി അവൻ ധൃതിയിൽ നടന്നു. അടുത്തെത്തിയപ്പോഴാണ് അത് മറ്റാരോ ആണെന്ന് അവന് മനസിലായത്. അവൻ നടത്തത്തിന്റെ വേഗത കുറച്ചു. അവന് അങ്ങേയറ്റം ആശ്വാസം തോന്നി. പക്ഷേ അതിൽ നിരാശയും ഉണ്ടായിരുന്നു. അവനിൽ ഒരു തരം ഭയം കുടിയേറി. തനിക്ക് ആ ഒരു ചിന്തയിൽ നിന്നും മോചനം സാധ്യമാണോ? അവന്റെ മനസിന്റെ അഗാധതയിൽ ഒരു വിളറിയ പെണ്ണ് എല്ലായ്പ്പോഴും തങ്ങിനിൽക്കും. ആ സ്നേഹം അവന് ഒരിക്കലും ഒരിക്കലും മോചിതനാവാൻ പറ്റാത്ത വിധത്തിലുള്ള പ്രയാസങ്ങൾക്ക് കാരണമായിട്ടുണ്ട്. തന്റെ ഈ ആശയ്ക്ക് മരണത്തോടെ മാത്രമേ അന്ത്യമുണ്ടാകൂ.

അവൻ തന്റെ ഹൃദയത്തിൽനിന്നും ആ വേദനയെ ബലമായി പിടിച്ചിറക്കിവെച്ചു. അവൻ സാലിയെപ്പറ്റി ചിന്തിച്ചു. അവളുടെ കരുണാർദ്രമായ നീല നയനങ്ങളെപ്പറ്റിയും അവൻ ചിന്തിച്ചു. അത് അവന്റെ ചുണ്ടുകളിൽ ഒരു പുഞ്ചിരി വിരിയിച്ചു. അവൻ നാഷണൽ ഗാലറിയുടെ പടവുകൾ കയറുകയും ആദ്യത്തെ മുറിയിൽ ചെന്നിരിക്കുകയും ചെയ്തു. അവിടെ ഇരുന്നാൽ അവൾ അവിടേക്ക് കയറിവരുമ്പോൾ തന്നെ അവന് കാണാൻ കഴിയും. ചിത്രങ്ങൾക്കിടയിൽ സമയം ചെലവഴിക്കുന്നത് അവന് ആശ്വാസമരുളി. അവൻ ഒരു ചിത്രത്തിൽ മാത്രമായി ദൃഷ്ടി

പതിപ്പിച്ചില്ല. മറിച്ച് അവയുടെ വർണ്ണഭംഗിയിൽ സ്വയം മറന്ന് സമയം ചെലവഴിച്ചു. അവൻ സാലിയെക്കുറിച്ചുള്ള സ്വപ്നങ്ങളിലായിരുന്നു. അവൾ തികച്ചും അസാധാരണ വ്യക്തിത്വം പുലർത്തുന്ന ലണ്ടനിൽ നിന്നും അവളുമായി രക്ഷപ്പെടുവാൻ അവൻ ആഗ്രഹിച്ചു. കെൻടിഷിലെ ഹോപ് പാടങ്ങളിൽ നിന്നും ഒരു കാര്യം അവൻ മനസിലാക്കിയിരുന്നു. അതെന്താണെന്ന് വെച്ചാൽ അവൾ ഒരിക്കലും പട്ടണജീവിതത്തിന് അനുയോജ്യമല്ല. കൂടാതെ ഡോർസെറ്റിലെ സ്വച്ഛാകാശത്തിന് ചുവട്ടിൽ അവൾ അനിതരസാധാരണമായ ഒരു സൗന്ദര്യദാമമായി മാറുമെന്ന് അവൻ കരുതി. അവൾ അവിടേക്ക് നടന്നു വന്നു. അവൻ അവളെ സ്വീകരിക്കാനായി എഴുന്നേറ്റു. കൈത്തണ്ടയിൽ വെള്ളകഫുകളോട് കൂടിയ കറുത്ത ഗൗണായിരുന്നു അവൾ ധരിച്ചിരുന്നത്. അവർ പരസ്പരം ഹസ്തദാനം ചെയ്തു.

"നിങ്ങൾ കുറെ നേരമായോ കാത്തിരിക്കുന്നു."

"ഇല്ല പത്തു മിനുട്ട്, നിനക്ക് വിശക്കുന്നുണ്ടോ?"

"കൂടുതലില്ല."

"നമുക്കിവിടെ കുറച്ചിരിക്കാം അല്ലേ?"

"നിനക്കതിഷ്ടമാണെങ്കിൽ.... "

അവർ അടുത്തതായി ശാന്തരായി ഇരുന്നു. അവരൊന്നും സംസാരിച്ചില്ല. അവൾ തന്റെ സമീപം ഇരുന്നതിൽ ഫിലിപ്പ് സന്തോഷിച്ചു. അവളുടെ ആരോഗ്യത്തെക്കുറിച്ച് അവൻ ബോധവാനായിരുന്നു.

"ശരി ഇപ്പോൾ എങ്ങനെയുണ്ട് " ഒരു ചെറുചിരിയോടെ അവൻ ചോദിച്ചു.

"ഓ ഒന്നുമില്ല, അതൊരു തെറ്റായ സൂചനയായിരുന്നു."

"ആയിരുന്നോ?"

"നിങ്ങൾ സന്തുഷ്ടനല്ലേ?"

തികച്ചും അസാധാരണമായ ഒരു വികാരം അവനിൽ ഉടലെടുത്തു. ഇതുവരെ അവൻ കരുതിയത് സാലിയുടെ സംശയം തികച്ചും ശരിയായിട്ടുള്ളതാണെന്നാണ്. അതിൽ സംശയത്തിന് തെല്ലും സ്ഥാനമുണ്ടായിരുന്നില്ല. അവന്റെ പദ്ധതികളെല്ലാം തകിടം മറിക്കപ്പെട്ടു. അവൻ കണ്ട ജീവിത ചിത്രം വെറുമൊരു സ്വപ്നമല്ലാതെ മറ്റൊന്നുമാകാൻ സാധ്യതയില്ല. അവൻ ഒരിക്കൽക്കൂടെ സ്വതന്ത്രനാകുവാൻ പോകുകയായിരുന്നു. സ്വാതന്ത്ര്യം, അവന്റെ പദ്ധതികളൊന്നും അവൻ ഉപേക്ഷിക്കാൻ തയാറായിരുന്നില്ല. താൻ ആഗ്രഹിക്കുന്നതുപോലെ ജീവിതം മുന്നോട്ട് കൊണ്ടുപോകുവാൻ ജീവിതം ഇപ്പോഴും തന്റെ കൈകളിൽത്തന്നെയാണുള്ളത്. അവന് അത്ഭുതമൊന്നും തോന്നിയില്ല. ഒരു തരം നിസ്സംഗതയല്ലാതെ അവന് മനസ്താപം തോന്നി. തികച്ചും ഏകാന്തമായ ഒരു ശൂന്യതയിൽ അവന്റെ ഭാവി പരന്നുകിടക്കുന്നതായി അവനുതോന്നി. ഒരു നീണ്ട മലിനജലത്തടാകത്തിൽ ഇഴഞ്ഞുകൊണ്ടിരിക്കുന്നതുപോലെ അവനു തോന്നി. അതിൽ നാശവും ദുഃഖവും മാത്രമേയുള്ളൂ. അവസാനം ഒരു നല്ല തീരത്തണഞ്ഞിരിക്കുകയാണ്. ആ തീരത്ത് കയറാൻ നോക്കുമ്പോൾ വിപരീതമായ കാറ്റ് വന്ന് വീണ്ടും തുറന്ന കടലിലേക്ക് തള്ളപ്പെടുന്നതു

പോലെ അവന് സ്വച്ഛന്ദമായ മേടുകളും മരങ്ങളും ഇഷ്ടമാണെങ്കിലും ഉൽക്കണ്ഠയും ഉടലെടുക്കുന്നു. അവന് ഒരിക്കൽക്കൂടി ഏകാന്തതയും കൊടുങ്കാറ്റും നേരിടാൻ ഇഷ്ടമല്ല. സാലി അവളുടെ തെളിഞ്ഞ കണ്ണുകൾ കൊണ്ട് അവനെ നോക്കി.

"നിങ്ങൾ സന്തുഷ്ടനല്ലേ?" അവൾ വീണ്ടും ചോദിച്ചു.

"എനിക്ക് ഉറപ്പില്ല" അവൻ പിറുപിറുത്തു.

"നിങ്ങൾ രസികനാണ്. മിക്ക ആണുങ്ങളെയും പോലെ"

അവൻ ആത്മവഞ്ചന നടത്തിയിരിക്കുന്നതായി അവൻ തിരിച്ചറിഞ്ഞു. അവളെ വിവാഹം കഴിക്കാനാഗ്രഹിച്ചത് ആത്മത്യാഗമായിരുന്നില്ല. മറിച്ച് ഭാര്യ, വീട്, സ്നേഹം തുടങ്ങിയവ നേടിയെടുക്കാനുള്ള ആഗ്രഹപൂർത്തീകരണത്തിനായിരുന്നു. അവൻ നിരാശയോടെ മുറുകെ പിടിച്ച വിരലുകൾക്കിടയിലൂടെ അവയെല്ലാം ഊർന്നുപോകുന്നതായി അവന് തോന്നി. ലോകത്തിലെ മറ്റെല്ലാറ്റിനേക്കാളും അവയൊക്കെ ഇന്ന് അവന് വേണമായിരിക്കുന്നു. സ്പെയിനിലെ പട്ടണങ്ങളായ കോർസോവയും ടോലെഡോയും ലിയോനും അവനുവേണ്ടി എന്താണ് കരുതി വെച്ചിരിക്കുന്നത്? ബർമയിലെ ബുദ്ധമത ക്ഷേത്രങ്ങളും തെക്കൻ കടൽ ദ്വീപുകളിലെ പൊയ്കകളും എന്താണ് തനിക്കായി കരുതിയിരിക്കുന്നത്? അമേരിക്ക എന്നും അവിടെയുണ്ടാകും. ഇതൊക്കെ സ്വന്തം ഹൃദയത്തിന്റെ ആശകൾക്കനുസരിച്ചല്ലെന്നും മറ്റുള്ളവരുടെ വാക്കുകളിൽ നിന്നും എഴുത്തുകളിൽ നിന്നും പ്രചോദനമുൾക്കൊണ്ടാണ് ഇത്തരം ചിന്തകൾ ഉടലെടുത്തതെന്ന് അവൻ തിരിച്ചറിഞ്ഞു. തന്റെ ആത്മാവിന്റെ പൂർണമായ ആഗ്രഹത്താലായിരുന്നില്ല മറിച്ച് തനിക്ക് ചെയ്യണമെന്ന് തോന്നിയത് ചെയ്യുകയായിരുന്നു ഇതുവരെയും. അക്ഷമനായി അത്തരം ചിന്തകളൊക്കെ അവൻ മാറ്റി വെച്ചു. അവൻ എപ്പോഴും ജീവിച്ചത് ഭാവിയിലായിരുന്നു. വർത്തമാനം എല്ലായ്പ്പോഴും അവന്റെ വിരലുകൾക്കിടയിലൂടെ ചോർന്നുപോയിരുന്നു. അവന്റെ ആദർശങ്ങൾ ജീവിതത്തിന്റെ യാഥാർഥ്യങ്ങളിൽ നിന്നും സങ്കീർണവും സൗന്ദര്യപൂർണവുമായ ഒരു രൂപം ഉണ്ടാക്കിയെടുക്കാൻ അവൻ ആഗ്രഹിച്ചു. മറ്റുള്ളവരെ സംബന്ധിച്ചിടത്തോളം ലളിതമായ ഒരു രൂപമായ ജനനം, ജോലി, വിവാഹം, കുട്ടികളുണ്ടാവൽ, മരണം, എന്ന ക്രമത്തിലുള്ള ഘടന അവൻ കണ്ടിട്ടില്ല . സന്തോഷത്തിന് കീഴടങ്ങുക എന്നാൽ പരാജയം സമ്മതിക്കുക എന്നതായാണ് അവൻ കണക്കാക്കിയത്. മറ്റ് പല വിജയങ്ങളെക്കാളും മികച്ചതാണ് ഈ പരാജയം.

അവൻ പെട്ടെന്ന് സാലിയെ നോക്കി. അവൾ എന്താണ് ചിന്തിക്കുന്നതെന്ന് അവൻ അത്ഭുതപ്പെട്ടു. എന്നിട്ട് ദൂരത്തേക്ക് ദൃഷ്ടി പായിച്ചു.

"എന്നെ വിവാഹം കഴിക്കാൻ നിന്നോട് ചോദിക്കാൻ പോവുകയായിരുന്നു ഞാൻ." അവൻ പറഞ്ഞു

"ഒരുപക്ഷേ നീ ചോദിച്ചേക്കുമെന്ന് ഞാൻ കരുതിയിട്ടുണ്ടായിരുന്നു. പക്ഷേ....."

"നിന്റെ വഴികളിൽ ഒരു തടസമാവാൻ ഞാൻ ഇഷ്ടപ്പെടുന്നില്ല."

"പക്ഷേ നീ ഒരിക്കലും ഒരു തടസ്സമാവില്ല."

"സ്പെയനിലേക്കും മറ്റുമുള്ള നിന്റെ യാത്രകളോ?"

"ഞാൻ യാത്ര ചെയ്യുന്നുണ്ടെന്ന് നിനക്ക് എങ്ങനെ അറിയാം?"

"ഞാൻ അതിനെപ്പറ്റി അറിയണമായിരുന്നു. നീയും അച്ഛനും കൂടെ സംസാരിക്കുന്നത് ഞാൻ കേട്ടിട്ടുണ്ടായിരുന്നു. "

"ഞാൻ അതിനെപ്പറ്റിയൊന്നും ചിന്തിക്കുന്നേയില്ല" അവൻ ഒരു നിമിഷം നിർത്തിയിട്ട് പതിഞ്ഞ ശബ്ദത്തിൽ പറഞ്ഞു; "എനിക്ക് നിന്നെ വിട്ടുപോകണമെന്നില്ല. എനിക്ക് നിന്നെ വിട്ടുപോകാൻ കഴിയില്ല" അവൾ ഉത്തരം പറഞ്ഞില്ല. അവൾ എന്താണ് ചിന്തിച്ചതെന്ന് അവന് പറയാൻ കഴിഞ്ഞില്ല.

"സാലീ നീ എന്നെ വിവാഹം കഴിച്ചിരുന്നെങ്കിൽ എന്ന് ഞാൻ ആഗ്രഹിക്കുന്നു. "

അവൾ അൽപ്പം പോലും ചലിച്ചില്ല. അവളുടെ മുഖത്ത് യാതൊരു ഭാവപ്രകടനവും ഇല്ലായിരുന്നു. പക്ഷേ അവൾ ഉത്തരം പറയുമ്പോൾ അവൾ അവനെ നോക്കിയില്ല.

"നിങ്ങൾക്ക് ഇഷ്ടമാണെങ്കിൽ...."

"നിനക്ക് ഇഷ്ടമല്ലേ?"

"തീർച്ചയായും എന്റേതായ ഒരു വീട് ഉണ്ടാകണമെന്ന് ഞാൻ ആഗ്രഹിക്കുന്നു. അതോടൊപ്പം എനിക്കൊരു ഗൃഹസ്ഥനാവുകയും വേണം." അവൻ ചെറുതായൊന്നു ചിരിച്ചു. അവന് അവളെ ഒരുവിധം നന്നായി ഇപ്പോഴറിയാം. അവളുടെ രീതികൾ അവനെ അത്ഭുതപ്പെടുത്തിയില്ല.

"പക്ഷേ നിനക്ക് എന്നെ വിവാഹം കഴിക്കണമെന്നില്ലേ?"

"ഞാൻ മറ്റാരെയും വിവാഹം കഴിക്കില്ല."

"എന്നാൽ ഇത് തീരുമാനിച്ചുറപ്പിക്കാം."

"അച്ഛനും അമ്മയും അത്ഭതപ്പെടും ഇല്ലേ?"

"ഞാൻ അതീവ സന്തുഷ്ടയാണ്."

" എനിക്ക് ഭക്ഷണം കഴിക്കണം." അവൾ പറഞ്ഞു

" പ്രിയേ... "

അവൻ പുഞ്ചിരിച്ചു. അവൻ അവളുടെ കൈ പിടിച്ച് അമർത്തി. അവർ എഴുന്നേറ്റ് ഗാലറിയിൽ നിന്നും പുറത്തേക്ക് നടന്നു. അവർ ഒരു നിമിഷം ബലൂസ്ട്രാഡിൽ നിന്നിട്ട് ട്രഫൽ സ്ക്വയറിലേക്ക് നോക്കി. വാഹനങ്ങൾ അങ്ങോട്ടുമിങ്ങോട്ടും കുതിച്ചുകൊണ്ടിരുന്നു. കൂടാതെ ജനങ്ങളും ഓരോ ദിശയിലേക്കും ധൃതിപിടിച്ച് നീങ്ങിക്കൊണ്ടിരുന്നു. അപ്പോൾ സൂര്യൻ ജ്വലിച്ചുകൊണ്ടിരിക്കുകയായിരുന്നു.

www.ingramcontent.com/pod-product-compliance
Lightning Source LLC
LaVergne TN
LVHW060627051026
849519LV00002B/799

* 9 7 8 9 3 8 2 1 6 7 9 1 4 *

9 789382 167914